നിയമം
നിയമത്തിന്റെ വഴികൾ

law

niyamam, niyamathinte vazhikal

•

dr. sebastian paul

•

first edition
february 2016

•

second edition
january 2018

•

typesetting & published
chintha publishers, thiruvananthapuram

•

cover
vinod

വിതരണം

ദേശാഭിമാനി ബുക്ക് ഹൗസ്

H O തിരുവനന്തപുരം–695 035
phone: 0471-2303026, 6063026
www.chinthapublishers.com
chinthapublishers@gmail.com

ബ്രാഞ്ചുകൾ

ഹെഡ്ഡാഫീസ് ബ്രാഞ്ച് കുന്നുകുഴി • സ്റ്റാച്യു തിരുവനന്തപുരം • കെ എസ് ആർ ടി സി ബസ് സ്റ്റേഷൻ ആലപ്പുഴ • കെ എസ് ആർ ടി സി ബസ് സ്റ്റേഷൻ എറണാകുളം • മച്ചിങ്ങൽ ലെയ്ൻ തൃശൂർ • ഐ ജി റോഡ് കോഴിക്കോട് • മാവൂർ റോഡ് കോഴിക്കോട് • എൻ ജി ഒ യൂണിയൻ ബിൽഡിങ് കണ്ണൂർ • സെൻട്രൽ ബസ് ടെർമിനൽ കോംപ്ലക്സ് താവക്കര കണ്ണൂർ

CR - 1793 / 4526
ISBN - 978-93-85045-52-3

നിയമം
നിയമത്തിന്റെ വഴികൾ
(നിയമം)

ഡോ. സെബാസ്റ്റ്യൻ പോൾ

ചിന്ത പബ്ലിഷേഴ്സ്
തിരുവനന്തപുരം-695 035

സെബാസ്റ്റ്യൻ പോൾ

1947 മെയ് ഒന്നിന് ജനനം. കൊച്ചി സർവ്വകലാശാലയിൽ നിന്ന് ഭരണഘടനാനിയമത്തിൽ ഡോക്ടറേറ്റ്. ലോകസഭയിലും നിയമസഭയിലും എറണാകുളത്തെ പ്രതിനിധീകരിച്ചു. *ഇന്ത്യൻ എക്സ്പ്രസ്, ദ ഹിന്ദു, യു എൻ ഐ, ദേശാഭിമാനി, കേരള ടൈംസ്* എന്നിവിടങ്ങളിൽ പത്രപ്രവർത്തകൻ ആയിരുന്നിട്ടുണ്ട്. 1980 മുതൽ കേരള ഹൈക്കോടതിയിൽ അഭിഭാഷകൻ. ഇംഗ്ലീഷിലും മലയാളത്തിലും നിരവധി ഗ്രന്ഥങ്ങൾ രചിച്ചിട്ടുണ്ട്.

ഭാര്യ : ലിസമ്മ അഗസ്റ്റിൻ (റിട്ട. ജില്ലാ ജഡ്ജി)
മക്കൾ : ഡോൺ (*റോയിട്ടേഴ്സ്*),
റോൺ (അഭിഭാഷകൻ),
ഷോൺ (മാധ്യമപ്രവർത്തകൻ).
വിലാസം : മൂഞ്ഞപ്പിള്ളി
പ്രൊവിഡൻസ് റോഡ്
കൊച്ചി 682 018
ഫോൺ : 9447225899
email : drsebastianpaul@yahoo.com

ഉള്ളടക്കം

പ്രസാധകക്കുറിപ്പ്

നിയമത്തെയും, നിയമസംവിധാനത്തെയും കുറിച്ച് അഭിഭാഷകരോ നിയമവിദ്യാർത്ഥികളോ അല്ലാത്ത സാധാരണ ജനങ്ങൾക്ക് അറിവു പകരുന്ന ഒന്നാണ് ഡോ. സെബാസ്റ്റ്യൻ പോൾ രചിച്ച *നിയമം, നിയമത്തിന്റെ വഴികൾ* എന്ന ഗ്രന്ഥം. നിയമം എങ്ങനെ ആവിഷ്കരിക്കപ്പെട്ടുവന്നു, നിയമവാഴ്ച എന്തുകൊണ്ടു നിലനില്ക്കണം, നിയമം ഏതെല്ലാം വിധത്തിൽ, നിയമത്തിൽ ജനങ്ങളുടെ സ്ഥാനം ഇങ്ങനെ ഒട്ടേറെ അറിവുകൾ ഗ്രന്ഥത്തിന്റെ ആദ്യ അദ്ധ്യായങ്ങളിൽ ലഭ്യമാണ്.

വഴിയും ചരിത്രവും, ജനാധിപത്യം, സ്വാതന്ത്ര്യം, കോടതി, നീതി പൊലീസ്, ജീവിതം, സ്വകാര്യത എന്നിങ്ങനെ എട്ടു ഭാഗങ്ങളായാണ് ഗ്രന്ഥം ചിട്ടപ്പെടുത്തിയിരിക്കുന്നത്. ഓരോ ഭാഗത്തിലും തൊട്ടെടുക്കാവുന്ന തരത്തിൽ വളരെ പ്രസക്തമായ നിരവധി ലേഖനങ്ങൾ. കാലിക പ്രസക്തമായ പല കാര്യങ്ങളെയും സംബന്ധിച്ച ആദ്യ പ്രതികരണമെന്ന നിലയിലാണ് ഓരോന്നും രചിക്കപ്പെട്ടിട്ടുള്ളതെങ്കിലും നിയമബോധവല്ക്കരണത്തിനുള്ള അതിപ്രധാനമായ ഒരു സംഭാവനയാണ് ഈ ഗ്രന്ഥം.

ഈ ഗ്രന്ഥത്തിന്റെ രണ്ടാം പതിപ്പ് അഭിമാനത്തോടെ പുറത്തിറക്കുന്നു.

ചിന്ത പബ്ലിഷേഴ്സ്

ആമുഖം

നിയമത്തിന്റെ സാന്നിദ്ധ്യവും സ്വാധീനവും സർവ്വവ്യാപിയാണ്. വാർത്തയാകുന്ന സംഭവങ്ങളിൽ പശ്ചാത്തലമായും പ്രത്യാഘാതമായും നിയമം പ്രത്യക്ഷപ്പെടുകയോ പ്രതിഫലിക്കുകയോ ചെയ്യുന്നു. അത്തരം കാര്യങ്ങളെക്കുറിച്ചുള്ള സമകാലികമായ പ്രതികരണമാണ് ഈ പുസ്തകം. 2014 ലും 2015ലുമായി *ദേശാഭിമാനി വാരിക*യിലും *ചിന്ത*യിലും പ്രസിദ്ധീകരിച്ചവയാണ് കൂടുതൽ ലേഖനങ്ങളും. വിഷയക്രമമനുസരിച്ച് അവയെ ക്രോഡീകരിക്കുകയും നവീകരിക്കുകയും ചെയ്തിട്ടുണ്ട്. ആശയങ്ങളുടെ വ്യക്തതയും വിഷയങ്ങളുടെ സമഗ്രതയും നിലനിർത്തുന്നതിനുള്ള പരിശ്രമത്തിൽ ചിലപ്പോഴെങ്കിലും ആവർത്തനം അനിവാര്യമായിട്ടുണ്ട്. അഭിഭാഷകരോ നിയമവിദ്യാർത്ഥികളോ അല്ലാത്ത സാധാരണക്കാർക്ക് നിയമത്തെയും നിയമസംവിധാനത്തെയുംകുറിച്ച് സാമാന്യമായ അറിവു നല്കുകയെന്നതാണ് രചനയുടെ ഉദ്ദേശ്യം. അതുകൊണ്ട് സാങ്കേതികമായ പദങ്ങളും സംജ്ഞകളും സങ്കീർണ്ണതകളും കഴിയുന്നത്ര ഒഴിവാക്കിയിട്ടുണ്ട്. അതേസമയം വസ്തുതാപരമായ ആധികാരികതയ്ക്ക് ഭംഗം വരുത്തിയിട്ടില്ല. ജനാധിപത്യത്തിൽ അവശ്യം വേണ്ടതായ നിയമസാക്ഷരതയ്ക്ക് ഈ പുസ്തകം സഹായകമാകുമെന്ന് പ്രതീക്ഷിക്കുന്നു.

സെബാസ്റ്റ്യൻ പോൾ

1
വഴിയും ചരിത്രവും

1

മാഗ്നാകാർട്ട

യൂറോപ്യൻ ചരിത്രത്തിലെ ഇരുണ്ട കാലഘട്ടം എന്ന് വിശേഷിപ്പിക്കപ്പെടുന്ന മദ്ധ്യശതകങ്ങളിൽ അപ്രതീക്ഷിതമായി തെളിഞ്ഞ സൂര്യരേഖയായിരുന്നു മാഗ്നാകാർട്ട. ലണ്ടൻ നഗരത്തിന്റെ പ്രാന്തത്തിൽ തെംസ് നദീതീരത്തെ റണ്ണിമീഡ് എന്ന ഗ്രാമത്തിന് ചരിത്രത്തിൽ ഇടം കിട്ടിയത് മാഗ്നാകാർട്ട നിമിത്തമാണ്. എണ്ണൂറ് വർഷം മുമ്പ്, 1215 ജൂൺ പതിനഞ്ചിന്, സായുധരായ മാടമ്പികളുടെ സമ്മർദ്ദത്തിനു വഴങ്ങി നിരക്ഷരനായ ഒരു രാജാവ് അംഗീകരിച്ച അവകാശപത്രികയാണ് പില്ക്കാലത്ത് മാഗ്നാകാർട്ട എന്ന പേരിൽ ശാശ്വതമായ യശസ്സാർജ്ജിച്ചത്. പേരെഴുതാനറിയാത്ത ജോൺ രാജാവ് രാജകീയമുദ്രമാത്രമാണ് ആ തോൽലിഖിതത്തിൽ പതിച്ചത്.

മാഗ്നാകാർട്ട എന്ന ലത്തീൻ പദത്തിന്റെ അർത്ഥം മഹാപ്രമാണം എന്നാണ്. കാന്റർബറി ആർച്ച് ബിഷപ് സ്റ്റീഫൻ ലാങ്ടണിന്റെയും മറ്റ് ശ്രേഷ്ഠപുരോഹിതരുടെയും നേതൃത്വത്തിൽ മാഗ്നാകാർട്ട എഴുതപ്പെട്ടതും ലത്തീനിലായിരുന്നു. ഇന്ന് ആ പേര് എല്ലാ ഭാഷകളിലെയും പദാവലിയിൽ ഇടംപിടിച്ചിട്ടുണ്ട്. ലോകത്തെവിടെയും അവകാശപ്രമാണങ്ങളെയും അവകാശപ്പോരാട്ടങ്ങളുടെ പരിസമാപ്തികുറിക്കുന്ന രേഖകളെയും മാഗ്നാകാർട്ടയെന്നാണ് വിശേഷിപ്പിക്കുന്നത്. അർത്ഥവും ചരിത്രവും അറിയാത്ത സാധാരണക്കാർക്കും മാഗ്നാകാർട്ടയുടെ വിവക്ഷയറിയാം. പാശ്ചാത്യനാഗരികതയുടെ വികാസചരിത്രത്തിലെ മൗലികമായ രേഖയായി മാഗ്നാകാർട്ട പ്രകീർത്തിതമായി. ചരിത്രത്തിലെ എഴുതപ്പെട്ട ആദ്യത്തെ അവകാശപ്രമാണവും യൂറോപ്യൻ ചരിത്രത്തിലെ ആദ്യത്തെ ലിഖിത ഭരണഘടനയും മാഗ്നാകാർട്ടയാണ്.

തുല്യംചാർത്തിയ രാജാവോ അതിനു കോപ്പുകൂട്ടിയ മാടമ്പിമാരോ ഇത്രയൊന്നും ഉദ്ദേശിച്ചിരുന്നില്ല. മഹാപ്രമാണം തയ്യാറാക്കിയ മഹാപുരോ

ഹിതരും അതിന്റെ ചരിത്രപരമായ പ്രാധാന്യം മനസ്സിലാക്കിയവരല്ല. അവർക്ക് വേണ്ടിയിരുന്നത് അവരുടെ അവകാശങ്ങളുടെ പ്രഖ്യാപനവും താല്പര്യങ്ങളുടെ സംരക്ഷണവും മാത്രമായിരുന്നു. ചെലവിന് മാടമ്പിമാരെ ആശ്രയിച്ചിരുന്ന രാജാവിന് പ്രമാണത്തിന്റെ ഉള്ളടക്കമെന്തായിരുന്നാലും അവരെ പ്രീതിപ്പെടുത്തുകയെന്നതുമാത്രമായിരുന്നു ഉദ്ദേശ്യം. പക്ഷേ, സ്രഷ്ടാക്കളും സംരക്ഷകരും അറിയാതെ ആ രേഖ വികാസം പ്രാപിച്ചു. ഇംഗ്ലണ്ടിലെ നിയമവ്യവസ്ഥയിൽ ആ അക്ഷരങ്ങൾ മുദ്രിതമായി. രാജാധികാരം ദൈവദത്തമല്ലെന്നും രാജാവ് ജനങ്ങളുടെ നിയമത്തിനും നിയന്ത്രണത്തിനും കീഴ്പെട്ടിരിക്കുന്നുവെന്നും മാഗ്നാകാർട്ട പ്രഖ്യാപിച്ചു. അല്ലെങ്കിൽ അങ്ങനെയാണ് വിവരമുള്ളവർ പിന്നീട് അതിനെ വായിച്ചെടുത്തത്. ആ വായനയാണ് മാഗ്നാകാർട്ടയെന്ന ഫ്യൂഡൽ രേഖയെ ജനങ്ങളുടെ അവകാശപത്രികയാക്കി മാറ്റിയത്.

കത്തോലിക്കാ സഭ രാഷ്ട്രവ്യവഹാരത്തിൽ സജീവമായി ഇടപെട്ടിരുന്ന കാലമായിരുന്നു പതിമൂന്നാം നൂറ്റാണ്ട്. നവോത്ഥാനത്തിന്റെ പുലരിത്തുടിപ്പായി പെട്രാർക്ക് ജനിക്കുന്നത് അടുത്ത നൂറ്റാണ്ടിന്റെ ആരംഭത്തിലാണ്. മാനവികതയുടെ പ്രകാശത്തിനു മുന്നേയുള്ള അന്ധകാരത്തിൽ കുരിശുയുദ്ധങ്ങളുടെ ആവേശത്തിലും ആലസ്യത്തിലും ആഘാതത്തിലും യൂറോപ്പ് കഴിയുന്ന കാലം. ആ കാലത്തിനു ചേർന്ന രേഖയായിരുന്നില്ല മാഗ്നാകാർട്ട. പക്ഷേ, ചരിത്രം ചിലപ്പോൾ അങ്ങനെയാണ്. ആകസ്മികതകൾ സനാതനതത്ത്വങ്ങളായി മാറും. ഫ്യൂഡലിസത്തിന്റെ കൊത്തളങ്ങൾ ജനങ്ങൾ കൈയേറും. സംഭവങ്ങളുടെ അനിവാര്യവും അനിയന്ത്രിതവുമായ കുത്തൊഴുക്കിൽ ജനങ്ങൾ സ്വന്തമാക്കിയ ഫ്യൂഡൽ അവകാശപത്രികയാണ് മാഗ്നാകാർട്ട.

ഇംഗ്ലണ്ടിലും ഫ്രാൻസിലും അമേരിക്കയിലും പില്ക്കാലത്തുണ്ടായ അവകാശപ്രഖ്യാപനങ്ങളുടെ പ്രഭവം മാഗ്നാകാർട്ടയാണ്. ഇംഗ്ലണ്ടിൽ രാജാവ് ഇല്ലാതായില്ലെങ്കിലും രാജവാഴ്ച നിയന്ത്രിതമായി. പാർലമെന്റ് എന്ന സംവിധാനത്തിലൂടെയാണ് അത് സാദ്ധ്യമായത്. മാഗ്നാകാർട്ടയിൽ നിന്നാണ് പാർലമെന്റിന്റെ തുടക്കം. രാജാവിന് പണമെത്തിക്കുന്ന പ്രഭുക്കന്മാരോട് രാജാവിന് ഉത്തരവാദിത്വമുണ്ടാകണം. നല്കുന്നവരുടെ സമ്മതമില്ലാതെ ഏകപക്ഷീയമായി വിഹിതം ഈടാക്കാൻ രാജാവിന് അധികാരമില്ലെന്ന് പ്രഭുക്കൾ ശഠിച്ചു. പ്രാതിനിധ്യമില്ലാതെ നികുതിയില്ലെന്ന് ബോസ്റ്റൺ തുറമുഖത്ത് കേട്ട മുദ്രാവാക്യം മാഗ്നാകാർട്ടയിൽ നിന്നെടുത്തതായിരുന്നു. പാർലമെന്റിന്റെ അനുവാദമില്ലാതെ നികുതിപിരിക്കാനോ പണം ചെലവാക്കാനോ കഴിയില്ലെന്ന പ്രധാനപ്പെട്ട ഭരണതത്ത്വവും മാഗ്നാകാർട്ടയിൽനിന്നാണ് ഉത്ഭവിച്ചത്. രാജാവിന്റെ നടപടികൾക്ക് അംഗീകാരം ലഭിക്കുന്നതിനുവേണ്ടി വിളിച്ചുചേർക്കപ്പെട്ട അന്നത്തെ പ്രഭുസഭയാണ് പിന്നീട് പാർലമെന്റായി രൂപപ്പെട്ടത്. പ്രഭുക്കളുടെ സഭയിലേക്ക് ജനങ്ങൾ കയറിയപ്പോൾ പാർലമെന്റിന്റെ പരിണാമം പൂർണ്ണമായി. മാഗ്നാകാർട്ടയിൽനിന്ന് തുടങ്ങിയ ഇംഗ്ലണ്ടിലെ പാർ

ലമെന്റ് പില്ക്കാലത്ത് ലോകമെങ്ങുമുള്ള പാർലമെന്റുകളുടെ മാതാവായി.

അധികാരം എത്ര ശക്തമാണെങ്കിലും നിയമത്തിനു വിധേയമായിരിക്കണമെന്ന തത്ത്വം മാഗ്നാകാർട്ടയിൽ പ്രഖ്യാപിതമായി. 1688ലെ ഇംഗ്ലീഷ് വിപ്ലവവും 1776 ലെ അമേരിക്കൻ വിപ്ലവവും സൈദ്ധാന്തികമായി ന്യായീകരണം കണ്ടെത്തിയത് മാഗ്നാകാർട്ടയിലായിരുന്നു. ജോൺ ലോക്കും എഡ്മണ്ട് ബർക്കും തോമസ് ജെഫേഴ്സണും പ്രചോദിതരായത് മാഗ്നാകാർട്ടയിൽനിന്നാണ്. ഇംഗ്ലീഷ് ബിൽ ഓഫ് റൈറ്റ്സിലും അമേരിക്കൻ ഭരണഘടനയിലും ഐക്യരാഷ്ട്ര മനുഷ്യാവകാശ പ്രഖ്യാപനത്തിലും തുടർന്ന് ഇന്ത്യൻ ഭരണഘടനയിലും വിളംബരം ചെയ്യപ്പെട്ട അവകാശങ്ങളുടെ ബീജാവാപം നടന്നത് താല്ക്കാലികമായ ഒരു പ്രതിസന്ധി പരിഹരിക്കുന്നതിന് ആത്മാർത്ഥതയില്ലാതെ കൗശലക്കാരനായ ഒരു രാജാവ് അർത്ഥമറിയാതെ തുല്യംചാർത്തിയ ഒരു രേഖയിലായിരുന്നുവെന്നത് അത്ഭുതകരമായിരിക്കുന്നു.

കാലികമായ പ്രാധാന്യം ഇല്ലാതായതോടെ മാഗ്നാകാർട്ടയിലെ പല വകുപ്പുകളും അപ്രസക്തമായി. മൊത്തമുണ്ടായിരുന്ന 63 വകുപ്പുകളിൽ പന്ത്രണ്ടെണ്ണംമാത്രമാണ് കാലത്തെ അതിജീവിച്ച് ഇന്നും പ്രസക്തമായിരിക്കുന്നത്. അവ പല നിയമങ്ങളിലായി ചേർക്കപ്പെട്ടു. സവിശേഷമായ നവീനതയോടെ ആ തത്ത്വങ്ങൾ നിയമവ്യവസ്ഥയുടെ വെളിച്ചമായി നിലനില്ക്കുന്നു. വ്യക്തിസ്വാതന്ത്ര്യത്തിന്റെ പരിരക്ഷയ്ക്കുള്ള ജുഡീഷ്യൽ ഉപകരണമെന്ന നിലയിൽ പ്രസിദ്ധമായ ഹേബിയസ് കോർപസ് മാഗ്നാകാർട്ടയുടെ സംഭാവനയാണ്. അന്നത്തെ ലത്തീൻ പദങ്ങൾക്ക് പകരം വയ്ക്കാൻ ഇംഗ്ലീഷിലോ ഇതര ഭാഷകളിലോ പദങ്ങളില്ല. എന്നാൽ ഹേബിയസ് കോർപ്പസ് എന്തെന്നറിയുന്നതിന് ലത്തീൻ അറിയണമെന്നില്ല. അറസ്റ്റിലാകുന്നവരുടെ അവകാശങ്ങൾ മാഗ്നാകാർട്ട പ്രഖ്യാപിച്ചു. ജാമ്യം തടവുകാരന്റെ അവകാശമാണെന്നും അതിന് ദുർവ്വഹമായ വ്യവസ്ഥകൾ പാടില്ലെന്നും എട്ട് നൂറ്റാണ്ടുകൾക്കു മുമ്പ് നിരക്ഷരനായ ഒരു ഇംഗ്ലീഷ് രാജാവ് കല്പിച്ചതിന്റെ പൊരുൾ ഇന്നും മനസ്സിലാകാത്ത പണ്ഡിതരായ ജഡ്ജിമാരുണ്ട്. കുറ്റവിചാരണയ്ക്ക് ജൂറി സമ്പ്രദായം മാഗ്നാകാർട്ടയുടെ സംഭാവനയാണ്. അമേരിക്കയിലും ഇംഗ്ലണ്ടിലും നീതിപൂർവ്വകമായ വിചാരണയുടെ ഉറപ്പായി നിലനിർത്തിയിരിക്കുന്ന ജൂറി വിചാരണ ഇന്ത്യയിലുമുണ്ടായിരുന്നു. നാനാവതി കേസിലായിരുന്നു ഇന്ത്യയിലെ അവസാനത്തെ ജൂറി വിചാരണ.

സ്വകാര്യത എന്നറിയപ്പെടുന്ന വിലപ്പെട്ട അവകാശത്തിന് ആ പേര് കിട്ടിയത് പത്തൊൻപതാം നൂറ്റാണ്ടിന്റെ അവസാനത്തോടെ മാത്രമാണെങ്കിലും പേരറിയാത്ത ആ അവകാശത്തെക്കുറിച്ച് മാഗ്നാകാർട്ടയുടെ രചയിതാക്കൾക്ക് ബോധ്യമുണ്ടായിരുന്നു. പട്ടാളക്കാർ സ്വകാര്യ ഭവനങ്ങളിൽ നിർബ്ബന്ധമായി ആതിഥ്യം സ്വീകരിക്കുന്നതും അന്തിയുറങ്ങുന്നതും വിലക്കപ്പെട്ടു. കാറ്റും മഴയും യഥേഷ്ടം കടന്നുവരുന്ന

കുടിലിലിലായാലും രാജാവോ രാജാവിന്റെ പടയാളികളോ അനുവാദമില്ലാതെ കടക്കരുതെന്ന വില്യം പിറ്റിന്റെ പ്രസിദ്ധമായ പ്രസ്താവനയ്ക്കാധാരം ഈ വ്യവസ്ഥയായിരുന്നു. രൊക്കം പണം നല്കാതെ കർഷകന്റെ ധാന്യശേഖരം കൈവശപ്പെടുത്തുന്നതിൽനിന്ന് ഉദ്യോഗസ്ഥരെ മാഗ്നാകാർട്ട വിലക്കി. സ്വത്തവകാശത്തിന്റെ പ്രഖ്യാപനം മാത്രമല്ല നഷ്ടപരിഹാരം നല്കാതെ യാതൊന്നും സർക്കാർ ഏറ്റെടുത്തുകൂടെന്ന തത്ത്വത്തിന്റെ ആവിഷ്കാരംകൂടിയായി അത്. ഭരണകൂടത്തെ വെല്ലുവിളിക്കുന്ന ജനങ്ങൾ വായിക്കാതെ വായിക്കുന്ന ഇതിഹാസരേഖയാണ് മാഗ്നാകാർട്ട. ആ തോലെഴുത്തിൽ സ്വാതന്ത്ര്യത്തിന്റെ കണങ്ങൾ കാലം ഒപ്പിയെടുക്കാതെ പൊടിഞ്ഞുനില്ക്കുന്നു.

2

നിയമം പലവിധം

അടിസ്ഥാനപരമായ ജനാധിപത്യതത്ത്വമാണ് സമത്വം. മാനുഷരെല്ലാരുമൊന്നുപോലെ എന്ന മാവേലിപ്പാട്ടിലൂടെ നാം പ്രഘോഷിക്കുന്നത് ഈ തത്ത്വമാണ്. പ്രൊക്രൂസ്റ്റസിന്റെ ശയ്യാതന്ത്രം ഉപയോഗിച്ചും ബഷീറിന്റെ ഗണിതതന്ത്രം ഉപയോഗിച്ചും ഈ ഒന്നിനെ ചെറുതാക്കാനും വലുതാക്കാനും കഴിയും. ആദ്യത്തേതിൽ വ്യക്തി ഇല്ലാതാകുന്നു. രണ്ടാമത്തേതിൽ സമത്വം ഇല്ലാതാകുന്നു. ജനാധിപത്യവിരുദ്ധമായ രണ്ട് സമീപനങ്ങളും ഒഴിവാക്കി വ്യക്തിയുടെ സമത്വവും സ്വാതന്ത്ര്യവും സംരക്ഷിക്കപ്പെടണം. നിയമവാഴ്ച നിലനില്ക്കുമ്പോഴാണ് ഇത് സാദ്ധ്യമാകുന്നത്.

നിയമം പലവിധമുണ്ട്. ഏകാധിപതിയുടെ കല്പനയും നിയമമാണ്. സോക്രട്ടീസിനെ വിഷം കുടിപ്പിച്ചതും യേശുവിനെ കുരിശിലേറ്റിയതും രാമകൃഷ്ണപിള്ളയെ നാടുകടത്തിയതും നിയമമാണ്. നിയമം എന്നത് അനുസരിക്കുന്നതിനൊപ്പം ചോദ്യംചെയ്യാനുള്ളതുമാണ്. ഈ തത്ത്വത്തെ അടിസ്ഥാനമാക്കി പുരാതന യവനകാലത്തെ ഒരു മജിസ്ട്രേറ്റ് എഴുതിയ നാടകമാണ് *ആന്റിഗണി.* രാജാവിന്റെ ശരിയല്ലാത്ത കല്പനയേക്കാൾ ഉന്നതങ്ങളിൽനിന്നെത്തുന്ന എഴുതപ്പെടാത്തതും മാറ്റമില്ലാത്തതുമായ കല്പനകളാണ് മനുഷ്യൻ അനുസരിക്കേണ്ടതെന്ന് ഈ നാടകത്തിലൂടെ സോഫോക്ലിസ് പഠിപ്പിക്കുന്നു. മനഃസാക്ഷിക്കും മനുഷ്യത്വത്തിനും നിരക്കുമ്പോഴാണ് നിയമം ആധികാരികമാകുന്നത്. അങ്ങനെയല്ലാത്ത നിയമങ്ങൾ ലംഘിക്കേണ്ടതാണെന്ന് പഠിപ്പിച്ചത് മഹാത്മഗാന്ധിയാണ്.

ജനാധിപത്യത്തിൽ ജനങ്ങൾതന്നെയാണ് നിയമനിർമ്മാതാക്കൾ. നമ്മൾ എഴുതി അംഗീകരിച്ച് നമുക്കു വേണ്ടിത്തന്നെ സമർപ്പിച്ചതാണ് നമ്മുടെ ഭരണഘടന. എല്ലാ നിയമങ്ങളുടെയും പ്രഭവം അവിടെയാണ്. ഭരണഘടനയാൽ സാധൂകരിക്കപ്പെടാത്തതൊന്നും നല്ല നിയമമല്ല.

ഇതെല്ലാം ജനങ്ങൾ നേരിട്ട് ചെയ്യേണ്ടതാകയാൽ ഇതേക്കുറിച്ചെല്ലാം ജനങ്ങൾ അറിഞ്ഞിരിക്കണം. സൗകര്യത്തിനുവേണ്ടി ജനങ്ങൾ പ്രതിനിധികളെ ഉപയോഗിച്ച് ഇക്കാര്യങ്ങൾ ചെയ്യുന്നു എന്നതുകൊണ്ട് ജനങ്ങളുടെ ഉത്തരവാദിത്വം ഇല്ലാതാകുന്നില്ല.

സാധുവായ നിയമങ്ങളാണ് നിയമവാഴ്ചയുടെ ചൈതന്യം. നിയമവാഴ്ചയുടെ സുസ്ഥിരതയാണ് ജനാധിപത്യത്തിന്റെ അസ്തിവാരം. നിയമവാഴ്ചയുടെ സംരക്ഷണച്ചുമതല ജുഡീഷ്യറി എന്ന ഭരണസംവിധാനത്തിൽ നിക്ഷിപ്തമായിരിക്കുന്നു.

ഭരണസംവിധാനത്തിന്റെ മൂന്ന് വിഭജനങ്ങളിൽ ഒന്നാണ് ജുഡീഷ്യറി. എല്ലാവർക്കും അറിയാവുന്ന പ്രാഥമികപാഠമാണിത്. എക്സിക്യൂട്ടീവും ലെജിസ്ളേച്ചറും ഇതരവിഭാഗങ്ങൾ. കാര്യനിർവ്വഹണവിഭാഗമാണ് എക്സിക്യൂട്ടീവ്. അധികാരത്തിന്റെ സ്വാഭാവികമായ കേന്ദ്രീകരണവും അവിടെത്തന്നെ. എക്സിക്യൂട്ടീവിനെ നിയന്ത്രിക്കുന്നതും നിയമം നിർമ്മിക്കുന്നതും ലെജിസ്ളേച്ചറാണ്. നിയമത്തിന്റെ സാധുത പരിശോധിക്കുന്നതും നിയമത്തെ വ്യാഖ്യാനിക്കുന്നതും നീതി നിർവ്വഹിക്കുന്നതും ജുഡീഷ്യറിയാണ്. ഫ്രഞ്ച് ചിന്തകനായ മൊണ്ടെസ്ക്യുവിന്റെ പേരിലാണ് അധികാരവിഭജനമെന്നോ അധികാരത്തിന്റെ വേർതിരിവെന്നോ വിളിക്കാവുന്ന ഈ തത്ത്വം അറിയപ്പെടുന്നത്. നിയമം നിർമ്മിക്കുന്നതും വ്യാഖ്യാനിക്കുന്നതും നടപ്പാക്കുന്നതും ഒരാൾതന്നെ എന്ന അവസ്ഥയിൽനിന്നുള്ള അത്ഭുതകരമായ വ്യതിയാനമാണിത്.

അധികാരകേന്ദ്രങ്ങൾ പലതാകുമ്പോൾ അധികാരത്തിന്റെ കേന്ദ്രീകരണം അസാദ്ധ്യമാകും. ഓരോ ഭരണവിഭാഗത്തിന്റെയും അധികാരപരിധി ഭരണഘടന നിശ്ചയിച്ചിട്ടുണ്ട്. ഭേദിക്കരുതാത്ത ലക്ഷ്മണരേഖകൾ. വഴുക്കുന്ന അതിർവരമ്പുകൾ. സ്വന്തം അധികാരപരിധിയിൽ ഉറച്ചുനിന്നുകൊണ്ട് പരസ്പരം നടത്തുന്ന ഉപരോധവും പ്രതിരോധവുമാണ് ഭരണഘടന വിഭാവന ചെയ്യുന്നത്. അതിലൂടെയുണ്ടാകുന്ന സന്തുലിതാവസ്ഥയിലാണ് നിയമവ്യവസ്ഥയും ജനാധിപത്യവും സംരക്ഷിക്കപ്പെടുന്നത്. വിസ്മയകരമായ ഈ പ്രവർത്തനത്തെ സഹായിക്കുന്ന ഫലപ്രദമായ ഉപകരണമാണ് ജുഡീഷ്യൽ റിവ്യൂ.

എക്സിക്യൂട്ടീവിന്റെയും ലെജിസ്ളേച്ചറിന്റെയും നടപടികളിൽ ഇടപെടുന്നതിനുള്ള കോടതിയുടെ അധികാരമാണ് ജുഡീഷ്യൽ റിവ്യൂ എന്ന പേരിൽ അറിയപ്പെടുന്നത്. പ്രാതിനിധ്യസ്വഭാവമുള്ള വിഭാഗങ്ങളെ ജനപ്രാതിനിധ്യം അവകാശപ്പെടാൻ കഴിയാത്ത വിഭാഗം നിയന്ത്രിക്കുന്നത് ശരിയാണോ എന്ന ചോദ്യമുണ്ടാകാം. ജനാധിപത്യത്തെക്കുറിച്ചുള്ള ചിന്തയിൽ ആ ചോദ്യം അപ്രസക്തമാകുന്നു. തെരഞ്ഞെടുക്കപ്പെടുന്നവരാണ് ഏകാധിപതികളാകുന്നത്. നിയമനിർമ്മാതാക്കളാണ് നിയമലംഘകരാകുന്നത്. അത്തരം ഘട്ടങ്ങളിൽ ജുഡീഷ്യറിയുടെ ഇടപെടൽ ആവശ്യമുണ്ട്. കോടതിയുടെ സമീപനം ജനവിരുദ്ധമായാൽ പാർലമെന്റിന് ഇടപെടാൻ കഴിയും. ഭരണഘടനാപരമായി സാധുവായ

നിയമനിർമ്മാണത്തിലൂടെ കോടതിവിധികളെ മറികടക്കാം. അപരാധിയാകുന്ന ന്യായാധിപനെ ഇംപീച്ച്മെന്റ് നടപടിയിലൂടെ പുറത്താക്കാനും പാർലമെന്റിന് അധികാരമുണ്ട്.

അമേരിക്കൻ സുപ്രീം കോടതിയിലെ ചീഫ് ജസ്റ്റീസായിരുന്ന ജോൺ മാർഷലാണ് ജുഡീഷ്യൽ റിവ്യൂ എന്ന അധികാരത്തിന്റെ ഉപജ്ഞാതാവ്. സ്വന്തം നടപടിയിലെ അപാകത നിലനിർത്തുന്നതിനുവേണ്ടിയാണ് മാർഷലിന് ഈ കണ്ടുപിടുത്തം നടത്തേണ്ടിവന്നത്. നിയമചരിത്രത്തിൽ അപൂർവ്വമായി സംഭവിക്കുന്ന കൗതുകമായി ഈ കൈപ്പിഴയെ കണ്ടാൽ മതി. ജോൺ ആഡംസ് പ്രസിഡന്റായിരിക്കുമ്പോൾ ജോൺ മാർഷൽ സ്റ്റേറ്റ് സെക്രട്ടറിയായിരുന്നു. വില്യം മാർബറിയെ ജസ്റ്റീസ് ഓഫ് ദ പീസ് ആയി നിയമിച്ചുകൊണ്ടുള്ള ഉത്തരവിറക്കാൻ മാർഷലിന് നിർദ്ദേശം ലഭിച്ചു. ഏതോ കാരണത്താൽ ഉത്തരവ് യഥാസമയം ഇറങ്ങിയില്ല. 1801 മാർച്ചിൽ മാർഷൽ ചീഫ് ജസ്റ്റീസായി നിയമിതനായി. മാർഷലിന്റെ കാലത്ത് തനിക്ക് ലഭിക്കേണ്ടിയിരുന്ന നിയമന ഉത്തരവ് നല്കാൻ പുതിയ സ്റ്റേറ്റ് സെക്രട്ടറി ജെയിംസ് മാഡിസണ് നിർദ്ദേശം നല്കണമെന്നാവശ്യപ്പെട്ട് മാർബറി സുപ്രീം കോടതിയെ സമീപിച്ചു.

മാർബറിക്ക് അനുകൂലമായ ഉത്തരവ് നല്കാതിരിക്കാൻ മാർഷലിന് കഴിയുമായിരുന്നില്ല. തന്റെ വീഴ്ചയാൽ ലഭിക്കാതെപോയത് ലഭിക്കുന്നതിനുവേണ്ടിയാണ് ഹർജിക്കാരൻ എത്തിയിരിക്കുന്നത്. എന്നാൽ ആഡംസിന്റെ കാലത്തെ രാഷ്ട്രീയതീരുമാനം അദ്ദേഹത്തെ തിരഞ്ഞെടുപ്പിൽ പരാജയപ്പെടുത്തി അധികാരത്തിലെത്തിയ തോമസ് ജഫേഴ്സൺ അംഗീകരിക്കുമോ എന്ന സന്ദേഹമുണ്ടായി. ഇരുവരും ബദ്ധവൈരികളായിരുന്നു എന്നുമാത്രമല്ല മാർബറി തിരഞ്ഞെടുപ്പിൽ ജഫേഴ്സന്റെ എതിർപക്ഷത്തുമായിരുന്നു.

ഭരണഘടനയുടെ അനുച്ഛേദം മൂന്നിൽ പറയുന്ന കാര്യങ്ങൾക്കായല്ലാതെ സുപ്രീം കോടതിയെ നേരിട്ട് സമീപിക്കാനാവില്ല. മാർബറിയുടെ പ്രശ്നം ആ പട്ടികയിൽ പെടുന്നതല്ലെങ്കിലും 1789 ലെ ജുഡീഷ്യറി ആക്ടനുസരിച്ച് മാർബറിയുടെ ഹർജി സുപ്രീം കോടതിക്ക് പരിഗണിക്കാതിരിക്കാൻ കഴിയുമായിരുന്നില്ല. കോൺഗ്രസ് പാസാക്കിയ നിയമം ഭരണഘടനയുമായി പൊരുത്തപ്പെടുന്നില്ല. ഈ പൊരുത്തക്കേടിൽ നിന്ന് പ്രതിസന്ധി മറികടക്കുന്നതിനുള്ള മാർഗ്ഗം മാർഷൽ കണ്ടെത്തി. ജുഡീഷ്യറി ആക്ടിലെ പ്രസക്തമായ ഭാഗം അദ്ദേഹം റദ്ദാക്കി. അതോടെ മാർബറി കേസിൽ തോറ്റു. ജനപ്രതിനിധിസഭ പാസാക്കിയ നിയമം ഭരണഘടനയെ അടിസ്ഥാനമാക്കി അസാധുവാക്കുന്നതിനുള്ള കോടതിയുടെ അധികാരം മാർഷൽ സ്വയം കണ്ടെത്തുകയായിരുന്നു. ഈ അധികാരമാണ് ജുഡീഷ്യൽ റിവ്യൂ എന്ന പേരിൽ അറിയപ്പെടുന്നത്.

നമ്മുടെ സുപ്രീം കോടതിക്കും ഹൈക്കോടതികൾക്കും ഈ അധികാരം ഭരണഘടന നല്കിയിട്ടുണ്ട്. മൗലികാവകാശങ്ങളുടെ

സംരക്ഷണത്തിനുവേണ്ടി ഏതൊരാൾക്കും അനുച്ഛേദം 32 അനുസരിച്ച് സുപ്രീംകോടതിയെയും അനുച്ഛേദം 226 അനുസരിച്ച് ഹൈക്കോടതിയെയും സമീപിക്കാം. പൗരസമൂഹത്തിന് ഭരണഘടന നല്കുന്ന ഉറപ്പുകൾ ഭരണകൂടം ലംഘിക്കാതെ നോക്കാനുള്ള ചുമതല സുപ്രീം കോടതിക്കുണ്ട്. കോടതിയെ ധിക്കരിക്കുന്നത് കോടതിയലക്ഷ്യമാണ്. കോടതിയലക്ഷ്യത്തിന് ശിക്ഷിക്കുന്നതിനുള്ള അധികാരവും കോടതിക്കുണ്ട്. നീതിയുടെ താല്പര്യം മുൻനിർത്തി ഏതു തരത്തിലുള്ള ഉത്തരവ് പുറപ്പെടുവിക്കുന്നതിനും അനുച്ഛേദം 142 സുപ്രീംകോടതിയെ അധികാരപ്പെടുത്തിയിരിക്കുന്നു. സുപ്രീംകോടതി പറയുന്നതെന്തോ അതായിരിക്കും നാട്ടിലെ നിയമമെന്ന് അനുച്ഛേദം 141 പ്രഖ്യാപിക്കുന്നു.

ഇത്ര വിപുലമായ അധികാരം നിക്ഷിപ്തമായിരിക്കുന്ന കോടതി അർപ്പിതമായ കർത്തവ്യം എല്ലായ്പോഴും ഫലപ്രദമായി നിർവ്വഹിച്ചുവെന്ന് പറയാൻ കഴിയില്ല.

1950ലാണ് ഇന്ത്യൻ സുപ്രീം കോടതി സ്ഥാപിതമാകുന്നത്. അക്കൊല്ലം തന്നെയാണ് എ കെ ഗോപാലന്റെ കേസുമായി എം കെ നമ്പ്യാർ ഡൽഹിയിലെത്തിയത്. കരുതൽ തടങ്കൽ നിയമപ്രകാരം മദിരാശിയിൽ തടവിലായിരുന്ന എ കെ ജിയുടെ മോചനമായിരുന്നു നമ്പ്യാരുടെ ലക്ഷ്യം. വ്യക്തിയുടെ ജീവനും സ്വാതന്ത്ര്യവും ഉറപ്പു നല്കുന്ന ഭരണഘടനയുടെ അനുച്ഛേദം 21 അടിസ്ഥാനമാക്കിയായിരുന്നു നമ്പ്യാരുടെ വാദം. കരുതൽ തടങ്കൽ നിയമം ഭരണഘടനാവിരുദ്ധമാണെന്ന വാദം സുപ്രീം കോടതിക്ക് സ്വീകാര്യമായില്ല. ഭരണഘടനയുടെ അന്തർല്ലീനമായ ചൈതന്യത്തിന് നിരക്കുന്നതല്ലെന്ന കാരണത്താൽ ഒരു നിയമവും അസാധുവാക്കാൻ കഴിയില്ലെന്ന് ചീഫ് ജസ്റ്റീസ് കാനിയ പ്രഖ്യാപിച്ചു. അന്തർല്ലീനമായ ചൈതന്യത്തേക്കാൾ പ്രധാനം എഴുതപ്പെട്ട വാക്കുകളാണ്. തിളച്ച എണ്ണയിൽ പൊരിച്ചെടുക്കാനാണ് നിയമത്തിന്റെ അനുശാസനയെങ്കിൽ അതും അനുവദിക്കേണ്ടിവരുമെന്ന് ജസ്റ്റീസ് ദാസ് മുന്നറിയിപ്പ് നല്കി. വിരുന്നിനിടയിൽ അതിഥികളുടെ ഭക്ഷണത്തിൽ വിഷം ചേർത്ത പാചകക്കാരന് ഇംഗ്ലണ്ടിലെ ഹെൻറി എട്ടാമൻ നല്കിയ ശിക്ഷയായിരിക്കാം ദാസിന്റെ മനസ്സിലുണ്ടായിരുന്നത്.

ഭരണഘടന തയ്യാറാക്കിയ കോൺസ്റ്റിറ്റ്യുവന്റ് അസംബ്ലി തന്നെയാണ് പിന്നീട് താല്ക്കാലിക പാർലമെന്റായി പ്രവർത്തിച്ചത്. ഈ പാർലമെന്റാണ് കരുതൽ തടങ്കൽ നിയമം പാസാക്കിയത്. ഒരേ സഭ പരസ്പരവിരുദ്ധമായ നിയമനിർമ്മാണം നടത്തില്ലെന്ന വിചാരവും കോടതിയെ സ്വാധീനിച്ചിട്ടുണ്ടാകണം. ഏതായാലും ഗോപാലൻ കേസിലെ സുപ്രീം കോടതിയുടെ നിലപാട് വ്യാപകമായ ആക്ഷേപത്തിനു കാരണമായി. വ്യക്തിസ്വാതന്ത്ര്യമെന്ന മഹത്തായ മൗലികാവകാശത്തിനേറ്റ കനത്ത ആഘാതമായി പില്ക്കാലത്ത് ചീഫ് ജസ്റ്റീസായ സുബ്ബറാവു വിധിയെ വിശേഷിപ്പിച്ചു.

പോസിറ്റീവ് ലോയും നാചറൽ ലോയും തമ്മിലുള്ള പരിഹരിക്കാൻ

കഴിയാത്ത സംഘർഷമാണ് ഗോപാലൻ കേസ് കേൾക്കുമ്പോൾ സുപ്രീം കോടതിയെ മഥിച്ചത്. നടപ്പാക്കാൻ ശക്തിയുള്ള അധികാരിയുടെ കല്പനയാണ് പോസിറ്റീവ് ലോ. മനഃസാക്ഷിയുടെ നിമന്ത്രണമാണ് നാചറൽ ലോ. രാജദ്രോഹിയുടെ മൃതദേഹം കലാപഭൂമിയിൽ ഉപേക്ഷിക്കുകയെന്നത് രാജാവിന്റെ കല്പന. സഹോദരന്റെ മൃതദേഹം സംസ്കരിക്കുകയെന്നത് മനഃസാക്ഷിയുടെ നിശ്ശബ്ദമായ മന്ത്രണം. ആന്റിഗണി ശ്രവിച്ചത് അതായിരുന്നു. രാജാവിന്റെ മുന്നിൽ അവൾ കുറ്റക്കാരിയായി ശിക്ഷിക്കപ്പെട്ടു. പക്ഷേ, അവളിലൂടെ സോഫോക്ലിസ് നടത്തിയത് മനുഷ്യാവകാശങ്ങളുടെ ആദ്യവിളംബരമായിരുന്നു.

ഗോപാലൻ കേസിന്റെ ദുർവ്വഹമായ ഭാരവുമായി സുപ്രീം കോടതിക്ക് കാൽനൂറ്റാണ്ട് കഴിയേണ്ടിവന്നു. അടിയന്തരാവസ്ഥയിലെ ഹേബിയസ് കോർപ്പസ് വിധി കോടതിയുടെ വിശ്വാസ്യതയെ പൂർണ്ണമായും തകർത്തു. നിർവ്വീര്യമാക്കപ്പെട്ട കോടതി സ്വയം കൂടുതൽ നിർവ്വീര്യമായി. തലോടുന്ന കൈകൾക്ക് തല്ലാനും അധികാരമുണ്ടെന്ന ന്യായത്തിലാണ് പതിനായിരക്കണക്കിനാളുകൾ സഹിച്ച ക്രൂരമായ പീഡനങ്ങളെ കോടതി സാധൂകരിച്ചത്. ജസ്റ്റീസ് ഖന്ന പ്രകടിപ്പിച്ച അത്യപൂർവ്വമായ ധീരതമാത്രമാണ് നിത്യമായ അപമാനത്തിൽനിന്ന് കോടതിയെ അല്പമെങ്കിലും രക്ഷിച്ചത്.

സന്ദർഭത്തിൽനിന്നും സാഹചര്യങ്ങൾ ഒരുക്കുന്ന പശ്ചാത്തലത്തിൽനിന്നും അടർത്തിയെടുത്ത് കോടതിവിധികളെ വിശകലനം ചെയ്യാനാവില്ല. മാർബറിയുടെ കേസ് സ്വയം പരിഹാസ്യനാകാതെ തള്ളേണ്ടത് മാർഷലിന്റെ ആവശ്യമായിരുന്നു. അതുകൊണ്ട് അദ്ദേഹം ജുഡീഷ്യൽ റിവ്യൂ എന്ന തത്ത്വം കണ്ടുപിടിച്ചു. അമേരിക്കയിലെ ഡ്രെഡ് സ്കോട്ടും ഇംഗ്ലണ്ടിലെ ലിവർസിഡ്ജും മുതൽ ഇന്ത്യയിലെ ഹേബിയസ് കോർപസ് കേസ് വരെ ഇത്തരത്തിലുള്ള പരിശോധന ആവശ്യപ്പെടുന്നുണ്ട്. മേനക ഗാന്ധിയുടെ പാസ്പോർട്ട് കേസിൽ സുപ്രീം കോടതി നല്കിയ പാപപരിഹാരവിധി അടിയന്തരാവസ്ഥയ്ക്കുശേഷമുള്ള രാഷ്ട്രീയാവസ്ഥയിലാണ് വീക്ഷിക്കേണ്ടത്.

ഗോപാലൻ കേസിൽ നിരാകരിക്കപ്പെട്ട വാദമാണ് മേനക ഗാന്ധിയുടെ കേസിൽ കോടതി സ്വീകരിച്ചത്. പാർലമെന്റ് പാസാക്കിയ നിയമമനുസരിച്ച് എ കെ ജിയുടെ കരുതൽ തടങ്കൽ ശരിയാണെന്നു പറഞ്ഞ കോടതി പാർലമെന്റ് പാസാക്കിയ നിയമമനുസരിച്ച് മേനക ഗാന്ധിയുടെ പാസ്പോർട്ട് പിടിച്ചെടുത്ത നടപടി ശരിവച്ചില്ല. ജനാധിപത്യത്തിന്റെ പുതുവസന്തത്തിൽ സ്വാതന്ത്ര്യത്തിന്റെ സുഗന്ധം കോടതിയിലേക്കും ഒഴുകിയെത്തി. അടിയന്തരാവസ്ഥയിലെ അപരാധച്ചേറ് കഴുകാൻ നവനീതിയുടെ യമുന തിലക് മാർഗിലൂടെ ഒഴുകി. നീതിക്കുവേണ്ടി ദാഹിക്കുന്നവർക്കായി കവാടങ്ങൾ തുറന്നിരിക്കുന്നുവെന്ന പ്രഖ്യാപനമുണ്ടായി. പൊതുതാല്പര്യഹർജികളിലൂടെ വിസ്തൃതമാക്കപ്പെട്ട അധികാരപരിധി ജുഡീഷ്യൽ ആക്ടിവിസത്തിലേക്കുള്ള വഴികൾ തുറക്കുകയായിരുന്നു.

3

നമ്മുടെ ഭരണഘടന

ലിഖിതമായ ഭരണഘടനയാണ് നമ്മുടേത്. ആദ്യത്തെ ലിഖിത ഭരണഘടന ഉണ്ടായത് അമേരിക്കയിലാണ്. ദീർഘകാലത്തെ ഭരണഘടനാപരമായ ചരിത്രവും പാരമ്പര്യവുമുള്ള ബ്രിട്ടനിൽ ഇന്നും എഴുതാത്ത ഭരണഘടനയാണുള്ളത്. 1947 ലെ അധികാരകൈമാറ്റത്തിനുമുമ്പേ ഭരണഘടന തയ്യാറാക്കുന്നതിനുള്ള ശ്രമം ഇന്ത്യയിൽ ആരംഭിച്ചു. അതിൽ ആദ്യത്തേതാണ് 1858 ലെ ഗവൺമെന്റ് ഓഫ് ഇന്ത്യ ആക്ട്. ശിപായി ലഹളയ്ക്കുശേഷം ഈസ്റ്റ് ഇന്ത്യാ കമ്പനിയിൽനിന്ന് ഇന്ത്യയുടെ ഭരണം ബ്രിട്ടൻ ഏറ്റെടുത്തപ്പോഴാണ് ഈ ആക്ടുണ്ടായത്.

തുടർന്ന് പല തരത്തിലുള്ള നിയമനിർമ്മാണവും ഭരണപരിഷ്കാരങ്ങളുമുണ്ടായി. 1946 ഡിസംബർ ഒൻപതിന് ഭരണഘടനയുടെ നിർമ്മാണത്തിനുവേണ്ടി കോൺസ്റ്റിറ്റ്യുവന്റ് അസംബ്ലി പ്രവർത്തനം ആരംഭിച്ചപ്പോൾ ഇവയിൽനിന്ന് ലഭിച്ച അനുഭവജ്ഞാനം പശ്ചാത്തലത്തിലുണ്ടായിരുന്നു. പ്രവിശ്യകളിൽനിന്ന് തിരഞ്ഞെടുക്കപ്പെട്ട 292 അംഗങ്ങളും സംസ്ഥാനങ്ങളിൽനിന്ന് തിരഞ്ഞെടുക്കപ്പെട്ട 93 അംഗങ്ങളുമാണ് അസംബ്ലിയിൽ ഉണ്ടായിരുന്നത്. പാർലമെന്റിന്റെ സെൻട്രൽ ഹാൾ ആയിരുന്നു സമ്മേളനവേദി. ഡോ. രാജേന്ദ്ര പ്രസാദ് ആയിരുന്നു അസംബ്ലിയുടെ പ്രസിഡന്റ്. ഡോ. ബി ആർ അംബേദ്കർ ചെയർമാനായി ഒരു ഡ്രാഫ്ടിങ് കമ്മിറ്റി രൂപീകൃതമായി. അസംബ്ലിയുടെ ഉപദേശകനായി പ്രവർത്തിച്ച ബി എൻ റാവു തയ്യാറാക്കിയ ഡ്രാഫ്ട് അല്ലാഡി കൃഷ്ണസ്വാമി അയ്യർ അദ്ധ്യക്ഷനായ ഏഴംഗ കമ്മിറ്റി പരിശോധിച്ചു. അസംബ്ലിയിലെ ചർച്ചാവേളയിൽ ഡ്രാഫ്ട് കോൺസ്റ്റിറ്റ്യൂഷൻ പൈലറ്റ് ചെയ്തത് അംബേദ്കറായിരുന്നു.

1949 നവംബർ 26 ന് ഭരണഘടനയുടെ ആദ്യപ്രതിയിൽ 284 അം

ഗങ്ങൾ ഒപ്പുവച്ചു. സുപ്രധാനമായ ഈ ദിനം നിയമദിനമായി ആചരിക്കുന്നു. അമൂല്യമായ ആ രേഖ പാർലമെന്റ് ലൈബ്രറിയിൽ സൂക്ഷിച്ചിട്ടുണ്ട്. പല വകുപ്പുകളും നവംബർ 26 നുതന്നെ പ്രാബല്യത്തിൽ വന്നു. ഭരണഘടന സമ്പൂർണ്ണമായും പ്രാബല്യത്തിലായ തീയതിയാണ് 1950 ജനുവരി 26. അതുകൊണ്ടാണ് ഈ ദിവസം റിപ്പബ്ലിക് ദിനമായത്.

വലിപ്പത്തിൽ ഒന്നാം സ്ഥാനത്തു നില്ക്കുന്നതാണ് നമ്മുടെ ഭരണഘടന. മൂലരൂപത്തിൽ 395 അനുച്ഛേദങ്ങളും എട്ട് പട്ടികകളുമാണ് ഉണ്ടായിരുന്നത്. പിന്നീട് പല ഭേദഗതികളിലൂടെ അനുച്ഛേദങ്ങളുടെ എണ്ണം 442 ആയും പട്ടികകളുടെ എണ്ണം പന്ത്രണ്ടായും വർദ്ധിച്ചു.

പല ഭരണഘടനകൾ കൂട്ടിച്ചേർത്ത് രൂപപ്പെടുത്തിയതാണ് നമ്മുടെ ഭരണഘടന എന്ന ആക്ഷേപമുണ്ട്. പ്രത്യക്ഷത്തിൽ അങ്ങനെ തോന്നാമെങ്കിലും വസ്തുതാപരമായി അത് ശരിയല്ല. ഭരണഘടനാപരമായി പ്രവർത്തിക്കുന്ന ലോകരാഷ്ട്രങ്ങളുടെ അനുഭവത്തിൽനിന്ന് ആശയങ്ങൾ സ്വീകരിച്ചുകൊണ്ടാണ് ബി എൻ റാവു തന്റെ നിസ്തുലമായ പ്രവർത്തനം പൂർത്തിയാക്കിയത്. മൗലികാവകാശങ്ങളെന്ന ആശയം അമേരിക്കൻ ഭരണഘടനയിൽനിന്നും പാർലമെന്ററി ഭരണസമ്പ്രദായമെന്ന ആശയം ബ്രിട്ടനിൽനിന്നും സ്വീകരിച്ചപ്പോൾ മാർഗ്ഗനിർദ്ദേശകതത്ത്വങ്ങൾക്ക് നാം കടപ്പെട്ടിരിക്കുന്നത് അയർലൻഡിനോടാണ്. വ്യക്തതയ്ക്കും നിശ്ചിതമായ അർത്ഥത്തിനും വേണ്ടിയാണ് വിശദമായ രചനാരീതി അവലംബിച്ചത്.

ബ്രിട്ടീഷ് പാർലമെന്ററി സമ്പ്രദായം സ്വീകരിച്ചപ്പോഴും ബ്രിട്ടനിലെപ്പോലെ പാർലമെന്റിന്റെ പരമാധികാരം നമുക്ക് സ്വീകാര്യമായില്ല. പകരം, പരിമിതമായ ഭരണാധികാരമെന്ന അമേരിക്കൻ സിദ്ധാന്തമാണ് നാം സ്വീകരിച്ചത്. രാജാവിന്റെ സ്വേച്ഛാധിപത്യത്തിനെതിരെ ജനതയുടെ പ്രതിരോധമെന്ന നിലയിലാണ് ബ്രിട്ടനിൽ പാർലമെന്റ് എന്ന സ്ഥാപനമുണ്ടായത്. തങ്ങളാൽ തിരഞ്ഞെടുക്കപ്പെടുന്ന പ്രതിനിധികളിൽ ജനങ്ങൾ അളവറ്റ വിശ്വാസം അർപ്പിച്ചു. വിക്ടോറിയൻ കാലഘട്ടത്തിലെ ലളിതമായ സാഹചര്യങ്ങളല്ല ആധുനികസമൂഹം നേരിടുന്നത്. വെസ്റ്റ്മിൻസ്റ്ററിലെ പ്രാചീന സ്ഥാപനത്തിന് അവ അനായാസം കൈകാര്യം ചെയ്യാൻ കഴിയുന്നുണ്ടോ എന്ന് സംശയിക്കുമ്പോഴും പാർലമെന്റിന്റെ പരമാധികാരം ഒഴിവാക്കാൻ ബ്രിട്ടീഷ് ജനത ആഗ്രഹിക്കുന്നില്ല.

പരമമായ നിയമത്തിൽമാത്രം ശരണമർപ്പിക്കാനാണ് അനുഭവത്തിന്റെ വെളിച്ചത്തിൽ അമേരിക്കൻ ജനത ആഗ്രഹിച്ചത്. സ്വാതന്ത്ര്യത്തിനുവേണ്ടി ബ്രിട്ടനിൽനിന്ന് നടത്തേണ്ടിവന്ന പലായനവും കൊളോണിയൽ വാഴ്ചയ്ക്കെതിരെ ബ്രിട്ടനുമായി നടത്തേണ്ടിവന്ന യുദ്ധങ്ങളും അവരെ ചില പാഠങ്ങൾ പഠിപ്പിച്ചിരുന്നു. ഇന്ത്യയുടെ അനുഭവവും വ്യത്യസ്തമായിരുന്നില്ല. അധികാരകേന്ദ്രീകരണം ഏകാധിപത്യത്തിനും ജനങ്ങളുടെ അവകാശനിഷേധത്തിനും വഴിയൊരുക്കുമെന്ന ചരിത്രപരമായ അറിവിന്റെ വെളിച്ചത്തിൽ വ്യത്യസ്തമായ അധികാ

രകേന്ദ്രങ്ങൾ സ്ഥാപിതമായി. എല്ലാറ്റിനെയും ബന്ധിപ്പിക്കുന്ന പാശമായി നിയമവും എല്ലാ നിയമങ്ങളുടെയും പ്രഭവമായി ഭരണഘടനയും നിലനില്ക്കുന്നു.

ജുഡീഷ്യൽ റിവ്യൂ ഉള്ളടക്കം ചെയ്ത ഭരണഘടനയുടെ നിയന്ത്രണത്തിനു വിധേയമായാണ് പാർലമെന്റിന്റെ പരമാധികാരം പ്രാവർത്തികമാകുന്നത്. മൊണ്ടെസ്ക്യുവിനെപ്പോലും അത്ഭുതപ്പെടുത്തിയേക്കാവുന്ന അധികാരത്തിന്റെ വേർതിരിവും അതിലൂടെ സംഭവിക്കുന്ന സമതുലനാവസ്ഥയും വാസ്തവത്തിൽ ഒരു സങ്കല്പംമാത്രമാണ്. ഗണിതസൂക്ഷ്മതയോടെ നടപ്പാക്കാൻ കഴിയുന്ന ഒന്നല്ല അക്കാര്യം. ഭരണഘടന ഭേദഗതി ചെയ്യുന്നതിന് പാർലമെന്റിന് അധികാരമുണ്ടെങ്കിലും ഭേദഗതികൾ കോടതിയുടെ പരിശോധനയ്ക്ക് വിധേയമാണ്. ഭരണഘടനയെ വ്യാഖ്യാനിക്കുന്നത് ജുഡീഷ്യറിയാണ്. സുപ്രീംകോടതി പറയുന്നതെന്തോ അതാണ് ഭരണഘടനയെന്ന് അമേരിക്കയിൽ ചീഫ് ജസ്റ്റീസ് ഹ്യൂഗ്സ് പറഞ്ഞത് ഇന്ത്യൻ അവസ്ഥയിലും ശരിയാണ്. വേദപുസ്തകംപോലെയാണത്. ജനങ്ങളുടെ വായനയല്ല, പുരോഹിതരുടെ വ്യാഖ്യാനമാണ് സ്വീകരിക്കപ്പെടേണ്ടത്.

ഗോപാലൻ ഉൾപ്പെടെയുള്ള ആദ്യകാല കേസുകളിൽ പാർലമെന്റിന്റെ ഹിതം മാനിക്കാൻ തയ്യാറായ സുപ്രീംകോടതി സാമൂഹ്യനീതിയെ ബാധിക്കുന്ന വിഷയങ്ങളിൽ വ്യത്യസ്തമായ നിലപാട് സ്വീകരിച്ചിട്ടുണ്ട്. ഒന്നാമത്തെ ഭരണഘടനാ ഭേദഗതിതന്നെ കോടതിവിധികളെ മറികടക്കാനുള്ളതായിരുന്നു. സംവരണവും ഭൂപരിഷ്കരണവുമായിരുന്നു വിഷയങ്ങൾ. കോടതിയുടെ പരിശോധനയിൽനിന്ന് ഇത്തരം നിയമങ്ങളെ സംരക്ഷിക്കുന്നതിന് ഒമ്പതാം പട്ടികയെന്ന ഉപായവും കണ്ടെത്തി. ഒമ്പതാം പട്ടികയിൽ ഉൾപ്പെടുത്തുന്ന നിയമം ജുഡീഷ്യൽ റിവ്യൂവിന് വിധേയമല്ല. ജുഡീഷ്യറിക്കുമേൽ പാർലമെന്റ് ആധിപത്യം സ്ഥാപിക്കുന്നതിനുള്ള ശ്രമമായി ഇതിനെ കാണുന്നവരുണ്ട്. ഒമ്പതാം പട്ടികയെന്ന സംവിധാനത്തിന്റെ സാധുതയെക്കുറിച്ച് സുപ്രീംകോടതി തന്നെ സമീപകാലത്ത് സംശയം പ്രകടിപ്പിക്കുകയും ചെയ്തു.

എഴുതപ്പെട്ടതുപോലെ എപ്പോഴും സംഭവിക്കണമെന്നില്ല. ജനഹിതമനുസരിച്ച് പ്രവർത്തിക്കാൻ ബാദ്ധ്യസ്ഥമായ എക്സിക്യൂട്ടീവും ഭരണഘടനയുടെ സ്വേച്ഛാപരമായ വ്യാഖ്യാനത്തിലൂടെ എക്സിക്യൂട്ടീവിനെ നിയന്ത്രിക്കാൻ ശ്രമിക്കുന്ന ജുഡീഷ്യറിയും തമ്മിൽ സംഘർഷത്തിന് സാദ്ധ്യത ഏറെയാണ്. സാമ്പത്തികത്തകർച്ചയ്ക്ക് പരിഹാരമായി പ്രഖ്യാപിക്കപ്പെട്ട ന്യൂ ഡീലിന്റെ ഭാഗമായി നിർമ്മിക്കപ്പെട്ട പല നിയമങ്ങളും അമേരിക്കൻ സുപ്രീംകോടതി അസാധുവാക്കിയപ്പോൾ പ്രസിഡന്റ് റൂസ്‌വെൽറ്റിന് ഇടപെടേണ്ടിവന്നു. കോടതിയിൽ തന്നെ അനുകൂലിക്കുന്ന ജഡ്ജിമാരെ നിയമിച്ച് ഭൂരിപക്ഷം ഉറപ്പാക്കുമെന്നായിരുന്നു അദ്ദേഹത്തിന്റെ ഭീഷണി. അത് ഫലം കണ്ടു. സീനിയോറിറ്റി അവഗണിക്കുന്ന നിയമനങ്ങളിലൂടെയും സ്ഥലംമാറ്റങ്ങളിലൂടെയും ഇന്ദിര

ഗാന്ധി കോടതിയെ വരുതിയിലാക്കി. വീണ്ടുവിചാരമില്ലാത്ത ഭരണഘടനാ ഭേദഗതികളിലൂടെ എക്സിക്യൂട്ടീവിന്റെ ആധിപത്യം സ്ഥാപിതമായി. ലോകസഭയിലേക്കുള്ള തന്റെ തിരഞ്ഞെടുപ്പ് അസാധുവാക്കിയ അലഹബാദ് ഹൈക്കോടതി വിധിയിൽ ഇടപെടാൻ വിസമ്മതിച്ച സുപ്രീംകോടതിക്ക് അടിയന്തരാവസ്ഥ പ്രഖ്യാപിച്ചുകൊണ്ട് ഇന്ദിര ഗാന്ധി മറുപടി നല്കി.

അറുപതുകളിൽ കണ്ടുതുടങ്ങിയ അപകടകരമായ പ്രവണതയുടെ ദുഃഖകരമായ പരിസമാപ്തിയായിരുന്നു അടിയന്തരാവസ്ഥ. നാഴികക്കല്ലുകൾ എന്നു വിശേഷിപ്പിക്കാവുന്ന ശ്രദ്ധേയമായ ചില വിധിന്യായങ്ങളും ഇക്കാലത്തുണ്ടായി. 1967 ലെ ഗോലക് നാഥ് കേസാണ് ആ പരമ്പരയ്ക്ക് തുടക്കമിട്ടത്. മൗലികാവകാശങ്ങൾ ഭേദഗതി ചെയ്യാനാവില്ലെന്ന് പതിനൊന്ന് ജഡ്ജിമാർ ചേർന്ന ബെഞ്ച് വിധിച്ചു. പതിനൊന്ന് ജഡ്ജിമാരിൽ ആറുപേരാണ് ഈ നിലപാട് സ്വീകരിച്ചത്. ബാങ്ക് ദേശസാൽക്കരണത്തിനെതിരെയും മുൻരാജാക്കന്മാരുടെ പ്രിവി പഴ്സ് നിർത്തലാക്കിയതിനെതിരെയും ഉണ്ടായ കേസുകളിൽ എക്സിക്യൂട്ടീവിന് അനുകൂലമായ നിലപാടല്ല കോടതി സ്വീകരിച്ചത്. 1951ൽ നെഹ്റു സ്വീകരിച്ച തന്ത്രം തന്നെ ഇവിടെയും പ്രയോഗിക്കപ്പെട്ടു: ഭരണഘടന ഭേദഗതി ചെയ്യുക.

ഗോലക് നാഥിനൊപ്പം ശ്രദ്ധേയമായ കേസാണ് 1973 ലെ കേശവാനന്ദ ഭാരതി കേസ്. കേരളത്തിൽനിന്നുള്ള കേസെന്ന പ്രത്യേകതയും കേശവാനന്ദ ഭാരതിക്കുണ്ട്. ഭരണഘടന ഭേദഗതി ചെയ്യാൻ പാർലമെന്റിന് അധികാരമുണ്ടെങ്കിലും ഭേദഗതി ചെയ്യാൻ കഴിയാത്ത ചില കാര്യങ്ങൾ ഭരണഘടനയിലുണ്ടെന്ന് ഈ കേസിൽ കോടതി പ്രഖ്യാപിച്ചു. പതിമൂന്ന് ജഡ്ജിമാർ ചേർന്ന ബെഞ്ചാണ് ഗോലക് നാഥ് കേസിലെ വിധി മറികടന്നത്. ബേസിക് ഫീച്ചർ അഥവാ ബേസിക് സ്ട്രക്ചർ എന്ന സിദ്ധാന്തത്തിന്റെ അടിസ്ഥാനത്തിലാണ് ഈ വിധിയുണ്ടായത്. ഇത്തരം ചില തത്ത്വങ്ങൾ സ്വയം കണ്ടെത്തിക്കൊണ്ടാണ് കോടതി ചില നിലപാടുകളിൽ എത്തിച്ചേരുന്നത്. 1992 ൽ മണ്ഡൽ കേസ് വിധിച്ചത് ക്രീമിലേയർ എന്ന സ്വയംകൃത തത്ത്വത്തിന്റെ അടിസ്ഥാനത്തിലായിരുന്നു. ജഡ്ജിമാരെ കണ്ടെത്തുന്നതിനുള്ള അധികാരം 1993 ൽ കോടതി സ്വായത്തമാക്കിയത് കൊളീജിയം എന്ന പദത്തിന്റെ കണ്ടെത്തലിലൂടെയായിരുന്നു.

അടിയന്തരാവസ്ഥയിൽ നഷ്ടപ്പെട്ട വിശ്വാസ്യത വീണ്ടെടുക്കുന്നതിനുള്ള പരിശ്രമത്തിലാണ് പൊതുതാല്പര്യ വ്യവഹാരം എന്ന ജനപ്രിയ പരിപാടി സുപ്രീം കോടതി ആവിഷ്കരിച്ചത്. കൃഷ്ണയ്യർ, ഭഗവതി, ദേശായി തുടങ്ങിയ ജഡ്ജിമാരുടെ നേതൃത്വത്തിലാണ് പൊതുതാല്പര്യ വ്യവഹാരം വികസ്വരമായത്. അതോടൊപ്പം കോടതിയുടെ അധികാരപരിധിയും വിസ്തൃതമായി. ആവലാതിക്കാരനെമാത്രം സ്വീകരിച്ചിരുന്ന കോടതി ആവലാതിക്കാരന്റെ പേരിൽ എത്തുന്ന ആരേയും സ്വീകരിക്കുന്ന അവസ്ഥയുണ്ടായി. ബാലവേലയും അടിമപ്പണിയുംമുതൽ പരിസ്ഥിതി സംരക്ഷണംവരെ ഏതു വിഷയത്തിലും ഇടപെടുന്നതിന് കോടതി

തയ്യാറായി. പത്രവാർത്തമുതൽ പോസ്റ്റ് കാർഡ് വരെ എന്തും കോടതിയുടെ ശ്രദ്ധ ക്ഷണിക്കുന്നതിനുള്ള മാധ്യമമായിത്തീർന്നു. പാഞ്ചാലിയുടെ പാത്രംപോലെ അവകാശങ്ങളുടെ വറ്റാത്ത നിക്ഷേപമായിത്തീർന്നു അനുച്ഛേദം 21. ഭരണഘടനയിൽ പറഞ്ഞിട്ടില്ലാത്തതെല്ലാം അവിടെ നോക്കിയാൽ കാണാമെന്നായി. അറബിയുടെ ഒട്ടകത്തെപ്പോലെ എക്സിക്യൂട്ടീവിന്റെ കൂടാരത്തിൽ സ്വന്തം ഇടം വിസ്തൃതമാക്കുന്നതിൽ ജുഡീഷ്യറി വിജയിച്ചു. നിയമനിർമ്മാണത്തിലും ഭരണനിർവ്വഹണത്തിലും വിജയകരമായി കൈവച്ച കോടതി പബ്ലിക് ഇന്ററസ്റ്റ് ലിറ്റിഗേഷനിലൂടെ കാണെക്കാണെ ജുഡീഷ്യൽ ആക്ടിവിസത്തിലേക്കു കടന്നു. അടുത്ത പടി ജുഡീഷ്യൽ ഡിക്റ്റേറ്റർഷിപ് ആയിരിക്കുമോ എന്ന ഭയം സാർവ്വത്രികമായി. എക്സിക്യൂട്ടീവിന്റെ ഏകാധിപത്യത്തെ പരാജയപ്പെടുത്താൻ ജനങ്ങൾക്ക് അവസരം കിട്ടുമെന്ന് 1977 ൽ നമുക്ക് മനസ്സിലായി. ജനങ്ങളാൽ തിരഞ്ഞെടുക്കപ്പെടാത്തവരും ജനങ്ങളോട് പ്രത്യക്ഷത്തിൽ ഉത്തരവാദിത്വമില്ലാത്തവരുമായ ന്യായാധിപന്മാർ ഏകാധിപതികളായാൽ പ്രതിവിധിയില്ല. താങ്ങുന്നത് സിംഹങ്ങളാണെങ്കിലും സിംഹാസനം സോളമന്റേതാണ്. അവിടെ സിംഹങ്ങൾതന്നെ കയറിയിരുന്നാലോ?

4

വാക്കും പൊരുളും

രണ്ടായിരത്തി പതിനഞ്ചിലെ റിപ്പബ്ലിക് ദിനത്തിൽ കേന്ദ്ര സർക്കാരിന്റേതായിവന്ന പരസ്യത്തിൽ ഭരണഘടനയുടെ ആമുഖം പശ്ചാത്തലമായി നല്കിയത് വിവാദമായി. 1949 ലെ ഒറിജിനൽ ഭരണഘടനയുടെ ആമുഖമാണ് 2015 ൽ ഉപയോഗിച്ചത്. അത് തെറ്റിയതല്ലെന്ന വിശദീകരണമുണ്ടായി. 1976 ലെ നാല്പത്തിരണ്ടാം ഭേദഗതിയോടെ ചേർക്കപ്പെട്ട സോഷ്യലിസം, സെക്യുലറിസം എന്നീ പദങ്ങൾ ഇല്ലാത്ത ഒറിജിനൽ ആമുഖം ചരിത്രസ്മൃതിയുടെ ഭാഗമായി ഉപയോഗിച്ചുവെന്നായിരുന്നുവെങ്കിൽ വിശദീകരണം തൃപ്തികരമാകുമായിരുന്നു. പകരം ഹിന്ദുരാഷ്ട്രത്തിൽ സെക്യുലറിസം എന്ന പദത്തിന് സ്ഥാനമില്ലെന്ന വിശദീകരണം ഉണ്ടായതോടെ ആശങ്കകൾ അസ്ഥാനത്തല്ലാതായി.

ഘർ വാപസിയെന്ന ഹിന്ദുത്വ പരാവർത്തനം ഭരണഘടനയ്ക്ക് ബാധകമാക്കിയപ്പോൾ 1949 ലേക്കുള്ള തിരിച്ചുപോക്കാണുണ്ടായത്. 1949 ലെ ആമുഖത്തിൽ 1976 ൽ പുതിയ പദങ്ങൾ ചേർക്കപ്പെട്ടു. അതിനുശേഷവും പഴയ തീയതിതന്നെ നിലനിർത്തിയതിൽ അപാകതയുണ്ട്. ചരിത്രമായതുകൊണ്ടാണ് 1949 നവംബർ 26 എന്ന തീയതി 1976 ലെ ഭേദഗതിക്കുശേഷവും പീഠികയിൽ നിലനിർത്തിയത്. ഭരണഘടന അംഗീകരിക്കപ്പെട്ട നവംബർ 26 നിയമദിനമായി ആചരിക്കുന്നു എന്ന കാര്യവും സ്മരണീയമാണ്. പക്ഷേ, ഭേദഗതിക്കുമുമ്പുള്ള പീഠികയുടെ താൾ പരസ്യത്തിനുവേണ്ടി കണ്ടെത്തിയതിൽ വിട്ടുകളയാൻ കഴിയാത്ത ദുഷ്ടലാക്കുണ്ട്.

ഭരണഘടനയുടെ പൂമുഖമാണ് ആമുഖം. അത് ഭരണഘടനയുടെ ഭാഗം തന്നെയെന്ന് കേശവാനന്ദ ഭാരതി കേസിൽ സുപ്രീം കോടതി വ്യക്തമാക്കി. അതുകൊണ്ട് ഭരണഘടനയുടെ ഏതു ഭാഗവുമെന്നപോലെ ആമുഖവും ഭേദഗതിക്ക് വിധേയമാണ്. ഭേദഗതികൾ ഭരണഘടനയുടെ

അടിസ്ഥാന ഘടനയെ ബാധിക്കരുതെന്ന് കേശവാനന്ദ ഭാരതി കേസിൽ പറഞ്ഞിട്ടുണ്ട്. 1973 ൽ കോടതി അങ്ങനെ പറയുമ്പോൾ സോഷ്യലിസവും മതനിരപേക്ഷതയും പീഠികയിലില്ലായിരുന്നു. ആയതിനാൽ കോടതിയുടെ വിഭാവനയിലുള്ള അടിസ്ഥാനഘടനയിൽ അവ ഉൾപ്പെടാനിടയില്ല. അതുകൊണ്ട് ആ പദങ്ങൾ ഒഴിവാക്കി ഭരണഘടനയുടെ പൂർവ്വവിശുദ്ധി സംസ്ഥാപിക്കാൻ ബി ജെ പി ശ്രമിക്കാൻ സാദ്ധ്യതയുണ്ട്.

പൂമുഖത്തെ ചിത്രവേല മാത്രമല്ല പീഠിക. സവിശേഷമായ ഘടനയിൽ എഴുതപ്പെട്ട ഒറ്റവാക്യമാണത്. ഇത്രയും ഹ്രസ്വമായ പീഠിക മറ്റൊരു ഭരണഘടനയിലും കാണില്ല. **ഭാരതത്തിലെ ജനങ്ങളായ നാം** എന്നാരംഭിക്കുന്ന 85 വാക്കുകളിൽ ഭരണഘടനയുടെ ദർശനവും ചൈതന്യവും അടങ്ങിയിരിക്കുന്നു. പരമാധികാര സ്ഥിതിസമത്വ മതനിരപേക്ഷ ജനാധിപത്യ റിപ്പബ്ലിക്കായി ഭാരതത്തെ രൂപാന്തരപ്പെടുത്തിയതിനൊപ്പം നീതി, സ്വാതന്ത്ര്യം, സമത്വം എന്നീ വിപ്ലവ പദങ്ങളും വ്യക്തിയുടെ അന്തസ്സ്, രാഷ്ട്രത്തിന്റെ ഐക്യം, അഖണ്ഡത, ജനങ്ങളുടെ സാഹോദര്യം എന്നീ മൂല്യവത്തായ തത്ത്വങ്ങളും അതിൽ ഉൾപ്പെടുത്തിയിരിക്കുന്നു.

അമേരിക്കൻ ഭരണഘടനയാണ് “വി ദ പീപ്പിൾ” എന്ന വാക്കുകളോടെ ആരംഭിച്ച ആദ്യത്തെ ഭരണഘടന. ഐക്യരാഷ്ട്ര ചാർട്ടറും കോമൺവെൽത്ത് ചാർട്ടറും ഈ വാക്കുകളോടെയാണ് ആരംഭിക്കുന്നത്. സഗൗരവമായ തീരുമാനത്തിന്റെ അടിസ്ഥാനത്തിൽ ജനങ്ങളാൽ നിർമ്മിക്കപ്പെട്ടതും അവർതന്നെ നിയമമാക്കി തങ്ങൾക്കുതന്നെ പ്രദാനം ചെയ്തതുമാണ് ഭരണഘടനയെന്ന് പീഠിക പ്രഖ്യാപിക്കുന്നു. ഇതെങ്ങനെ എപ്പോൾ സംഭവിച്ചുവെന്ന് ജനങ്ങൾ ചോദിച്ചേക്കാം. സ്വതന്ത്ര പരമാധികാര രാജ്യത്തിന്റെ ഭരണഘടന മറ്റാർക്കും നിർമ്മിക്കുന്നതിനോ അംഗീകരിക്കുന്നതിനോ കഴിയാത്തതിനാൽ ഇങ്ങനെയൊരു സങ്കല്പം അനിവാര്യമായിരുന്നു. രാജാവിന്റെ അധികാരത്തിൽനിന്ന് മോചിതമാകുന്ന ജനത സ്വയം അവകാശപ്പെടുന്ന പരമാധികാരത്തിന്റെ ആധികാരികതയ്ക്ക് അതാവശ്യമായിരുന്നു.

ഭരണഘടനാ നിർമ്മാണസഭയിലേക്കുള്ള അംഗങ്ങളെ ജനങ്ങൾ നേരിട്ടല്ല തിരഞ്ഞെടുത്തത്. പ്രവിശ്യകളിലെയും നാട്ടുരാജ്യങ്ങളിലെയും നിയമസഭകളിൽനിന്നാണ് അവർ തിരഞ്ഞെടുക്കപ്പെട്ടത്. അക്കൂട്ടത്തിൽ പതിനേഴ് മലയാളികളുണ്ടായിരുന്നു. തയ്യാറാക്കപ്പെട്ട ഭരണഘടന ജനങ്ങളുടെ അംഗീകാരത്തിനുവേണ്ടി സമർപ്പിക്കപ്പെട്ടില്ല. ജനങ്ങളുടെ പേരിലാണ് എല്ലാം നടന്നത്. അധികാരം ജനങ്ങളിൽനിന്ന് ഉത്ഭവിക്കുന്നുവെന്ന സങ്കല്പത്തിന്റെ അടിസ്ഥാനത്തിലായിരുന്നു അത്. ഭാരതത്തിലെ ജനങ്ങളായ നാം എന്ന പ്രയോഗത്തിൽ അന്നുള്ളവരും ഇന്നുള്ളവരും നാളെ വരാനിരിക്കുന്നവരും ഉൾപ്പെടുന്നുണ്ട്.

പീഠിക ഭരണഘടനയുടെ ഭാഗം തന്നെയെന്ന് നിർമ്മാണസഭ പറഞ്ഞിട്ടുണ്ട്. പക്ഷേ, അതങ്ങനെയാണെന്ന് മനസ്സിലാക്കാൻ കോടതിക്ക്

ആദ്യകാലത്ത് കഴിഞ്ഞില്ല. ഗ്രീക്ക് നാടകങ്ങളിലെ കോറസിന്റെ പ്രാധാന്യം മാത്രമാണ് കോടതി പീഠികയ്ക്ക് നല്കിയത്. യവനിക ഉയരുന്നതിനു മുമ്പേയുള്ള സംഘഗാനം കഥയിലേക്കുള്ള സൂചകമാകുന്നതുപോലെ പീഠികയെ ഭരണഘടനയിലേക്ക് തുറക്കുന്ന കിളിവാതിൽ മാത്രമായി കോടതി കണ്ടു. മൗലികാവകാശക്കേസ് എന്നറിയപ്പെടുന്ന കേശവാനന്ദ ഭാരതി കേസിലാണ് പീഠികയുടെ അഖണ്ഡത കോടതി മനസ്സിലാക്കിയത്. മൗലികാവകാശങ്ങളായും നിർദ്ദേശകതത്ത്വങ്ങളായും പ്രഖ്യാപിക്കപ്പെട്ട ഓരോന്നും പീഠികയിലെ പ്രഖ്യാപനങ്ങളുടെ വികസിതരൂപം മാത്രമാണെന്ന് കോടതി കണ്ടു.

അനുച്ഛേദം 25 മനഃസാക്ഷിക്കും സ്വതന്ത്രമായ മതവിശ്വാസത്തിനും മതാചരണത്തിനും മതപ്രചാരണത്തിനുമുള്ള സ്വാതന്ത്ര്യം അനുവദിക്കുന്നു. പീഠികയിൽ പ്രഖ്യാപിക്കുന്ന സ്വാതന്ത്ര്യവുമായി ഇത് ബന്ധപ്പെട്ടിരിക്കുന്നു. ചിന്തയ്ക്കും ആവിഷ്കാരത്തിനും വിശ്വാസത്തിനും മതനിഷ്ഠയ്ക്കും ആരാധനയ്ക്കും ഉള്ള സ്വാതന്ത്ര്യമാണ് പീഠിക പ്രഖ്യാപിക്കുന്നത്. ഇവ്വിധം അനുച്ഛേദം പത്തൊമ്പതിന്റെ ആധാരശിലയായും പീഠിക രൂപാന്തരപ്പെടുന്നു. ബി ജെ പിയും മാതൃ-സഹോദര സംഘടനകളും ആഗ്രഹിക്കുന്നതുപോലെയും ആവശ്യപ്പെടുന്നതുപോലെയും മാറ്റങ്ങൾ അനായാസം വരുത്താൻ കഴിയാത്ത രീതിയിൽ ഭരണഘടനയിലെ വ്യവസ്ഥകൾ സമഗ്രവും പരസ്പരബന്ധിതവുമാണ്.

ചിലതു നടപ്പാക്കണം; ചിലത് ഒഴിവാക്കണം എന്നതാണ് ബി ജെ പിയുടെ നിലപാട്. ഏക സിവിൽ കോഡ് നടപ്പാക്കണമെന്നു പറയുമ്പോൾ കശ്മീരിനുള്ള പ്രത്യേക പദവി ഇല്ലാതാക്കണമെന്നും അവർ പറയും. നിലവിലുള്ളത് ഉപേക്ഷിച്ച് പുതിയതൊന്നുണ്ടാക്കുകയെന്നത് അസാദ്ധ്യമായതിനാൽ അതവർ പറയുന്നില്ല. എന്നാൽ മനസ്സിലിരിപ്പ് അറിയാതെ പുറത്തു വരുന്നുണ്ട്. റിപ്പബ്ലിക് ദിന പരസ്യത്തിൽ ഉപയോഗിച്ച ആദിമപീഠികയിൽനിന്ന് അതാണ് മനസ്സിലാക്കേണ്ടത്. സോഷ്യലിസവും മതനിരപേക്ഷതയും വർജ്ജിക്കപ്പെടേണ്ടതാണെന്ന സന്ദേശമാണ് റിപ്പബ്ലിക് ദിനത്തിൽ സർക്കാർ നല്കിയത്. ഭരണഘടനയെ സമൂലം പൊളിച്ചടുക്കിയ അടിയന്തരാവസ്ഥയിലെ നാല്പത്തിരണ്ടാം ഭേദഗതി പിന്നീടുവന്ന ജനതാ ഗവൺമെന്റ് സമൂലം ഇല്ലാതാക്കിയപ്പോഴും പീഠികയിലെ കൂട്ടിച്ചേർക്കലുകൾ നിലനിർത്തിയത് തെറ്റായ സന്ദേശം രാജ്യത്തിനും ലോകത്തിനും നല്കാതിരിക്കുന്നതിനുവേണ്ടിയായിരുന്നു.

സോഷ്യലിസത്തെ പീഠികയിൽ നിലനിർത്തിക്കൊണ്ടുതന്നെ ഇല്ലാതാക്കാം. കോൺഗ്രസ് ചെയ്തതും ബി ജെ പി ചെയ്യുന്നതും അതാണ്. മതനിരപേക്ഷതയെന്നത് ഭരണഘടനയിൽ ആകമാനം നിറഞ്ഞുനില്ക്കുന്ന മഹനീയവും അനുപേക്ഷണീയവുമായ തത്ത്വമാണ്. പീഠികയിൽനിന്ന് ഒഴിവാക്കിയാലും ഭരണഘടനയിൽനിന്ന് മതനിരപേക്ഷതയെ നിഷ്കാസനം ചെയ്യാനാവില്ല. ജനാധിപത്യത്തിനു മാതൃകയായ

ബ്രിട്ടനിൽ രാജാവ് ആംഗ്ലിക്കൻ സഭാംഗമായിരിക്കണം. കത്തോലിക്കൻ രാജാവാകാതിരിക്കുന്നതിനുവേണ്ടിയാണ് 1688 ലെ മഹത്തായ വിപ്ലവമുണ്ടായത്. ആംഗ്ലിക്കനല്ലാത്ത പ്രണയിനിക്കുവേണ്ടിയാണ് എഡ്വേഡ് എട്ടാമന് കിരീടം ഉപേക്ഷിക്കേണ്ടിവന്നത്. ഇന്ത്യയിൽ എല്ലാം എല്ലാവർക്കുമായി തുറന്നിട്ടിരിക്കുന്നു. ജാതിയേതായാലും ഏത് പദവിയും വഹിക്കാം. ഏതു മതവുമാകാം; മതത്തിന്റെ അടിസ്ഥാനത്തിൽ വിവേചനം പാടില്ല. ന്യൂനപക്ഷങ്ങൾക്ക് പ്രത്യേകമായ പരിരക്ഷ നല്കുന്നു. ഈ വക കാര്യങ്ങൾ വിശദമായി പ്രതിപാദിക്കുന്ന മതനിരപേക്ഷമായ ഭരണഘടനയുടെ ആമുഖത്താളിൽനിന്ന് മതനിരപേക്ഷത എന്ന പദം മറച്ചുപിടിച്ചതുകൊണ്ട് എന്തു കാര്യം? അനവധാനതയോ ഭരണഘടനയുടെ പ്രാക്തനരൂപത്തോടുള്ള ചരിത്രാഭിമുഖ്യമോ അല്ല, മറിച്ച് ഹിന്ദു രാഷ്ട്രമാണ് ഇന്ത്യ എന്ന പ്രഖ്യാപനമാണ് തങ്ങൾ അതിലൂടെ നടത്തിയതെന്ന് അവർ നിർല്ലജ്ജം വിശദീകരിക്കുമ്പോൾ എവിടെയോ അപകടത്തിന്റെ മണി മുഴങ്ങുന്നു. ഇന്ത്യ ഹിന്ദുവല്ല. ഇന്ത്യക്ക് ഭരണഘടന നല്കിയ മറുപേര് ഹിന്ദുസ്ഥാൻ എന്നല്ല, ഭാരതം എന്നാണ്.

5

എങ്ങോട്ടാണീ യാത്ര?

യു എസ് സുപ്രീം കോടതിയിലെ ജസ്റ്റീസ് ഹോംസ് വാർദ്ധക്യത്തിന്റെ അവശതയിലും തീവണ്ടിയിൽ യാത്രചെയ്തിരുന്നു. ഒരിക്കൽ പരിശോധകനെത്തിയപ്പോൾ അദ്ദേഹത്തിന് പോക്കറ്റിൽനിന്ന് ടിക്കറ്റ് കണ്ടെടുക്കാനായില്ല. പ്രസിദ്ധനായ ജഡ്ജിയെ തിരിച്ചറിഞ്ഞ പരിശോധകൻ ഭവ്യതയോടെ പറഞ്ഞു: "അത് കാര്യമാക്കേണ്ട. അങ്ങയുടെ ഈ യാത്ര ഞങ്ങളുടെ അഭിമാനമാണ്."

ഇതിന് ജഡ്ജിയുടെ മറുപടി ഇങ്ങനെയായിരുന്നു: "പക്ഷേ, എന്റെ പ്രശ്നം അതല്ല. ഞാൻ എങ്ങോട്ട് പോകുന്നുവെന്നാണ് എനിക്കറിയേണ്ടത്."

ഭരണവും ഭരണഘടനയും സൂക്ഷ്മമായി നിരീക്ഷിക്കുന്നവരുടെ മുന്നിലുള്ള ചോദ്യവും ഇതാണ്. എങ്ങോട്ടാണ് നമ്മൾ അതിവേഗം പൊയ്ക്കൊണ്ടിരിക്കുന്നത്?

സ്ഥൂലമായ ഭരണഘടനയുമായി ഇന്ത്യൻ റിപ്പബ്ലിക്ക് യാത്രയാരംഭിച്ചിട്ട് ആറു പതിറ്റാണ്ട് കഴിഞ്ഞു. പാളങ്ങൾ സുസ്ഥിരവും ലക്ഷ്യം സുവ്യക്തവുമാണ്. അതേസമയം പാളങ്ങൾ അകലുകയും മണ്ണിടിയുകയും ചെയ്യുന്നുവോ എന്ന സംശയം ബലപ്പെടുന്നു. താല്പര്യങ്ങളുടെ സമ്മർദ്ദത്തിൽ ദുർമ്മേദസ്സ് വർദ്ധിക്കുന്ന ഭരണഘടന എല്ലാ പ്രശ്നങ്ങൾക്കും തൃപ്തികരമായ വിശദീകരണം നല്കുന്നില്ല. അവ്യക്തത നല്കുന്ന സാദ്ധ്യതകൾ സ്വന്തം താല്പര്യങ്ങൾക്കനുസൃതമായി പ്രയോജനപ്പെടുത്താനാണ് പുതിയ ഭരണസംവിധാനവും പരിശ്രമിക്കുന്നത്.

അപകടങ്ങളുടെ വ്യാപ്തിയും സാദ്ധ്യതയും ആദ്യസൂചനകളിൽ വെളിവാകണമെന്നില്ല. ടൈറ്റാനിക്കിനെ തകർത്ത ഹിമാനിയുടെ വലിപ്പം നിരീക്ഷകന്റെ കണ്ണിൽപ്പെടുന്നതിനുമുമ്പ് അപകടം സംഭവിച്ചു.

പ്രധാനമന്ത്രിയായതിനുശേഷമുള്ള നരേന്ദ്ര മോദിയുടെ നീക്കങ്ങൾ ഇത്തരം ആശങ്കകൾക്ക് കാരണമാകുന്നു. സിഗ്നലുകൾ തെറ്റിയോടുന്ന വണ്ടിയുടെ യാത്ര അപകടത്തിലേക്കാണ്.

ജുഡീഷ്യറിയെ എക്സിക്യൂട്ടീവിൽനിന്ന് വേർതിരിക്കുന്ന ഭരണസംവിധാനമാണ് നമ്മുടേത്. എന്നാൽ ജുഡീഷ്യറിയുടെ സ്വാതന്ത്ര്യം പരിരക്ഷിക്കാൻ കഴിയുന്നില്ലെങ്കിൽ താൻ പദവി ഉപേക്ഷിക്കുമെന്ന് ചീഫ് ജസ്റ്റീസിനു പറയേണ്ടിവന്നു. കാലാവധി അവസാനിക്കാൻ ആഴ്ചകൾ മാത്രം അവശേഷിക്കെ ലോധയ്ക്ക് ഒന്നും നഷ്ടപ്പെടാനില്ലായിരുന്നു. ഗോപാൽ സുബ്രഹ്മണ്യത്തെ സുപ്രീംകോടതി ജഡ്ജിയാക്കുന്നതിനുള്ള കൊളീജിയം ശുപാർശ നിരാകരിക്കപ്പെട്ടതാണ് ചീഫ് ജസ്റ്റീസിനെ പ്രകോപിപ്പിച്ചത്. നിരാകരിക്കപ്പെട്ട ശുപാർശ പുനഃപരിശോധനയ്ക്കുശേഷം വീണ്ടും അയക്കുന്നതിന് കൊളീജിയത്തിന് അധികാരമുണ്ടായിരുന്നു. അങ്ങനെയായിരുന്നുവെങ്കിൽ സർക്കാർ എന്തു ചെയ്യുമായിരുന്നുവെന്നത് നിയമലോകം ആകാംക്ഷയോടെ കാത്തിരുന്നതാണ്. പക്ഷേ, അതിനുള്ള അവസരം കൊളീജിയത്തിനു ലഭിച്ചില്ല. വിദേശത്തുനിന്ന് താൻ മടങ്ങിയെത്തുന്നതുവരെ തീരുമാനമെടുക്കരുതെന്ന ചീഫ് ജസ്റ്റീസിന്റെ അഭ്യർത്ഥന ഗോപാൽ സുബ്രഹ്മണ്യം മാനിച്ചില്ല. ജഡ്ജിയാകുന്നതിനുള്ള സമ്മതം പിൻവലിച്ചുകൊണ്ട് അദ്ദേഹമെഴുതിയ ദീർഘമായ കത്ത് ചീഫ് ജസ്റ്റീസിന്റെ കൈയിലെത്തുന്നതിനുമുമ്പ് മാധ്യമങ്ങളിലൂടെ പരസ്യമായി. ഇതും ചീഫ് ജസ്റ്റീസിന്റെ അനിഷ്ടത്തിനു കാരണമായി. പ്രതികരണങ്ങളിൽ പക്വതയില്ലാത്തവർ ജഡ്ജിയാകരുത്. ഗോപാൽ സുബ്രഹ്മണ്യത്തിനെതിരെ ഉയർന്ന ആക്ഷേപങ്ങൾ അദ്ദേഹത്തെ അസ്വസ്ഥനാക്കിയത് സ്വാഭാവികം. പക്ഷേ, ആക്ഷേപങ്ങൾ പരിശോധിക്കപ്പെടേണ്ടതാണ്. അനഭിമതനായിരുന്നില്ലെങ്കിൽ അപരാധങ്ങൾ ക്ഷന്തവ്യമാകുമായിരുന്നു എന്നത് ഗോപാൽ സുബ്രഹ്മണ്യത്തിന് അനുകൂലമായ ഘടകമാകുന്നില്ല.

കൊളീജിയം എന്ന പരാജയപ്പെട്ട പരീക്ഷണം പുനഃപരിശോധിക്കുന്നതിനുള്ള കാരണങ്ങളിലൊന്നായി ഇത്. പി ഡി ദിനകരൻ മുതൽ ഗോപാൽ സുബ്രഹ്മണ്യംവരെ കൊളീജിയത്തിന്റെ പരാജയകഥ നീണ്ടുകിടക്കുന്നു. ജഡ്ജിയുടെ നിയമനം വിശ്വാസ്യതയും സുതാര്യതയും ആവശ്യമുള്ള പ്രക്രിയയാണ്. ജഡ്ജിമാരിൽ ഇരുപതുശതമാനം അഴിമതിക്കാരാണെന്ന് ചീഫ് ജസ്റ്റീസായിരുന്ന ബറൂച്ച പറഞ്ഞു. അവരുടെ നിലവാരം കുറയുന്നതായും അദ്ദേഹം കണ്ടെത്തി. ജഡ്ജിമാരെ ജഡ്ജിമാർതന്നെ ഏകപക്ഷീയമായി നിയമിച്ചതിനുശേഷം ഉണ്ടാകുന്ന ഇത്തരം വിമർശം സ്വയംവിമർശമായി കാണാൻ കഴിയില്ല. ജഡ്ജിമാരുടെ നിയമനം സംബന്ധിച്ച പുതിയ സംവിധാനം എത്രയുംവേഗം നടപ്പാകണം.

ചീഫ് ജസ്റ്റീസിനോട് ആലോചിച്ചുകൊണ്ട് ജഡ്ജിമാരെ രാഷ്ട്രപതി നിയമിക്കണമെന്ന് അനുച്ഛേദം 124 വ്യവസ്ഥ ചെയ്യുന്നു. എക്സിക്യൂട്ടീ

വിന്റെയും ജുഡീഷ്യറിയുടെയും സംയുക്തമായ ഉത്തരവാദിത്വമാണത്. ഇതിനു വിരുദ്ധമായി ഒരുവിഭാഗം മാത്രമായി ഭരണഘടനാപരമായ ഉത്തരവാദിത്വം കൈയാളുമ്പോൾ അപാകതയുണ്ടാകുന്നു. വിധേയരെ ന്യായാധിപരാക്കുന്നതിനുള്ള ആഗ്രഹം ജുഡീഷ്യൽ റിവ്യൂ നിലവിലുള്ള രാജ്യങ്ങളിൽ എക്സിക്യൂട്ടീവിനുണ്ടാകും. അമേരിക്കയിൽ തന്റെ സാമ്പത്തികപരിഷ്കാരങ്ങൾക്ക് ജഡ്ജിമാർ തടസ്സമായപ്പോൾ സമാനചിന്തയുള്ളവരെ ജഡ്ജിമാരായി നിയമിച്ച് ജുഡീഷ്യറിയെ സൗകര്യപ്രദമാക്കാനാണ് പ്രസിഡന്റ് റൂസ്‌വെൽറ്റ് ആലോചിച്ചത്. കോർട്ട് പാക്കിങ് എന്നാണ് ഈ നീക്കം അറിയപ്പെട്ടത്. അടിയന്തരാവസ്ഥയിൽ ഭരണകൂടത്തിന്റെ ഇച്ഛയ്ക്കും ഇംഗിതത്തിനും പ്രാധാന്യം നല്കിയ എ എൻ റേയും പി എൻ ഭഗവതിയും ഇന്ദിരഗാന്ധിക്ക് അഭിമതരായി. അതിനുള്ള പ്രതിഫലം അവർക്ക് ലഭിച്ചു. അടിയന്തരാവസ്ഥയിലും സ്വാതന്ത്ര്യത്തിന്റെ മഹിമ ഉയർത്തിയ എച്ച് ആർ ഖന്നയ്ക്ക് ചീഫ് ജസ്റ്റീസാകാൻ അവസരം ലഭിച്ചില്ല. ഭരണഘടനയോടല്ല ഭരണകൂടത്തോടാണ് ജുഡീഷ്യറി പ്രതിജ്ഞാബദ്ധമാകേണ്ടത് എന്ന അപകടകരമായ സിദ്ധാന്തവും ഇന്ദിരഗാന്ധിയുടെ കാലത്തുണ്ടായി. ഇത്തരം പ്രതിസന്ധികളെയും പരീക്ഷണങ്ങളെയും അതിജീവിച്ചുകൊണ്ടാണ് ഇന്ത്യൻ ജുഡീഷ്യറി സ്വതന്ത്രസ്വഭാവം നിലനിർത്തിപ്പോരുന്നത്. അതിന് ജനങ്ങളും മാധ്യമങ്ങളും നല്കുന്ന പിന്തുണ അത്ര ചെറുതല്ല.

എക്സിക്യൂട്ടീവും ജുഡീഷ്യറിയും തമ്മിലുള്ള ബന്ധംമാത്രമല്ല ചീഫ് ജസ്റ്റീസ് സന്ദേഹിക്കുന്നതുപോലെ അപകടത്തിലായിക്കൊണ്ടിരിക്കുന്നത്. ഭരണഘടനയോടുള്ള പ്രതിബദ്ധത ഭരണകൂടത്തിന്റെ വ്രതമാണ്. ഗവർണർമാരോടുള്ള സമീപനത്തിൽ വ്രതലംഘനമുണ്ടായി. ഗവർണർ കേന്ദ്രത്തിന്റെ പ്രതിനിധിയാണ്. പക്ഷേ, ഗവർണർമാരെ കൈകാര്യം ചെയ്യേണ്ടത് സേവകരെപ്പോലെയല്ല. രാഷ്ട്രപതിയെ നീക്കം ചെയ്യുന്നതിന് വ്യവസ്ഥയുള്ള ഭരണഘടനയിൽ ഗവർണറെ നീക്കം ചെയ്യുന്നതിന് വ്യവസ്ഥയില്ലാത്തത് അവരോട് കേന്ദ്ര ഗവൺമെന്റ് മാന്യതയോടെ പെരുമാറുമെന്ന വിശ്വാസത്തിലാണ്. സുപ്രീംകോടതി ഇക്കാര്യത്തിൽ വ്യക്തമായ നിർദ്ദേശങ്ങൾ നല്കിയിട്ടുണ്ട്. എന്നിട്ടും അസുഖകരമായ അവസ്ഥയുണ്ടായി. ഒഴിയില്ലെന്ന് വാശിപിടിച്ചവരും ഒഴിയാത്തവരെ ഒഴിപ്പിക്കാൻ സമ്മർദ്ദതന്ത്രം പ്രയോഗിച്ചവരും ഒരുപോലെ ഭരണഘടനയോട് അനാദരവ് കാട്ടി.

തുല്യരിൽ പ്രഥമനാണ് ക്യാബിനറ്റിൽ പ്രധാനമന്ത്രി. എന്നാൽ മന്ത്രിമാരെ സാമന്തരാക്കി ഭരണം പൂർണ്ണമായും കൈപ്പിടിയിലൊതുക്കാനാണ് നരേന്ദ്ര മോദി ശ്രമിക്കുന്നത്. ഫെഡറൽ തത്ത്വങ്ങളോട് കാര്യമായ ആഭിമുഖ്യമില്ലാത്ത മോദിക്ക് അധികാരത്തിന്റെ വേർതിരിവും വിഭജനവും അത്ര ആവശ്യമുള്ള കാര്യങ്ങളല്ല. ഗോപാൽ സുബ്രഹ്മണ്യത്തിന്റെയും ഗവർണർമാരുടെയും വിഷയങ്ങൾ ഇത്തരം ചില കാര്യങ്ങളെക്കുറിച്ച് ആലോചിക്കുന്നതിനുള്ള അവസരമായി. സുപ്രീംകോടതി നാലു

പേരുകൾ നിർദ്ദേശിച്ചപ്പോൾ ഒന്നൊഴിവാക്കുന്നതിനുമുമ്പ് ചീഫ് ജസ്റ്റീസുമായി ആലോചിക്കേണ്ടതായിരുന്നു. അങ്ങനെ ചെയ്തിരുന്നുവെങ്കിൽ വിഷയം വിവാദമാകുമായിരുന്നില്ല. രാഷ്ട്രീയമായ ഔദ്ധത്യവും ഭരണഘടനാപരമായ അനൗചിത്യവും ഇക്കാര്യത്തിലുണ്ടായി. അതിനോട് ഉചിതമായി പ്രതികരിക്കാൻ ചീഫ് ജസ്റ്റീസിനു കഴിയാതെപോയത് ഗോപാൽ സുബ്രഹ്മണ്യത്തിന്റെ നിസ്സഹകരണം നിമിത്തമാണ്. ചില സന്ദർഭങ്ങളിൽ ബന്ധപ്പെട്ടവർ നിർന്നിമേഷരാകണം. മുഖാമുഖം നില്ക്കുമ്പോൾ പ്രശ്നത്തിനും പ്രതിസന്ധിക്കും പരിഹാരമുണ്ടാകും. ചീഫ് ജസ്റ്റീസ് അതിന് തയ്യാറായിരുന്നു. പക്ഷേ, ഗോപാൽ സുബ്രഹ്മണ്യം ഇമവെട്ടി. ടാറ്റയുടെ നീന്തൽക്കുളത്തിൽ വിനോദിക്കുകയും നീര റാഡിയയുമൊത്ത് മേശ പങ്കുവയ്ക്കുകയും ചെയ്യുന്നയാൾക്ക് തത്ത്വാധിഷ്ഠിതമായ നിലപാടുകൾ സാഹസികതയോടെ സ്വീകരിക്കാനാവില്ല. മുറുകേണ്ടിടത്ത് മുറുകുന്നതിനുപകരം കുരുക്കുകൾ താനേ അയയുന്നു. ടിക്കറ്റ് ഉണ്ടോ ഇല്ലയോ എന്നതല്ല പ്രശ്നം. എങ്ങോട്ടാണ് പൊയ്ക്കൊണ്ടിരിക്കുന്നതെന്ന് അറി യാതെയുള്ള യാത്രയാണ് പ്രശ്നം. ജസ്റ്റീസ് ഹോംസിനെപ്പോലെ നമ്മളും അനുഭവിക്കുന്ന പ്രതിസന്ധി ഇതാണ്.

2
ജനാധിപത്യം

HINDU
Proclaims National Em
Arrests: Press Censorship
INDIAN
EMERGENCY
JP, Morarji

1

അടിയന്തരാവസ്ഥയുടെ ആവർത്തനം

നാല്പതാം വർഷം അടിയന്തരാവസ്ഥ ദേശീയതലത്തിൽ ചർച്ചാവിഷയമാക്കിയതിന് എൽ കെ അദ്വാനിക്ക് നന്ദി. അടിയന്തരാവസ്ഥ ആവർത്തിക്കുന്നതിന് സാദ്ധ്യതകൾ തെളിഞ്ഞുകാണുന്നുവെന്ന് അദ്ദേഹം പറഞ്ഞപ്പോൾ വ്യക്തികൾക്കെതിരെയല്ല ലക്ഷണങ്ങൾക്കെതിരെയാണ് അദ്ദേഹം മുന്നറിയിപ്പ് നല്കിയത്. സ്വതന്ത്രഭാരതത്തിന്റെ ചരിത്രത്തിലെ അഭിശപ്തമായ അവസ്ഥയായിരുന്നു ഇന്ദിരഗാന്ധിയുടെ അടിയന്തരാവസ്ഥ. ആ ജൂൺ രാത്രിയിൽ പ്രധാനമന്ത്രിയുടെ ഒരു കുറിപ്പിന്റെ അടിസ്ഥാനത്തിലായിരുന്നു അടിയന്തരാവസ്ഥ പ്രഖ്യാപിക്കപ്പെട്ടത്. ആഭ്യന്തരകലാപം ഏതു നിമിഷവും പൊട്ടിപ്പുറപ്പെടാൻ സാദ്ധ്യതയുള്ളതിനാൽ രാത്രി എത്ര വൈകിയാണെങ്കിലും ഭരണഘടനയുടെ അനുച്ഛേദം 352 നല്കുന്ന അധികാരം ഉപയോഗിച്ച് അടിയന്തരാവസ്ഥ പ്രഖ്യാപിക്കണമെന്നായിരുന്നു കുറിപ്പിലെ ആവശ്യം. *ഇന്ത്യൻ എക്സ്പ്രസിൽ* അബു എബ്രഹാമിന്റെ പ്രശസ്തമായിത്തീർന്ന കാർട്ടൂണിൽ ചിത്രീകരിക്കപ്പെട്ടതുപോലെ സുഖസ്നാനത്തിന്റെ ആലസ്യത്തിൽ ഫക്രുദീൻ അലി അഹമ്മദ് നാലുവരി മാത്രമുള്ള വിളംബരം ഒപ്പിട്ടുകൊടുത്തു. നേരം പുലർന്നപ്പോൾ ആകാശവാണിയിലൂടെ അടിയന്തരാവസ്ഥയെന്ന അപരിചിതമായ അവസ്ഥയെക്കുറിച്ച് ഇന്ദിര ഗാന്ധി രാജ്യത്തെ അറിയിച്ചു.

നാല്പത് വർഷത്തെ പഴക്കമായെങ്കിലും ആ ഓർമ്മ ഇന്നും ഭീതിക്ക് കാരണമാകുന്നു. കാൽ നൂറ്റാണ്ട് പൂർത്തിയാക്കിയ റിപ്പബ്ലിക്കും അതിനാധാരമായ ഭരണഘടനയും അനാഥമായതിന്റെ ഓർമ്മയാണത്. ജീവിക്കുന്നതിനുള്ള അവകാശം ഭരണകൂടത്തിന്റെ ഔദാര്യംമാത്രമാണെന്ന് സുപ്രീം കോടതി നിർല്ലജ്ജം പ്രഖ്യാപിച്ച അഭിശപ്തമായ കാലത്തിന്റെ ഓർമ്മ. ഒരു പട്ടിപോലും കുരച്ചില്ലെന്ന് അടിയന്തരാ

വസ്ഥയുടെ പിറ്റേന്ന് ഇന്ദിര ഗാന്ധി വീരസ്യം മുഴക്കി. ശരിയായിരുന്നു, കാവൽനായ്ക്കൾ കുരച്ചില്ല. ഓരിയിട്ട തെരുവുനായ്ക്കൾ നിശ്ശബ്ദരാക്കപ്പെട്ടു. അവരെ കൊല്ലുകയോ വന്ധ്യംകരിക്കുകയോ ചെയ്തു. അധികാരത്തിന്റെ ഭ്രാന്തമായ അഴിഞ്ഞാട്ടത്തിനുമുന്നിൽ നിസ്സഹായരായ ജനങ്ങൾ എങ്ങനെയാണ് വിധേയരാക്കപ്പെടുന്നതെന്ന് അന്നു കണ്ടു.

ലോകസഭയിൽ 370 സീറ്റ് നേടും; അനുച്ഛേദം 370 അസാധുവാക്കുമെന്നത് ഒരു തിരഞ്ഞെടുപ്പിൽ ബി ജെ പിയുടെ വീമ്പായിരുന്നു. അത് നടന്നില്ല. 1971 ലെ തിരഞ്ഞെടുപ്പിൽ കോൺഗ്രസിന് 352 സീറ്റ് കിട്ടി. ഇന്ദിര ഗാന്ധി 352 ന്റെ കരുത്ത് കാട്ടി. 1973 ലെ കേശവാനന്ദ ഭാരതി കേസിൽ ജുഡീഷ്യറിയോടേറ്റുമുട്ടി ആഗ്രഹിച്ച വിജയം നേടാൻ കഴിയാതിരുന്ന ഇന്ദിര ഗാന്ധി അനഭിമതരായ മൂന്ന് ജഡ്ജിമാരെ തഴഞ്ഞ് വിശ്വസ്തനായ എ എൻ റേയെ ചീഫ് ജസ്റ്റീസാക്കിയ കാലം. എല്ലാം നന്നായിരിക്കുന്നു എന്ന സമാശ്വസിച്ചിരിക്കുമ്പോഴാണ് ജയപ്രകാശ് നാരായണന്റെ നേതൃത്വത്തിൽ ബിഹാറിലാരംഭിച്ച പ്രക്ഷോഭം രാജ്യവ്യാപകമായി പടരാൻ തുടങ്ങിയത്. എരിതീയിൽ എണ്ണയെന്നപോലെ ഇന്ദിര ഗാന്ധിയുടെ തിരഞ്ഞെടുപ്പ് അസാധുവാക്കിയ വിധി അലഹബാദിൽനിന്നു വന്നു.

തിരഞ്ഞെടുപ്പ് അസാധുവായെങ്കിലും പ്രധാനമന്ത്രിയായി തുടരുന്നതിന് ജൂൺ 24 ന് സുപ്രീം കോടതി അനുവാദം നല്കി. തൊട്ടടുത്ത രാത്രിയിൽ അടിയന്തരാവസ്ഥ പ്രഖ്യാപിക്കപ്പെട്ടു. ജയപ്രകാശ് നാരായണന്റെ പ്രക്ഷോഭമല്ലാതെ അസാധാരണമായ സാഹചര്യമൊന്നും രാജ്യത്ത് നിലവിലില്ലായിരുന്നു. ജനാധിപത്യ റിപ്പബ്ലിക്കിന്റെ സുരക്ഷിതമായ നിലനില്പിന് ഉദ്ദേശിക്കപ്പെട്ടിരുന്ന സംവിധാനങ്ങൾ അപ്പാടെ തകർന്നു. ലിഖിതമായ ഭരണഘടനയിൽ അധിഷ്ഠിതമായ ഭരണസംവിധാനത്തിൽ വിദഗ്ദ്ധമായും ദീർഘവീക്ഷണത്തോടെയും ചേർക്കപ്പെട്ട സുരക്ഷാസംവിധാനങ്ങളും പ്രതിരോധസംവിധാനങ്ങളും പ്രവർത്തനരഹിതമായി. അധികാരം ബാഹ്യശക്തികളുടെ നിയന്ത്രണത്തിലായി. സഞ്ജയ് ഗാന്ധിയെന്ന യുവ ഇന്ത്യൻ ഇദി അമീന്റെ കൈയിലെ കളിപ്പാട്ടമായി മാറി മഹത്തായ ഇന്ത്യൻ റിപ്പബ്ലിക്.

എല്ലാം നന്നായിരിക്കുന്നുവെന്ന വിലയിരുത്തലോടെയായിരുന്നു ഭരണഘടനയുടെ നിർമ്മാതാക്കൾ വിശിഷ്ടമായ ആ രേഖ ജനങ്ങൾക്ക് സമർപ്പിച്ചത്. മൗലികാവകാശങ്ങളുടെ വിളംബരവും വാഗ്ദാനവുമായിരുന്നു ഭരണഘടനയുടെ സവിശേഷത. അവകാശങ്ങളുടെ ഉറപ്പ് സുപ്രീം കോടതിയിൽ നിക്ഷിപ്തമായി. സുപ്രീംകോടതിയുടെ അധികാരവും സുപ്രീംകോടതിയെ സമീപിക്കുന്നതിനുള്ള ജനങ്ങളുടെ അവകാശവും പ്രഖ്യാപിക്കുന്ന അനുച്ഛേദം 32 ഭരണഘടനയിലെ ഏറ്റവും വിശിഷ്ടമായ അനുച്ഛേദമാണ്. ഭരണഘടനയുടെ ആത്മാവും ജീവനും എന്നാണ് ഈ അനുച്ഛേദത്തെ അംബേദ്കർ വിശേഷിപ്പിച്ചത്. അവിടെത്തന്നെയാണ് ഇന്ദിര ഗാന്ധി ആദ്യം കൈവച്ചത്. പ്രതിബദ്ധമായ ജുഡീഷ്യറി

എന്ന വികലവും അപകടകരവുമായ ആശയം അന്ന് പ്രശസ്തമായി. ഭരണഘടനയോടുമാത്രം വിധേയരായിരിക്കേണ്ട ജഡ്ജിമാർ അതിനു പകരം തനിക്ക് വിധേയരാകണമെന്ന് ഇന്ദിര ഗാന്ധി ആവശ്യപ്പെട്ടു. ലൂയി പതിനാലാമന്റെ പ്രശസ്തമായ രാഷ്ട്രസിദ്ധാന്തത്തെ അനുസ്മരിപ്പിച്ചുകൊണ്ട് ഇന്ദിരയാണ് ഇന്ത്യ എന്ന പാദസേവാപ്രഖ്യാപനം കോൺഗ്രസ് അദ്ധ്യക്ഷനിൽനിന്നുണ്ടായി.

ഭരണഘടന നല്കുന്ന അധികാരം ഉപയോഗിച്ച് അടിയന്തരാവസ്ഥ പ്രഖ്യാപിച്ച രാഷ്ട്രപതി വ്യവസ്ഥകൾ പാലിക്കപ്പെട്ടുവോ എന്ന് അന്വേഷിച്ചില്ല. അർദ്ധരാത്രിയിൽത്തന്നെ ആ പ്രഖ്യാപനത്തിൽ ഒപ്പിടേണ്ടതിന്റെ അടിയന്തരമായ ആവശ്യകതയെക്കുറിച്ചും ആലോചിച്ചില്ല. ഭരണഘടനയെ സംരക്ഷിക്കുകയും പരിപാലിക്കുകയും നിലനിർത്തുകയും ചെയ്തുകൊള്ളാമെന്ന പ്രതിജ്ഞയോടെയാണ് രാഷ്ട്രപതി ചുമതലയേല്ക്കുന്നത്. അതനുസരിച്ച് പ്രവർത്തിക്കാൻ ഫക്രുദീൻ അലി അഹമ്മദിനു കഴിഞ്ഞില്ല. വേണ്ടിവന്നാൽ ഇന്ദിര ഗാന്ധിയുടെ തൂപ്പുകാരനാകാനും തയ്യാർ എന്ന് പരസ്യമായി പറഞ്ഞ സെയിൽ സിങ് പോലും ചില ഘട്ടങ്ങളിൽ രാഷ്ട്രപതിക്കടുത്ത ആർജ്ജവം കാണിച്ചിട്ടുണ്ട്. അബു തന്റെ വിസ്മരിക്കപ്പെടാത്ത കാർട്ടൂണിലൂടെ നിത്യനിന്ദയ്ക്ക് വിധേയനാക്കിയ ഫക്രുദീൻ അലി അഹമ്മദിൽനിന്ന് തുടങ്ങുന്നു റിപ്പബ്ലിക്കിന്റെ ദുരന്തം.

ഭരണഘടന ക്രൂരവും അപഹാസ്യവുമായ ആക്രമണങ്ങൾക്ക് വിധേയമായി. പ്രധാനമന്ത്രിയുടെ തിരഞ്ഞെടുപ്പ് കോടതിയിൽ ചോദ്യം ചെയ്യാൻ പാടില്ലെന്നതായിരുന്നു ആദ്യത്തെ ഭേദഗതി. അലഹബാദിൽ നിന്നുണ്ടായ അസ്വസ്ഥത അതോടെ മാറി. ഭരണഘടനയ്ക്ക് മൗലികമായ ഒരു ഘടനയുണ്ടെന്നും അതിന് മാറ്റംവരുത്തരുതെന്നും കേശവാനന്ദ ഭാരതി കേസിൽ സുപ്രീം കോടതി പറഞ്ഞു. 'പാർലമെന്റാണോ ജുഡീഷ്യറിയാണോ വലുത് എന്ന ചോദ്യം 1973 ലെ കേസിലുണ്ടായിരുന്നു. രണ്ടുമല്ല ഭരണഘടനയാണ് വലുതെന്ന ഉത്തരമാണ് കോടതി നല്കിയത്. ആ വിധിയെ നിർവ്വീര്യമാക്കുന്ന ഭേദഗതികളാണ് ഇന്ദിര ഗാന്ധി പ്രാവർത്തികമാക്കിയത്. മിനി കോൺസ്റ്റിറ്റ്യൂഷൻ എന്നറിയപ്പെട്ട നാല്പത്തി രണ്ടാം ഭേദഗതിയിലൂടെ ഭരണഘടനയുടെ അലകും പിടിയും അവർ മാറ്റി. ഭരണഘടനയുടെ താളുകൾ സഞ്ജയന് കളിക്കാറുണ്ടാക്കാൻ ചീന്തിക്കൊടുത്തു. ജനതാ പാർട്ടി അധികാരത്തിലെത്തിയപ്പോഴാണ് നാല്പത്തിനാലാം ഭേദഗതിയിലൂടെ വൈകല്യങ്ങൾ നീക്കി ഭരണഘടനയുടെ ആദിമവിശുദ്ധി പുനഃസ്ഥാപിച്ചത്.

എല്ലാ വിളക്കുകളും പൊടുന്നനെ അണഞ്ഞുപോയ രാത്രിയായിരുന്നു അടിയന്തരാവസ്ഥ. സുപ്രീം കോടതിയുടെ അവസ്ഥയായിരുന്നു ഏറ്റവും ദാരുണം. നിർഭയം പ്രവർത്തിക്കേണ്ട ജഡ്ജിമാർ ഏകാധിപതിയുടെ പാദസേവകരായി. എക്സിക്യൂട്ടീവിന്റെ കാരുണ്യത്തിലാണ് ജനങ്ങളുടെ ജീവനും സ്വാതന്ത്ര്യവും നിലനില്ക്കുന്നതെന്ന് അവർ നിർ

ല്ലജ്ജം പറഞ്ഞു: മാതൃസഹജമായ വാത്സല്യത്തോടെ ഭരണകൂടം ജനങ്ങളെ സംരക്ഷിക്കുമെന്ന വിചിത്രമായ ആശയം സുപ്രീം കോടതി മുന്നോട്ടുവച്ച ദിവസമായിരുന്നു കക്കയത്ത് രാജൻ കൊല്ലപ്പെട്ടതെന്ന് പിന്നീട് നാം അറിഞ്ഞു. കുൽദീപ് നയ്യാരുടേതുൾപ്പെടെയുള്ള ഹേബിയസ് കോർപസ് കേസുകളിൽ ഒമ്പത് ഹൈക്കോടതികൾ പ്രകടിപ്പിച്ച ധൈര്യം പരമോന്നതകോടതിയായ സുപ്രീം കോടതിക്കുണ്ടായില്ല. സുപ്രീം കോടതി ഭീരുക്കളുടെയും പാദസേവകരുടെയും അവസരവാദികളുടെയും കൂടാരമായി. വ്യത്യസ്തനായിരുന്നുകൊണ്ട് എല്ലാം നഷ്ടപ്പെടുത്തിയത് ജസ്റ്റീസ് എച്ച് ആർ ഖന്ന മാത്രമായിരുന്നു. അഞ്ചംഗ ബെഞ്ചിൽ തന്റെ വ്യത്യസ്തതകൊണ്ട് കാര്യമില്ലെന്ന് അദ്ദേഹത്തിന് അറിയാമായിരുന്നു. പക്ഷേ, തല്ക്കാലത്തേക്കല്ല വരുംകാലത്തേക്കാണ് ഖന്ന തന്റെ പ്രശസ്തമായ വിയോജനവിധി എഴുതിയത്. അടിയന്തരാവസ്ഥയിൽ നിയമസംവിധാനത്തിനുണ്ടായ തകർച്ചയെ അനുസ്മരിക്കുമ്പോൾ ഖന്ന വിസ്മരിക്കപ്പെടരുത്. ചന്ദ്രചൂഡും ഭഗവതിയും ഭീരുക്കളായി തെറ്റിന്റെ പക്ഷത്തുനിന്നവരാണ്. ജീവിക്കുന്നതിനുള്ള അവകാശം ഭരണകൂടത്തിന്റെ ഔദാര്യമല്ലെന്ന് പ്രഖ്യാപിച്ചുകൊണ്ട് ജനപക്ഷത്തുനിന്ന ധീരനായ മനുഷ്യസ്നേഹിയായിരുന്നു ഖന്ന. മരുഭൂമിയിൽ മുഴങ്ങുന്ന ശബ്ദം അവിടെത്തന്നെ അവസാനിക്കാനുള്ളതല്ല.

സ്വാതന്ത്ര്യം ഭരണകൂടത്തിന്റെ ദാനമല്ല. സ്വാതന്ത്ര്യത്തിന്റെ സ്രഷ്ടാക്കളും സംരക്ഷകരും നമ്മൾ തന്നെയാണ്. നിതാന്തമായ ജാഗ്രതയാണ് സ്വാതന്ത്ര്യത്തിനു നല്കേണ്ടതായ വില. ജാഗ്രതയോടെയിരിക്കുന്നവർ സ്വാതന്ത്ര്യത്തിന്റെ വിളക്കണയ്ക്കാനെത്തുന്ന വണ്ടുകളെ കാണുകയും തുരത്തുകയും ചെയ്യും. വണ്ടുകൾ കൂട്ടത്തോടെ വരണമെന്നില്ല. ചെറിയ വീഴ്ചകളും നിസ്സാരവല്ക്കരിക്കപ്പെടുന്ന അപഭ്രംശങ്ങളുമാണ് വലിയ വിപത്തായി മാറുന്നത്. അടിയന്തരാവസ്ഥയിലേക്ക് പടവുകൾ പലതുണ്ടായിരുന്നു. ഫക്രുദീൻ അലി അഹമ്മദ് അഭിശപ്തമാക്കിയ ഒരു രാവിന്റെമാത്രം സംഭാവനയായിരുന്നില്ല അത്. പാകിസ്ഥാനെ തകർത്ത് സമാധാനം ഭദ്രമാക്കിയ ഇന്ദിര ഗാന്ധി പകരമെടുത്തത് ജനതയുടെ വിലപ്പെട്ട സ്വാതന്ത്ര്യമായിരുന്നു. ജയാരവങ്ങളുടെ തിമിർപ്പിൽ സ്വാതന്ത്ര്യത്തിനുവേണ്ടിയുള്ള മണികൾ മുഴങ്ങുന്നത് കേൾക്കാതെപോയി. കുഴിമാടത്തിനരികെ എത്തിയപ്പോഴാണ് സ്വാതന്ത്ര്യത്തിന്റെ മരണം നമ്മൾ തിരിച്ചറിഞ്ഞത്.

ചരിത്രം ആവർത്തിക്കുമോ എന്ന് ഭയമുണ്ടാകുന്നത് ചരിത്രത്തിന് ആവർത്തനസ്വഭാവമുള്ളതുകൊണ്ടാണ്. പെൺഹിറ്റ്ലർ ആൺഹിറ്റ്ലറായും അവതരിക്കാം. സമാധാനത്തിന്റെയും സമൃദ്ധിയുടെയും പേരിൽ സ്വാതന്ത്ര്യം ഹനിക്കപ്പെടുമ്പോൾ അടിയന്തരാവസ്ഥ ആരംഭിക്കുന്നു. ചിന്തയ്ക്കും ആശയപ്രകാശനത്തിനും വിശ്വാസത്തിനും മതനിഷ്ഠയ്ക്കും ആരാധനയ്ക്കും ഉള്ള സ്വാതന്ത്ര്യമാണ് ഇന്ത്യയുടെ ഭരണഘടന ആമുഖമായി പ്രഖ്യാപിക്കുന്നത്. സ്വതന്ത്രമായ ചിന്തയാണ് പരമപ്രധാനം.

അതിനപ്പുറം മറ്റൊരു സ്വാതന്ത്ര്യം വേണ്ടെന്നാണ് ഇംഗ്ലണ്ടിൽ മുദ്രണ ലൈസൻസിങ്ങിനെതിരെയുള്ള ചരിത്രപരമായ പോരാട്ടം നയിച്ച ജോൺ മിൽട്ടൺ പറഞ്ഞത്. പ്രൊമിത്യൂസിന്റെയും സാംസന്റെയും ചങ്ങലകൾ ഇന്ന് അപ്രസക്തമാണ്. അദൃശ്യമായ ചങ്ങലകൾകൊണ്ടാണ് ആധുനിക മനുഷ്യൻ ബന്ധിക്കപ്പെടുന്നത്. അവന്റെ കരൾ കവരുന്ന പക്ഷിയെ അവൻ കാണുന്നില്ല.

ചിന്ത വികലമാവുകയും ആശയപ്രകാശനം അപകടകരമാവുകയും ചെയ്യുന്നു. സ്വയംനിർണ്ണയാവകാശം നഷ്ടപ്പെടുന്ന വ്യക്തി ഭരണകൂടത്തിന്റെ അടിമയാകുന്നു. ഭരണകൂടത്തിന്റെ കണ്ണ് എപ്പോഴും നിങ്ങളുടെ മേലുണ്ട്. അത് നിങ്ങളുടെ സുരക്ഷിതത്വത്തിനു വേണ്ടിയല്ല. നിങ്ങൾ ഭരണകൂടത്തിനും ഭരണവർഗ്ഗത്തിനും അപകടകാരിയാകാതിരിക്കുന്നതിനുള്ള കരുതലാണത്. ഭരണകൂടം സദാ ലേബലുകൾ നിർമ്മിച്ചുകൊണ്ടിരിക്കുന്നു. നിങ്ങൾക്കനുയോജ്യമായ ലേബൽ നിർമ്മിക്കപ്പെട്ടാൽ അത് പതിക്കപ്പെടും. അങ്ങനെയാണ് പല ഗണത്തിൽപ്പെട്ട തീവ്രവാദികളുണ്ടാകുന്നത്. നാം ജീവിക്കുന്ന ലോകം സുരക്ഷിതമായിരിക്കണം. പക്ഷേ, ഭരണകൂടത്തിന്റെ സുരക്ഷയ്ക്കുവേണ്ടി ലോകത്തെ സുരക്ഷിതമാക്കിക്കൊണ്ടിരിക്കുമ്പോൾ ജനങ്ങളുടെ സ്വാതന്ത്ര്യവും സുരക്ഷിതത്വവുമാണ് അപകടത്തിലാകുന്നത്.

2

ഓർഡിനൻസ് ഒരു അപകടവഴി

അടിയന്തരമായ ഏതെങ്കിലും അവസ്ഥ തരണംചെയ്യുന്നതിനുള്ള സത്വര നടപടിയാണ് ഓർഡിനൻസ്. പാർലമെന്റിന്റെ നിയമനിർമ്മാണാധികാരം താല്ക്കാലികമായി എക്സിക്യൂട്ടീവ് ഏറ്റെടുക്കുന്ന അസാധാരണമായ സന്ദർഭമാണത്. പാർലമെന്റ് സമ്മേളിക്കാതിരിക്കുമ്പോൾ പ്രയോഗിക്കാവുന്ന ഈ അധികാരം സമ്മേളനം നിർത്തിവച്ചുകൊണ്ടും വേണമെങ്കിൽ പ്രയോഗിക്കാം. പാർലമെന്ററി പ്രക്രിയയെ ഒഴിവാക്കിക്കൊണ്ട് ഏകാധിപത്യത്തോട് ചേർന്നുനില്ക്കുന്ന ഈ പ്രവൃത്തി അസാധാരണവും അപൂർവ്വവും ആയിരിക്കണമെന്ന് ഭരണഘടന നിഷ്കർഷിക്കുന്നു. എന്നാൽ സർക്കാരുകൾക്ക് പ്രിയപ്പെട്ട നിയമനിർമ്മാണരീതിയാണ് ഓർഡിനൻസ്. ആവർത്തിക്കപ്പെടുന്ന ഓർഡിനൻസ് ഭരണഘടനയോടുള്ള കാപട്യമാണെന്ന് സുപ്രീം കോടതി പറഞ്ഞതിനുശേഷവും ഓർഡിനൻസുകളുടെ പ്രയോഗവും ആവർത്തനവും സ്വീകാര്യതയും കുറയുന്നില്ല.

പാർലമെന്റിന്റെ 2014 ലെ ശീതകാലസമ്മേളനം അവസാനിപ്പിച്ച് ദിവസങ്ങൾക്കകം നാല് ഓർഡിനൻസുകളാണ് എൻ ഡി എ സർക്കാർ ഇറക്കിയത്. സ്വാഭാവികമായും ഈ നടപടി വലിയ വിവാദത്തിനു കാരണമായി. ഇൻഷുറൻസ് മേഖലയിൽ പ്രത്യക്ഷ വിദേശനിക്ഷേപം ഇരുപത്തിയാറിൽനിന്ന് നാല്പത്തിയൊമ്പത് ശതമാനമായി ഉയർത്തുന്നതിനുള്ളതാണ് ഒരു ഓർഡിനൻസ്. കല്ക്കരിപ്പാടങ്ങളിൽ ഖനനത്തിനുള്ള ഇ–ലൈസൻസ് നല്കുന്നതിനുള്ളതാണ് മറ്റൊന്ന്. പൊതു ആവശ്യങ്ങൾക്ക് ഭൂമി ഏറ്റെടുക്കുന്നതിന് ഉടമയുടെ സമ്മതം ആവശ്യമില്ലെന്ന വ്യവസ്ഥ ഉൾക്കൊള്ളുന്നതാണ് മൂന്നാമത്തേത്. പ്രവാസികളുടെ അവകാശങ്ങളും പദവിയും സംബന്ധിച്ചുള്ളതാണ് നാലാമത്തേത്. പാർലമെന്റ് പിരിയുംമുമ്പ് ഇവ നിയമമാക്കാമായിരുന്നു. അല്ലെങ്കിൽ ബജറ്റ് സമ്മേളനം

വരെ കാത്തിരിക്കാമായിരുന്നു. പാർലമെന്റിലെ പരാജയഭീതി നിമിത്തമാണ് ഭരണഘടനാപരമായ കുറുക്കുവഴികൾ തേടാൻ സർക്കാർ നിർബ്ബന്ധിതമാകുന്നത്. വഴി ഭരണഘടനാപരമാണെങ്കിലും ആ വഴിയുടെ അമിതമായ ഉപയോഗം ഭരണഘടനയുടെ ചൈതന്യത്തിനു നിരക്കുന്നതല്ല. സാഹചര്യമാണ് ചില പ്രവൃത്തികളെ ന്യായീകരിക്കുന്നത്. പാർലമെന്റ് പിരിയുംവരെ കാത്തിരുന്നതിനുശേഷം എന്ത് അടിയന്തര സാഹചര്യമാണ് ഓർഡിനൻസുകളെ സാധൂകരിക്കുന്നതിനായി ഉണ്ടായത്?

ഇത് പാർലമെന്ററി ജനാധിപത്യത്തിന് അന്യമായ ഓർഡിനൻസ് രാജാണ്. പ്രതിപക്ഷത്തായിരുന്നപ്പോൾ ബിജെപി ഓർഡിനൻസ് രാജിനെ ഭരണഘടനാപരമായ അനൗചിത്യമായി അധിക്ഷേപിച്ചിട്ടുണ്ട്. പാർലമെന്റ് സമ്മേളനം ആസന്നമായിരിക്കേ ഓർഡിനൻസുകളിറക്കുന്ന യു പി എ രീതിയെ ബി ജെ പി അതിനിശിതമായി വിമർശിച്ചിട്ടുണ്ട്. അധികാരത്തിലെത്തിയപ്പോൾ അതേ പ്രവൃത്തിയിൽ ബി ജെ പിക്ക് ഏർപ്പെടേണ്ടിവരുന്നത് ചരിത്രത്തിന്റെ അർത്ഥമില്ലാത്ത ആവർത്തനം നിമിത്തമാണ്. കൊണ്ടും കൊടുത്തും വഴങ്ങിയുമാണ് പാർലമെന്റിൽ സർക്കാർ മുന്നേറേണ്ടത്. നിയമം നിർമ്മിക്കേണ്ടത് സൗത്ത് ബ്ലോക്കിലോ നോർത്ത് ബ്ലോക്കിലോ അല്ല. അതിനുള്ള ആലയാണ് പാർലമെന്റ്. അനാവശ്യവും അപകടകരവുമായ ധൃതി ഒഴിവാക്കി അവധാനതയോടെ നിയമനിർമ്മാണം നടത്തുന്നതിനുവേണ്ടിയാണ് രാജ്യസഭ എന്ന ആഡംബരമുള്ളത്. ലോകസഭയിലെ ഭൂരിപക്ഷത്തിന്റെ അടിസ്ഥാനത്തിൽ സർക്കാരുണ്ടാക്കുന്ന കക്ഷിക്ക് രാജ്യസഭയിൽ ഭൂരിപക്ഷം ഉണ്ടാകണമെന്നില്ല. ഗുണകരമായ അവസ്ഥയാണിത്. വിട്ടുവീഴ്ചകൾ ഉണ്ടാകുന്നത് ഈ അവസ്ഥയിലാണ്. സമന്വയത്തിലൂടെ ഉണ്ടാകുന്ന സന്തുലനമാണ് പാർലമെന്റിലെ അഭികാമ്യമായ അവസ്ഥ.

സാമ്പത്തികരംഗത്തെ പരിഷ്കാരങ്ങൾ തുടരുന്നതിനും പൂർത്തിയാക്കുന്നതിനുമുള്ള സർക്കാരിന്റെ ആത്മാർത്ഥതയും പ്രതിബദ്ധതയുമാണ് ഓർഡിനൻസുകളിൽ പ്രതിഫലിക്കുന്നതെന്ന് നയവും നിയമവും അറിയാവുന്ന മന്ത്രി അരുൺ ജെയ്റ്റ്ലി പറഞ്ഞു. പരിഷ്കാരങ്ങളുടെ പിതാക്കളാണ് പ്രതിപക്ഷത്തിരിക്കുന്ന കോൺഗ്രസുകാർ. അവരുടെ കുഞ്ഞ് നന്നാകുന്നതിൽ അവരെന്തിന് പ്രയാസപ്പെടണം? പരിഷ്കാരങ്ങളോടുള്ള കോൺഗ്രസിന്റെ അനാഭിമുഖ്യമല്ല പ്രതിസന്ധിക്ക് കാരണമായത്. നിർബ്ബന്ധിത മതപരിവർത്തനം ദേശീയ അജണ്ടയാക്കി മാറ്റിയ ഹിന്ദുത്വസംഘടനകളുടെ പ്രവർത്തനത്തോടുള്ള സംയുക്ത പ്രതിപക്ഷത്തിന്റെ എതിർപ്പാണ് രാജ്യസഭയിൽ സർക്കാരിനെ കുഴപ്പത്തിലാക്കിയത്. ഓർഡിനൻസുകളിൽ പറയുന്ന കാര്യങ്ങളോട് വിയോജിപ്പുള്ളവരാണ് സി പി ഐ (എം) ഉൾപ്പെടെയുള്ള കക്ഷികൾ. സർക്കാരിന്റെയും സംഘപരിവാറിന്റെയും പരിവർത്തന അജണ്ടകൾ വ്യത്യസ്തമാണ്. പ്രധാനമന്ത്രിയെന്ന നിലയിൽ നരേന്ദ്ര മോദിയുടെ അജണ്ടയേതെന്ന കാര്യത്തിൽ വ്യക്തത ഇല്ലാതിരുന്നതുകൊണ്ടാണ് രാജ്യസഭയി

ലെ പ്രതിസന്ധിക്ക് പരിഹാരം ഉണ്ടാകാതിരുന്നത്. സംഘപരിവാറിന്റെ മതപരിവർത്തന മേളകളെക്കുറിച്ചുള്ള സർക്കാരിന്റെ നിലപാട് പ്രധാനമന്ത്രി സഭയിൽ ഹാജരായി വിശദീകരിച്ചിരുന്നുവെങ്കിൽ തീരുമായിരുന്ന പ്രശ്നംമാത്രമാണ് അവിടെയുണ്ടായിരുന്നത്. സംഘർഷം അവസാനിച്ചിരുന്നുവെങ്കിൽ ഓർഡിനൻസിനുപകരം ബില്ലുകൾ സഭയിൽത്തന്നെ പാസാക്കാമായിരുന്നു.

ഉള്ളടക്കത്തെ അടിസ്ഥാനമാക്കി ഓർഡിനൻസിനെ ന്യായീകരിക്കാനാവില്ല. മാഗ്നാകാർട്ടയായാലും അത് രൂപപ്പെടേണ്ടത് പാർലമെന്റിലാണ്. ലക്ഷ്യം മാർഗ്ഗത്തെ സാധൂകരിക്കുമെന്ന ന്യായം സാർവ്വത്രികമായി അംഗീകരിക്കാനാവില്ല. പാർലമെന്റിന്റെ പ്രധാനപ്പെട്ട ചുമതലയാണ് നിയമനിർമ്മാണം. നിയമനിർമ്മാണപ്രവർത്തനം തടസ്സപ്പെടുന്ന രീതിയിൽ പാർലമെന്റ് സ്തംഭിക്കുന്നതും സ്തംഭിപ്പിക്കുന്നതും ശരിയല്ല. ജനാധിപത്യത്തിന്റെ ശ്രീകോവിലാണ് പാർലമെന്റ്. അതിനർത്ഥം ശ്രീകോവിലിലെന്നപോലെ ഭക്തിസാന്ദ്രമായ അന്തരീക്ഷത്തിൽ പാർലമെന്റ് പ്രവർത്തിക്കുന്നു എന്നല്ല. അഥീനിയൻ ആംഫിതിയേറ്ററിൽ പിറവിയെടുത്ത ജനാധിപത്യത്തിന് സംഘർഷം ജന്മസിദ്ധമാണ്. ഇപ്രകാരം പാർലമെന്റിൽ ഉണ്ടായേക്കാവുന്ന അസൗകര്യങ്ങൾ ഒഴിവാക്കുന്നതിനുള്ള മാർഗ്ഗമല്ല ഓർഡിനൻസ്. ഒരു ബിൽ പാർലമെന്റിന്റെ ഇരുസഭകളിലും വെവ്വേറെ പാസാക്കാൻ കഴിയാതെ വരുമ്പോഴുള്ള പ്രതിസന്ധിയുടെ പരിഹാരമെന്ന നിലയിലാണ് ഇരുസഭകളുടെയും സംയുക്ത സമ്മേളനത്തിനുള്ള വ്യവസ്ഥ ഭരണഘടനയിലുള്ളത്. അനുവദനീയമായ മാർഗ്ഗങ്ങൾ തേടുന്നതിനു പകരമുള്ള കുറുക്കുവഴികൾ അപലപനീയമാണ്. പൊടുന്നനെയുണ്ടായതും അടിയന്തരമായ നടപടി ആവശ്യമുള്ളതുമായ വിഷയത്തിലല്ല ഓർഡിനൻസ് ഉണ്ടായത്. ഇൻഷുറൻസ് ബിൽ പാർലമെന്റിന്റെ ഇരുസഭകളിലും വിശദമായി ചർച്ച ചെയ്തിട്ടുള്ളതാണ്. സർവ്വകക്ഷി പ്രാതിനിധ്യമുള്ള പാർലമെന്റിന്റെ സ്ഥിരം സമിതിയുടെ പരിശോധനയ്ക്ക് ബിൽ വിധേയമായതാണ്. അപ്രകാരം പാർലമെന്റിന്റെ സ്വത്തായി മാറിയ ബില്ലാണ് പാർലമെന്റ് അറിയാതെ രാഷ്ട്രപതി ഭവനിലൂടെ നിയമമായി പുറത്തുവന്നത്.

പാർലമെന്റിന്റെ ഇരുസഭകളും പാസാക്കി രാഷ്ട്രപതി ഒപ്പുവയ്ക്കുന്ന ബില്ലിന്റെ അതേ സാധുത ഓർഡിനൻസിനുണ്ട്. പാർലമെന്റ് സമ്മേളിക്കാതിരിക്കുമ്പോൾ പുറപ്പെടുവിക്കാവുന്ന ഓർഡിനൻസിന് പാർലമെന്റ് സമ്മേളിച്ച് ആറാഴ്ചക്കാലമാണ് ആയുസ്സുള്ളത്. ഓർഡിനൻസിനെ സാധാരണഗതിയിൽ പാർലമെന്റ് നിരാകരിക്കാറില്ല. നിരാകരിക്കപ്പെടാൻ സാദ്ധ്യതയുണ്ടെങ്കിൽ ഓർഡിനൻസ് പാർലമെന്റിലെത്തില്ല. പകരം ലാപ്സാക്കപ്പെടും. സമ്മേളനം അവസാനിക്കുമ്പോൾ വീണ്ടും അത് ഓർഡിനൻസായി ഇറങ്ങും. ആദായകരമായ പദവി വഹിക്കുന്നതിന്റെ പേരിൽ പി സി ജോർജിന് അയോഗ്യത ഉണ്ടാകുമെന്നായപ്പോൾ ഓർഡിനൻസിലൂടെയാണ് രക്ഷയുണ്ടായത്. ഗവൺമെന്റ് ചീഫ് വിപ്പ്

എന്ന ആദായകരമായ പദവി എം എൽ എ ആയിരിക്കുന്നതിന് തടസ്സമല്ലെന്നായിരുന്നു ഓർഡിനൻസ്. നിയമസഭയിൽ വിഷയം അവതരിപ്പിക്കുന്നതിനുപകരം രാജ്ഭവനിൽനിന്ന് ഓർഡിനൻസ് എന്ന ബോയ ഇറക്കിയാണ് ജോർജിനെ മുങ്ങാതെ രക്ഷിച്ചത്.

അടിയന്തരമായി ഒരു ഓർഡിനൻസ് ഇറക്കുന്ന കാര്യമാണ് ഭരണഘടന പറയുന്നത്. ഓർഡിനൻസിന്റെ ആവർത്തനം ഭരണഘടനയുടെ ഭാവനയിലില്ല. പക്ഷേ, ജോർജിനുവേണ്ടി ഇറക്കിയ ജീവൻരക്ഷാ ഓർഡിനൻസ് രണ്ടുതവണ ആവർത്തിക്കേണ്ടിവന്നു. ആയുർവ്വേദത്തിലെ ആവർത്തനം സത്ത സ്വരൂപിക്കുന്നതിനുവേണ്ടിയാണ്. ഓർഡിനൻസിന്റെ ആവർത്തനം ഭരണഘടനയുടെ സത്ത ചോർത്തുന്നതിനുവേണ്ടിയാണ്. ഇപ്രകാരമുള്ള ആവർത്തനം തെറ്റാണെന്ന് സുപ്രീം കോടതി പറഞ്ഞിട്ടുണ്ട്. ബിഹാറിൽ ഒരേ ഓർഡിനൻസ് 24 പ്രാവശ്യം ആവർത്തിച്ചപ്പോഴായിരുന്നു സുപ്രീം കോടതിക്ക് ഇത് ഭരണഘടനാപരമായ തട്ടിപ്പാണെന്ന് പറയേണ്ടിവന്നത്. ഡോ. വാധ്വയുടെ കേസിലെ ഈ പരാമർശത്തിനു മുപ്പതുവർഷത്തെ പഴക്കമായി. പക്ഷേ, ഓർഡിനൻസ് എന്ന തട്ടിപ്പ് നിർബ്ബാധം തുടരുന്നു. കേരളത്തിൽ നാലുതവണ ഇറക്കിയതിനുശേഷം ലാപ്സായ നഗര ഗ്രാമാസൂത്രണ ഓർഡിനൻസ് അഞ്ചാം തവണ ഇറക്കാൻ ഗവർണർ വിസമ്മതിച്ചു. ചീഫ് ജസ്റ്റീസായിരുന്ന സദാശിവത്തിന് ഭരണഘടനയെക്കുറിച്ച് ധാരണയുള്ളതുകൊണ്ടാണ് ഈ നിലപാട് സ്വീകരിച്ചത്. 2013 സെപ്തംബറിലിറക്കിയ ഓർഡിനൻസ് 2015 ആഗസ്തിൽ ആവർത്തിക്കാൻ തീരുമാനിച്ചത് ന്യായീകരിക്കാൻ കഴിയാത്ത അനൗചിത്യമാണ്.

1952 നുശേഷം 646 ഓർഡിനൻസുകൾ ഇറങ്ങിയിട്ടുള്ളതായി കണക്കുകൾ കാണിക്കുന്നു. ഓർഡിനൻസുകളുടെ ചരിത്രം 1861 ൽ ആരംഭിക്കുന്നു. അടിമത്തത്തിന്റെ തീട്ടൂരമെന്നാണ് ജവാഹർലാൽ നെഹ്റു ഓർഡിനൻസിനെ വിശേഷിപ്പിച്ചത്. പക്ഷേ, ഭരണഘടനയിൽ ഓർഡിനൻസിനുള്ള വ്യവസ്ഥ ഉൾപ്പെടുത്തുന്നതിനെ നെഹ്റുവും അംബേദ്കറും അനുകൂലിച്ചു. 1952 മുതൽ 1964 വരെ നെഹ്റുവിന്റെ ഭരണകാലത്ത് 66 ഓർഡിനൻസുകൾ ഇറക്കുകയും ചെയ്തു. അടിയന്തരാവസ്ഥയ്ക്കുശേഷം പാർലമെന്ററി ജനാധിപത്യം പുനഃസ്ഥാപിച്ച ജനതാ പാർട്ടിയുടെ ഭരണകാലത്ത് 28 ഓർഡിനൻസുകൾ ഇറക്കേണ്ടിവന്നു.

നിയമനിർമ്മാണം അസാദ്ധ്യമാക്കിക്കൊണ്ട് പാർലമെന്റിന്റെ പ്രവർത്തനം തടസ്സപ്പെടുമ്പോഴാണ് ഓർഡിനൻസുകൾ ഉണ്ടാകുന്നതെന്ന പൊതുധാരണ ശരിയല്ല. ബില്ലുകൾ പാർലമെന്റിൽ അവതരിപ്പിക്കുകപോലും ചെയ്യാതെ ഓർഡിനൻസായി പുറത്തു വരുന്നു. പതിനാലാം ലോകസഭയുടെ കാലത്തിറങ്ങിയ 36 ഓർഡിനൻസുകളിൽ ആറെണ്ണവും പതിനഞ്ചാം ലോകസഭയുടെ കാലത്തിറങ്ങിയ 25 ഓർഡിനൻസുകളിൽ മൂന്നെണ്ണവും മാത്രമാണ് പാർലമെന്റിലെ തടസ്സത്തിന്റെ പേരിൽ ന്യായീകരിക്കാൻ കഴിഞ്ഞത്.

3

ഭൂരിപക്ഷം സഭയിൽ

ഏറ്റവും വലിയ ഭരണഘടനയാണ് നമ്മുടേത്. എഴുത്ത് വിപുലമാക്കിയത് വ്യക്തതയ്ക്കുവേണ്ടിയാണ്. സാദ്ധ്യമായതെല്ലാം ഉൾപ്പെടുത്തിയപ്പോൾ വലിപ്പമുണ്ടായി. പക്ഷേ, വർഷം അറുപത്തിയഞ്ച് കഴിഞ്ഞിട്ടും സംശയങ്ങൾ അവസാനിക്കുന്നില്ല. കാര്യങ്ങൾ മനസ്സിലാകാത്തവർക്കു വേണ്ടി സുപ്രീം കോടതി ഇടയ്ക്കിടെ വ്യാഖ്യാനങ്ങളും വിശദീകരണങ്ങളും നല്കുന്നുണ്ട്. വെസ്റ്റ്മിൻസ്റ്റർ മാതൃകയിലുള്ള ക്യാബിനറ്റ് സമ്പ്രദായം ബ്രിട്ടനിൽനിന്ന് സ്വീകരിച്ചതാകയാൽ അവിടത്തെ രീതികളും കീഴ്‌വഴക്കങ്ങളും മാതൃകയായുണ്ട്. വായിച്ചുനോക്കാവുന്ന ഭരണഘടനയില്ലെങ്കിലും ബ്രിട്ടീഷുകാർക്ക് ഈവക കാര്യങ്ങളിൽ കാര്യമായ സംശയങ്ങൾ ഉണ്ടാകാറില്ല. ഉണ്ടായാൽത്തന്നെ പാർലമെന്റിനെ ഗുണദോഷിക്കാൻ കോടതിക്ക് അധികാരമില്ലാത്തതിനാൽ പാർലമെന്റ് തന്നെ സംശയങ്ങൾക്ക് നിവാരണം കണ്ടെത്തേണ്ടിവരും.

സംസ്ഥാനങ്ങളും സംസ്ഥാനങ്ങളിലെ ഭരണത്തലവന്മാരായി ഗവർണർമാരും എന്ന ആശയം അമേരിക്കയിൽ നിന്നെടുത്തതാണ്. സംസ്ഥാനത്തിന്റെ നിർവ്വാഹകാധികാരം ഗവർണറിൽ നിക്ഷിപ്തമാണെങ്കിലും അമേരിക്കയിലെപ്പോലെ ഇന്ത്യയിൽ ഗവർണർ നേരിട്ട് ഭരിക്കുന്നില്ല. മന്ത്രിസഭയുടെ ഉപദേശമനുസരിച്ചാണ് ഗവർണർ ചുമതലകൾ നിർവ്വഹിക്കുന്നത്. മന്ത്രിസഭയുടെ തലവൻ മുഖ്യമന്ത്രിയാണ്. മുഖ്യമന്ത്രിയെ നിയമിക്കുന്നത് ഗവർണറാണ്. മുഖ്യമന്ത്രി നിർദ്ദേശിക്കുന്നവരെ ഗവർണർ മന്ത്രിമാരായി നിയമിക്കുന്നു. മുഖ്യമന്ത്രി ആവശ്യപ്പെട്ടാൽ മന്ത്രിയെ ഗവർണർക്കു പിരിച്ചുവിടാം.

മന്ത്രിസഭയുടെ ഉപദേശമില്ലാതെ ഗവർണർ പ്രവർത്തിക്കുന്ന സന്ദർഭമാണ് മുഖ്യമന്ത്രിയുടെ നിയമനം. ആർക്കും അപേക്ഷിക്കാം; ആരെയും നിയമിക്കാം. നിയമിക്കപ്പെടുന്നയാൾ നിയമസഭാംഗം ആകണമെന്നുപോലുമില്ല. ആറുമാസം ഇവ്വിധം മന്ത്രിയോ മുഖ്യമന്ത്രിയോ ആയിരിക്കാം. മു

ഖ്യമന്ത്രിയാകുന്നയാൾ നിയമനത്തിനുശേഷം അടിയന്തരമായി സഭ വിളിച്ചുചേർത്ത് ഭൂരിപക്ഷം തെളിയിക്കണമെന്നു വ്യവസ്ഥയുണ്ട്. ഭൂരിപക്ഷം എന്ന പദം ഭരണഘടനയിൽ കാണുന്നില്ല. മന്ത്രിസഭ നിയമസഭയോട് കൂട്ടായി ഉത്തരവാദപ്പെട്ടിരിക്കേണ്ടതാണെന്നു മാത്രമാണ് ഭരണഘടന പറയുന്നത്. ഇതിന് സഭയുടെ വിശ്വാസം എന്നും പറയും. വിശ്വാസവോട്ടിലൂടെ മന്ത്രിസഭയ്ക്ക് അംഗീകാരം നല്കുന്നതിനും അവിശ്വാസപ്രമേയത്തിലൂടെ മന്ത്രിസഭയെ നിഷ്കാസിതമാക്കുന്നതിനും നിയമസഭയ്ക്ക് അധികാരമുണ്ട്.

കഥ പറയുമ്പോലെയാണ് ഭരണഘടന സങ്കീർണ്ണതകൾ ഇല്ലാതെ കാര്യങ്ങൾ പറഞ്ഞുപോകുന്നത്. ജനങ്ങൾക്കുവേണ്ടി ജനങ്ങൾ രചിച്ച ഭരണഘടനയായതുകൊണ്ടാണ് ലാളിത്യമുണ്ടായത്. വായിക്കാതെതന്നെ ഭരണഘടന പറയുന്നതെന്തെന്ന് ജനങ്ങൾ അറിയുന്നുണ്ട്. ആ അറിവിൽനിന്നുണ്ടാകുന്ന വിവേകം നിമിത്തമാണ് ആറു പതിറ്റാണ്ടുകൾക്കിപ്പുറവും ഭരണഘടനയെ നിലനിർത്തിക്കൊണ്ടുപോകാൻ ജനങ്ങൾക്കു കഴിയുന്നത്. ഭരണഘടനയെ പ്രാവർത്തികമാക്കാൻ നിയോഗിക്കപ്പെടുന്ന ജനപ്രതിനിധികൾക്കാണ് സംശയങ്ങൾ ഉണ്ടാകുന്നത്. ആ സംശയങ്ങളെ അടിസ്ഥാനമാക്കിയാണ് ഭരണഘടനയുടെ വ്യാഖ്യാനവും വിശകലനവും നടക്കുന്നത്. മഹാത്മാക്കൾ ലളിതമായി പറയുന്നത് വ്യാഖ്യാതാക്കൾ സങ്കീർണ്ണമാക്കുന്നതുപോലെയുള്ള പ്രക്രിയയാണത്.

കാര്യങ്ങൾ ഇങ്ങനെയായിരിക്കെ ബിഹാറിൽ എന്താണ് പ്രശ്നം? നിതീഷ് കുമാറിന്റെ പിൻഗാമിയായി ഏതാനും മാസങ്ങൾക്കുമുമ്പ് മുഖ്യമന്ത്രിയായ ജീതൻ റാം മാഞ്ചിക്ക് കാലാവധി പൂർത്തിയാക്കാൻ ഏതാനും മാസങ്ങൾമാത്രം അവശേഷിക്കെ ഭൂരിപക്ഷം നഷ്ടമായെന്ന് വാർത്തയുണ്ടായി. സഭയിൽ ഭൂരിപക്ഷം തെളിയിക്കുന്നതിനുപകരം സഭ പിരിച്ചുവിടണമെന്ന ഉപദേശമാണ് മാഞ്ചി ഗവർണർക്കു നല്കിയത്. ഉപദേശം ഗവർണർ സ്വീകരിച്ചില്ല. അതേറ്റവും ഉചിതമായി. മുഖ്യമന്ത്രി തനിച്ചല്ല അദ്ദേഹം തലവനായുള്ള മന്ത്രിസഭയാണ് ഇക്കാര്യത്തിൽ ഗവർണറെ ഉപദേശിക്കേണ്ടത്. മന്ത്രിസഭയോട് ആലോചിക്കാതെയായിരുന്നു അടിയന്തരാവസ്ഥ പ്രഖ്യാപിക്കുന്നതിനുള്ള ഉപദേശം ഇന്ദിര ഗാന്ധി രാഷ്ട്രപതിക്ക് നല്കിയത്. രാവിലെ ഉണർന്നപ്പോഴായിരുന്നു ക്യാബിനറ്റ് മന്ത്രിമാർ അക്കാര്യമറിഞ്ഞത്. മാഞ്ചിയുടെ ഉപദേശത്തിനും മന്ത്രിസഭയുടെ അംഗീകാരമില്ലായിരുന്നു.

കാര്യങ്ങൾ സങ്കീർണ്ണമാക്കിക്കൊണ്ട് 130 എം എൽ എ മാരുമായി നിതീഷ് കുമാർ രാഷ്ട്രപതിയുടെ മുന്നിലെത്തി. പ്രമുഖരെത്തുമ്പോൾ രാഷ്ട്രപതിക്ക് സ്വീകരിക്കാതിരിക്കാൻ കഴിയില്ല. കാമരാജായിരുന്നുവെങ്കിൽ പാർക്കലാം എന്നു പറയുമായിരുന്നു. ആ അർത്ഥം വരുന്ന എന്തോ ആണ് പ്രണബ് മുഖർജിയും പറഞ്ഞത്. അതിനപ്പുറം ബിഹാർ വിഷയത്തിൽ രാഷ്ട്രപതിക്ക് ഇപ്പോഴൊന്നും ചെയ്യാനില്ല. ട്രാക്ക് തെറ്റിയാൽ ഗവർണറെ നീക്കം ചെയ്യുന്നതിനുള്ള അധികാരംമാത്രമാണ് രാഷ്ട്രപതിക്കുള്ളത്. അതിനും കേന്ദ്ര മന്ത്രിസഭയുടെ ഉപദേശം വേണം.

ആന്ധ്രാപ്രദേശിൽ മുഖ്യമന്ത്രിയായിരുന്ന എൻ ടി രാമറാവുവിനെ ഗവർണർ രാംലാൽ പിരിച്ചുവിട്ടത് രാഷ്ട്രീയമായും ഭരണഘടനാപരമായും പ്രതിസന്ധിയുണ്ടാക്കിയപ്പോൾ, ഗവർണറെ നീക്കം ചെയ്തുകൊണ്ടാണ് രാഷ്ട്രപതി പരിഹാരം കണ്ടത്. പകരം ഗവർണറായെത്തിയ ശങ്കർ ദയാൽ ശർമ്മയാകട്ടെ രാമറാവുവിനെ മുഖ്യമന്ത്രിയായി പുനർനിയമിച്ചുകൊണ്ട് പ്രശ്നം പരിഹരിച്ചു. ഇങ്ങനെയൊരു അവസ്ഥ ബിഹാറിൽ ആയിട്ടില്ല. എങ്കിലും രാഷ്ട്രത്തിന്റെ ശ്രദ്ധ ബിഹാറിലേക്ക് തിരിക്കുന്നതിന് നിതീഷ് കുമാറിന് രാഷ്ട്രപതി ഭവനിലെ പരേഡിലൂടെ കഴിഞ്ഞു. അതു മാത്രമായിരിക്കാം അദ്ദേഹം ഉദ്ദേശിച്ചതും.

നിതീഷ് കുമാറിന്റെ ശക്തിപ്രകടനത്തിന് വേദിയാകേണ്ടിയിരുന്നത് പട്നയിലെ നിയമസഭയായിരുന്നു. നിതീഷ് കുമാറിനെ പിന്തുണയ്ക്കുന്ന 130 എം എൽ എമാരുടെ കത്ത് കിട്ടിയപ്പോൾ ഗവർണർ അതായിരുന്നു ചെയ്യേണ്ടിയിരുന്നത്. പകരം ഗവർണർ ഡൽഹിയിലേക്ക് നോക്കി. ഡൽഹിയിലെ നിയമസഭാ തിരഞ്ഞെടുപ്പ് ബി ജെ പിക്ക് ഗുണകരമായിരുന്നുവെങ്കിൽ പട്നയിലെ തീരുമാനം മറ്റൊന്നാകുമായിരുന്നു. ഡൽഹിയിൽ പ്രധാനമന്ത്രിയുമായി മാഞ്ചി നടത്തിയ കൂടിക്കാഴ്ചയോടെയാണ് സഭ പിരിച്ചുവിടണമെന്ന മാഞ്ചിയുടെ ഉപദേശം അപ്രത്യക്ഷമായത്. ഫെബ്രുവരി 20 ന് മാഞ്ചി സഭയിൽ ഭൂരിപക്ഷം തെളിയിക്കണമെന്ന് ഗവർണർ നല്കിയ നിർദ്ദേശം കുറേക്കൂടി നേരത്തേ ആകാമായിരുന്നു. ഇത്തരം വൈതരണികൾ തരണംചെയ്യുന്നതിന് സഭ വിളിച്ച് ഭൂരിപക്ഷം തെളിയിക്കാൻ മുഖ്യമന്ത്രിക്ക് അവസരം നല്കണമെന്ന് കർണ്ണാടകയിലെ പ്രസിദ്ധവും ആധികാരികവുമായ ബൊമ്മെ കേസിൽ സുപ്രീം കോടതി പറഞ്ഞിട്ടുണ്ട്. ഭരണഘടനാപരമായി സാധുവും രാഷ്ട്രീയസദാചാരത്തിനു നിരക്കുന്നതുമായ ഈ മാർഗ്ഗം അനുവർത്തിക്കാൻ ഗവർണർമാർ വിസമ്മതിക്കുന്നത് വലിയ അപകടത്തിനു കാരണമാകും.

നിയമസഭകൾക്ക് പരമാധികാരമില്ലെങ്കിലും സഭയിലെ നടപടികൾ കോടതിയുടെ പരിശോധനയിൽനിന്ന് വിമുക്തമാണ്. സഭ പാസാക്കുന്ന നിയമത്തിന്റെ സാധുതയല്ലാതെ സ്പീക്കറുടെ തീരുമാനങ്ങൾ കോടതിയുടെ പരിശോധനയ്ക്ക് വിധേയമല്ല. സഭയിലെ നടപടികൾ കോടതിയിലും കോടതിയിലെ നടപടികൾ സഭയിലും ചർച്ചയാകരുതെന്ന് ഭരണഘടന അനുശാസിക്കുന്നു. *ദേശാഭിമാനി* ലേഖകൻ ആർ എസ് ബാബുവിന്റെ കേസിൽ മൗലികാവകാശലംഘനം ആരോപിക്കപ്പെട്ടപ്പോഴാണ് കോടതിയുടെ പരിശോധനയുണ്ടായത്. വ്യക്തികൾക്കെന്നപോലെ സാമാജികർക്കും മൗലികാവകാശങ്ങളുടെ പേരിൽ കോടതിയെ സമീപിക്കാം. പട്നയിൽ ജെഡിയു നിയമസഭാകക്ഷി നേതാവായി നിതീഷ് കുമാറിനെ തിരഞ്ഞെടുത്തത് സ്പീക്കർ അംഗീകരിച്ചു. ആ തീരുമാനം പട്ന ഹൈക്കോടതി സ്റ്റേ ചെയ്തു. അതിനുള്ള അധികാരം കോടതിക്കില്ല. പാർട്ടിയിലെ പിളർപ്പ് പത്താം പട്ടികയുടെ പരിധിയിൽ വരുമോ എന്ന കാര്യംപോലും തീരുമാനിക്കേണ്ടത് സ്പീക്കറാണ്; കോടതിയല്ല. സ്പീക്കർ തെറ്റായി തീരുമാനിച്ചാൽ തിരുത്തേണ്ടത് നിയമസഭയാണ്. എല്ലാം ഭൂരിപക്ഷത്തെ ആശ്രയിച്ചിരിക്കുന്നു. ഭൂരിപക്ഷമാകട്ടെ തെളിയിക്കപ്പെടേണ്ടത് സഭയിലാണ്.

4

വോട്ടിന് നിർബ്ബന്ധം വേണ്ടാ

നിർബ്ബന്ധമായും വോട്ട് ചെയ്യണമെന്ന് നിഷ്കർഷിക്കുന്ന ആദ്യത്തെ സംസ്ഥാനമായി ഗുജറാത്ത്. പഞ്ചായത്ത് തിരഞ്ഞെടുപ്പിൽ വോട്ട് നിർബ്ബന്ധമാക്കിക്കൊണ്ട് 2009 ൽ നിയമസഭ പാസാക്കിയ നിയമത്തിന് ഗവർണറുടെ അനുമതി ലഭിക്കാൻ അഞ്ചുവർഷം വേണ്ടിവന്നുവെന്നത് നിയമത്തിന്റെ അസാധാരണത്വത്തിനു തെളിവായി. രണ്ടുവട്ടം ഗവർണർ മടക്കിയ ബില്ലാണ് 2011 ൽ നിയമസഭ വീണ്ടും പാസാക്കി 2014 ൽ ഗവർണറുടെ അനുമതി സമ്പാദിച്ചത്. ചട്ടങ്ങൾ തയ്യാറാക്കി വിജ്ഞാപനം പുറപ്പെടുവിക്കുന്നതോടെ നിയമം പ്രാബല്യത്തിൽ വരും. വോട്ട് ചെയ്യാതിരിക്കുന്നതിനുള്ള അനുവദനീയമായ സാഹചര്യങ്ങൾ നിയമത്തിൽ വിവരിക്കുന്നുണ്ട്. അനുവാദമില്ലാതെ വോട്ടവകാശം നിരാകരിക്കുന്നവർക്കുള്ള ശിക്ഷ എന്തെന്ന കാര്യത്തിൽ വ്യക്തത വന്നിട്ടില്ല.

നിർബ്ബന്ധവോട്ട് ജനാധിപത്യത്തിന്റെ അടിസ്ഥാനതത്ത്വങ്ങൾക്ക് വിരുദ്ധമാണ്. ജനാധിപത്യത്തിലെ വിലയേറിയ അവകാശമാണ് വോട്ട്. അവകാശങ്ങൾ അനുഭവിക്കുന്നവർക്ക് അവയെ നിരാകരിക്കുന്നതിനും അവകാശമുണ്ട്. സംസാരിക്കുന്നതിനും അഭിപ്രായം പ്രകടിപ്പിക്കുന്നതിനുമുള്ള അവകാശം മൗലികമാണെങ്കിൽ നിശ്ശബ്ദതയ്ക്കുള്ള അവകാശവും മൗലികമാണ്. അഭിപ്രായപ്രകടനത്തിനുള്ള സ്വാതന്ത്ര്യത്തിന്റെ ഭാഗമാണ് വോട്ട് ചെയ്യുന്നതിനുള്ള അവകാശം. ജനാധിപത്യത്തിലെ അഭിപ്രായപ്രകടനമാണ് വോട്ട്. അത് പ്രകടിപ്പിക്കാതിരിക്കുന്നതും അവകാശത്തിന്റെ ഭാഗമാണ്. ജീവിക്കുന്നതിനുള്ള അവകാശത്തിന്റെ കാര്യത്തിൽ മാത്രമാണ് വ്യത്യസ്തമായ നിലപാട് നിയമത്തിലുള്ളത്. ആത്മഹത്യ കുറ്റമല്ലെങ്കിലും ആത്മഹത്യക്ക് ശ്രമിച്ച് പരാജയപ്പെടുന്നത് കുറ്റമാണ്. ജീവിക്കുന്നതിനുള്ള അവകാശത്തിൽ ജീവിക്കാതിരിക്കുന്നതി

നുള്ള അവകാശം ഉൾപ്പെടുന്നില്ല. മറ്റെല്ലാ അവകാശങ്ങളും സ്വീകരിക്കുകയോ നിരസിക്കുകയോ ചെയ്യാം.

നിർബ്ബന്ധവോട്ടും നിഷേധവോട്ടും അനുബന്ധമായ അവകാശങ്ങളാണ്. ഇഷ്ടപ്പെട്ട വരനെ കാണുന്നില്ലെങ്കിൽ എല്ലാവരെയും നിരാകരിക്കുന്നതിനുള്ള അവകാശം സ്വയംവരത്തിനെത്തുന്ന യുവതിക്കുണ്ട്. നിഷേധവോട്ട് സാദ്ധ്യമായ സാഹചര്യത്തിൽ നിർബ്ബന്ധവോട്ടിൽ അസാംഗത്യമുണ്ടോ എന്ന ചോദ്യം സ്വാഭാവികമാണ്. ചെയ്യാതിരിക്കുന്ന വോട്ടും നിഷേധവോട്ടാണ്. പോളിങ് ബൂത്തിലേക്ക് പോകാതിരിക്കുന്ന സമ്മതിദായകരും ജനാധിപത്യപ്രക്രിയയിൽ പങ്കെടുക്കുന്നുണ്ട്. ജനാധിപത്യത്തിൽ വിശ്വാസമില്ലാത്തവരുമുണ്ട്. എല്ലാവരെയും നിർബ്ബന്ധമായി വിശ്വാസികളാക്കുകയെന്നത് ജനാധിപത്യത്തിന്റെ രീതിയല്ല. നിലപാടിന്റെയും വിശ്വാസത്തിന്റെയും അടിസ്ഥാനത്തിൽ അവർക്ക് വോട്ട് ചെയ്യാതിരിക്കാം. യഹോവയുടെ ഭരണത്തിലല്ലാതെ മറ്റൊരു ഭരണത്തിലും വിശ്വാസമില്ലാത്ത യഹോവാ സാക്ഷികൾ വോട്ട് ചെയ്യാറില്ല. ദേശീയഗാനം ആലപിക്കാതിരിക്കുന്നതിനും ദേശീയപതാകയെ വന്ദിക്കാതിരിക്കുന്നതിനും നിയമം അവർക്ക് അനുവാദം നല്കിയിട്ടുണ്ട്. അങ്ങനെയെങ്കിൽ അവരെ ശിക്ഷിക്കുമെന്ന് ഭീഷണിപ്പെടുത്തി വോട്ട് ചെയ്യിക്കാൻ കഴിയുമോ? അവരെ സംബന്ധിച്ച് അത് വിശ്വാസത്തിന്റെ പ്രശ്നമാണ്.

വിശ്വാസത്തിന്റെയോ അലസതയുടെയോ അസൗകര്യത്തിന്റെയോ അടിസ്ഥാനത്തിൽ മാത്രമല്ല ജനങ്ങൾ വോട്ട് ചെയ്യാതിരിക്കുന്നത്. നിലപാടുകളുടെ അടിസ്ഥാനത്തിൽ വോട്ട് ചെയ്യാത്തവരുണ്ട്. ഇന്ന് വോട്ട് ചെയ്യാത്തവർ നാളെ വോട്ട് ചെയ്യും. അങ്ങനെയുള്ളവരെ ലക്ഷ്യമാക്കിയാണ് രാഷ്ട്രീയപ്രവർത്തനം നടക്കുന്നത്. ദേവാലയത്തിലെ ഗായകസംഘത്തോടല്ല പുറത്ത് വട്ടക്കല്ലിൽ നില്ക്കുന്നവരോടാണ് പുരോഹിതൻ പ്രസംഗിക്കുന്നത്. അവർ സ്വമേധയാ അകത്തേക്ക് വരുമ്പോഴാണ് വിശ്വാസം പൂർണ്ണമാകുന്നത്. രാഷ്ട്രീയത്തിലും വിശ്വാസങ്ങളും നിലപാടുകളും മാറും. അതനുസരിച്ച് ജനങ്ങൾ പോളിങ് ബൂത്തിലെത്തുകയും പോസിറ്റീവ് വോട്ടോ നെഗറ്റീവ് വോട്ടോ രേഖപ്പെടുത്തുകയും ചെയ്യും. അതാണ് ജനാധിപത്യം. ജനാധിപത്യത്തിൽ നിർബ്ബന്ധങ്ങൾക്ക് ഇടമില്ല. നിർബ്ബന്ധ സൈനികസേവനംപോലെയാണ് നിർബ്ബന്ധ വോട്ട്. രാഷ്ട്രവും ജനാധിപത്യവും നിലനില്ക്കുന്നത് നിർബ്ബന്ധങ്ങളിലല്ല.

പ്രതിഷേധിക്കുന്നതിനുവേണ്ടി വോട്ട് ചെയ്യാത്തവരുണ്ട്. ഏതെങ്കിലും ആവശ്യത്തെ മുൻനിർത്തി ഒരു പ്രദേശത്തെ ജനങ്ങൾ കൂട്ടത്തോടെ തിരഞ്ഞെടുപ്പ് ബഹിഷ്കരിക്കുമെന്ന് ഭീഷണിപ്പെടുത്തുമ്പോൾ സ്ഥാനാർത്ഥികളും പാർട്ടികളും അവിടെ ശ്രദ്ധിക്കും. ജനാധിപത്യത്തിലെ മൂർച്ചയും ശക്തിയുമുള്ള ആയുധമാണ് വോട്ടെങ്കിൽ അതെങ്ങനെ പ്രയോഗിക്കണമെന്ന് ജനങ്ങൾ തീരുമാനിക്കട്ടെ. ജനകീയവോട്ടിന്റെ പ്രയോഗസാദ്ധ്യതകൾ നിരവധിയാണ്. പോളിങ് ശതമാനം ഉയർത്തുന്നതിനുള്ള ഉപകരണം മാത്രമല്ല വോട്ട്.

പ്രായപൂർത്തിയുടെ മാത്രം അടിസ്ഥാനത്തിൽ സാർവ്വത്രികമായ വോട്ടവകാശത്തിലൂടെ ജനാധിപത്യത്തിലേക്ക് പ്രവേശിച്ച രാജ്യമാണ് ഇന്ത്യ. ലോകത്തിലെ ഏറ്റവും വലിയ ജനാധിപത്യമെന്ന് ഇന്ത്യയെ വിശേഷിപ്പിക്കുന്നത് ജനസംഖ്യയെമാത്രം അടിസ്ഥാനമാക്കിയല്ല. നിർണ്ണായകമായ ഘട്ടങ്ങളിൽ നിർണ്ണായകമായി വോട്ട് ചെയ്യാൻ അറിയാവുന്നവരാണ് ഇന്ത്യയിലെ വോട്ടർമാർ. ജനാധിപത്യത്തെ സംരക്ഷിക്കുന്നതും നിലനിർത്തുന്നതും അവരാണ്. ശിക്ഷയുടെ ചാട്ടയുമായി വോട്ടിങ് കേന്ദ്രങ്ങളിലേക്ക് അടിച്ചെത്തിക്കേണ്ട കാലിക്കൂട്ടമല്ല അവർ. അവരെ അങ്ങനെ കാണുന്നവരാണ് നിർബ്ബന്ധവോട്ടിനെ ന്യായീകരിക്കുന്നത്. വോട്ട് ചെയ്യുന്നതിനുള്ള അവകാശത്തോടൊപ്പം വോട്ട് ചെയ്യാതിരിക്കുന്നതിനുള്ള അവകാശവും ജനപ്രാതിനിധ്യ നിയമത്തിലുണ്ട്.

നിർബ്ബന്ധവോട്ട്, നിഷേധവോട്ട്, പ്രവാസിവോട്ട്, ഓൺലൈൻ വോട്ട് എന്നിങ്ങനെ പല കാര്യങ്ങളും ചർച്ചയ്ക്ക് വരാറുണ്ട്. ജയിച്ചുപോകുന്ന ജനപ്രതിനിധികളെ തിരിച്ചുവിളിക്കാനുള്ള അവകാശത്തെക്കുറിച്ചും സംസാരമുണ്ട്. സാങ്കേതികമായ സാദ്ധ്യതകൾ മാത്രമല്ല ഇക്കാര്യങ്ങളിൽ പരിശോധിക്കേണ്ടത്. ജനാധിപത്യത്തിൽ അന്തർല്ലീനമായ മൗലികതത്ത്വങ്ങളുടെ പരിശോധന അനിവാര്യമാണ്. പ്രലോഭനം കുറ്റമാണെങ്കിൽ ഭീഷണിയും കുറ്റമാണ്. നിയമത്തിന്റെ ഭീഷണിയാണ് ശിക്ഷ. പ്രലോഭനവും ഭീഷണിയുമില്ലാതെ സ്വന്തവും സ്വതന്ത്രവുമായ മനസ്സോടെ പോളിങ് ബൂത്തിലെത്തുന്ന സമ്മതിദായകരാണ് ജനാധിപത്യത്തിന് ശക്തിയും സൗന്ദര്യവും നല്കുന്നത്.

മൂല്യങ്ങളിൽ അധിഷ്ഠിതമായ ജനാധിപത്യ സംസ്കാരം പരിപോഷിപ്പിക്കാനാണ് ഭരണകൂടവും രാഷ്ട്രീയപ്രസ്ഥാനങ്ങളും പരിശ്രമിക്കേണ്ടത്. മൂല്യരഹിതമായ ജനാധിപത്യം അനായാസം ഏകാധിപത്യത്തിലേക്ക് വഴുതിവീഴും. ഹിറ്റ്ലറുടെ കാലത്ത് ജർമ്മനിയിൽ അതാണ് സംഭവിച്ചത്. പോളിങ് നൂറുശതമാനമാകുന്നതുകൊണ്ടോ വിജയി 99. 99 ശതമാനം വോട്ട് കരസ്ഥമാക്കിയതുകൊണ്ടോ ജനാധിപത്യത്തിന് തെളിമയുണ്ടാവില്ല. അത് സംശയങ്ങൾക്ക് കാരണമാകും. പാർലമെന്റിലായാലും പോളിങ് ബൂത്തിലായാലും ഹാജരാകുന്നവരുടെ വോട്ടാണ് പരിഗണിക്കുന്നത്. വിപ്പുണ്ടായിട്ടും പാർലമെന്റിലും നിയമസഭകളിലും മുഴുവൻ പേരും വോട്ട് ചെയ്യുന്നില്ല. വോട്ട് ചെയ്യാത്ത ജനപ്രതിനിധികൾക്ക് എങ്ങനെ ജനങ്ങളെ വോട്ട് ചെയ്യാൻ നിർബ്ബന്ധിക്കാൻ കഴിയും?

ക്രമാനുഗതം ജനങ്ങളുടെ വോട്ടിങ് പങ്കാളിത്തം വർദ്ധിക്കുന്ന കാഴ്ചയാണ് ഇന്ത്യൻ തിരഞ്ഞെടുപ്പുകളിൽ കാണുന്നത്. വോട്ട് ചെയ്യുന്നതിന് സൗകര്യങ്ങൾ ഏറെയുണ്ടെങ്കിലും അമേരിക്കയിൽ പോളിങ് ഇന്ത്യയിലെപ്പോലെ ഉയരാറില്ല. അത് അവിടെ വലിയ ഉൽക്കണ്ഠയ്ക്ക് കാരണമാകുന്നില്ല. അറിവിലൂടെ ജനങ്ങളെ ശക്തരും പ്രബുദ്ധരും ആക്കുകയെന്നതാണ് പരമപ്രധാനമായ കാര്യം. ഇതിനുള്ള തടസ്സങ്ങളാണ് നീക്കേണ്ടത്. പ്രബുദ്ധരാകുന്ന വോട്ടർമാർ സ്വാധീനങ്ങൾക്കും

സമ്മർദ്ദങ്ങൾക്കും വഴങ്ങാതെ സമ്മതിദാനാവകാശം വിനിയോഗിക്കും. അതിന് നിയമത്തിന്റെ നിർബ്ബന്ധം വേണ്ടിവരില്ല. ജനാധിപത്യത്തിന്റെ ആരോഗ്യകരമായ നിലനില്പിന് ആവശ്യമായ പ്രാണവായു ലഭിക്കുന്നത് തിരഞ്ഞെടുപ്പിലൂടെയാണ്. അതിന് തടസ്സമാകുന്ന മലിനീകരണം അന്തരീക്ഷത്തിൽ സംഭവിക്കുന്നുണ്ട്. അവയെ ഒഴിവാക്കുന്നതിനുള്ള കാര്യങ്ങളിലാണ് നിയമനിർമ്മാതാക്കളുടെ ശ്രദ്ധ പതിയേണ്ടത്. അകന്നുനില്ക്കുന്നവരും അകന്നുനിന്ന് വീക്ഷിക്കുന്നവരും ജനാധിപത്യത്തിന്റെ ഭാഗമാണ്. അവർക്കുള്ള ഇടം നിഷേധിക്കുന്നതാണ് ഗുജറാത്തിലെ നിയമം. കോടതിയിൽ എത്തുവോളം മാത്രം ആയുസ്സുള്ളതാണ് രാജ്ഭവനിലെ ഇൻക്യുബേറ്ററിൽനിന്ന് പുറത്തെടുത്തിരിക്കുന്ന നിയമം.

5

നേതാവില്ലാത്ത പ്രതിപക്ഷം

പതിനാറാം ലോകസഭയിൽ പ്രതിപക്ഷ നേതാവില്ല. അങ്ങനെയൊരു പദവിയെക്കുറിച്ച് ഭരണഘടനയിൽ പരാമർശമില്ലെങ്കിലും പ്രതിപക്ഷനേതാവിന്റെ അഭാവം ഗുരുതരമായ ഭരണപ്രതിസന്ധിക്ക് കാരണമാകും. ദേശീയ മനുഷ്യാവകാശ കമീഷൻ, കേന്ദ്ര വിജിലൻസ് കമീഷൻ, മുഖ്യ വിവരാവകാശ കമീഷണർ, ലോക് പാൽ എന്നിങ്ങനെ പ്രധാനപ്പെട്ട പല പദവികളിലേക്കുമുള്ള നിയമനങ്ങളിൽ പ്രതിപക്ഷനേതാവിന് പങ്കുണ്ട്. അതിനേക്കാളുപരിയായി പ്രതിപക്ഷ നേതാവില്ലാതെ ലോകസഭയ്ക്ക് ഫലപ്രദമായി പ്രവർത്തിക്കാനാവില്ല. പ്രതിപക്ഷ നേതാവില്ലാത്ത സഭ തൂക്കക്കട്ടി വയ്ക്കാത്ത തുലാസ്പോലെ അസന്തുലിതമായിരിക്കും.

ലോകസഭയിൽ എക്കാലവും പ്രതിപക്ഷ നേതാവ് ഉണ്ടായിരുന്നിട്ടില്ല. സഭയിലെ മൊത്തം അംഗങ്ങളുടെ പത്തുശതമാനമുള്ള പാർട്ടിയുടെ നേതാവിനാണ് പ്രതിപക്ഷ നേതാവ് എന്ന അംഗീകാരം കിട്ടുന്നത്. ആദ്യത്തെ സ്പീക്കർ മാവ്ലങ്കറുടെ കാലത്തുണ്ടായതാണ് ഈ വ്യവസ്ഥ. മുപ്പത് അംഗങ്ങളുണ്ടെങ്കിൽ പാർലമെന്ററി ഗ്രൂപ്പ് എന്ന അംഗീകാരം ലഭിക്കും. ആദ്യ ലോകസഭയിൽ കമ്യൂണിസ്റ്റ് പാർട്ടി അംഗീകൃത ഗ്രൂപ്പായിരുന്നു. ഈ ഗ്രൂപ്പിന്റെ നേതാവെന്ന നിലയിലാണ് എ കെ ഗോപാലൻ പ്രതിപക്ഷ നേതാവായി അറിയപ്പെട്ടത്. അക്കാലത്ത് പ്രതിപക്ഷ നേതാവിന് ക്യാബിനറ്റ് പദവിയോ ആനുകൂല്യങ്ങളോ ഇല്ലാതിരുന്നതിനാൽ നിയമപരമോ സാങ്കേതികമോ ആയ പ്രശ്നങ്ങൾ ഉണ്ടായില്ല. ഉത്തമമായ പാർലമെന്ററി കീഴ്വഴക്കങ്ങൾ സൃഷ്ടിക്കുന്നതിൽ തല്പരനായിരുന്ന പ്രധാനമന്ത്രി ജവാഹർലാൽ നെഹ്റു സാങ്കേതികത്വം മാറ്റിവച്ച് എ കെ ജിയെ പ്രതിപക്ഷ നേതാവായി പരിഗണിക്കുകയും ചെയ്തു.

1969 ൽ കോൺഗ്രസ് പാർട്ടി പിളർന്നതോടെയാണ് ലോകസഭയിൽ പ്രതിപക്ഷ നേതാവുണ്ടായത്. അറുപത് അംഗങ്ങളുള്ള സംഘടനാ കോൺഗ്രസിന്റെ നേതാവെന്ന നിലയിൽ ഡോ. റാം സുഭഗ് സിങ്ങായിരുന്നു ആ പദവിയിലേക്ക് ഉയർത്തപ്പെട്ടത്. പിന്നീട് 1977 ലെ തിരഞ്ഞെടുപ്പുവരെ ലോകസഭയിൽ പ്രതിപക്ഷ നേതാവുണ്ടായില്ല. ജനതാ പാർട്ടി അധികാരത്തിലെത്തിയ ആ തിരഞ്ഞെടുപ്പിൽ കോൺഗ്രസിന് 153 അംഗങ്ങളാണുണ്ടായിരുന്നത്. വൈ ബി ചവാൻ പ്രതിപക്ഷ നേതാവായി. ഇക്കാലയളവിലാണ് പ്രതിപക്ഷ നേതാവിന്റെ ശമ്പളവും ആനുകൂല്യങ്ങളും സംബന്ധിച്ച നിയമം ഉണ്ടായത്. അംഗീകാരത്തിന് പത്തു ശതമാനമെന്ന നിബന്ധനയുണ്ടായി. അതോടൊപ്പം പ്രതിപക്ഷ നേതാവിന് ക്യാബിനറ്റ് പദവിയും മന്ത്രിക്കർഹമായ സൗകര്യങ്ങളും നല്കി.

കേവലം 44 അംഗങ്ങൾമാത്രമുള്ള കോൺഗ്രസിന് പതിനാറാം ലോകസഭയിൽ അംഗീകൃത പാർട്ടിയായി പരിഗണിക്കപ്പെടുന്നതിനുള്ള അർഹതയില്ല. കോൺഗ്രസിന്റെ നേതാവിന് പ്രതിപക്ഷ നേതാവാകാനും കഴിയില്ല. യു പി എ സഖ്യത്തിന് അറുപത് അംഗങ്ങളുണ്ടെങ്കിലും അത് പ്രതിപക്ഷ നേതാവിന്റെ പരിഗണനയിൽ കണക്കാക്കപ്പെടില്ല. ഓരോ പാർട്ടിക്കും നേടാൻ കഴിഞ്ഞ സീറ്റല്ലാതെ സഖ്യത്തിന്റെ സീറ്റുകൾ പ്രസക്തമാകുന്നില്ല. ഔദാര്യത്തിന്റെയോ പ്രായോഗികതയുടെയോ പേരിൽപോലും പാർലമെന്റ് പാസാക്കിയ നിയമത്തെ സ്പീക്കർക്ക് മറികടക്കാനാവില്ല. തങ്ങൾക്ക് ലഭിക്കാതെ പോകുന്നത് മറ്റാർക്കും ലഭിക്കില്ലെന്ന ആശ്വാസംമാത്രമാണ് കോൺഗ്രസിനുള്ള സമാശ്വാസം. എ ഐ എ ഡി എം കെയും തൃണമൂൽ കോൺഗ്രസും ബിജു ജനതാദളും പേർന്ന് 91 അംഗങ്ങളുണ്ടെങ്കിലും ഒറ്റയ്ക്കൊറ്റയ്ക്ക് ആ പാർട്ടികൾക്കൊന്നും നിർദ്ദിഷ്ടമായ 55 എന്ന സംഖ്യാബലമില്ല.

ലോകത്തിലെ ഏറ്റവും വലിയതെന്ന് പ്രകീർത്തിക്കപ്പെടുന്ന ഇന്ത്യൻ ജനാധിപത്യം ഒറ്റക്കാലിൽ നീങ്ങേണ്ട പരുവത്തിലായി. പ്രതിപക്ഷത്തിരിക്കുമെന്ന് ഭീഷണിപ്പെടുത്തിയ രാഹുൽ ഗാന്ധിക്ക് അവിടെയും നേതാവിന്റെ ഇരിപ്പിടമില്ല. ഗുരുതരമായ അവസ്ഥയാണിത്. ഏകകക്ഷി സമഗ്രാധിപത്യം എന്നതായിരുന്നു ആദ്യകാലത്ത് ഇന്ത്യൻ പാർലമെന്ററി വ്യവസ്ഥയുടെ ദോഷം. പിന്നീട് കക്ഷികളുടെ ബാഹുല്യമായി. പ്രാദേശികകക്ഷികളെ കൂട്ടുപിടിക്കാതെ ദേശീയകക്ഷികൾക്ക് ഗവൺമെന്റ് രൂപീകരിക്കാനാവില്ലെന്ന സാഹചര്യമുണ്ടായി. ഇപ്പോൾ പഴയ അവസ്ഥയിലേക്ക് ഇന്ത്യൻ പാർലമെന്റ് തിരിച്ചുപോയിരിക്കുന്നു. ആരോഗ്യകരമായ പുരോഗതിയല്ല ഇക്കാര്യത്തിലുണ്ടായത്. രാജ്യത്തിന്റെ ഭരണാവകാശം ജന്മാവകാശമായി കരുതി അഹങ്കരിക്കുന്ന ഗ്രാൻഡ് ഓൾഡ് പാർട്ടിയെ സംബന്ധിച്ച് അപമാനകരമായ അവസ്ഥയാണിത്.

ഭരണകക്ഷിയും പ്രതിസന്ധിയിലാണ്. സഭയിലെ സീറ്റ് മുഴുവൻ നേടിയാലും പ്രതിപക്ഷമില്ലാതെ ഭരിക്കാനാവില്ല. അതാണ് ജനാധിപത്യ

ത്തിന്റെ സവിശേഷത. 1984 ൽ കോൺഗ്രസിന് 398 അംഗങ്ങളെ ലഭിച്ച ലോകസഭയിൽ അംഗീകൃത പ്രതിപക്ഷമില്ലായിരുന്നു. സി പി ഐ (എം) തെലുഗുദേശവും മുപ്പതു വീതം അംഗങ്ങളോടെ അംഗീകൃത ഗ്രൂപ്പ് എന്ന പദവി നേടി. ഒരാൾ കൂറുമാറിയതോടെ തെലുഗുദേശത്തിന് ആ പദവിയും നഷ്ടമായി. ബോഫോഴ്സ് അഴിമതിയുടെ പേരിൽ സദാ പ്രക്ഷുബ്ധമായിരുന്ന സഭയിൽനിന്ന് ഒടുവിൽ പ്രതിപക്ഷം പൂർണ്ണമായി ഒഴിഞ്ഞു. പക്ഷേ, പ്രതിപക്ഷം ഇല്ലാത്ത സഭ നിലനിർത്തി കാലാവധി പൂർത്തിയാക്കാൻ രാജീവ് ഗാന്ധിക്കായില്ല. സഭ പിരിച്ചുവിട്ട് അദ്ദേഹത്തിന് തിരഞ്ഞെടുപ്പിലേക്ക് പോകേണ്ടിവന്നു. പ്രതിപക്ഷം ഇല്ലാത്ത അവസ്ഥയിൽ സഭ പ്രേതഭവനമായി മാറും. അവിടെ ഭരണകക്ഷിക്ക് എത്ര അംഗങ്ങളുണ്ടെങ്കിലും സ്വാസ്ഥ്യത്തോടെ കഴിയാനാവില്ല. പ്രതിപക്ഷത്തിന്റെ അഭാവത്തിൽ എടുക്കപ്പെടുന്ന തീരുമാനങ്ങൾക്കും നടപടികൾക്കും വിശ്വാസ്യതയും ജനങ്ങളുടെ അംഗീകാരവും ഉണ്ടാവില്ല.

പ്രതിപക്ഷനേതാവുമായുള്ള പ്രധാനമന്ത്രിയുടെ ആശയവിനിമയം പാർലമെന്റിന്റെ സുഗമമായ പ്രവർത്തനത്തിന് അനിവാര്യമാണ്. ബ്രിട്ടനിൽ പ്രതിപക്ഷനേതാവ് കാണാമറയത്തെ പ്രധാനമന്ത്രിയാണ്. അദ്ദേഹത്തിനുമുണ്ടാകും സാങ്കല്പികമായ ഒരു മന്ത്രിസഭ. ഭരണപരവും നിയമനിർമ്മാണപരവുമായ കാര്യങ്ങൾ അവർ വൈദഗ്ദ്ധ്യത്തോടെ പഠിക്കുന്നു. ഗവൺമെന്റിനെ ശക്തമായി വിമർശിക്കുന്നു. പാർലമെന്ററി നടപടികളിൽ സ്പീക്കറേക്കാൾ അവഗാഹം പ്രതിപക്ഷനേതാവിനുണ്ടാകണം. ഭരണകാര്യങ്ങളിൽ പ്രധാനമന്ത്രിക്കൊത്ത പരിജ്ഞാനം അദ്ദേഹത്തിനുണ്ടാകണം. സമരമുഖത്ത് മുന്നേറുന്ന പടനായകനെപ്പോലെ മാറുന്ന സാഹചര്യങ്ങൾക്കൊത്ത് തന്ത്രങ്ങൾ ആവിഷ്കരിക്കുന്നതിനും പ്രയോഗിക്കുന്നതിനുമുള്ള സാമർത്ഥ്യവും വേണം.

പ്രധാനമന്ത്രി അധികാരമൊഴിഞ്ഞാൽ അതേറ്റെടുക്കുന്നതിന് സദാ സന്നദ്ധനായിരിക്കണം പ്രതിപക്ഷ നേതാവ്. ഇന്ത്യയിൽ പ്രതിപക്ഷ നേതൃസ്ഥാനത്തുനിന്ന് പ്രധാനമന്ത്രിപദത്തിലെത്തിയിട്ടുള്ളത് വാജ്പേയി മാത്രമാണ്. മൊറാർജി ദേശായിയുടെ മന്ത്രിസഭ നിലംപതിച്ചപ്പോൾ പ്രധാനമന്ത്രിയാകാൻ പ്രതിപക്ഷ നേതാവായിരുന്ന വൈ ബി ചവാൻ ക്ഷണിക്കപ്പെട്ടെങ്കിലും അംഗശക്തി ഇല്ലാത്തതിനാൽ അദ്ദേഹം ക്ഷണം സ്വീകരിച്ചില്ല.

മുന്നണിയുടെ നേതാവിന് പ്രധാനമന്ത്രിയാകാം. എന്നാൽ ഭരണഘടനയിലെ പത്താം പട്ടികയും അതിന്റെ അടിസ്ഥാനത്തിൽ ജനപ്രാതിനിധ്യ നിയമത്തിൽ വരുത്തിയ മാറ്റവും രാഷ്ട്രീയകക്ഷികളെ വേറിട്ടാണ് കാണുന്നത്. പ്രതിപക്ഷ നേതാവിന്റെ അംഗീകാരവും ആനുകൂല്യങ്ങളും സംബന്ധിച്ച 1998 ലെ നിയമമനുസരിച്ച് പത്തുശതമാനം എന്ന കുറഞ്ഞ സംഖ്യ നിർബ്ബന്ധമാണ്. നിയമം വിട്ട് സ്പീക്കർക്ക് വിവേചനാധികാരം പ്രയോഗിക്കാനാവില്ല. അതുകൊണ്ട് യു പി എയ്ക്കോ ഇതര പ്രതിപക്ഷ കക്ഷികളുടെ മുന്നണിക്കോ നേതൃപദവി അവകാ

ശപ്പെടാനാവില്ല. പ്രതിപക്ഷ നേതൃപദവി കോൺഗ്രസിന് അവകാശപ്പെട്ടതാണെന്ന് കോൺഗ്രസിലെ നിയമജ്ഞാനികൾ പറയുന്നത് വെറുതെയാണ്. സൗമനസ്യത്തിന്റെ പ്രകടനമെന്ന നിലയിലോ ഔദാര്യമെന്ന നിലയിലോ കോൺഗ്രസിന് അത് നല്കാനാവില്ല.

ഇന്ത്യയിലെ പാർലമെന്ററി ജനാധിപത്യത്തിന്റെ ഈ അവസ്ഥ അത്ര സന്തോഷകരമല്ല. ഭരിക്കുന്നതിന് പ്രധാനമന്ത്രിയും എതിർക്കുന്നതിന് പ്രതിപക്ഷ നേതാവും എന്നതാണ് പാർലമെന്ററി സമ്പ്രദായത്തിലെ അംഗീകൃതമായ അവസ്ഥ. എതിർക്കുന്നതിനും തെറ്റുകൾ ചൂണ്ടിക്കാണിക്കുന്നതിനും സംവിധാനമില്ലെങ്കിൽ എത്ര നല്ലതും ചീത്തയാകും. ഈ ആശങ്ക വ്യാപകമാകുന്ന ദുരവസ്ഥയിലാണ് നരേന്ദ്ര മോദി ഭരണം ആരംഭിച്ചത്. പാർലമെന്റിന്റെ ആദ്യകാലത്തേക്കുള്ള തിരിച്ചുപോക്കാണിത്. അന്ന് കമ്യൂണിസ്റ്റ് പാർട്ടിയും പത്രങ്ങളും ചേർന്നാണ് പ്രതിപക്ഷത്തിന്റെ ദൗത്യം നിർവ്വഹിച്ചത്. പരിമിതമായ അംഗബലത്തോടെയാണെങ്കിലും കമ്യൂണിസ്റ്റ് പാർട്ടികൾക്കും മാധ്യമങ്ങൾക്കും ആ ദൗത്യം 2014 ൽ വീണ്ടും ഏറ്റെടുക്കേണ്ടിവന്നു.

6

ഊതിയാൽ കത്തുന്ന തീപ്പൊരികൾ

മുന്നൂറ്റി എഴുപത് സീറ്റ് നേടും, 370 റദ്ദാക്കും എന്നത് ബി ജെ പി യുടെ പഴയ കാലത്തെ ഒരു തിരഞ്ഞെടുപ്പ് മുദ്രാവാക്യമായിരുന്നു. ആ തിരഞ്ഞെടുപ്പിൽ ബി ജെ പിയുടെ സ്ഥാനം പ്രതിപക്ഷത്തായിരുന്നു. ഭരണഘടനയുടെ അനുച്ഛേദം 370 റദ്ദാക്കണമെന്ന നിലപാട് ബി ജെ പി ഉപേക്ഷിച്ചിട്ടില്ല. പ്രധാനമന്ത്രി നരേന്ദ്ര മോദിയുടെ ഓഫീസിൽ സഹമന്ത്രിയായ ജിതേന്ദ്ര സിങ്ങിന്റെ അനവസരത്തിലുള്ള പ്രസ്താവന ആ വിഷയത്തെ വീണ്ടും സജീവമാക്കി. ഇപ്പോൾ ചർച്ചയ്ക്കെടുക്കാവുന്ന വിഷയമല്ല അതെന്ന സന്ദേശമാണ് തീവ്രമായ പ്രതികരണങ്ങളിലൂടെ ഉണ്ടായത്.

ജമ്മു-കശ്മീർ സംസ്ഥാനത്തെ സംബന്ധിച്ചുള്ള താല്ക്കാലിക വ്യവസ്ഥകളാണ് അനുച്ഛേദം 370. അതനുസരിച്ച് റിപ്പബ്ലിക്കിനുള്ളിൽ സ്വയംഭരണാവകാശമുള്ള മറ്റൊരു റിപ്പബ്ലിക്കായി ജമ്മു -കശ്മീർ മാറി. ഇന്ത്യാ യൂണിയന്റെ ഘടകമായിരിക്കുമ്പോഴും യൂണിയന്റെ അധികാരം അവിടെ പരിമിതമാണ്. അവരുടെ ഭരണഘടന അവരുണ്ടാക്കിയതാണ്. പാർലമെന്റ് പാസാക്കുന്ന ഏതു നിയമത്തിലും അത് ജമ്മു-കശ്മീരിന് ബാധകമല്ലെന്ന് വ്യക്തമാക്കിയിട്ടുണ്ടാകും. വിചിത്രവും വൈരുദ്ധ്യം നിറഞ്ഞതുമായ അവസ്ഥയാണിത്. പക്ഷേ, അതിന് ചരിത്രപരമായ കാരണങ്ങളുണ്ട്. ജമ്മു-കശ്മീർ ഇന്ത്യാ ഡൊമിനിയനിൽ ചേരുന്നതു സംബന്ധിച്ചുണ്ടാക്കിയ പ്രവേശന പ്രമാണത്തിന്റെ അടിസ്ഥാനത്തിലാണ് അനുച്ഛേദം 370 നിലനില്ക്കുന്നത്. ജമ്മു-കശ്മീരുമായുള്ള ഇന്ത്യയുടെ ബന്ധം 370നെ അടിസ്ഥാനമാക്കിത്തന്നെ തുടരുമെന്ന് 1975 ൽ ഇന്ദിര ഗാന്ധി നല്കിയ ഉറപ്പും പ്രാബല്യത്തിലുണ്ട്.

സാവധാനത്തിൽ കാര്യങ്ങൾ പുരോഗമിക്കുന്നുണ്ട്. പ്രതിരോധം,

വിദേശകാര്യം, വാർത്താവിനിമയം എന്നിവയിൽ മാത്രമായി പരിമിതപ്പെടുത്തിയിരുന്ന കേന്ദ്രാധികാരം ഇപ്പോൾ കൂടുതൽ മേഖലകളിലേക്ക് വ്യാപിച്ചിട്ടുണ്ട്. ഇന്ത്യൻ ഭരണഘടനയുടെ കൂടുതൽ ഭാഗങ്ങൾ ജമ്മു–കശ്മീരിനു ബാധകമാക്കിയിട്ടുണ്ട്. സുപ്രീം കോടതിക്കും തിരഞ്ഞെടുപ്പ് കമീഷനും ജമ്മു–കശ്മീരിനുമേൽ ഇപ്പോൾ പൂർണ്ണമായ അധീശത്വമുണ്ട്. അനുച്ഛേദം 370 താല്ക്കാലികമായ വ്യവസ്ഥയാണെന്ന തിരിച്ചറിവിൽ കാര്യങ്ങൾ പുരോഗമിക്കുന്നുവെന്നാണ് ഇതൊക്കെ സൂചിപ്പിക്കുന്ന്. ജമ്മു–കശ്മീരിന്റേത് മാനസികമായ പ്രശ്നമാണ്. ഭൂരിപക്ഷത്തിന്റെ ആധിപത്യത്തിൽ തങ്ങളുടെ സ്വത്വവും അസ്തിത്വവും അപകടത്തിലാകുമോ എന്ന ആശങ്കയാണ് കശ്മീരികൾക്കുള്ളത്. ഭയം മാറുകയും യാഥാർത്ഥ്യബോധം ഉണ്ടാവുകയും ചെയ്യുമ്പോൾ അനുച്ഛേദം 370 താനേ ഇല്ലാതെയാകും. ജമ്മു–കശ്മീർ കോൺസ്റ്റിറ്റ്യുവന്റ് അസംബ്ലിയുടെ ശുപാർശയുടെ അടിസ്ഥാനത്തിൽ രാഷ്ട്രപതിയാണ് പൊതുവിജ്ഞാപനം വഴി വിവാദപരമായ അനുച്ഛേദത്തെ പ്രവർത്തനരഹിതമാക്കേണ്ടത്. അതിനു പകരമുള്ള അക്ഷമ ആപത്തിനു കാരണമാകും. നിരവധി നാട്ടുരാജ്യങ്ങളും ബ്രിട്ടീഷ് നിയന്ത്രണത്തിലുള്ള പ്രവിശ്യകളും ലയിച്ചുണ്ടായ യൂണിയനിൽ പൂർണ്ണമായും ലയിക്കാതെ കിടക്കുന്ന ഖരമാണ് ജമ്മു–കശ്മീർ. ഇടയ്ക്ക് ഇളക്കിക്കൊടുക്കാം. പക്ഷേ, പൊടിക്കാൻ ശ്രമിച്ചാൽ പൊടിയില്ല.

അനുച്ഛേദം 44 നെ സംബന്ധിച്ചും ഇതുതന്നെയാണ് പറയാനുള്ളത്. ഇന്ത്യയൊട്ടാകെ എല്ലാ പൗരന്മാർക്കും ഒരുപോലെ ബാധകമാകുന്ന ഏകരൂപമായ സിവിൽ നിയമസംഹിത ഉണ്ടാകണമെന്നത് ഭരണഘടനയുടെ നിർദ്ദേശമാണ്. രാഷ്ട്രം അതിനുവേണ്ടി യത്നിക്കണമെന്നല്ലാതെ നിർബ്ബന്ധമായും സമയബന്ധിതമായും ചെയ്യേണ്ട കാര്യമല്ല അത്. സമവായത്തിന്റെ അടിസ്ഥാനത്തിലാണ് ഈ നിർദ്ദേശകതത്ത്വം പ്രാവർത്തികമാക്കേണ്ടത്. നല്ല കാര്യങ്ങൾക്ക് സ്വീകാര്യതയുണ്ടാകുന്നത് ജനകീയമായ സമ്മതി ഉണ്ടാകുമ്പോഴാണ്. വില്യം ബെൻടിക്കിന്റെ വിളംബരം ഉണ്ടായതുകൊണ്ടു മാത്രമല്ല സതി ഇല്ലാതായത്. ആ ദുരാചാരത്തിനെതിരെ സമൂഹത്തെ ഉണർത്താൻ രാജാറാം മോഹൻ റോയിക്ക് കഴിഞ്ഞതുകൊണ്ടാണ് നിയമത്തിന് സ്വീകാര്യതയുണ്ടായത്. സ്വീകാര്യതയില്ലാത്ത നിയമങ്ങൾ പ്രാവർത്തികമാക്കാൻ പ്രയാസമാണ്.

അവധാനതയോടെ തയ്യാറാക്കപ്പെട്ടതാണ് നമ്മുടെ ഭരണഘടന. മൂന്നു വർഷത്തെ അദ്ധ്വാനമാണ് അതിനു പിന്നിലുള്ളത്. നിലവിലുള്ള ഭരണഘടനകളിൽ ഏറ്റവും ദൈർഘ്യമുള്ളതായിരുന്നിട്ടും ചേർക്കേണ്ടതെല്ലാം ചേർക്കാൻ കഴിഞ്ഞിട്ടില്ല. വിട്ടുപോയതു പലതും പൂരിപ്പിക്കുന്നതിനുള്ള നിർദ്ദേശം ഭരണഘടനയിലുണ്ട്. പ്രിവിലേജുകളുടെ നിർവ്വചനംതന്നെ ഒരുദാഹരണം. പാർലമെന്റിനും പാർലമെന്റിലെ അംഗങ്ങൾക്കുമുള്ള അധികാരങ്ങളും വിശേഷാവകാശങ്ങളും ബാദ്ധ്യതയില്ലായ്മകളും നിയമം വഴി നിർവ്വചിക്കണമെന്ന നിർദ്ദേശം ഇനിയും പാലി

ക്കപ്പെട്ടിട്ടില്ല. നിയമത്തിന്റെ അഭാവത്തിൽ അനിയന്ത്രിതമായ അധികാരം കൈയാളാമെന്നിരിക്കെ നിയമനിർമ്മാണത്തിലൂടെ അത് പരിമിതപ്പെടുത്താൻ ആരും തയ്യാറാവില്ല. ഇപ്രകാരം അവ്യക്തവും അമേയവുമായ മേഖലകൾ ധാരാളം ചൂണ്ടിക്കാണിക്കാൻ കഴിയും. ശ്രദ്ധ ആവശ്യമുള്ള ഇടങ്ങളിൽ ശ്രദ്ധിക്കാതെ ചില കാര്യങ്ങളിൽ തിടുക്കവും ആവേശവും കാണിക്കുന്നത് സദുദ്ദേശ്യത്തോടെയല്ല.

ഭരണഘടനയുടെ അലകും പിടിയും മാറ്റിയാൽ കൊള്ളാമെന്ന ആഗ്രഹം ബി ജെ പി മറച്ചുവയ്ക്കുന്നില്ല. ഭരണഘടനയുടെ പ്രവർത്തനം പരിശോധിക്കുന്നതിന് വാജ്പേയിയുടെ കാലത്ത് വെങ്കടചെല്ലയ്യ അദ്ധ്യക്ഷനായി സമിതിയെ നിയോഗിച്ചത് അതിന്റെ ആദ്യപടിയെന്ന നിലയിലായിരുന്നു. പക്ഷേ, ഭരണഘടനയുടെ അടിസ്ഥാനഘടനയിൽ മാറ്റം വരുത്താനാവില്ലെന്ന കേശവാനന്ദ ഭാരതി കേസിലെ സുപ്രീം കോടതി വിധി ഉടച്ചുവാർക്കൽ യത്നത്തിനു തടസ്സമായി. ഉടച്ചാൽ മറ്റൊന്ന് ഉണ്ടാക്കാൻ കഴിയാത്ത രാഷ്ട്രീയ സാഹചര്യമാണ് നിലവിലുള്ളത്.

നിരന്തരം നവീകരിക്കപ്പെടേണ്ട പ്രമാണരേഖയാണ് ഭരണഘടന. അത് വ്യാഖ്യാനത്തിലൂടെയും ഭേദഗതിയിലൂടെയും ആകാം. എഴുതപ്പെടാത്ത ഭരണഘടനയുടെ അദൃശ്യമായ ചൈതന്യം ഉൾക്കൊണ്ട് പ്രവർത്തിക്കുന്നവരാണ് ബ്രിട്ടീഷുകാർ. എഴുതപ്പെട്ടതിന്റെ അന്തസ്സത്ത ഉൾക്കൊള്ളാൻ പ്രാപ്തിയില്ലാത്തവരാണ് നമ്മൾ ഭാരതീയർ. മന്ത്രിസഭ ലോക്സഭയോട് കൂട്ടായി ഉത്തരവാദപ്പെട്ടിരിക്കുന്നുവെന്ന് ഭരണഘടന പറയുന്നു. മന്ത്രിസഭയുടെ തലവനാണ് പ്രധാനമന്ത്രി. ആ ആൾ ലോകസഭാംഗമായിരിക്കണമെന്ന് പ്രത്യേകം പറയേണ്ടതില്ലല്ലോ. എന്നാൽ ലോകസഭാംഗമാകാതെ മൻമോഹൻസിങ്ങിന് പത്തുവർഷം പ്രധാനമന്ത്രിയായി തുടരാൻ കഴിഞ്ഞു. ഇതിലെ അപാകത പല പ്രാവശ്യം ചൂണ്ടിക്കാണിച്ചിട്ടുണ്ട്. ആണവകരാറിനെ സംബന്ധിച്ച് ലോകസഭയ്ക്ക് നല്കിയ ഉറപ്പ് പാലിക്കപ്പെടാതിരുന്നപ്പോൾ പ്രധാനമന്ത്രിക്കെതിരെ അവകാശലംഘനത്തിന് നോട്ടീസ് നല്കി. രാജ്യസഭാംഗത്തിനെതിരെ നടപടിയെടുക്കാൻ ലോകസഭയ്ക്ക് അധികാരമില്ലെന്നായിരുന്നു സ്പീക്കറുടെ വിചിത്രമായ റൂളിങ്. സഭയ്ക്ക് അന്യനായ ആൾക്ക് സഭയോട് ഉത്തരവാദിത്വമുണ്ടാകുന്നതെങ്ങനെ?

പാർലമെന്റ് അറിയാതെ കേന്ദ്രസർക്കാരിന് വിദേശരാജ്യങ്ങളുമായി ഉടമ്പടിയിലും കരാറിലും ഏർപ്പെടാൻ കഴിയുമെന്നതാണ് ഭരണഘടനയിലെ മറ്റൊരു ന്യൂനത. ആണവകരാറിന്റെ കാലത്ത് ഈ അപകടം പ്രകടമായി. ഇതും ഇതുപോലെയുള്ള നിരവധി കാര്യങ്ങളിലും വ്യക്തത ആവശ്യമുണ്ട്. ക്രിയാത്മകമായ ആലോചനകൾ ഇക്കാര്യങ്ങളിലുണ്ടാകണം. സർഗ്ഗാത്മകമായ സമീപനത്തിലൂടെ ഭരണഘടനയെ കൂടുതൽ ചൈതന്യവത്താക്കുന്നതിനുപകരം അടിയന്തരപ്രാധാന്യമില്ലാത്ത ഏതെങ്കിലും വ്യവസ്ഥകൾ കണ്ടെത്തി തീപ്പൊരികൾ ഉണ്ടാക്കാനുള്ള ശ്രമം തീപിടിത്തത്തിൽ കലാശിക്കും. മൗലികമായ പ്രശ്നങ്ങളിൽനിന്ന്

ജനശ്രദ്ധ അകറ്റുന്നതിനുള്ള ബോധപൂർവ്വമായ ശ്രമം കൂടിയാണ്ത്.

പാർലമെന്ററി സമ്പ്രദായത്തിൽനിന്ന് പ്രസിഡൻഷ്യൽ സമ്പ്രദായത്തിലേക്കുള്ള മാറ്റം ബി ജെ പിയുടെ ഉള്ളിലിരിപ്പാണ്. ഭരണഘടനാപരമായി ഈ മാറ്റം സാദ്ധ്യമല്ല. അമേരിക്കൻ മാതൃകയിലുള്ള പ്രസിഡൻഷ്യൽ തിരഞ്ഞെടുപ്പ് രീതിയാണ് നരേന്ദ്ര മോദി എന്ന ബിംബത്തിലൂടെ ബി ജെ പി സ്വീകരിച്ചത്. വെസ്റ്റ്മിൻസ്റ്റർ രീതികൾ വിട്ട് വൈറ്റ് ഹൗസ് രീതികളാണ് പ്രധാനമന്ത്രിയെന്ന നിലയിൽ മോദി സ്വീകരിച്ചിരിക്കുന്നത്. മന്ത്രിമാർ അപ്രസക്തരാവുകയും പ്രധാനമന്ത്രിയുടെ നേരിട്ടുള്ള ഇടപെടലിൽ ഉദ്യോഗസ്ഥന്മാർ ഭരണം കൈയാളുകയും ചെയ്യുന്ന അവസ്ഥയാണ് ഉണ്ടായിരിക്കുന്നത്. പ്രതിപക്ഷം അപ്രസക്തമായി മൂലയ്ക്കൊതുങ്ങുമ്പോൾ പാർലമെന്റിനെ യഥേഷ്ടം ഉപയോഗിക്കാവുന്ന റബ്ബർ മുദ്രയാക്കാൻ മോദിക്കു കഴിയും. ഭരണഘടനാപരമായ ജാഗ്രത ആവശ്യമുള്ള ദിനങ്ങളാണ് വരാനിരിക്കുന്നനത്. അടിയന്തരാവസ്ഥ ഉണ്ടാവില്ല. പക്ഷേ, അടിയന്തരാവസ്ഥയ്ക്ക് സമാനമായ സാഹചര്യങ്ങളിൽ അമിതാധികാരം പ്രയോഗിക്കുന്ന പ്രധാനമന്ത്രിയെ ആണ് നാം കാണാൻ പോകുന്നത്.

7

രാജ്ഭവനിലെ പുനരധിവാസം

പുകച്ചു പുറത്തു ചാടിക്കുക; അല്ലെങ്കിൽ നാണം കെടുത്തി ഇറക്കി വിടുക എന്നതാണ് അനഭിമതരായ ഗവർണർമാരുടെ കാര്യത്തിൽ മോദി സർക്കാരിന്റെ നയം. സംസ്ഥാനത്തിന്റെ നിർവ്വാഹകാധികാരം നിക്ഷിപ്തമായിരിക്കുന്ന ഉന്നതാധികാരി ഇത്രയും അനിശ്ചിതമായ അവസ്ഥയിൽ കഴിയേണ്ടിവരുന്നത് ഭരണഘടനാപരമായ വൈചിത്ര്യമാണ്. അഞ്ചു വർഷമാണ് ഗവർണറുടെ കാലാവധിയെങ്കിലും രാഷ്ട്രപതിക്ക് ഇഷ്ടമുള്ളിടത്തോളം കാലം എന്ന പരിമിതി നിശ്ചയിച്ചിട്ടുണ്ട്. രാഷ്ട്രപതിയുടെ ഇഷ്ടമെന്നത് പ്രധാനമന്ത്രിയുടെ ഇഷ്ടമാണ്. രാഷ്ട്രീയമായ നിയമനം രാഷ്ട്രീയമായ അവസ്ഥാന്തരങ്ങൾക്ക് വിധേയമാകുന്നത് സ്വാഭാവികമാണ്. പ്രതിഷേധിക്കാതെ കേന്ദ്രത്തിന്റെ ഇംഗിതത്തിനു വഴങ്ങുകയെന്നതാണ് ഗവർണറുടെ അന്തസ്സിന് അഭികാമ്യം.

എം കെ നാരായണൻ ഉൾപ്പെടെ അഞ്ചു ഗവർണർമാർ ചെറുത്തുനില്പ് അവസാനിപ്പിച്ച് കടലാസ് നല്കി. രണ്ടുപേരുടെ കാലാവധി കഴിഞ്ഞു. അങ്ങനെ ഏഴ് ഒഴിവുകളായി. വക്കം പുരുഷോത്തമനും ഷീല ദീക്ഷിതും രാജിവയ്ക്കില്ലെന്ന് ഭീഷണിപ്പെടുത്തിയെങ്കിലും വഴങ്ങി. കേന്ദ്ര സർക്കാർ ആഗ്രഹിച്ചതുപോലെ കാര്യങ്ങൾ നീങ്ങി. ബി ജെ പിക്ക് സ്വീകാര്യതയുള്ളവർ രാജ്ഭവനുകളിലെത്തി. കേന്ദ്രത്തിൽ മറ്റൊരു ഭരണസംവിധാനമുണ്ടായാൽ ഇവരുടെ കാര്യം പരുങ്ങലിലാവും. ജഡ്ജിമാർ, തിരഞ്ഞെടുപ്പ് കമീഷണർമാർ, കംപ്ട്രോളർ ആൻഡ് ഓഡിറ്റർ ജനറൽ എന്നിവരെപ്പോലെ സ്ഥിരതയും സുരക്ഷിതത്വവും അവകാശപ്പെടാൻ കഴിയാത്ത പദവിയാണ് ഗവർണറുടേത്. സംസ്ഥാനത്തിന്റെ നിർവ്വാഹകാധികാരം നിക്ഷിപ്തമായിരിക്കുന്നത് ഗവർണറിലാണെങ്കിലും ഫെഡറൽ സംവിധാനത്തിൽ കേന്ദ്രത്തിന്റെ ഏജന്റ് കൂടിയാണ് ഗവർണർ. ഏജന്റിനെ മാറ്റാൻ പ്രിൻസിപ്പലിന് അധികാരമുണ്ട്. തിരഞ്ഞെടുക്കപ്പെട്ട

സർക്കാരിനെ പിരിച്ചുവിട്ട് സംസ്ഥാനഭരണം കേന്ദ്രം ഏറ്റെടുക്കുന്നത് ഗവർണറുടെ റിപ്പോർട്ടിനെ അടിസ്ഥാനമാക്കിയാണ്. സംസ്ഥാനങ്ങളുടെ യൂണിയനായ കേന്ദ്രത്തെ സംബന്ധിച്ച് പ്രധാനപ്പെട്ട അധികാരകേന്ദ്രമാണ് ഗവർണർ. അതുകൊണ്ടാണ് ഗവർണറുടെ നീക്കവും നീക്കലും പ്രധാന വാർത്തയാകുന്നത്.

ഈ വിവാദം 1977 ൽ തുടങ്ങിയതാണ്. അന്ന് ജനതാ താണ്ഡവത്തിൽ കോൺഗ്രസ് വേരോടെ പിഴുതെറിയപ്പെട്ടു. ഒമ്പതു സംസ്ഥാനങ്ങളിൽ കോൺഗ്രസിന് ഒരു എം പി പോലുമുണ്ടായില്ല. ആ സംസ്ഥാന ഗവൺമെന്റുകൾ പിരിച്ചുവിടപ്പെട്ടു. മുഖ്യമന്ത്രിമാർക്കുശേഷം ഗവർണർമാരുടെ ഊഴമായി. പക്ഷേ, ഗവർണർമാരെ പിരിച്ചുവിടുന്നതിനുള്ള ഉപദേശം താല്ക്കാലിക രാഷ്ട്രപതിയായിരുന്ന ബി ഡി ജെട്ടി സ്വീകരിച്ചില്ല. നിർബ്ബന്ധസ്വഭാവത്തോടെ ആവർത്തിച്ചപ്പോഴാണ് പിരിച്ചുവിടലിന് രാഷ്ട്രപതിയുടെ അംഗീകാരം ലഭിച്ചത്. കേന്ദ്രത്തിൽ ഭരണമാറ്റം ഉണ്ടാകുമ്പോഴെല്ലാം ആവർത്തിക്കപ്പെടുന്ന കലാപരിപാടിയായി ഇത് മാറി.

എല്ലാ കാര്യങ്ങൾക്കും ചില രീതികളുണ്ട്. എം എം ജേക്കബ്ബിനോട് ഗവർണർ സ്ഥാനം ഒഴിയാൻ ആവശ്യപ്പെട്ടത് അന്ന് ആഭ്യന്തരമന്ത്രിയായിരുന്ന അദ്വാനി ഫോണിലൂടെ നേരിട്ടായിരുന്നു. മന്ത്രിമാർക്കുമേലെ ഉദ്യോഗസ്ഥരെ പ്രതിഷ്ഠിച്ചിരിക്കുന്ന മോദിയുടെ കാലമായപ്പോൾ വാജ്പേയിയുടെയും അദ്വാനിയുടെയും കാലത്തെ റൂൾ ബുക്ക് ഉപേക്ഷിക്കപ്പെട്ടു. ആഭ്യന്തര സെക്രട്ടറി അനിൽ ഗോസ്വാമി ഗവർണർമാരുടെ രാജി നേരിട്ടാവശ്യപ്പെട്ടു. അതും ഫോണിലൂടെ. പ്രശ്നമുണ്ടായാൽ ഉത്തരവാദിത്വം ഉദ്യോഗസ്ഥന്റെ തലയിൽവച്ച് ഗവൺമെന്റിനെ സുരക്ഷിതമാക്കുകയെന്ന തന്ത്രം കൂടിയായിരുന്നിരിക്കാം അത്.

തന്ത്രങ്ങൾ മെനയുമ്പോൾ നിലപാടുകൾ മറക്കുന്നു. 2004 ൽ നാല് ഗവർണർമാരെ യു പി എ ഒഴിവാക്കാൻ ശ്രമിച്ചപ്പോൾ അതിനെ എതിർത്ത പാർട്ടിയാണ് ബി ജെ പി. പാർലമെന്റിൽ ഇക്കാര്യം ചർച്ചയ്ക്ക് വന്നപ്പോൾ വാജ്പേയിയും അദ്വാനിയും ശക്തമായ ഭാഷയിലാണ് സംസാരിച്ചത്. ജനാധിപത്യത്തിനേറ്റ ആഘാതം, അപകടകരം തുടങ്ങിയ വാക്കുകൾ അന്ന് കേട്ടു. പത്താം വർഷം രാജ്നാഥ് സിങ് അവയൊക്കെയും മറന്നു. പക്ഷേ, മറക്കാൻ പാടില്ലാത്ത ചില നിർദ്ദേശങ്ങൾ ഇക്കാര്യത്തിൽ സുപ്രീം കോടതി നല്കിയിട്ടുണ്ട്. ഭരണം മാറുന്നതനുസരിച്ച് മാറേണ്ടവരോ മാറ്റേണ്ടവരോ അല്ല ഗവർണർമാരെന്ന് കെ ജി ബാലകൃഷ്ണൻ അദ്ധ്യക്ഷനായ അഞ്ചംഗ ബെഞ്ച് പറഞ്ഞു. ഇതിനർത്ഥം ഗവർണറെ മാറ്റിക്കൂടാ എന്നല്ല. കാര്യകാരണസഹിതം ന്യായീകരിക്കത്തക്കതായ ഒരു കേസ് ഗവർണർക്കെതിരെ ഉണ്ടാക്കണം. സി ബി ഐയെ ഇറക്കി അതിനുള്ള പശ്ചാത്തലമാണ് സർക്കാർ ഒരുക്കിയത്.

പ്രവിശ്യകളിൽ ഗവർണർ എന്ന ആശയം 1935 ലെ ഗവൺമെന്റ് ഓഫ് ഇന്ത്യ ആക്ടിൽനിന്ന് സ്വീകരിച്ചതാണ്. ആ പദവി തുടരേണ്ടതുണ്ടോ

എന്ന ചർച്ചയ്ക്ക് ഇപ്പോൾ പ്രസക്തിയില്ല. ഭരണഘടനയുടെ സുഗമമായ പ്രവർത്തനത്തിന് ഗവർണർ എന്ന പദവി ആവശ്യമുണ്ട്. ഗവർണറായി ആരെ നിയമിക്കണമെന്നതാണ് ചർച്ച ചെയ്യേണ്ടതായ വിഷയം. രാഷ്ട്രീയമായ പുനരധിവാസത്തിനോ കുടിയിരുത്തലിനോ ഉള്ള കേന്ദ്രങ്ങളാവരുത് രാജ്ഭവനുകൾ. പട്ടം താണുപിള്ളയെ പഞ്ചാബിലേക്ക് ഗവർണറായി അയച്ചപ്പോഴാണ് ഗവർണർ ഉണ്ടാവുന്നതെങ്ങനെയെന്ന് കേരളീയർ മനസ്സിലാക്കിയത്. പട്ടത്തെ ഒഴിവാക്കേണ്ടത് അന്ന് കേരളത്തിലെ കോൺഗ്രസുകാരുടെ ആവശ്യമായിരുന്നു. രാഷ്ട്രീയക്കാരുടെയും ബ്യൂറോക്രാറ്റുകളുടെയും റിട്ടയർമെന്റ് ഹോം എന്ന അവസ്ഥയിൽനിന്ന് ഭരണഘടനാപരമായ ദൗത്യം നിറവേറ്റുന്ന സ്ഥാപനങ്ങളായി രാജ്ഭവനുകളെ ഉയർത്തണം. രാഷ്ട്രീയവിമുക്തമാക്കിയാൽ ഭരണം മാറുന്നതനുസരിച്ച് ഗവർണറെ മാറ്റേണ്ടി വരില്ല.

മരം കാണുന്ന വ്യഗ്രതയിൽ കാട് കാണാതെ പോകുന്നവരാണ് നമ്മൾ. തല്ക്കാലത്തെ ആവശ്യത്തിനുള്ളതുമാത്രമാണ് ഭരണഘടനയിൽ നാം വായിക്കുന്നത്. അക്ഷരങ്ങൾ തെരയുമ്പോൾ അർത്ഥം നഷ്ടമാകുന്നു. ചരിത്രത്തിന്റെ പശ്ചാത്തലത്തിൽ ഭരണഘടനയുടെ സമഗ്രമായ വായനയ്ക്ക് നമ്മെ പ്രേരിപ്പിച്ച പണ്ഡിതനാണ് ഗ്രാൻവിൽ ഓസ്റ്റിൻ. ഇന്ത്യൻ ഭരണഘടനയുടെ ചരിത്രകാരനെന്നും വ്യാഖ്യാതാവെന്നും വിശേഷിപ്പിക്കപ്പെടുന്ന ഈ അമേരിക്കൻ പ്രൊഫസർ 2014 ജൂലൈ ആറിന് എൺപത്തിയേഴാമത്തെ വയസ്സിൽ വാഷിങ്ടണിൽ അന്തരിച്ചു. പത്മശ്രീ ബഹുമതി നല്കി ഇന്ത്യ അദ്ദേഹത്തെ ആദരിച്ചിട്ടുണ്ട്.

ഇന്ത്യൻ ഭരണഘടന: ഒരു രാഷ്ട്രത്തിന്റെ ആധാരശില, *ജനാധിപത്യ ഭരണഘടനയുടെ പ്രവർത്തനം: ഒരു ഇന്ത്യൻ അനുഭവചരിത്രം* എന്നിവയാണ് ഇന്ത്യൻ ഭരണഘടനയെ ആധാരമാക്കി പ്രൊഫ. ഓസ്റ്റിൻ രചിച്ച പ്രധാന പുസ്തകങ്ങൾ. സാമൂഹികവിപ്ലവം ലക്ഷ്യമാക്കിയുള്ള സാമൂഹിക പ്രമാണരേഖയെന്ന നിലയിലാണ് ഗ്രാൻവിൽ ഓസ്റ്റിൻ ഇന്ത്യൻ ഭരണഘടനയെ സമീപിക്കുന്നത്. യാന്ത്രികമായി ഭരണഘടനയെ സമീപിക്കുമ്പോൾ അതിന്റെ ചരിത്രപരമായ പശ്ചാത്തലവും സാമൂഹികമായ ലക്ഷ്യവും വിസ്മരിക്കപ്പെടും. ഇന്ത്യയിലെവിടെയും സ്വതന്ത്രമായി സഞ്ചരിക്കുന്നതിനുള്ള സ്വാതന്ത്ര്യം ഭരണഘടന പൗരന്മാർക്ക് നല്കിയിട്ടുണ്ട്. ജാതിയുടെ അടിസ്ഥാനത്തിൽ സഞ്ചാരസ്വാതന്ത്ര്യം നിഷേധിക്കപ്പെട്ടിരുന്ന കാലത്തെ അനുസ്മരിക്കാതെ ഈ മൗലികാവകാശത്തിന്റെ പൊരുൾ കണ്ടെത്താനാവില്ല. പൊതുനിരത്തിൽ പ്രകടനവും പൊതുയോഗവും നടത്തരുതെന്ന് പറഞ്ഞ ന്യായാധിപൻ ഈ പൊരുൾ കണ്ടെത്തുന്നതിൽ പരാജയപ്പെട്ടു. മൂന്ന് വർഷം നീണ്ടുനിന്ന ഭരണഘടനാനിർമ്മാണസഭയിലെ ചർച്ചകളുടെ അപഗ്രഥനത്തിലൂടെയാണ് ഗ്രാൻവിൽ ഓസ്റ്റിൻ ഭരണഘടനയിലെ ഓരോ അനുച്ഛേദത്തെയും വ്യവച്ഛേദിക്കുന്നത്. പ്രശംസനീയമായ ഭരണഘടന എപ്രകാരം അപകടത്തിലേക്ക് നീങ്ങുന്നുവെന്ന മുന്നറിയിപ്പ് അദ്ദേഹം യഥാസമയം നല്കിയിട്ടുണ്ട്.

അടിയന്തരാവസ്ഥയിലെത്തിയപ്പോഴാണ് നാം അപകടം തിരിച്ചറിഞ്ഞത്. അവഗണിക്കപ്പെടുന്ന മുന്നറിയിപ്പുകൾ അപകടത്തിലേക്കുള്ള സുനിശ്ചിതമായ സിഗ്നലാണ്.

ഗ്രാൻവിൽ ഓസ്റ്റിൻ നിയമം പഠിച്ചയാളല്ല. അദ്ദേഹം ആദ്യകാലത്ത് പത്രപ്രവർത്തകനായിരുന്നു. അമേരിക്കൻ സാഹിത്യമായിരുന്നു അദ്ദേഹത്തിന്റെ പഠനവിഷയം. ആധുനിക ഇന്ത്യൻ ചരിത്രത്തിലാണ് ഓക്സ്ഫഡിൽനിന്ന് അദ്ദേഹത്തിന് ഡോക്ടറേറ്റ് ലഭിച്ചത്. പക്ഷേ, അദ്ദേഹത്തിന്റെ പുസ്തകങ്ങൾ ഇന്ത്യൻ ഭരണഘടനാനിയമത്തിന് ദിശാബോധം നല്കി. ഇന്ത്യൻ സുപ്രീം കോടതി ഭരണഘടനാപരമായ വിഷയങ്ങളിൽ ആധികാരികമായ അഭിപ്രായത്തിന് ഗ്രാൻവിൽ ഓസ്റ്റിന്റെ പുസ്തകങ്ങൾ പലപ്പോഴും ആധാരമാക്കിയിട്ടുണ്ട്. ഭരണഘടന ചർച്ചാവിഷയമാകുമ്പോൾ ഗ്രാൻവിൽ ഓസ്റ്റിൻ അനിവാര്യമായി ഓർമ്മിക്കപ്പെടുന്നു.

8

പിൻവാതിലുകളും കുറുക്കുവഴികളും

തത്ത്വാധിഷ്ഠിതമല്ലാതെ താല്ക്കാലികമായി നിലപാടുകൾ സ്വീകരിക്കുമ്പോഴുള്ള പ്രതിസന്ധിയിലാണ് ബി ജെ പി. അബ്ദു നാസർ മ്അദനിയുടെ കുടക് യാത്രയെക്കുറിച്ച് അന്വേഷിക്കാൻ പോയ പത്രപ്രവർത്തക ഷാഹിനയെ ഭീകരബന്ധം ആരോപിച്ച് പ്രോസിക്യൂട്ട് ചെയ്യാൻ തീരുമാനിച്ച ബി ജെ പി പാകിസ്ഥാനിൽ ഹാഫിസ് സയിദിനെ കണ്ട മാധ്യമപ്രവർത്തകൻ വേദ പ്രതാപ് വൈദികിന്റെ കാര്യത്തിൽ നിലപാട് മാറ്റി. സ്വന്തം താല്പര്യങ്ങൾക്കനുസൃതമായി വളഞ്ഞ വഴികൾ സ്വീകരിക്കുന്നത് മോദിയുടെ രീതിയായിരിക്കുന്നു പ്രത്യക്ഷത്തിൽ നിയമത്തിന് അനുരോധകമെന്ന പ്രതീതി സൃഷ്ടിച്ചുകൊണ്ട് ഭരണഘടനയുടെ ചൈതന്യത്തിനു നിരക്കാത്ത രീതികളാണ് മോദി അനുവർത്തിക്കുന്നത്. ട്രായ് നിയമ ഭേദഗതി ഉദാഹരണങ്ങളിൽ ഒന്നു മാത്രം. ഭേദഗതി അനായാസം പാസാക്കിയെടുത്തത് ബി ജെ പിയുടെ പാർലമെന്റിലെ കാര്യക്ഷമമായ ഫ്ളോർ മാനേജ്മെന്റിനു തെളിവായി. പക്ഷേ, ഭേദഗതിയുടെ ഉദ്ദേശ്യം അംഗീകരിക്കാനാവില്ല.

നൃപേന്ദ്ര മിശ്രയെ പ്രധാനമന്ത്രിയുടെ പ്രിൻസിപ്പൽ സെക്രട്ടറിയാക്കിയതിനെ സാധൂകരിക്കുന്നതിനുവേണ്ടിയായിരുന്നു നിയമഭേദഗതി. ട്രായ് മേധാവിയായിരുന്നു മിശ്ര. ജഡ്ജിക്കു തുല്യമായ അധികാരവും ഉത്തരവാദിത്വവും ഉള്ള പദവിയാണത്. ഗവൺമെന്റിനോട് വിധേയത്വമില്ലാതെ സ്വതന്ത്രമായ പ്രവർത്തനമാണ് ട്രായ് മേധാവിയിൽനിന്ന് പ്രതീക്ഷിക്കുന്നത്. പ്രലോഭനങ്ങൾക്കതീതമായ നിഷ്പക്ഷതയും സത്യസന്ധതയും ഉറപ്പ് വരുത്തുന്നതിനായി ട്രായ് മേധാവി പദവിയൊഴിഞ്ഞാൽ ഗവൺമെന്റിനു കീഴിലുള്ള യാതൊരു ഉദ്യോഗവും സ്വീകരിക്കരുതെന്ന് വ്യവസ്ഥ ചെയ്തിട്ടുണ്ട്. ഈ വ്യവസ്ഥയ്ക്ക് വിരുദ്ധമായാണ്

നൃപേന്ദ്ര മിശ്രയെ പ്രധാനമന്ത്രിയുടെ പ്രിൻസിപ്പൽ സെക്രട്ടറിയായി നിയമിച്ചത്. നിയമം സ്വന്തം താല്പര്യത്തിനു തടസ്സമായാൽ അത് നീക്കം ചെയ്യുകയെന്നതാണ് നരേന്ദ്ര മോദിയുടെ നയം. അതുകൊണ്ട് ആദ്യം ഓർഡിനൻസിലൂടെയും പിന്നീട് നിയമനിർമ്മാണത്തിലൂടെയും ട്രായ് നിയമത്തിലെ തടസ്സം ഒഴിവാക്കി.

നൃപേന്ദ്ര മിശ്രയുടെ സ്വഭാവവൈശിഷ്ട്യവും കാര്യക്ഷമതയും ഇവിടെ പ്രസക്തമായ വിഷയമല്ല. സമർത്ഥനായതുകൊണ്ടാണല്ലോ അദ്ദേഹം ട്രായ് മേധാവിയായത്. പക്ഷേ, അതിനുശേഷം ഒരു പദവിയും പാടില്ലെന്ന വിലക്ക് നിയമത്തിലുണ്ട്. അത്തരം വിലക്കുകൾ ഭരണഘടനയിൽ കാണാൻ കഴിയും. കംപ്ട്രോളർ ആൻഡ് ഓഡിറ്റർ ജനറൽ ഉദ്യോഗത്തിൽനിന്ന് വിരമിച്ചതിനുശേഷം കേന്ദ്ര ഗവൺമെന്റിന്റെയോ സംസ്ഥാന ഗവൺമെന്റിന്റെയോ കീഴിൽ വീണ്ടും ഉദ്യോഗത്തിൽ പ്രവേശിക്കാൻ പാടില്ല. സി എ ജിയുടെ കണക്കുകൾ തെറ്റാതിരിക്കുന്നതിനാണ് ഈ വിലക്കുള്ളത്. പബ്ലിക് സർവീസ് കമീഷൻ ചെയർമാന്റെ കാര്യത്തിലും ഇപ്രകാരം വിലക്കുണ്ട്. ഇതെല്ലാം പ്രത്യേകമായ ഉദ്ദേശ്യത്തോടെയുള്ള സംവിധാനങ്ങളാണ്. അതില്ലാതാക്കുന്നതിനുള്ള ശ്രമം സംശയത്തോടെ കാണേണ്ടിവരും. പാർലമെന്റിനെ മറികടന്ന് ഓർഡിനൻസിലൂടെ തന്നിഷ്ടം സാധിക്കാമെന്ന മനോഭാവം അപകടമാണ്.

പാർലമെന്റും നിയമസഭയും സമ്മേളിക്കാതിരിക്കുമ്പോൾ അടിയന്തരഘട്ടം തരണം ചെയ്യുന്നതിനാണ് ഓർഡിനൻസ് എന്ന വ്യവസ്ഥ ഭരണഘടനയിലുള്ളത്. രാഷ്ട്രപതിക്കും ഗവർണർക്കും നല്കിയിട്ടുള്ള നിയമനിർമ്മാണാധികാരമാണത്. ഏറ്റവുമധികം ദുരുപയോഗം ചെയ്യപ്പെടുന്ന ഭരണഘടനാവ്യവസ്ഥയും ഇതുതന്നെ. സർക്കാർ വിപ്പ് എന്ന പദവി സ്വീകരിച്ച പി സി ജോർജിന് സംഭവിക്കുമായിരുന്ന അയോഗ്യത ഒഴിവാക്കുന്നതിന് ഓർഡിനൻസ് ആവർത്തിച്ചിറക്കേണ്ടി വന്നു. നിയമസഭയുടെ ഔന്നത്യം ഉയർത്തിപ്പിടിക്കേണ്ട ചീഫ് വിപ്പ് രാജ്ഭവന്റെ കാരുണ്യത്തിൽ അഭയം കണ്ടെത്തി. കേന്ദ്ര–സംസ്ഥാന സർക്കാരുകൾ നിർബ്ബാധം സ്വീകരിക്കുന്ന കുറുക്കുവഴിയാണ് ഓർഡിനൻസ്. നൃപേന്ദ്ര മിശ്രയെ പ്രധാനമന്ത്രിയുടെ ഓഫീസിലെത്തിക്കുന്നതിനും ഓർഡിനൻസ് വേണ്ടി വന്നു. ചിലർ വരുമ്പോൾ നിയമം വഴി മാറുന്നു. നിയമം നിയമത്തിന്റെ വഴിയേ എന്ന് ആവർത്തിക്കുന്നവർ ഈ വഴിമാറലിന് മറയിടുന്നവരാണ്.

സൊഹ്റാബുദ്ദീൻ കേസിൽ അമിത് ഷായ്ക്ക് അനഭിമതനായ ഗോപാൽ സുബ്രഹ്മണ്യത്തിന് ജഡ്ജിയാകാൻ കഴിഞ്ഞില്ല. ആ കേസിൽ അമിത് ഷായുടെ അഭിഭാഷകനായിരുന്ന ഉദയ് യു ലളിത് പകരം ജഡ്ജിയായി. അത്ര ലളിതമായി ഈ വിഷയത്തെ കാണാനാവില്ല. നിരാകരിക്കപ്പെട്ടയാളും സ്വീകരിക്കപ്പെട്ടയാളും അമിത് ഷായുടെ അപ്പുറവും ഇപ്പുറവും ആയത് യാദൃച്ഛികമല്ല. ഗോപാൽ സുബ്രഹ്മണ്യത്തിന്റെ വിഷയത്തിൽ കൊളീജിയത്തിന്റെ ശുപാർശ സ്വീകരിക്കാതിരുന്ന കേന്ദ്രസർക്കാരിനെ ചീഫ് ജസ്റ്റീസ് രൂക്ഷമായി വിമർശിച്ചു. ഇതാവർ

ത്തിച്ചാൽ ചീഫ് ജസ്റ്റീസിന്റെ കസേരയിൽ താനുണ്ടാവില്ലെന്ന് അദ്ദേഹം പറഞ്ഞു. അങ്ങനെയൊരു അവസ്ഥ ഒഴിവാക്കുന്നതിനാകാം അഭിമതനായ ആളെത്തന്നെ കൊളീജിയം രണ്ടാം വട്ടം ശുപാർശ ചെയ്തത്. കൂട്ടത്തിൽ മറ്റൊരു ശുപാർശ സർക്കാർ തിരിച്ചയച്ചു. കർണ്ണാടകയിലെ ജസ്റ്റീസ് മഞ്ജുനാഥിനെ പഞ്ചാബ്–ഹരിയാന ചീഫ് ജസ്റ്റീസാക്കുന്നതിനുള്ള ശുപാർശയാണ് സർക്കാരിന് സ്വീകാര്യമാകാതിരുന്നത്. സർക്കാരിന്റെ സന്ദേഹം കൊളീജിയം തള്ളിയതോടെ മഞ്ജുനാഥിന്റെ നാമനിർദ്ദേശം സർക്കാരിന് അംഗീകരിക്കേണ്ടിവന്നു..

വകുപ്പുകളുമായി ബന്ധപ്പെട്ട സ്ഥിരം സമിതികളുടെ സൂക്ഷ്മപരിശോധനയില്ലാതെ ബജറ്റ് പാസാക്കുന്നതിനുള്ള ആലോചന നിയമത്തിന് വിധേയമായി നിയമത്തെ മറികടക്കുന്നതിനുള്ള മറ്റൊരു പരിശ്രമമായിരുന്നു. പരിമിതമായ സമയക്രമത്തിൽ ബജറ്റിന്റെ സൂക്ഷ്മാംശങ്ങൾ വിശദമായി പരിശോധിക്കാൻ പാർലമെന്റിനു കഴിയുന്നില്ല. ഇതിനുള്ള പരിഹാരമെന്ന നിലയിലാണ് സ്ഥിരം സമിതികൾ എന്ന സംവിധാനം ഉണ്ടായത്. 1993 ലാണ് ഈ സംവിധാനം നിലവിൽവന്നത്. മൊത്തം 24 സ്റ്റാൻഡിങ് കമ്മിറ്റികളാണുള്ളത്. ഓരോ കമ്മിറ്റിയിലും 31 എം പിമാരുണ്ടാകും. എന്നാൽ പുതിയ പാർലമെന്റിൽ ഇനിയും സ്റ്റാൻഡിങ് കമ്മിറ്റികൾ രൂപീകൃതമായിട്ടില്ല. വോട്ട് ഓൺ അക്കൗണ്ടിന്റെ കാലാവധി ജൂലൈ 31 ന് കഴിയുമെന്നതിനാൽ തിരക്കിട്ട് ബജറ്റ് പാസാക്കേണ്ടിവരും. നീണ്ടുപോകുന്ന ചർച്ചകൾ പൊടുന്നനെ അവസാനിപ്പിച്ചുകൊണ്ടാണ് ധനാഭ്യർത്ഥനകൾ വോട്ടിനിടുന്നത്. ഗില്ലറ്റിൻ എന്നാണ് ഈ നടപടിക്രമം അറിയപ്പെടുന്നത്. ഫ്രഞ്ച് വിപ്ലവകാലത്ത് ശിരച്ഛേദം അനായാസമാക്കുന്നതിന് കണ്ടുപിടിച്ച യന്ത്രമാണ് ഗില്ലറ്റിൻ. പാർലമെന്റിനെ നിശ്ശബ്ദമാക്കുന്ന നടപടിയിൽ ഈ പേര് അന്വർത്ഥമാണ്.

മാതൃകാപരമായി പ്രവർത്തിക്കുന്നതിനും അനുകരണീയമായ കീഴ്വഴക്കങ്ങൾ സൃഷ്ടിക്കുന്നതിനും ഭരണത്തിലെത്തുന്ന ഓരോ പാർട്ടിക്കും ഉത്തരവാദിത്വമുണ്ട്. പക്ഷേ, രാജ്ഭവനുകളിൽ ഒഴിവുകൾ സൃഷ്ടിക്കുന്നതിലും നികത്തുന്നതിലും ശ്ലാഘനീയമായ സമീപനമല്ല മോദി സർക്കാർ സ്വീകരിച്ചത്. കേന്ദ്ര–സംസ്ഥാന ബന്ധങ്ങളിൽ നിർണ്ണായകമായ പദവിയാണ് ഗവർണറുടേത്. രാജ്ഭവനുകൾ പലപ്പോഴും കേന്ദ്രത്തിന്റെ രാഷ്ട്രീയതാല്പര്യങ്ങൾക്കനുസൃതമായി പ്രവർത്തിക്കുന്ന ഉപജാപകേന്ദ്രങ്ങളാകുന്നുവെന്ന ആക്ഷേപമുണ്ട്. അനഭിമതരായ ഗവർണർമാരെ ആശാസ്യമല്ലാത്തരീതിയിൽ നീക്കം ചെയ്ത എൻ ഡി എ സർക്കാരിന് രാഷ്ട്രീയത്തിന് അതീതരായ ശ്രേഷ്ഠവ്യക്തികളെ ആ ഒഴിവുകളിലേക്ക് കണ്ടെത്താൻ കഴിയുമായിരുന്നു. കേന്ദ്ര–സംസ്ഥാന ബന്ധങ്ങളെക്കുറിച്ച് പഠിച്ച സർക്കാരിയ കമീഷന്റെ പ്രധാനപ്പെട്ട ശുപാർശകളിലൊന്നാണിത്. എന്നാൽ കോൺഗ്രസിന്റെ മാതൃക പിന്തുടർന്ന് ബി ജെ പിയും രാജ്ഭവനുകളെ വൃദ്ധസദനങ്ങളാക്കി മാറ്റി. ബി ജെ പിയുടെ പുതിയ ഗവർണർമാർ അഞ്ചും ആ പാർട്ടിയുമായി അടുത്ത ബന്ധമു

ള്ളവരാണ്. അവരിൽ പ്രായം കുറഞ്ഞയാളിന് 78 വയസ്സ്. കൂടിയ പ്രായം 87. ഉത്തരവാദിത്വവും കാര്യക്ഷമതയുമാണ് പുതിയ ജനവിധിയുടെ പ്രധാനപ്പെട്ട രണ്ട് ഘടകങ്ങൾ. പക്ഷേ, മാറ്റത്തിനുവേണ്ടിയുള്ള വോട്ട് ഒരു മാറ്റവും ഉണ്ടാക്കുന്നില്ല. സാഹിത്യം, ശാസ്ത്രം, കല, സാമൂഹ്യസേവനം എന്നീ മേഖലകളിൽ പ്രാഗത്ഭ്യം തെളിയിച്ചവരെ രാജ്യസഭയിലേക്ക് നാമനിർദ്ദേശം ചെയ്യാമെന്ന് ഭരണഘടന വ്യവസ്ഥ ചെയ്യുന്നു. ഇത് ഗവർണർമാർക്കും ബാധകമാക്കാവുന്നതാണ്. പരിഗണിക്കേണ്ടതായ മേഖലകളിൽ കായികരംഗം ഉൾപ്പെടുന്നില്ലെങ്കിലും സച്ചിൻ തെണ്ടുൽക്കർ നോമിനേഷനിലൂടെ രാജ്യസഭയിലെത്തി. ഇതുപോലെ ന്യായീകരിക്കാവുന്ന അപവാദങ്ങളാകാം. എല്ലാം അപവാദങ്ങളാകുകയും അപവാദം പൊതുതത്ത്വമാകുകയും ചെയ്യുമ്പോൾ എല്ലാം ആക്ഷേപത്തിനു കാരണമാകുന്നു. നിയമത്തിലെ അക്ഷരങ്ങൾക്ക് മാത്രമല്ല അക്ഷരങ്ങൾക്ക് അർത്ഥം നല്കുന്ന ചൈതന്യത്തിനും പ്രാധാന്യമുണ്ട്.

9

നിർമ്മാണവും നിർമ്മാർജ്ജനവും

പാർലമെന്റ് പ്രധാനമായും നിയമനിർമ്മാണത്തിനുള്ള സഭയാണ്. നിയമനിർമ്മാണം പല രീതിയിൽ നടക്കുന്നുണ്ടെങ്കിലും പാർലമെന്റ് നിയമിക്കുന്ന നിയമത്തിനാണ് പ്രാമുഖ്യം. കോടതിവിധികളിലൂടെയും ഓർഡിനൻസുകളിലൂടെയും പ്രാബല്യത്തിൽ വരുന്ന നിയമങ്ങളും പാർലമെന്റിന്റെ നിയമനിർമ്മാണാധികാരത്തിനു വിധേയമാണ്. അങ്ങനെ ഇതഃപര്യന്തം നിർമ്മിക്കപ്പെട്ട നിയമങ്ങളുടെ എണ്ണമെത്രയെന്ന് ചോദിച്ചാൽ കൃത്യമായ കണക്ക് ലോകസഭാ സെക്രട്ടേറിയറ്റിനുപോലും നല്കാൻ കഴിയില്ല. കാക്കയുടെ എണ്ണമെടുക്കുന്നത് അതിനേക്കാൾ എളുപ്പമായിരിക്കും. മൂവായിരത്തോളം കേന്ദ്രനിയമങ്ങളും മുപ്പതിനായിരത്തിലധികം സംസ്ഥാനനിയമങ്ങളും ഉണ്ടെന്നാണ് ഏകദേശ കണക്ക്. നൂറിലേറെ വർഷം പഴക്കമുള്ള 192 നിയമങ്ങളുണ്ട്. 1836 ലെ ബംഗാൾ നീലം കരാർ നിയമമാണ് കൂട്ടത്തിൽ ഏറ്റവും പഴയത്. എല്ലാ നിയമങ്ങളും എല്ലാക്കാലത്തേക്കും പ്രസക്തമായി നില്ക്കുന്നില്ല. ഉപയോഗമില്ലാത്തത് നിയമശേഖരത്തിൽനിന്ന് നീക്കം ചെയ്യണം. കുമിഞ്ഞുകൂട്ടാനല്ലാതെ തൂത്തുവാരാൻ ആരും മെനക്കെടാറില്ല. അതുകൊണ്ട് കാലഹരണപ്പെട്ടതും ഉപയോഗം കഴിഞ്ഞതുമായ 36 നിയമങ്ങൾ റദ്ദാക്കാനുള്ള പാർലമെന്റിന്റെ തീരുമാനം സ്വാഗതം ചെയ്യപ്പെടണം. മേശയും അലമാരയും ഇടയ്ക്കിടെ വൃത്തിയാക്കിയില്ലെങ്കിൽ അത്യാവശ്യം വേണ്ടത് പെട്ടെന്ന് കണ്ടെത്താൻ കഴിയാതെവരും. നിർമ്മാണപ്രക്രിയയ്ക്കൊപ്പം നിർമ്മാർജ്ജനപ്രക്രിയകൂടി പാർലമെന്റ് ഇടയ്ക്കിടെ നടത്തണമെന്ന് ലോ കമീഷൻ നിർദ്ദേശിച്ചിട്ടുണ്ട്. ഈ വിഷയം പഠിച്ച പി സി ജെയിൻ കമീഷൻ ഒഴിവാക്കേണ്ടതായ 1,300 നിയമങ്ങൾ കണ്ടെത്തി. നിർഭാഗ്യവശാൽ അവയിൽ പലതും ഇന്നും സാധുവായി നിലനില്ക്കുന്നു.

പാർലമെന്റിനെന്നപോലെ നിയമസഭയ്ക്കും ഈ നിർദ്ദേശം ബാധകമാണ്. വി ആർ കൃഷ്ണയ്യർ അദ്ധ്യക്ഷനായുള്ള നിയമ പരിഷ്കരണ കമീഷൻ ഈ വിഷയം പരിശോധിക്കുകയുണ്ടായി. ഈ ലേഖകനും ആ കമീഷനിൽ അംഗമായിരുന്നു. കാലഹരണപ്പെട്ട 810 കേരള നിയമങ്ങൾ ഞങ്ങളുടെ പരിശോധനയിൽ കണ്ടെത്തി. ഭേദഗതി മുഖ്യനിയമത്തിൽ ഉൾച്ചേർത്തതിനുശേഷവും ഭേദഗതി നിയമം നിലനിർത്തുന്നതുൾപ്പെടെയുള്ള അനാവശ്യങ്ങൾ പലതും ഞങ്ങളുടെ ശ്രദ്ധയിൽപ്പെട്ടു. കമീഷൻ ചൂണ്ടിക്കാണിച്ച നിയമങ്ങളിൽ 697 എണ്ണം ഓർഡിനൻസിലൂടെ ഇല്ലാതാക്കിയെന്ന് അന്നത്തെ നിയമമന്ത്രി എം വിജയകുമാർ അറിയിച്ചു. അവശേഷിച്ചവ ഇപ്പോഴും പ്രയോജനരഹിതമായി നിലനില്ക്കുന്നുണ്ടാവണം.

നിർമ്മാർജ്ജനപ്രക്രിയയ്ക്ക് വാജ്പേയിയുടെ കാലത്ത് തുടക്കമിട്ടപ്പോൾ അപ്രസക്തമായ 400 നിയമങ്ങൾ അപ്രത്യക്ഷമായി. മൻമോഹൻ സിങ്ങിന്റെ കാലത്ത് ആ പ്രവർത്തനം തുടർന്നില്ല. അതിന്റെ ഫലമായി നിരവധി നിയമങ്ങൾ സ്ഥലം മെനക്കെടുത്താനായി അവശേഷിക്കുന്നു. നിയമശേഖരത്തിന്റെ സ്ഥൂലത സ്ഥലം മാത്രമല്ല സമയവും നഷ്ടമാക്കുന്നു. ഗംഗയിലെ കടത്തുകൂലി രണ്ടണയിൽ കൂടരുതെന്ന് ഒരു നിയമമുണ്ട്. അണയും ഫെറിയും ഇല്ലാതായെങ്കിലും നിയമം നിലനില്ക്കുന്നു. വിഭജനത്തിനുശേഷമുള്ള കാലഘട്ടത്തിൽ മാത്രം പ്രസക്തിയുണ്ടായിരുന്ന നിയമങ്ങൾ ഇപ്പോഴും പ്രാബല്യത്തിലുണ്ട്. വിമാനത്തിൽ നിന്ന് ലഘുലേഖ വർഷിക്കുന്നത് തടയുന്നതിനുള്ള നിയമം രണ്ടാം ലോകമഹായുദ്ധകാലത്തുണ്ടായിരുന്നു. യുദ്ധം കഴിഞ്ഞ് എഴുപതു വർഷമായെങ്കിലും പൊലീസുകാർ ആകാശത്തേക്ക് നോക്കിനില്ക്കേണ്ടതായ അവസ്ഥ തുടരുന്നു.

നിയമം നിർമ്മിക്കുന്നവർ പിന്നീട് അക്കാര്യം വിസ്മരിക്കുന്നു. നിയമം എങ്ങനെ പ്രവർത്തിക്കുന്നു എന്ന പരിശോധനപോലും ഉണ്ടാകുന്നില്ല. അനുബന്ധ ചട്ടങ്ങൾകൂടി നിർമ്മിക്കപ്പെടുമ്പോഴാണ് നിയമനിർമ്മാണം പൂർത്തിയാകുന്നത്. ചട്ടങ്ങൾ ബന്ധപ്പെട്ട വകുപ്പുകൾ തയ്യാറാക്കി നിയമസഭയുടെ അറിവിലേക്കായി സമർപ്പിക്കുകയാണ് പതിവ്. ചട്ടങ്ങളില്ലാതെ നിരവധി നിയമങ്ങൾ കേരളത്തിൽ കട്ടപ്പുറത്തിരിക്കുന്നുണ്ട്. സബോർഡിനേറ്റ് ലെജിസ്ലേഷൻ കമ്മിറ്റിയുടെ ശ്രദ്ധയിൽ ഈ ന്യൂനത യഥാസമയം എത്തുന്നില്ല. മണി ലെൻഡേഴ്സ് ആക്ട് ഉൾപ്പെടെ പ്രധാനപ്പെട്ട പല നിയമങ്ങളും കേരളത്തിൽ നടപ്പാക്കിക്കൊണ്ടിരിക്കുന്നത് ചട്ടങ്ങൾ നിയമസഭയുടെ മേശപ്പുറത്തു വയ്ക്കാതെയാണ്. ഓപ്പറേഷൻ കുബേര നിയമാനുസൃതമല്ലാത്ത ഓപ്പറേഷനായിരുന്നുവെന്ന് ഒടുവിൽ കോടതിക്ക് പറയേണ്ടിവരും.

നിയമത്തിലുള്ള അജ്ഞത നിയമലംഘനത്തെ സാധൂകരിക്കുന്നില്ല. നിയമം എന്തെന്നറിയാത്തവരും നിയമത്തെക്കുറിച്ച് അറിവുള്ളവരാണെന്നാണ് നിയമത്തിന്റെ ധാരണ. അങ്ങനെയേ നിയമത്തിനു പ്രവർ

ത്തിക്കാൻ കഴിയൂ. അനാവശ്യവും അപ്രസക്തവുമായ നിയമങ്ങളുടെ ദുർവ്വഹമായ ഭാരം പൗരസമൂഹം താങ്ങേണ്ടതില്ല. കൂടെക്കൂടെ നിയമശേഖരം വൃത്തിയാക്കാൻ നിയമനിർമ്മാതാക്കൾക്കു കഴിയുന്നില്ലെങ്കിൽ നിയമത്തിന് കാലപരിധി നിശ്ചയിക്കുന്നതിനെക്കുറിച്ച് ആലോചിക്കാവുന്നതാണ്. ഇരുപതോ മുപ്പതോ കൊല്ലമാണ് ഒരു നിയമത്തിന് നിശ്ചയിക്കപ്പെടുന്ന ആയുസ്സെങ്കിൽ ആ കാലമെത്തുമ്പോൾ പരിശോധന ഉണ്ടാകുമല്ലോ. അനാവശ്യമോ അപ്രസക്തമോ ആയ നിയമങ്ങൾ നിയമനിർമ്മാതാക്കളുടെ ഇടപെടലില്ലാതെ കാലഹരണപ്പെട്ടുപോകുന്നതിന് ഈ സംവിധാനം സഹായകമാകും. അസ്തമനം മുൻകൂട്ടി നിശ്ചയിക്കുന്ന സൺസെറ്റ് വ്യവസ്ഥ അമേരിക്കയുൾപ്പെടെ പല രാജ്യങ്ങളിലെയും നിയമത്തിലുണ്ട്.

ഇംഗ്ലണ്ടിൽ ലൈസൻസിങ് നിയമം കാലഹരണപ്പെട്ടതോടെയാണ് പ്രസ് ഫ്രീഡം എന്ന തത്ത്വം യാഥാർത്ഥ്യമായത്. അച്ചടിച്ചിറക്കുന്നതിനെല്ലാം മുൻകൂർ അനുമതി വാങ്ങിയിരിക്കണമെന്നതായിരുന്നു അന്നത്തെ നിയമം. അച്ചടിയിലൂടെ അറിവിന്റെയും വിവരത്തിന്റെയും ജനാധിപത്യവല്ക്കരണം നടക്കുന്നതിനെ ഭയപ്പെട്ട അധികാരികളാണ് ലൈസൻസിങ് നിയമം ആവിഷ്കരിച്ചത്. ചിന്താസ്വാതന്ത്ര്യത്തിന് വിഘാതമായ ഈ നിയമത്തിനെതിരെ ജോൺ മിൽട്ടന്റെ നേതൃത്വത്തിൽ വമ്പിച്ച പ്രക്ഷോഭം നടന്നു. മിൽട്ടൺ തയ്യാറാക്കി പാർലമെന്റിനു സമർപ്പിച്ച നിവേദനമാണ് അരിയോപജിറ്റിക്ക എന്ന പേരിൽ പ്രസിദ്ധമായ പ്രബന്ധം. ചിന്താസ്വാതന്ത്ര്യത്തെ സർവ്വസ്വാതന്ത്ര്യങ്ങൾക്കുമേലേ പ്രതിഷ്ഠിക്കുന്ന ശക്തമായ വാദമാണ് മിൽട്ടൺ ഈ പ്രബന്ധത്തിൽ അവതരിപ്പിച്ചത്. കാര്യങ്ങൾ ബോദ്ധ്യമായെങ്കിലും ലൈസൻസിങ് നിയമം റദ്ദാക്കാൻ ആരും തയ്യാറായില്ല. അത് പുതുക്കാനും ആരും തയ്യാറായില്ല. നിർദ്ദിഷ്ട സമയം കഴിഞ്ഞപ്പോൾ അത് സ്വയം കാലഹരണപ്പെട്ടുപോയി. പത്രസ്വാതന്ത്ര്യത്തിനുവേണ്ടിയുള്ള ആദ്യത്തെ നിയമം ഇപ്രകാരം കാലഹരണത്തിലൂടെ ഉണ്ടായതാണ്.

വ്യാപകമായ ആക്ഷേപത്തിനു കാരണമായ ഇന്ത്യൻ നിയമമായിരുന്നു ടാഡ എന്നറിയപ്പെട്ടിരുന്ന 1987 ലെ ഭീകരവിരുദ്ധ നിയമം. പഞ്ചാബിലെ ഭീകരാക്രമണത്തിന്റെ പശ്ചാത്തലത്തിൽ നിർമ്മിക്കപ്പെട്ട ഈ നിയമത്തിന് ഉപയോഗത്തേക്കാളേറെ ദുരുപയോഗമാണുണ്ടായത്. വിമർശം ശക്തമായപ്പോൾ നിയമം പിൻവലിക്കുന്നതിനുപകരം ലാപ്സാകട്ടെ എന്നാണ് ഗവൺമെന്റ് തീരുമാനിച്ചത്. ആ നിയമമനുസരിച്ച് അന്നുവരെ ഉണ്ടായ നടപടികൾ നിലനിർത്തിക്കൊണ്ട് 1995 ൽ ടാഡ ലാപ്സാകപ്പെട്ടു. തുടർന്നുവന്ന പോട്ടയുടെ കാലാവധി 2004 ൽ പാർലമെന്റ് തന്നെ അവസാനിപ്പിച്ചു. പോട്ടയുടെ കാര്യത്തിൽ പാർലമെന്റ് ഇടപെട്ടു. ടാഡയുടെ കാര്യത്തിൽ ഇടപെടലില്ലാതെ കാലഹരണം സംഭവിച്ചു. എങ്ങനെയായാലും ആവശ്യമില്ലാത്തതെല്ലാം ഒഴിവാക്കപ്പെടണം.

ഭരണഘടന ഉൾപ്പെടെ എല്ലാ നിയമങ്ങളിലും ഈ ഒഴിവാക്കൽ നടക്കുന്നുണ്ട്. ഭരണഘടനയിൽത്തന്നെ ഇനിയും ഒഴിവാക്കാവുന്ന അദ്ധ്യായങ്ങൾ പലതുണ്ട്. അമേരിക്കൻ ഭരണഘടന നാലായിരത്തി നാനൂറ് വാക്കുകളിൽ ഏറ്റവും ചെറിയ ഭരണഘടനയായപ്പോൾ നമ്മൾ ഏറ്റവും വലിയ ഭരണഘടനയ്ക്കാണ് രൂപംനല്കിയത്. കൂട്ടിച്ചേർത്തും വിളക്കിച്ചേർത്തും നമ്മൾ അതിന്റെ കനം വർദ്ധിപ്പിച്ചുകൊണ്ടിരിക്കുന്നു. ചെത്തി മിനുക്കിയും വെട്ടി വെടിപ്പാക്കിയും നിർത്തിയാൽ കാഴ്ചയുടെ ആകർഷണീയത മാത്രമല്ല പ്രയോജനവും വർദ്ധിക്കും. അനുച്ഛേദം 370 മാത്രം ഒഴിവാക്കിയാൽ ഈ പ്രയോജനം ഉണ്ടാവില്ല.

ജീവിതത്തെയാണ് നിയമം പ്രതിഫലിപ്പിക്കുന്നത്. ജീവിതം സങ്കീർണ്ണമാകയാൽ നിയമത്തിന്റെ വഴികളും സങ്കീർണ്ണമാണ്. നിയമത്തിൽ അവസാന വാക്കില്ലാത്തത് ജീവിതത്തിലും അതില്ലാത്തതുകൊണ്ടാണ്. വഴികൾ ഇടയ്ക്ക് ചെത്തി വൃത്തിയാക്കിയിട്ടാൽ നിയമത്തിന്റെ ദുർഗ്രഹതയും സങ്കീർണ്ണതയും കുറയും. ശരിയായ വഴികൾ തെളിയും. പാർലമെന്റിലെ തുടക്കം കേരള നിയമസഭയ്ക്ക് തുടരാവുന്നതാണ്.

3
സ്വാതന്ത്ര്യം

1

ആകാശത്തിന് അതിരുകൾ വേണ്ട

ഇന്ത്യയിൽ അടിയന്തരാവസ്ഥ ആസന്നമായിരിക്കുന്നുവെന്ന് പ്രസ് കൗൺസിൽ ചെയർമാൻ ആയിരിക്കെ മാർക്കണ്ഡേയ കട്ജു ഭയപ്പെട്ടു. മാധ്യമങ്ങളെ നിഷ്ക്രിയമാക്കുന്ന സ്ക്രൂ മുറുകിക്കൊണ്ടിരിക്കുന്നു എന്നാണ് കട്ജു പറഞ്ഞത്. മാധ്യമങ്ങളെ നിഷ്ക്രിയമാക്കിക്കൊണ്ടായിരുന്നു 1975 ലെ അടിയന്തരാവസ്ഥയുടെ ആരംഭം. ദേശീയതലത്തിൽ കട്ജു കാണുന്നതിനേക്കാൾ വേഗതയിൽ കേരളത്തിൽ അടിയന്തരാവസ്ഥയുടെ പൊഴിഞ്ഞ പടങ്ങൾക്ക് ജീവൻ വയ്ക്കുന്നുണ്ട്. ആകാശത്ത് ഉരുണ്ടുകൂടുന്ന അഗ്നിയും ഗന്ധകവും ആരും കാണുന്നില്ല. ഏതു നിമിഷവും അവ തങ്ങളുടെമേൽ നിപതിക്കുമെന്ന യാഥാർത്ഥ്യം അറിയുന്നില്ല. *കേരളീയ*ത്തിൽനിന്ന് തുടങ്ങി *മറുനാടൻ മലയാളി*യിലും *ഇ-വാർത്ത*യിലും എത്തിനില്ക്കുന്ന പൊലീസ് നടപടികൾ ആരിലും ഭീതി ഉളവാക്കുന്നില്ല. നാം എയ്ഫൽ ടവറുകൾ നിർമ്മിക്കുന്നില്ല. പക്ഷേ, ഷാർലി എബ്ദോകൾ നമ്മുടെ പരിസരങ്ങളിൽ രൂപപ്പെട്ടുവരുന്നു.

പതിനേഴ് വർഷമായി പ്രസിദ്ധീകരിച്ചുകൊണ്ടിരിക്കുന്ന മാസികയാണ് *കേരളീയം*. തൃശൂരിലെ അവരുടെ ഓഫീസിൽ അർദ്ധരാത്രി സായുധപൊലീസ് ഇരച്ചുകയറി റെയ്ഡ് നടത്തി. മാസികയുടെ ലക്കങ്ങൾ പിടിച്ചെടുത്തു. പരസ്യമായി വില്ക്കപ്പെടുന്ന പ്രസിദ്ധീകരണം രഹസ്യമായി പിടിച്ചെടുക്കേണ്ട കാര്യമില്ല. പൊലീസ് പിടിച്ച ലക്കത്തിൽ കവർ സ്റ്റോറി ആദിവാസികളെക്കുറിച്ചുള്ളതായിരുന്നു. ആദിവാസികളുടെ സ്വയംഭരണത്തെക്കുറിച്ചും അവകാശങ്ങളെക്കുറിച്ചും സംസാരിച്ചാൽ ഭരണകൂടം പ്രതികരിക്കുന്നത് ഇങ്ങനെയാണോ? കൊച്ചി മേയർ ടോണി ചമ്മണിയുടെ വീടിനെക്കുറിച്ചും വിദേശയാത്രയെക്കുറിച്ചും അദ്ദേഹം ഇഷ്ടപ്പെടാത്തത് എഴുതിയതിന് രണ്ട് ഓൺലൈൻ മാധ്യമപ്രവർത്തകർ

അറസ്റ്റിലായി. *മറുനാടൻ മലയാളി*യുടെ എം ഡി ഷാജൻ സ്കറിയയും *ഇ-വാർത്ത*യുടെ എം ഡി അൽ അമീനുമാണ് അറസ്റ്റിലായത്. ഈ സ്ഥാപനങ്ങളുടെ തിരുവനന്തപുരത്തെ ഓഫീസുകൾ റെയ്ഡ് ചെയ്ത് വാർത്തകൾക്കാധാരമായ നിരവധി രേഖകൾ പിടിച്ചെടുത്തുവെന്നാണ് പൊലീസ് പറഞ്ഞത്. വാർത്തയ്ക്കാധാരമാകുന്ന വിവരങ്ങളുടെ ഉറവിടം രഹസ്യമായി സൂക്ഷിക്കുന്നതിനുള്ള അവകാശത്തിനുവേണ്ടി ലോകമെങ്ങും ധീരരായ മാധ്യമപ്രവർത്തകർ കോടതിയെ ധിക്കരിച്ച് ജയിലിൽ പോകാൻ തയ്യാറാകുമ്പോൾ ഇവിടെ ആർക്കും ഒന്നും തോന്നുന്നില്ല. പാർട്ടിയെക്കുറിച്ചു മാധ്യമങ്ങളിൽ വരുന്ന വാർത്തകൾ പലതും ശരിയല്ലെന്ന് പിണറായി വിജയനോ ജി സുധാകരനോ പറഞ്ഞാൽ മാധ്യമസ്വാതന്ത്ര്യത്തിന്റെ പേരിൽ അവർക്കെതിരെ കയർക്കാനുള്ള ധൈര്യംമാത്രമാണ് കേരളത്തിലെ മാധ്യമഭീരുക്കൾക്കുള്ളത്. മന്ത്രി കുഞ്ഞാലിക്കുട്ടിയെ ഫെയ്സ്ബുക്കിൽ പരിഹസിച്ച തിരൂരങ്ങാടിയിലെ ചെറുപ്പക്കാരനും അറസ്റ്റിലായി. *പി കെ* യിലെ അമീർ ഖാന്റെ നഗ്നചിത്രം കുഞ്ഞാലിക്കുട്ടിയുടെ ചിത്രമായി മാറ്റിയെന്നാണ് കേസ്. ആ ചിത്രം കേരളത്തിലെ പല കാർട്ടൂണിസ്റ്റുകളും പലവിധത്തിൽ പ്രയോജനപ്പെടുത്തുകയുണ്ടായി. മുഖ്യമന്ത്രിയെ പി കെ ആയി രൂപാന്തരപ്പെടുത്തി. പൈതൃകമാധ്യമങ്ങൾക്ക് ലഭ്യമായ സ്വാതന്ത്ര്യം നവമാധ്യമങ്ങൾക്ക് നിഷേധിക്കരുത്. ഭൂമിയിലെ നിയന്ത്രണങ്ങൾ ആകാശങ്ങൾക്കു ബാധകമാവില്ലെന്ന് നമ്മൾ കരുതി. പക്ഷേ, ആകാശങ്ങൾ നിയന്ത്രിതവും സങ്കുചിതവുമാകുന്നു. പത്രാധിപരെ അറിയിച്ചുകൊണ്ട് റെയ്ഡ് നടത്താനാവില്ലെന്ന് ഔദ്ധത്യത്തോടെ ആഭ്യന്തരമന്ത്രി രമേശ് ചെന്നിത്തല പറഞ്ഞു. അടിയന്തരാവസ്ഥയുടെ രാത്രി അവസാനിച്ച കാര്യം ചെന്നിത്തല അറിഞ്ഞില്ലെന്നുണ്ടോ? സ്വാതന്ത്ര്യത്തിന്റെ വെളിച്ചം ചെന്നിത്തലയിൽ എത്തിയിട്ടില്ല. *കേരളീയ*ത്തിലെ റെയ്ഡിനുശേഷം എന്തു സംഭവിച്ചുവെന്ന കാര്യംകൂടി സമൂഹത്തെ അറിയിക്കുന്നതിനുള്ള ബാദ്ധ്യത റെയ്ഡിനെ ന്യായീകരിച്ച മന്ത്രിക്കുണ്ട്. ഐടി നിയമത്തിലെ അറുപത്തിയാറാം വകുപ്പ് വലിയ മാരണമായിത്തീർന്നിരിക്കുന്നു. മജിസ്ട്രേറ്റുമാരുടെ നിർവ്വികാരമായ ഒത്താശയോടെ പൊലീസുകാർക്ക് എവിടെയും കയറി മേയാമെന്ന അവസ്ഥയാണ് ഉണ്ടായിരിക്കുന്നത്. കൊച്ചി മെട്രോ റെയിൽ കോർപറേഷൻ ലിമിറ്റഡിന്റെ മാനേജിങ് ഡയറക്ടർ ഏലിയാസ് ജോർജിന്റെ പരാതിയിലും ഷാജൻ സ്കറിയ അറസ്റ്റിലായി. സ്വാതന്ത്ര്യം നേരിടുന്ന വലിയ വെല്ലുവിളിയാണിത്. സർക്കാരിനും സർക്കാരുമായി ബന്ധപ്പെട്ടവർക്കും അപകീർത്തിയില്ലെന്ന് സള്ളിവൻ കേസിൽ അമേരിക്കൻ സുപ്രീം കോടതിയും നക്കീരൻ കേസിൽ ഇന്ത്യൻ സുപ്രീം കോടതിയും പറഞ്ഞിട്ടുണ്ട്. അപകീർത്തി തോന്നുന്നവർക്ക് സിവിൽ കോടതിയിൽ പോകാം. അര നൂറ്റാണ്ടുകൊണ്ട് പടുത്തുയർത്തിയ സൽക്കീർത്തി അരനിമിഷംകൊണ്ട് തകർത്ത അബ്കാരിക്കെതിരെ കോടതിയെ സമീപിക്കാത്ത കെ എം മാണിയെ മാതൃകയാക്കണമെന്നില്ല. പക്ഷേ,

ജനാധിപത്യത്തിന്റെ ശ്രീകോവിലുകളിലേക്ക് പൊലീസിനെ കയറഴിച്ചു വിടരുത്. അഭിപ്രായപ്രകടനസ്വാതന്ത്ര്യം പുതിയ ചക്രവാളങ്ങൾ തേടുന്നിടത്ത് പൊലീസിനെന്തു കാര്യം?

ഇംഗ്ലണ്ടിൽ രൂപപ്പെട്ട മാഗ്നാകാർട്ടയ്ക്ക് പ്രാവർത്തികമായ രൂപം നല്കിയ രാജ്യമാണ് ഫ്രാൻസ്. ഫ്രഞ്ച് വിപ്ലവത്തിൽ മുഴങ്ങിയ മുദ്രാവാക്യങ്ങൾ ഭരണഘടനയുടെ പീഠികയിൽ മുദ്രിതമാക്കിയ രാജ്യമാണ് ഇന്ത്യ. രണ്ട് രാജ്യങ്ങളിൽനിന്നും ഇപ്പോൾ കേൾക്കുന്നത് സ്വാതന്ത്ര്യത്തിന്റെ നിരാസമാണ്. ഫ്രാൻസിലെ ഇസ്ലാമിക ഭീകരരും ഇന്ത്യയിലെ ഹിന്ദുത്വ ഭീകരരും ആവിഷ്കാരസ്വാതന്ത്ര്യത്തിന്റെ നിഷേധത്തിൽ ഒരേ പ്ലാറ്റ്ഫോമിൽ നില്ക്കുന്നവരാണ്. പാരീസിൽ ജോർജ് വൊളിൻസ്കി എന്ന കാർട്ടൂണിസ്റ്റിനെ അവർ വധിച്ചു. നാമക്കലിൽ പെരുമാൾ മുരുകൻ എന്ന തമിഴ് സാഹിത്യകാരനെ അവർ വധിച്ചു.

എഴുത്തുകാരൻ പെരുമാൾ മുരുകൻ മരിച്ചു; അയാൾ ഒരു അധ്യാപകനായി ജീവിതം തുടരും എന്നാണ് നാമക്കൽ കളക്ടറേറ്റിലെ സന്ധി സംഭാഷണത്തിനുശേഷം മുരുകൻ ഫെയ്സ്ബുക്കിൽ കുറിച്ചത്. നാല് വർഷം മുമ്പെഴുതിയ ഒരു നോവലിന്റെ പേരിലാണ് ഹിന്ദുത്വഭീകരർ ഭരണകൂടത്തിന്റെ ഒത്താശയോടെ എഴുത്തുകാരന്റെ കഥ കഴിച്ചത്. എഴുത്തുകാരനെ സംരക്ഷിക്കുന്നതിനുപകരം കളക്ടർ എതിർപ്പുകാരുടെ പക്ഷംചേർന്നു. മുരുകൻ മതത്തെയോ ദൈവങ്ങളെയോ ആക്ഷേപിച്ചില്ല. സന്താനപ്രാപ്തിക്കുവേണ്ടി ഒരു സ്ത്രീ പരപുരുഷനെ പ്രാപിക്കുന്ന സന്ദർഭത്തിൽനിന്നാണ് മുരുകന്റെ *മാതോരുഭാഗൻ* എന്ന നോവലിലെ കഥ വികസിക്കുന്നത്. തിരുച്ചെങ്കോട് അർദ്ധനാരീശ്വർ ക്ഷേത്രത്തിലെ രഥോത്സവത്തിന്റെ സമാപനദിവസം രാത്രിയിൽ അനുവദനീയമായ ആചാരമായിരുന്നു ഇത്. ഈ സന്ദർഭം നോവലിൽ വിവരിച്ചുവെന്നതിന്റെ പേരിൽ മുരുകനെ ഭീഷണിപ്പെടുത്താനിറങ്ങിയവർ ധൃതരാഷ്ട്രരുടെയും പാണ്ഡുവിന്റെയും ജന്മരഹസ്യം അറിയാത്തവരാണ്. അറിഞ്ഞിരുന്നെങ്കിൽ അവർ വ്യാസനെ വിചാരണ ചെയ്യുമായിരുന്നു.

ഭരണഘടന അപ്രസക്തമാവുകയാണോ? ഭരണഘടനയെ ചൂണ്ടിക്കാട്ടി അവകാശനിഷേധങ്ങളെക്കുറിച്ച് സംസാരിക്കേണ്ടിവരുന്ന സന്ദർഭങ്ങൾ വർദ്ധിക്കുന്നു. സിനിമയും കാർട്ടൂണും നോവലും അക്രമത്തിന്റെ നീതിശാലയിൽ വിചാരണയ്ക്ക് വിധേയമാകുന്നു. *കത്തി*യും *പി കെ*യും സമീപകാലസംഭവങ്ങളാണ്. രാജപക്ഷെയുടെ അനുകൂലി നിർമ്മിച്ച ചിത്രം എന്നതായിരുന്നു *കത്തി*ക്കെതിരെയുള്ള പ്രക്ഷോഭത്തിനു കാരണം. സിനിമയ്ക്കെതിരെയല്ല പോസ്റ്ററിനെതിരെയായിരുന്നു പ്രക്ഷോഭം. നിർമ്മാതാവിന്റെ പേര് പോസ്റ്ററിൽ കാണിക്കരുതെന്ന ആവശ്യം കോടതി തള്ളി. രാജപക്ഷെയെ ഇഷ്ടപ്പെടാതിരിക്കാം. ഇഷ്ടമില്ലാത്ത പ്രസിഡന്റിനെ എന്തു ചെയ്യണമെന്ന് തമിഴ്നാട്ടിലെ വികാരജീവികളേക്കാൾ നന്നായി ശ്രീലങ്കയിലെ ജനങ്ങൾക്കറിയാം. ദൈവത്തെയും ആൾദൈവത്തെയും തിരിച്ചറിയാത്തവരാണ് അമീർ

ഖാനെതിരെ പ്രതിഷേധിച്ചത്.

ഇഷ്ടപ്പെടാത്തതെല്ലാം ഉടയ്ക്കപ്പെടേണ്ടതാണെന്നു കരുതിയാൽ ജനാധിപത്യം ഉണ്ടാവില്ല. ഇഷ്ടക്കേടുകളുടെ എണ്ണം കുറയ്ക്കുകയും ഇഷ്ടമില്ലാത്തവയെക്കൂടി ഉൾക്കൊള്ളാൻ പാകത്തിൽ മനസ്സ് വികസിക്കുകയും ചെയ്യുമ്പോഴാണ് ജനാധിപത്യം സാദ്ധ്യമാകുന്നത്. ആവിഷ്കാരത്തെ സംബന്ധിച്ച് ഇക്കാര്യം പരമപ്രധാനമാണ്. മതത്തിന്റെ നിരർത്ഥകമായ ഫത്വകൾക്കുമേലേ ഉയർന്നു പറക്കാനുള്ളതാണ് ആവിഷ്കാരസ്വാതന്ത്ര്യത്തിന്റെ പതാക. ആകാശത്തിന്റെ ഉയരം കുറയ്ക്കാനാണ് അധികാരികളും മൗലികവാദികളും ശ്രമിക്കുന്നത്. അതിൽ കേരളവും ഉൾപ്പെട്ടിരിക്കുന്നു. ഒരുവശത്ത് പണം നല്കി പ്രീണനം; മറുവശത്ത് പൊലീസിനെ ഉപയോഗിച്ച് പീഡനം. രണ്ടും ജനാധിപത്യസ്വാതന്ത്ര്യങ്ങൾക്ക് ഭീഷണിയാണ്. ഉമ്മൻ ചാണ്ടിക്കുശേഷവും നിലനില്ക്കേണ്ടതാണ് ജനാധിപത്യവും ജനാധിപത്യത്തിലെ സ്വാതന്ത്ര്യങ്ങളും.

2

വിലക്കാം, വിലങ്ങിടേണ്ട

ശിക്ഷാർഹമായ കുറ്റങ്ങളെ കൃത്യമായി നിർവ്വചിച്ചിരിക്കുന്നു എന്നതാണ് ഇന്ത്യൻ ശിക്ഷാനിയമത്തിന്റെ സവിശേഷത. പ്രതിക്ക് തന്നിൽ ആരോപിതമായ കുറ്റത്തെക്കുറിച്ച് വ്യക്തമായ ധാരണ നല്കുന്ന നിർവ്വചനങ്ങളാണ് പീനൽ കോഡിലുള്ളത്. അന്ന് മെക്കാളേക്ക് സാധിച്ചത് ഇന്നത്തെ നിയമരചയിതാക്കൾക്ക് അസാദ്ധ്യമായിരിക്കുന്നു. അവധാനതയോടെയല്ല നിയമങ്ങൾ തയ്യാറാക്കപ്പെടുന്നത്. വിവരസാങ്കേതിക നിയമത്തിലെ 66 എ വകുപ്പ് സുപ്രീം കോടതിയിൽ അറുത്തെറിയപ്പെട്ടത് അവ്യക്തതയുടെ പേരിലാണ്. സ്വാതന്ത്ര്യത്തിന്റെ വയലുകളിൽ കള പറിക്കാൻ പൊലീസുകാരെ ഇറക്കുന്ന നിയമമാണ് കോൺഗ്രസ് സർക്കാർ 2008 ൽ പാസാക്കിയത്. സംസാരിക്കുന്നതിനുള്ള സാമാന്യമായ സ്വാതന്ത്ര്യത്തിനുമേൽ നിയന്ത്രണത്തിന്റെ കരിമ്പടം വീഴ്ത്താൻ പൊലീസിനെ ഇറക്കിയ അടിയന്തരാവസ്ഥയിലെ ജനാധിപത്യവിരുദ്ധമായ നടപടിയുടെ തുടർച്ചയായിരുന്നു അത്. അന്ന് പത്രങ്ങളുടെ കാലം. സാങ്കേതികവിദ്യയുടെ നവയുഗം അത്ര അനായാസം നിയന്ത്രണങ്ങൾക്ക് വിധേയമാവില്ലെന്ന തിരിച്ചറിവിലാണ് അവ്യക്തവും ഭരണഘടനയ്ക്ക് നിരക്കാത്തതുമായ നിയമമുണ്ടായത്.

ദീർഘമായ പോരാട്ടങ്ങളിലൂടെ പൈതൃകമാധ്യമങ്ങൾക്ക് ലഭ്യമായ സ്വാതന്ത്ര്യം നവമാധ്യമങ്ങൾക്ക് നിഷേധിക്കുന്ന നടപടിയായിരുന്നു 66എ. അറിവിനെ ജനകീയമാക്കുകയും ചിന്തയെ സ്വതന്ത്രമാക്കുകയും ചെയ്ത കണ്ടുപിടിത്തമായിരുന്നു ഗുട്ടൻബർഗിന്റേത്. അന്ന് മുദ്രണാലയങ്ങളെ നിയന്ത്രിക്കുന്ന നിയമമുണ്ടായി. അതിനെതിരെയുള്ള പ്രതിഷേധത്തിന് കവി ജോൺ മിൽട്ടണും രാഷ്ട്രീയചിന്തകൻ ജോൺ ലോക്കും നേതൃത്വം നല്കി. പ്രയാസപ്പെട്ട് നേടിയെടുത്ത മുദ്രണസ്വാതന്ത്ര്യം എപ്പോഴും ശരിയായി വിനിയോഗിക്കപ്പെട്ടുവെന്ന് പറയാനാവില്ല. നിരുത്തരവാദപരവും

അപകടകരവുമായ പ്രവർത്തനത്തിന്റെ കാലഘട്ടം പിന്നിട്ടതിനു ശേഷമാണ് പത്രങ്ങൾ ഇന്നത്തെ അവസ്ഥയിലെത്തിയത്. സ്വാതന്ത്ര്യത്തോടൊപ്പം ഉത്തരവാദിത്വവും വളർന്നു.

ശിക്ഷണത്തിന്റെയും നിയന്ത്രണത്തിന്റെയും സംഘടിതമായ ചട്ടക്കൂടിനുള്ളിൽ പ്രവർത്തിക്കുന്ന മാധ്യമപ്രവർത്തകർ പ്രകടിപ്പിക്കുന്ന സംയമനവും ഉത്തരവാദിത്വബോധവും നവമാധ്യമങ്ങളിലെ ആൾക്കൂട്ടത്തിൽനിന്ന് പ്രതീക്ഷിക്കരുത്. അതിരുകളില്ലാത്ത സൈബർ മൈതാനങ്ങളിലെ നിയന്ത്രണമില്ലാത്ത വർത്തമാനങ്ങൾ അലോസരത്തിനു കാരണമാകും. പക്ഷേ, അത് ജനങ്ങളുടെ അവകാശമാണ്. പുലിയുടെ വരവറിയിക്കുന്നതിനുള്ള ഉത്തരവാദിത്വം ഇടയബാലനുണ്ട്. പുലിയെ കാണാതെയും വിളിച്ചുകൂവലുണ്ടാകും. അതവന്റെ വികൃതി. വികൃതികൾ പൂർണ്ണമായും വിലക്കപ്പെട്ടാൽ യഥാർത്ഥത്തിൽ പുലി വരുമ്പോഴും വിളിക്കാനാളുണ്ടാവില്ല. വികൃതി വിശ്വാസ്യതയെ ഇല്ലാതാക്കുന്നു എന്ന തിരിച്ചറിവിൽനിന്നാണ് ഉത്തരവാദിത്വമുണ്ടാകുന്നത്.

പത്രചരിത്രത്തിന് അഞ്ഞൂറ് വർഷത്തെ പഴക്കമുണ്ട്. അമേരിക്കയിലെ ആദ്യത്തെ പത്രം പ്രസിദ്ധീകരിച്ചത് മുന്നൂറ് വർഷം മുമ്പാണ്. ബോസ്റ്റണിൽ ബെഞ്ചമിൻ ഹാരിസ് ആരംഭിച്ച പത്രം ആദ്യലക്കത്തോടെ അവസാനിച്ചു. അസ്വസ്ഥരായ അധികാരികൾ *പബ്ലിക് ഒക്കറൻസസി*ന്റെ പ്രസിദ്ധീകരണം അവസാനിപ്പിക്കുകയായിരുന്നു. പത്രസ്വാതന്ത്ര്യത്തിന്റെ ആദ്യകിരണമെന്ന് വിശേഷിപ്പിക്കാവുന്ന കേസിൽ *ന്യൂയോർക്ക് വീക്‌ലി ജേണലി*ന്റെ പ്രസാധകൻ ജോൺ പീറ്റർ സെൻഗറിനെ ജൂറി കുറ്റവിമുക്തനാക്കിയത് 1735ലായിരുന്നു. പത്രസ്വാതന്ത്ര്യം പ്രഘോഷിക്കുന്ന അമേരിക്കൻ ഭരണഘടനയും പ്രഥമ ഭേദഗതിയും ഉണ്ടായത് അര നൂറ്റാണ്ടിനുശേഷമാണ്.

ഉടമ്പടിയുടെ പെട്ടകം എന്ന വിശേഷണത്തോടെ പത്രസ്വാതന്ത്ര്യത്തെ കോടതികൾ സംരക്ഷിക്കുന്നു. ജനാധിപത്യത്തിന്റെ ഉടമ്പടിയാണത്. സംസാരിക്കുന്നതിനും സംസാരത്തിലൂടെ കേൾവിക്കാരെ സ്വാധീനിക്കുന്നതിനുമുള്ള ജനങ്ങളുടെ സ്വാതന്ത്ര്യം ഉടമ്പടിയുടെ ഭാഗമാണ്. അതിൽനിന്നാണ് പത്രങ്ങളുടെയും പത്രപ്രവർത്തകരുടെയും സ്വാതന്ത്ര്യം ഉണ്ടായത്. വൈവിദ്ധ്യമാർന്ന മാധ്യമലോകത്തിന്റെ ഭാഗമാണ് പത്രങ്ങൾ. റേഡിയോ, ടെലിവിഷൻ എന്നിവയ്ക്കു പുറമേ ഇന്റർനെറ്റ് തുടങ്ങിയ നവമാധ്യമങ്ങളും ചേർന്നതാണ് ഇന്നത്തെ മാധ്യമലോകം. അവിടെ സ്വാതന്ത്ര്യത്തിന് പരിധിയോ വിവേചനമോ പാടില്ല. അനുച്ഛേദം 19(1)(എ) മുഴുവൻ പൗരസമൂഹത്തിനും ബാധകമാണ്. ഭാഷണം ഏതു രൂപത്തിലായാലും അവയെല്ലാം സംരക്ഷിക്കപ്പെട്ടിരിക്കുന്നു.

*റൊമേഷ് ഥാപ്പർ*മുതൽ *നക്കീരൻ*വരെ പത്രസ്വാതന്ത്ര്യത്തെ വിപുലീകരിച്ചുകൊണ്ട് സുപ്രീം കോടതി നല്കിയിട്ടുള്ള നിരവധി വിധികളുടെ സ്വാഭാവികവും യുക്തിസഹവുമായ അനുബന്ധമാണ് ശ്രേയ സിംഗാളിന്റെ കേസിൽ ഉണ്ടായത്. ഗുട്ടൻബർഗിന്റെയും മാർക്കോണി

യുടെയും കാലം പിന്നിട്ട് കോടതി ഇരുപത്തിയൊന്നാം നൂറ്റാണ്ടിലെ സൈബർ യുഗത്തിലേക്ക് കടന്നു. സാങ്കേതികവിദ്യയുടെ അടങ്ങാത്ത അലകൾ മത്സരിച്ചെത്തുമ്പോൾ കാന്യൂട്ട് രാജാവിനെപ്പോലെ പിന്മാറാൻ അവയോട് കല്പിക്കാനാവില്ല. തിരപ്പുറത്തേറി മുന്നേറാനുള്ള ശ്രമം മാത്രമാണ് കരണീയമായുള്ളത്. കമ്പ്യൂട്ടറും സ്മാർട്ട്ഫോണും ലോകത്തെ കീഴ്പ്പെടുത്തുമ്പോൾ സൈബർ ഹൈവേകളിൽ പഴയ കാക്കിയും ലാത്തിയും അപ്രസക്തമാകുന്നുവെന്ന ഓർമ്മപ്പെടുത്തലാണ് ഭരണകൂടത്തിന് സുപ്രീം കോടതി നല്കിയത്.

എവിടെയെങ്കിലും കുത്തിവരയ്ക്കുകയെന്നത് മനുഷ്യന്റെ ആദിമശീലമാണ്. കുളക്കടവും അങ്ങാടിയും വർത്തമാനത്തിന്റെ കേന്ദ്രങ്ങളാണ്. ടോയ്‌ലറ്റും ലിഫ്ടും അശിക്ഷിതരുടെ ആർട്ട് ഗാലറിയാണ്. ടോയ്‌ലറ്റ് ഗ്രാഫിറ്റി കണ്ടില്ലെന്ന് വയ്ക്കുകയല്ലാതെ എങ്ങനെ നിരോധിക്കാനാകും. അരോചകവും അനാശാസ്യവുമാണെങ്കിൽപ്പോലും വർത്തമാനങ്ങൾ പറയാനുള്ളതാണ്. അരമനയിലെ രഹസ്യം അങ്ങാടിയിലല്ലാതെ എവിടെയാണ് പറയുക? നവമാധ്യമങ്ങളിൽ നടക്കുന്നത് ലക്ഷണമൊത്ത മാധ്യമപ്രവർത്തനമല്ല. പക്ഷേ, ഒഴിവാക്കാനാവാത്ത ആശയവിനിമയം അവിടെ നടക്കുന്നു. കൊച്ചുകൊച്ച് വർത്തമാനങ്ങൾ വലിയ അഭിപ്രായങ്ങളായി മാറുന്നു. ആർക്കും എന്തും പറയാനുള്ള അവസരമാണ് ജനാധിപത്യം. ഏഥൻസിലെ ആദിമ ജനാധിപത്യത്തിനുശേഷം എല്ലാവർക്കും സംസാരിക്കാൻ കഴിയുന്ന അവസ്ഥയുണ്ടായത് ഇപ്പോഴാണ്. സംസാരത്തോടുള്ള അസഹിഷ്ണുത ഏകാധിപത്യത്തിലേക്കുള്ള വഴികൾ തുറക്കും.

66എ എന്ന കാർമേഘം ഒഴിഞ്ഞതോടെ സ്വാതന്ത്ര്യത്തിന്റെ നിലാവ് ഉദിച്ചിരിക്കുന്നു. നിലാവ് ഉന്മാദമാണ്. നിലാവത്ത് അഴിച്ചുവിടപ്പെട്ട കോഴികളെപ്പോലെയാണ് പലരും ഫെയ്സ്ബുക്കിൽ പരാക്രമം കാണിക്കുന്നത്. 66എ ഒഴിവായാലും വേറെയും നിയമങ്ങൾ അവശേഷിക്കുന്നുണ്ടെന്ന് സൈബറിടങ്ങളിൽ കൂത്താടുന്നവർ ഓർക്കണം. ഭരണഘടനയിലെ അനുച്ഛേദം 19(2) നല്കുന്ന അനുവാദത്തോടെ ഇന്ത്യൻ ശിക്ഷാനിയമത്തിനു കൈകാര്യം ചെയ്യാൻ കഴിയാത്ത സൈബർ കുറ്റങ്ങളില്ല. ആവശ്യമെങ്കിൽ ചില കൂട്ടിച്ചേർക്കലുകൾ ആവാം. കീർത്തിയും സ്വകാര്യതയും സംരക്ഷിക്കുന്നതിന് ശിക്ഷാനിയമവും ഇതര സിവിൽ നിയമങ്ങളും ധാരാളം മതിയാകും.

നിയമനിർമ്മാണം സങ്കീർണ്ണമായ പ്രവർത്തനമാണ്. അത് ദാർശനികവും സർഗ്ഗാത്മകവുമാണ്. ഒരു കൃത്യം എപ്രകാരം കുറ്റമല്ലാതാകുന്നു എന്നാണ് ഇന്ത്യൻ പീനൽ കോഡ് അന്വേഷിക്കുന്നത്. എല്ലാ ഹത്യയും കൊലപാതകമല്ല. അപകീർത്തി എന്നാൽ എന്ത് എന്ന് നിർവ്വചിച്ചതിനുശേഷം ഒരു പ്രസ്താവന അപകീർത്തിയല്ലാതാകുന്ന പത്ത് സാഹചര്യങ്ങളെക്കുറിച്ചാണ് പീനൽ കോഡ് സംസാരിക്കുന്നത്. അപ്രകാരമുള്ള നിയമസംഹിതയിലേക്കാണ് ആർക്കും എങ്ങനെയും വ്യാഖ്യാനിക്കാവു

ന്ന വ്യവസ്ഥകളെ സന്നിവേശിപ്പിച്ചത്. വെണ്ണക്കൽ സൗധത്തിൽ കരിപിടിച്ച കല്ലുകൾ ചേർത്തുവയ്ക്കരുത്. അതാണ് സുപ്രീം കോടതി പാർലമെന്റിന്റെ മുറ്റത്തേക്ക് എറിഞ്ഞുകളഞ്ഞത്. നിയമം നിർമ്മിക്കേണ്ടത് ഇങ്ങനെയല്ലെന്ന ഗുണപാഠവും അതിലുണ്ട്. ചർച്ചയില്ലാതെ നിർമ്മിക്കുന്ന നിയമം ഏകാധിപതിയുടെ കല്പനയായി മാറും. 2008 ഡിസംബറിൽ കൂട്ടത്തോടെ ചുട്ടെടുക്കപ്പെട്ട നിയമങ്ങളിൽ ഒന്നാണ് അസാധുവാക്കപ്പെട്ടത്. 2008 പാർലമെന്റിന് നല്ല വർഷമായിരുന്നില്ല. പണം കൊടുത്ത് സമ്പാദിച്ച വിശ്വാസവോട്ട്, യു എ പി എ, ഐ ടി 66 എ എന്നിങ്ങനെ ജനാധിപത്യവിരുദ്ധതയുടെ വർഷമായിരുന്നു അത്. സ്പീക്കറുടെ ആംഗ്യത്തിലൂടെയും അംഗങ്ങളുടെ ചേഷ്ടകളിലൂടെയും നിയമനിർമ്മാണം ആകാമെന്ന പുതിയ അദ്ധ്യായം പാർലമെന്ററി ചരിത്രത്തിന് സംഭാവന ചെയ്ത കേരളത്തിനും ഇത് ബാധകമാണ്.

3

പരാവർത്തനത്തിലെ പരാധീനതകൾ

മതം മാറാനുള്ളതാണ്. അപ്രകാരമുള്ള മാറ്റത്തിന്റെ കഥയാണ് ചരിത്രം. അശോകൻമുതൽ അംബേദ്കർവരെ ഹിന്ദുമതം ഉപേക്ഷിച്ചവരാണ്. അവർ പരാവർത്തനം ചെയ്യപ്പെട്ടില്ല. ചക്രവർത്തി മതം മാറിയാൽ സാമ്രാജ്യവും മതം മാറും. കോൺസ്റ്റൻടൈൻ ചക്രവർത്തി ക്രിസ്ത്യാനിയായപ്പോൾ റോമിന്റെ മതം ക്രിസ്തുമതമായി. അശോകനൊപ്പം ഇന്ത്യ ബുദ്ധമതത്തെ ആശ്ലേഷിച്ചില്ല. അത് ഹിന്ദുമതത്തിന്റെ ശക്തി. വ്യത്യസ്തമായവയെ ആശ്ലേഷിച്ചുണ്ടാകുന്ന സംശ്ലേഷണമാണ് ഇന്ത്യയുടെ നിലനില്പിനാധാരമായ പ്രതിഭ.

ജവാഹർലാൽ നെഹ്റു കണ്ടെത്തിയ ഈ സത്യത്തെക്കുറിച്ച് അംബേദ്കർക്കും ബോദ്ധ്യമുണ്ടായിരുന്നു. ഭരണഘടനയുടെ നിർമ്മാതാക്കൾക്കെല്ലാം ഈ തിരിച്ചറിവുണ്ടായിരുന്നു. മനഃസാക്ഷിക്കും സ്വതന്ത്രമായ മതവിശ്വാസത്തിനും മതാചരണത്തിനും മതപ്രചരണത്തിനും ഉള്ള എല്ലാവരുടെയും സ്വാതന്ത്ര്യം മൗലികാവകാശമായി ഭരണഘടനയിൽ ഉൾപ്പെടുത്താൻ അവർക്ക് കഴിഞ്ഞത് ഈ തിരിച്ചറിവിന്റെ അടിസ്ഥാനത്തിലാണ്. നരേന്ദ്ര മോദിയുടെ നേതൃത്വത്തിൽ ബി ജെ പി ആർജ്ജിച്ച രാഷ്ട്രീയാധികാരത്തിന്റെ പിൻബലത്തിൽ ഹിന്ദുത്വ പരിവാരങ്ങൾ വിലയേറിയ ഈ സ്വാതന്ത്ര്യത്തെ ഹിന്ദുക്കൾക്കുമാത്രമായി പരിമിതപ്പെടുത്താൻ ശ്രമിക്കുന്നു. ഹിന്ദുമതത്തിലേക്കുള്ള പരിവർത്തനം പരാവർത്തനമാകുന്നു. അത് വീട്ടിലേക്കുള്ള വരവാണ്. തിരിച്ചായാൽ പുറപ്പെട്ടുപോകലാണ്.

പ്രതിവർഷം ഒരുലക്ഷം മുസ്ലീങ്ങളെയും ക്രിസ്ത്യാനികളെയും പരാവർത്തനം ചെയ്യാനാണ് ധർമ്മ ജാഗരൺ സമിതി ലക്ഷ്യമിട്ടിരിക്കുന്നത്. ആർ എസ് എസിന്റെയും ബജ്രംഗ് ദളിന്റെയും ഉപോല്പന്നമാണ് ഈ സമിതി. ആഗ്രയിൽ തുടങ്ങിയ പരിപാടി കേരളത്തിലും വ്യാപകമാക്കാ

നാണ് ശ്രമം. തങ്ങളുടെ പൂർവ്വികർ ബ്രാഹ്മണരായിരുന്നുവെന്ന് അഭിമാനിക്കുന്നവരാണ് കേരളത്തിലെ സുറിയാനി ക്രിസ്ത്യാനികൾ. അവരിൽ ആരെയെങ്കിലും ഉപേക്ഷിക്കപ്പെട്ട ഭവനത്തിലേക്ക് തിരികെക്കൊണ്ടുവന്ന് ബ്രാഹ്മണ്യം തിരിച്ചുനല്കിയതായി വാർത്തയില്ല. പകരം ദാരിദ്ര്യരേഖയ്ക്കു താഴെയാണെന്ന റേഷൻ കാർഡിനുവേണ്ടി വിളിച്ചുകൂട്ടപ്പെട്ട ദരിദ്രനാരായണന്മാരെക്കുറിച്ചാണ് വാർത്ത. അവരുടേത് മനഃസാക്ഷിക്കനുസൃതമായ നിലപാടല്ല. അവരുടെ ദാരിദ്ര്യത്തിന് ശമനം വരുത്താമെന്ന വാഗ്ദാനത്തിലാണ് മോദി അധികാരത്തിലെത്തിയത്. ദാരിദ്ര്യത്തിൽനിന്നുള്ള പരിവർത്തനമാണ് അവർക്കു വേണ്ടത്. അല്ലാതെയുള്ള പരാവർത്തനം സ്വന്തമായി നടത്താനുള്ള പ്രാപ്തി അവർക്കുണ്ട്.

മതം എന്നത് അഭിപ്രായംമാത്രമാണ്. അഭിപ്രായം ഇരുമ്പുലക്കയല്ലാത്തതിനാൽ മാറ്റത്തിന് വിധേയമാണ്. ആത്മീയമതം മാത്രമല്ല രാഷ്ട്രീയമതവും മാറുന്നുണ്ട്. ഇന്നത്തെ എല്ലാ രാഷ്ട്രീയ പ്രസ്ഥാനങ്ങൾക്കും കോൺഗ്രസ് പശ്ചാത്തലമുണ്ട്. കോൺഗ്രസുകാർ ഘർ വാപസി പ്രസ്ഥാനം ആരംഭിച്ചാൽ മറ്റ് രാഷ്ട്രീയപാർട്ടികൾക്ക് നിലനില്പില്ലാതാകും. മതപരിവർത്തനം നിരോധിച്ചാൽ ആ തത്ത്വം രാഷ്ട്രീയ പാർട്ടികൾക്കും ബാധകമാക്കേണ്ടിവരും. ഒടുവിൽ മനഃസാക്ഷിയുടെ പ്രവർത്തനം ബാഹ്യശക്തികളുടെ നിർദ്ദേശത്തിനും നിർബ്ബന്ധത്തിനും വിധേയമാകും. അതോടെ ജനാധിപത്യം മാത്രമല്ല സ്വാതന്ത്ര്യവും ഇല്ലാതാകും. മതപരിവർത്തന നിരോധന നിയമത്തെ എതിർക്കേണ്ടിവരുന്നത് അത് മതപരിവർത്തനത്തെമാത്രമല്ല എല്ലാ തരത്തിലുമുള്ള പരിവർത്തനങ്ങൾക്കു തടസ്സമാകുമെന്നതുകൊണ്ടാണ്. സംഘപരിവാറിന്റെ കൂട്ടപരാവർത്തനത്തെ എതിർക്കുന്നവരോട് പരിവർത്തനനിരോധന നിയമത്തെ അനുകൂലിക്കാമോ എന്ന് വെങ്കയ്യ നായിഡു ചോദിക്കുന്നത് ഒരു കെണിയാണ്. മതത്തിലും മതനിരപേക്ഷതയിലും വിശ്വസിക്കുന്ന ജനാധിപത്യവാദികൾ ആ കെണിയിൽ വീഴരുത്.

മതപരിവർത്തനത്തെ നിയന്ത്രിക്കുകയോ നിരോധിക്കുകയോ ചെയ്യുന്ന നിയമം പല സംസ്ഥാനങ്ങളിലും പ്രാബല്യത്തിലുണ്ട്. കോൺഗ്രസ് തന്നെയാണ് അത്തരം നിയമങ്ങൾ കൊണ്ടുവന്നിട്ടുള്ളത്. ആ നിയമങ്ങളെ മാതൃകയാക്കി ദേശീയനിയമം ആകാമെന്നാണ് ബി ജെ പിയുടെ നിർദ്ദേശം. പരിവർത്തനം മതപരമോ രാഷ്ട്രീയമോ ആകാം. നിർബ്ബന്ധമോ പ്രലോഭനമോ പാടില്ല. ഇതിനെതിരെയാണ് നിയമം എന്ന് ന്യായീകരിക്കാമെങ്കിലും പ്രയോഗതലത്തിൽ അപകടമുണ്ട്. മനഃസാക്ഷിക്കും സ്വാതന്ത്ര്യത്തിനും നിരക്കാത്ത രീതിയിൽ ഈ നിയമത്തെ വ്യാഖ്യാനിക്കുന്ന അവസ്ഥ മദ്ധ്യപ്രദേശിലും ഗുജറാത്തിലുമുണ്ടായി. മനഃസാക്ഷിയെ ബാധിക്കുന്ന വിഷയങ്ങളിൽ ഭരണകൂടത്തിന്റെ സാന്നിദ്ധ്യമുണ്ടാകരുത്. മതദ്വേഷത്തിനും സംഘർഷത്തിനും കാരണമായേക്കാവുന്ന വിദ്വേഷപ്രചരണവും നിർബ്ബന്ധവും പ്രേരണയും കുറ്റങ്ങളാണ്.

അവയെ കൈകാര്യം ചെയ്യുന്നതിന് നിലവിലുള്ള ശിക്ഷാനിയമങ്ങൾ മതിയാകും.

നിർബ്ബന്ധിത മതപരിവർത്തനം നിരോധിക്കുന്ന നിയമം എന്നു കേൾക്കുമ്പോൾ പ്രത്യക്ഷത്തിൽ വലിയ അപകടമായി തോന്നില്ലെന്നതാണ് അതിന്റെ ആകർഷണീയത. 1967 ലെ ഒറീസ മതസ്വാതന്ത്ര്യനിയമവും 1968 ലെ മദ്ധ്യപ്രദേശ് ധർമ്മസ്വാതന്ത്ര്യ നിയമവും റവ. സ്റ്റാനിസ്ലാവൂസിന്റെ കേസിൽ 1977 ൽ പരിശോധനയ്ക്ക് വിധേയമാക്കിയ സുപ്രീം കോടതിയുടെ അഞ്ചംഗ ബെഞ്ചും ഈ ആകർഷണത്തിന്റെ അപകടത്തിലാണ് അകപ്പെട്ടത്. മതസ്വാതന്ത്ര്യമെന്നും ധർമ്മസ്വാതന്ത്ര്യമെന്നും പേരിലുള്ളതുകൊണ്ട് പരിശോധനാവിഷയമായ നിയമങ്ങൾ പ്രസ്തുത സ്വാതന്ത്ര്യങ്ങൾ സംരക്ഷിക്കുന്നതിനുവേണ്ടിയുള്ളതായിരുന്നില്ല. മതം മാറുന്നതിന് ജില്ലാ മജിസ്ട്രേറ്റിന്റെ അനുവാദം വേണം. നിർബ്ബന്ധം, പ്രേരണ തുടങ്ങിയ പദങ്ങൾക്ക് അയഞ്ഞ അർത്ഥം നല്കിയിരിക്കുന്നതിനാൽ മതംമാറ്റത്തിൽ സഹകരിക്കുന്ന ആരെയും അനായാസം ശിക്ഷിക്കാൻ കഴിയും.

ചീഫ് ജസ്റ്റീസ് എ എൻ റേ ആണ് ഈ കേസിൽ വിധി പ്രസ്താവിച്ചത്. കേശവാനന്ദ ഭാരതി കേസിലും ഹേബിയസ് കോർപസ് കേസിലും ജനാധിപത്യത്തിന് അനഭിമതവും ഇന്ദിര ഗാന്ധിക്ക് പ്രീതികരവുമായ വിധിയെഴുതിയ ആളാണ് റേ. മൗലികാവകാശങ്ങളുടെ വ്യാഖ്യാനത്തിൽ ഗുരുതരമായ പാളിച്ചകൾ സംഭവിച്ച ജഡ്ജിയായിരുന്നു റേ എന്നോർമ്മിപ്പിക്കാനാണ് പ്രസിദ്ധമായ രണ്ട് കേസുകൾ ഇവിടെ പരാമർശിച്ചത്. സ്റ്റാനിസ്ലാവൂസിന്റെ കേസിൽ അനുച്ഛേദം 25ലെ പ്രചരണം എന്ന പദത്തിന്റെ വ്യാഖ്യാനത്തിലും ഈ വീഴ്ച സംഭവിച്ചു. മതതത്ത്വങ്ങളുടെ പ്രചരണമല്ലാതെ മതപരിവർത്തനത്തിനുള്ള അനുവാദം ഈ അനുച്ഛേദം നല്കുന്നില്ലെന്നായിരുന്നു സുപ്രീം കോടതിയുടെ വിധി. മൗലികാവകാശങ്ങൾക്ക് സംശ്ലേഷണസ്വഭാവമുണ്ട്. വ്യത്യസ്ത ശാസ്ത്രങ്ങൾ സംശ്ലേഷിക്കുമ്പോൾ ബൃഹത്ശാസ്ത്രമുണ്ടാകുമെന്ന ഹെർബർട് സ്പെൻസറുടെ സിദ്ധാന്തം മൗലികാവകാശങ്ങൾക്കും ബാധകമാണ്. സംശ്ലേഷണത്തിനുപകരം ഓരോ അവകാശത്തെയും വേറിട്ട് കാണുമ്പോൾ ഭരണഘടനയുടെ ചൈതന്യത്തിനു നിരക്കാത്ത വിധികളുണ്ടാകുന്നു. എ കെ ഗോപാലൻ കേസിൽ അതാണ് സംഭവിച്ചത്. സ്റ്റാനിസ്ലാവൂസ് കേസിലും അതുതന്നെ സംഭവിച്ചു. ഭരണഘടനയുടെ വാഗ്ദാനമായ സംസാരസ്വാതന്ത്ര്യം, അഭിപ്രായപ്രകടനസ്വാതന്ത്ര്യം എന്നിവയോട് ചേർത്തുവച്ചായിരുന്നു മതപ്രചരണസ്വാതന്ത്ര്യത്തെ വ്യാഖ്യാനിക്കേണ്ടിയിരുന്നത്. ഇങ്ങനെയൊരു സമീപനത്തിന്റെ അഭാവത്തിൽ അനുച്ഛേദം 25(1) ഉറപ്പുനല്കുന്ന അവകാശം കേവലം മരീചികയായി മാറും. പ്രചരണം പ്രവൃത്തിയുടെ ഭാഗമാണ്. സംസാരത്തിൽ നിന്നാണ് പ്രവൃത്തിയുണ്ടാകുന്നത്. പ്രവൃത്തിയെന്നത് പരിവർത്തനമാണ്. പരിവർത്തനമെന്നത് മനഃസാക്ഷിയുടെ സ്വാതന്ത്ര്യമാണ്. പ്രവൃത്തി

യായി പരാവർത്തനം ചെയ്യപ്പെടാത്ത പ്രചരണം മാത്രമാണ് ഭരണഘടനാപരമായി അനുവദനീയമായതെന്ന റേയുടെ വ്യാഖ്യാനം ഭൂരിപക്ഷമതത്തിനുമാത്രമാണ് ഹിതകരമാകുന്നത്. റേയുടെ വിധിക്കുശേഷം മദ്ധ്യപ്രദേശിലും ഒഡീഷയിലും മാത്രമല്ല ഗുജറാത്ത്, രാജസ്ഥാൻ, ഹിമാചൽപ്രദേശ് എന്നിവിടങ്ങളിലും ന്യൂനപക്ഷമതങ്ങളിലേക്കുള്ള പരിവർത്തനം ഏറക്കുറെ അസാദ്ധ്യമായി. പരിവർത്തനത്തെ പരാവർത്തനമാക്കി ഹിന്ദുസംഘടനകൾ പരിവർത്തനം നിർബ്ബാധം നടത്തുകയും ചെയ്യുന്നു. മതനിരപേക്ഷതയ്ക്ക് നിരക്കുന്നതല്ല ഈ അവസ്ഥ.

മതത്യാഗത്തിനും മതനിഷേധത്തിനും അവകാശം നല്കുന്നതാണ് നമ്മുടെ ഭരണഘടന. വിശ്വാസിക്കും നാസ്തികനും ഇവിടെ ഒരുപോലെ ഇടമുണ്ട്. രാമരാജ്യത്തിലും അങ്ങനെയായിരുന്നു. മനഃസാക്ഷി സ്വതന്ത്രമായിരിക്കണം. പവിത്രമായ ആ മേഖലയിൽ ഭരണകൂടത്തിന്റെ നിരീക്ഷണമോ ഇടപെടലോ പാടില്ല. വ്യക്തിയുടെ മതവിശ്വാസം ജില്ലാ മജിസ്ട്രേറ്റിന്റെ അനുവാദത്തെ ആശ്രയിക്കുന്നത് അസ്വീകാര്യമാണ്. ഭരണഘടനയുടെ ഉദാരമായ വ്യാഖ്യാനമാണ് ഇക്കാര്യത്തിൽ വേണ്ടത്. ഭരണഘടനാപരമായ തത്ത്വങ്ങളുടെ ജനാധിപത്യപരമായ പരാവർത്തനം ഹിന്ദുക്കൾ ഉൾപ്പെടെ എല്ലാ മതസ്ഥർക്കും ഒരുപോലെ ബാധകമാകണം.

4

യൂദാസിനും ചിലത് പറയാനുണ്ട്

നിരോധനം ദേശീയഭ്രമമായി മാറിയിരിക്കുന്നു. പ്രാർത്ഥിക്കാനെന്നപോലെ നിരോധിക്കുന്നതിനും ഓരോരുത്തർക്കും ഓരോ കാരണം എന്നുമാത്രം. സാർവ്വദേശീയ വനിതാദിനമായ മാർച്ച് എട്ടിന് സംപ്രേഷണം നടത്താൻ ബി ബി സിയുടെ ചാനൽ ഫോർ തയ്യാറാക്കിയ ഡോക്യുമെന്ററി നിരോധിക്കപ്പെട്ടു. ഇന്ത്യാസ് ഡോട്ടർ എന്ന പേരിൽ ലെസ്‌ലി ഉഡ്‌വിൻ തയ്യാറാക്കിയ ഡോക്യുമെന്ററി ഇന്ത്യയുടെ ദുഃഖപുത്രിയായ നിർഭയയുടെ കഥയാണ്. ജ്യോതി സിങ് എന്ന സ്വന്തം പേരുപോലും നഷ്ടപ്പെട്ട ആ യുവതിയുടെ ദാരുണമായ അന്ത്യത്തിന് കാരണക്കാരായ നാലുപേർ വധശിക്ഷയ്ക്കു വിധിക്കപ്പെട്ട് തിഹാർ ജയിലിൽ കഴിയുന്നു. അവരിലൊരാളായ മുകേഷ് സിങ്ങിന്റെ വർത്തമാനം ഉൾപ്പെടുത്തിയതിനാലാണ് ഡോക്യുമെന്ററി അനഭിമതമായിത്തീർന്നത്.

ചില കാര്യങ്ങളിൽ വ്യത്യസ്തമായ അഭിപ്രായം പറയുന്നത് ശരിയായ നിലപാടിൽ എത്തിച്ചേരുന്നതിന് സഹായകമാകും. മാധ്യമം ഏതായാലും സ്വതന്ത്രമായ ആശയാവിഷ്കാരത്തിന് തടസ്സമാകുന്ന നിരോധനങ്ങൾ ശരിയല്ല. നമ്മുടെ ഇഷ്ടവും അനിഷ്ടവും ഇക്കാര്യത്തിൽ സ്വീകാര്യമായ മാനദണ്ഡമല്ല. നമുക്ക് ഇഷ്ടപ്പെടാൻ കഴിയാത്തതിനെയും സമഭാവനയോടെ കാണുന്നതിനുള്ള മാനസികാവസ്ഥയാണ് ജനാധിപത്യം. ഉഡ്‌വിന്റെ ഡോക്യുമെന്ററി അസ്വീകാര്യമായത് നിരപരാധിയായ ഒരു യുവതിയെ ക്രൂരമായി ബലാത്സംഗം ചെയ്ത് മരണത്തിലേക്ക് വലിച്ചെറിഞ്ഞ നരാധമന്റെ ശബ്ദം അതിൽ കേട്ടതുകൊണ്ടാണ്.

കുറ്റം എന്തായാലും എല്ലാ കുറ്റവാളികൾക്കും നിയമത്തിന്റെ പരിരക്ഷ ഒരുപോലെ ലഭ്യമാക്കുന്നുവെന്നതാണ് ഇന്ത്യൻ നിയമവ്യവസ്ഥയുടെ സവിശേഷത. തൂക്കുമരംവരെ നിയമത്തിന്റെ സാന്ത്വനവും സംരക്ഷണയും അയാൾക്കൊപ്പമുണ്ട്. വധശിക്ഷ വിധിച്ചുകൊണ്ട്

പേനയുടെ തുമ്പൊടിക്കുന്ന ന്യായാധിപൻമുതൽ അന്ത്യാഭിലാഷം ആരായുന്ന ജയ്‌ലർവരെ നിയമത്തിന്റെ കാരുണ്യമാണ് പ്രകടിപ്പിക്കുന്നത്. അതിന്റെ അഭാവത്തിൽ നമ്മൾ മറ്റൊരു മുകേഷ് സിങ്ങായി മാറും. ഇടയ്ക്കൊരു കുറ്റവാളി രക്ഷപ്പെട്ടാലും ഒരു നിരപരാധി ശിക്ഷിക്കപ്പെടരുതെന്ന് നിയമവ്യവസ്ഥയ്ക്ക് നിർബ്ബന്ധമുണ്ട്. അതുകൊണ്ടാണ് സുപ്രീം കോടതിയുടെ അന്തിമവിധിക്കുശേഷവും രാഷ്ട്രപതിക്ക് ദയാഹർജി നല്കുന്നതിന് വ്യവസ്ഥയുള്ളത്. നിർഭയ കേസിൽ സുപ്രീം കോടതിയുടെയും രാഷ്ട്രപതിയുടെയും കൃത്യനിർവ്വഹണം ഉഡ്‌വിൻ ഡോക്യുമെന്ററി അനായാസമാക്കി. മുകേഷ് സിങ്ങിനെതിരെ അയാളുടെതന്നെ സ്വതന്ത്രമായ സാക്ഷ്യമാണ് ഉഡ്‌വിൻ രേഖപ്പെടുത്തിയത്.

സന്ദേഹത്തിന് സ്ഥാനമില്ലാത്ത വിധം കുറ്റവാളി കുറ്റം സമ്മതിച്ചു. അയാൾ പരിതപിക്കുന്നില്ല. പകരം സ്വയം ന്യായം കണ്ടെത്തുന്നു. അവസരം കിട്ടിയാൽ അയാൾ തന്റെ പ്രവൃത്തി ആവർത്തിക്കുമെന്നുറപ്പായി. ക്രിമിനൽ നടപടിക്രമത്തിന്റെ പരിസരങ്ങളിൽനിന്ന് വേറിട്ട് കുറ്റവാളിയുടെ മനസ്സറിയുന്നതിന് ഇത്തരത്തിൽ അവസരം സാധാരണ കിട്ടാറില്ല. നിയമത്തിലും സാമൂഹികശാസ്ത്രങ്ങളിലും വ്യാപരിക്കുന്നവർ അറിഞ്ഞിരിക്കേണ്ട കാര്യമാണിത്. യേശുവിന്റെ വിശ്വസ്തരായ സഹചാരികളുടെ സാക്ഷ്യം മാത്രമാണ് *ബൈബിൾ*. അതിനപ്പുറം യൂദാസിന്റെ വിശേഷംകൂടി അറിഞ്ഞിരുന്നുവെങ്കിൽ കഥയിൽ വ്യക്തത ഉണ്ടാകുമായിരുന്നു. വില്ലനില്ലെങ്കിൽ നായകനില്ല. ഇയാഗോ ഇല്ലാതെ ഒഥെല്ലോ ഉണ്ടാകുമോ? വില്ലനെ തമസ്കരിച്ചാൽ കഥ വികലവും അപൂർണ്ണവുമാകും.

പാർലമെന്റിലെ ക്ഷോഭം അസ്ഥാനത്തായി എന്ന് പറയാതിരിക്കാനാവില്ല. നിരോധനത്തിന് രാജ്നാഥ് സിങ് മുൻകൈയെടുത്തത് മറ്റു പല നിരോധനങ്ങൾക്കും ന്യായീകരണവും പിന്തുണയും ഉണ്ടാക്കുന്നതിനുവേണ്ടിയാണ്. നിരോധനം ഒരു ഫാസിസ്റ്റ് അജണ്ടയാണെന്ന തിരിച്ചറിവ് നമുക്കുണ്ടാകണം. ക്ഷണികമായ ക്ഷോഭം ആരെയും കെണിയിൽ വീഴ്ത്തും. ഡൽഹി ഹൈക്കോടതിയെയും കേന്ദ്ര പ്രക്ഷേപണ മന്ത്രാലയത്തെയും ധിക്കരിച്ചുകൊണ്ട് ബി ബി സി വിവാദ ഡോക്യുമെന്ററി സംപ്രേഷണം ചെയ്തതു നന്നായി. യു ട്യൂബിലും ഡോക്യുമെന്ററി ദൃശ്യമായി. പുതിയ കാലത്തെ ആകാശം പഴയ ഭൂമിയുടെ നിയന്ത്രണത്തിന് സമ്പൂർണ്ണമായും വിധേയമല്ലെന്ന യാഥാർത്ഥ്യം ഇടയ്ക്കിടെ ഭരണാധികാരികൾ അറിയുന്നത് നല്ലതാണ്. താലിഡോമൈഡ് കേസിൽ പ്രസിദ്ധീകരണം തടഞ്ഞ കോടതി ഉത്തരവ് സൺഡേ ടൈംസ് ലംഘിച്ചപ്പോഴാണ് ബ്രിട്ടനിലെ കോടതിയലക്ഷ്യനിയമത്തിൽത്തന്നെ മാറ്റമുണ്ടായത്. നിയമമെന്നത് ഉത്തരവാദിത്വത്തോടെ ലംഘിക്കാനുള്ളതാണ്. മാഗ്നാകാർട്ട മുതൽ മഹാത്മാഗാന്ധിവരെ ഈ തത്ത്വമാണ് നമ്മെ പഠിപ്പിച്ചിട്ടുള്ളത്.

നിയമാനുസൃതം അനുവാദം വാങ്ങിയതിനുശേഷമായിരുന്നു

ലെസ്‌ലി ഉഡ്‌വിൻ ജയിലിലെത്തി മുകേഷ് സിങ്ങിനെ കണ്ടത്. ജയിൽ സന്ദർശനവും തടവുകാരുമായുള്ള കൂടിക്കാഴ്ചയും വിലക്കപ്പെട്ട കാര്യങ്ങളല്ല. തിഹാർ ജയിലിൽ വധശിക്ഷ നടപ്പാക്കുന്നതിന്റെ തലേന്ന് ബില്ലയെയും രംഗയെയും കാണുന്നതിനും സംസാരിക്കുന്നതിനും സുപ്രീം കോടതി മാധ്യമപ്രവർത്തകർക്ക് അനുവാദം നല്കി. ഒരുമണിക്കൂർ സമയമാണ് അനുവദിച്ചത്. മുകേഷ് സിങ്ങിനെയും കൂട്ടാളികളെയും പോലെ രാജ്യത്തിന്റെ മനസ്സിനെ മുറിപ്പെടുത്തിയ കൊടുംകുറ്റവാളികളായിരുന്നു ബില്ലയും രംഗയും. പ്രഭാ ദത്തിന്റെ കേസിലെ വിധി നിലനില്ക്കുമ്പോൾ ലെസ്‌ലി ഉഡ്‌വിന്റെ അപേക്ഷ അനുവദിക്കുകയല്ലാതെ ജയിൽ സൂപ്രണ്ടിന് മറ്റ് മാർഗ്ഗമില്ലായിരുന്നു. മാധ്യമപ്രവർത്തകർക്ക് തടവുകാരെ കാണുന്നതിനുള്ള അവകാശം സുനിൽ ബത്ര കേസിൽ സുപ്രീം കോടതിയും ബിനു ജോണിന്റെ കേസിൽ കേരള ഹൈക്കോടതിയും ആവർത്തിച്ചിട്ടുണ്ട്. വെള്ളത്തൂവൽ സ്റ്റീഫനുമായും സോമദത്തനുമായും അഭിമുഖത്തിനുള്ള അനുവാദമാണ് *സൺഡേ* വാരികയുടെ ലേഖകനായിരുന്ന ബിനു സമ്പാദിച്ചത്.

ഇപ്രകാരം ന്യായമായും പരസ്യമായും സമ്പാദിക്കുന്ന വിവരങ്ങളും ദൃശ്യങ്ങളും പരസ്യപ്പെടുത്താമോ എന്ന ചോദ്യത്തിന് *നക്കീരൻ* കേസിൽ സുപ്രീം കോടതി മറുപടി നല്കിയിട്ടുണ്ട്. വധശിക്ഷയ്ക്കു വിധിക്കപ്പെട്ട് ജയിലിൽ കഴിയുന്ന ഓട്ടോ ശങ്കറിന്റെ ആത്മകഥ *നക്കീര*നിൽ പ്രസിദ്ധപ്പെടുത്തുന്നത് തടയുന്നതിനുള്ള തമിഴ്‌നാട് സർക്കാരിന്റെ ശ്രമമാണ് സുപ്രീം കോടതിയുടെ പ്രസിദ്ധമായ വിധിയിലൂടെ പരാജയപ്പെട്ടത്. കുറ്റവാളിയുടെ ആത്മകഥ സർക്കാരിന് അപകീർത്തിയുണ്ടാക്കുമെന്ന വാദം നിരാകരിക്കപ്പെട്ടു. സർക്കാരിനോ ഉദ്യോഗസ്ഥന്മാർക്കോ അപകീർത്തിയെന്ന ആക്ഷേപം ഉണ്ടാകാൻ പാടില്ലെന്ന് സുപ്രീം കോടതി പറഞ്ഞു. രാജ്യത്തെ അപകീർത്തിപ്പെടുത്തിയെന്ന ആക്ഷേപമാണ് ബിബിസിക്കെതിരെ ഉണ്ടായത്. നിയമപരമായി നിലനില്ക്കുന്ന ആക്ഷേപമല്ല ഇത്.

ലെസ്‌ലി ഉഡ്‌വിൻ അനുസ്മരിപ്പിക്കുന്നത് കാതറിൻ മേയോയെ ആണ്. ഇരുവരും സ്ത്രീകളും വിദേശികളും ആണെന്നതല്ല കാരണം. ഇന്ത്യയെ അപകീർത്തിപ്പെടുത്തുന്നുവെന്ന ആക്ഷേപം ലെസ്‌ലിക്കെതിരെയെന്നപോലെ കാതറീനെതിരെ അന്നുണ്ടായി. ഓട പരിശോധകയുടെ റിപ്പോർട്ടെന്നാണ് മേയോയുടെ *മദർ ഇന്ത്യ* എന്ന ഗ്രന്ഥത്തെ ഗാന്ധിജി വിശേഷിപ്പിച്ചത്. മേയോയ്ക്ക് മറുപടിയെന്നോണം മാതൃഭൂമിയെ മഹത്വവല്ക്കരിച്ചുകൊണ്ട് മെഹബൂബ് ഖാൻ *മദർ ഇന്ത്യ* എന്ന സിനിമ നിർമ്മിച്ചു. ഇങ്ങനെ പലതും ചെയ്യാം. നിരോധനവും പ്രോസിക്യൂഷനും ഒന്നിനും പ്രതിവിധിയല്ല. പലയിടങ്ങളിലും കേട്ടു പരിചിതമായ വാചകങ്ങൾ മാത്രമാണ് മുകേഷ് സിങ് പറഞ്ഞത്. ബലാത്സംഗത്തിനുള്ള പ്രേരണയും പ്രചോദനവും സ്ത്രീതന്നെയാണെന്ന് പറഞ്ഞ പ്രമുഖർ കേരളത്തിൽത്തന്നെയുണ്ട്. ബലാത്സംഗത്തിന് വധശിക്ഷയായാൽ തെളിവില്ലാതാക്കാൻ ഇരയെ കൊല്ലുന്നതിനുള്ള സാദ്ധ്യത നിയമരംഗം ചർച്ച ചെയ്യു

ന്നുണ്ട്. ഇതൊക്കെയാണ് മുകേഷ് സിങ് പറഞ്ഞത്. ആരോഗ്യകരമായ ആലോചനയ്ക്ക് വിഷയമാക്കേണ്ട കാര്യങ്ങളാണ് ലെസ്‌ലി ഉഡ്‌വിൻ തന്റെ ഡോക്യുമെന്ററിയിൽ വിവരിക്കുന്നത്. അതിൽ അവശ്യം വേണ്ടതായ ചെറിയൊരു ഭാഗംമാത്രമാണ് മുകേഷ് സിങ്. മരങ്ങൾ കാണുന്ന വ്യഗ്രതയിൽ കാട് കാണാതെപോകുന്നവർ കാര്യങ്ങളെ അതിന്റെ സമഗ്രതയിൽ മനസ്സിലാക്കുന്നില്ല.

5

പതിനാറ് വയസ്സിലെ കുറ്റവാളി

കുട്ടിത്തം വിട്ടാലുടൻ വോട്ട് ചെയ്യാൻ കഴിയുന്ന രാജ്യമാണ് ഇന്ത്യ. പതിനെട്ട് വയസ്സായാൽ വോട്ട് ചെയ്യാം. മത്സരിക്കണമെങ്കിൽ ഇരുപത്തിയഞ്ച് വയസ്സാകണം. പതിനെട്ട് വയസ്സിനു താഴെയുള്ളവരെ കുട്ടികളായി കണക്കാക്കണമെന്ന് കുട്ടികളുടെ അവകാശ ഉടമ്പടി പ്രഖ്യാപിക്കുന്നു. രാജ്യങ്ങൾ തമ്മിലുള്ള ഉടമ്പടിയാണിത്. ഈ ഉത്തരവാദിത്വത്തിന്റെ അടിസ്ഥാനത്തിലാണ് നിയമലംഘകരായ കുട്ടികളെ കുറ്റവാളികളാക്കാതെ നിയമവുമായി പൊരുത്തപ്പെടാത്തവരായിമാത്രം കണക്കാക്കുന്നത്. ഗുരുതരമായ കുറ്റകൃത്യങ്ങൾക്കുമാത്രമാണ് കുട്ടികൾക്ക് ജയിൽശിക്ഷ വിധിക്കാവുന്നത്. പക്ഷേ, അപ്പോഴും അവരെ മുതിർന്നവരോടൊപ്പം പാർപ്പിക്കാൻ പാടില്ല.

ബലാത്സംഗം, കൊലപാതകം തുടങ്ങിയ കേസുകളിൽ അകപ്പെടുന്നവരുടെ കാര്യത്തിൽ പ്രായത്തിന്റെ ആനുകൂല്യം പതിനാറിൽ പരിമിതപ്പെടുത്തണമെന്ന നിർദ്ദേശത്തിന് കേന്ദ്രമന്ത്രിസഭ അംഗീകാരം നല്കി. ബാലനീതി നിയമം ഇതനുസരിച്ച് മാറ്റിയെഴുതാനാണ് നീക്കം. ഡൽഹിയിലെ ക്രൂരമായ ബലാത്സംഗത്തിൽ സജീവമായി പങ്കെടുത്ത പ്രതി പ്രായത്തിന്റെ ആനുകൂല്യത്തിൽ നിസ്സാരമായ ശിക്ഷയ്ക്ക് വിധിക്കപ്പെട്ടതിനെ തുടർന്നുണ്ടായ ജനരോഷമാണ് നിയമഭേദഗതിക്ക് കാരണമായത്. പതിനെട്ടാകുന്നതിന് ഏതാനും മാസങ്ങളുടെ കുറവുണ്ടായിരുന്നതുകൊണ്ട് പ്രതി ന്യായമായ ശിക്ഷയിൽനിന്ന് ഒഴിവായി. നിയമത്തിന്റെ ആനുകൂല്യവും നിയമത്തിലെ പഴുതും പ്രതിക്ക് പ്രയോജനകരമായിത്തീരും. അപ്രകാരം നിയമം പ്രയോജനരഹിതമായിത്തീരുമ്പോൾ നിയമം നവീകരിക്കേണ്ടിവരും.

അപവാദങ്ങളെ പൊതുതത്ത്വമായി കണക്കാക്കരുത്. ഹീനസ് എന്ന് ഇംഗ്ലീഷിലും ഹീനം എന്ന് മലയാളത്തിലും വിശേഷിപ്പിക്കപ്പെടുന്ന

കുറ്റകൃത്യങ്ങളിൽ പതിനാറിനും പതിനെട്ടിനും മദ്ധ്യേയുള്ളവർ കൂടുതലായി ഏർപ്പെടുകയും അവർ നിയമത്തിന്റെ ആനുകൂല്യത്തിൽ രക്ഷപ്പെടുകയും ചെയ്യുന്നുവെന്ന് കരുതാൻ വിശ്വസനീയമായ കണക്കുകളില്ല. 2012 ലെ ഡൽഹി സംഭവത്തിനുശേഷം കുട്ടിയായിരിക്കുന്നതിനുള്ള പ്രായം കുറയ്ക്കണമെന്ന് സുപ്രീം കോടതിയോ ജെ എസ് വർമ്മ കമ്മിറ്റിയോ ആവശ്യപ്പെട്ടില്ല. പ്രസക്തമായ കാര്യങ്ങളെല്ലാം ഗഹനമായി പരിശോധിച്ചതിനുശേഷമാണ് ജസ്റ്റീസ് വർമ്മ റിപ്പോർട്ട് തയ്യാറാക്കിയത്. കുട്ടികൾ ഓരോ പ്രായത്തിലും പലതും ചെയ്യാൻ പ്രാപ്തിയുള്ളവരാണ്. അവരുടെ ശാരീരികവും മാനസികവുമായ വളർച്ച പണ്ടേപ്പോലെയല്ല. പക്ഷേ, കുട്ടികളെ ബാധിക്കുന്ന നിയമത്തിൽ വരുത്തുന്ന മാറ്റങ്ങൾ വികാരപരമായ പ്രതികരണത്തിന്റെ ഫലമാകരുത്.

ശിശുവികസന മന്ത്രാലയം തയ്യാറാക്കിയ ജുവനൈൽ ജസ്റ്റീസ് നിയമത്തിന്റെ കരടിൽ സ്വാഗതാർഹമായ പല വ്യവസ്ഥകളും ഉൾക്കൊള്ളിച്ചിട്ടുണ്ട്. ബാലാവകാശങ്ങളുടെ സംരക്ഷണത്തിനായുള്ള ദേശീയ കമീഷൻ അവയെ സ്വാഗതം ചെയ്തിട്ടുണ്ട്. പ്രഖ്യാപിതമായ എല്ലാ അവകാശങ്ങളും കുട്ടികൾക്ക് ലഭ്യമാകുന്നുവെന്ന് ഉറപ്പു വരുത്തേണ്ടത് സർക്കാരിന്റെ കടമയാകയാൽ നിയമം നവീകരിക്കുന്നതിൽ തെറ്റില്ല. ആ പ്രക്രിയയിൽ നിലവിലുള്ള അവകാശങ്ങളും പരിരക്ഷയും പരിമിതപ്പെടരുത്. കുറ്റം ചെയ്യുന്ന കുട്ടികൾക്കു വേണ്ടത് ശിക്ഷയല്ല. ശാരീരികവും മാനസികവുമായ പുനരധിവാസത്തിനു സഹായകമായ അന്തരീക്ഷമാണ് അവർക്കു നല്കേണ്ടത്.

പതിനെട്ട് വയസ്സ് വരെയുള്ളവർക്ക് നല്കുന്ന പ്രത്യേക പരിഗണനയുടെ മറയിൽ കുട്ടികൾ കൂടുതലായി കുറ്റകൃത്യങ്ങളിൽ ഏർപ്പെടുന്നതായി കരുതാനാവില്ല. തിരുവിതാംകൂറിൽ ബ്രാഹ്മണരെ വധശിക്ഷയിൽനിന്ന് ഒഴിവാക്കിയിരുന്ന കാലമുണ്ടായിരുന്നു. ദിവാൻ സി പി രാമസ്വാമി അയ്യരെ വധിക്കുന്നതിന് ബ്രാഹ്മണൻ നിയോഗിക്കപ്പെട്ടത് ഇക്കാരണത്താലായിരുന്നു. ഇങ്ങനെയൊരു വ്യവസ്ഥയുള്ളതുകൊണ്ട് ബ്രാഹ്മണർ കൂടുതലായി കൊലപാതകക്കേസുകളിൽ ഉൾപ്പെട്ടിരുന്നതായോ ബ്രാഹ്മണേതരർക്ക് വധശിക്ഷയുള്ളതുകൊണ്ട് അവർ കുറ്റകൃത്യങ്ങളിൽ നിന്ന് വിട്ടുനിന്നിരുന്നതായോ പറയാനാവില്ല. ശിക്ഷയുടെ കാഠിന്യവും ഉറപ്പും കുറ്റകൃത്യങ്ങൾ തടയുന്നതിന് സഹായകമാകുന്നില്ല.

ഇക്കാലത്ത് കുട്ടികൾ നേരത്തേ പക്വതയാർജ്ജിക്കുന്നുവെന്ന വാദമുണ്ട്. വോട്ടവകാശം പതിനെട്ടിൽനിന്ന് പതിനാറാക്കണമെങ്കിൽ ഈ വസ്തുത അടിസ്ഥാനമാക്കാം. വിവാഹപ്രായം കുറയ്ക്കുന്നതിനോ കുട്ടിയുടെ നിർവ്വചനത്തിൽ മാറ്റം വരുത്തുന്നതിനോ ഈ വാദം സ്വീകാര്യമല്ല. കുട്ടികൾ കുട്ടികൾതന്നെ എന്ന മുലായംസിങ് യാദവിന്റെ പരാമർശം ഇവിടെ ചേർത്തുവായിക്കേണ്ടതില്ല. കുട്ടികൾ കുട്ടികൾ അല്ലാതാകുന്നത് എപ്പോഴെന്ന് യു എൻ കൺവെൻഷൻ വ്യക്തമാക്കിയിട്ടുണ്ട്. ക്രൂരവും മനുഷ്യത്വരഹിതവും നിന്ദ്യവുമായ രീതിയിൽ കുട്ടികൾ ശിക്ഷിക്കപ്പെടരു

തെന്ന് കൺവെൻഷൻ പറയുന്നു. നിയമം ലംഘിച്ചുവെന്ന് ആരോപണമുണ്ടായാൽ അവർക്ക് നിയമസഹായം ലഭ്യമാക്കണം. മുതിർന്നവരോടൊപ്പം അവരെ ജയിലിൽ പാർപ്പിക്കരുത്. കുടുംബവുമായി ബന്ധപ്പെടാൻ അവസരം നല്കണം. ജയിൽശിക്ഷ ഗുരുതരമായ കുറ്റകൃത്യങ്ങൾക്കു മാത്രമായി പരിമിതപ്പെടുത്തണം.

ഗുരുതരമായ കുറ്റകൃത്യങ്ങൾക്ക് ജയിൽശിക്ഷ ആകാമെന്നു പറയുമ്പോൾ അത് മുതിർന്നവരുടെ ജയിലിൽ ആകാൻ പാടില്ല. മുതിർന്നവരുടെ കോടതിയിലല്ല അവരെ വിചാരണ ചെയ്യേണ്ടത്. പ്രായം പതിനാറായി കുറയ്ക്കുമ്പോഴും അവരുടെ മാനസികമായ വളർച്ച പരിശോധിച്ച് വിചാരണയുടെ വേദിയും രീതിയും നിശ്ചയിക്കുന്നതിനുള്ള അധികാരം ജുവനൈൽ ജസ്റ്റീസ് ബോർഡിൽ തുടർന്നും നിക്ഷിപ്തമാണ്. ഇതുകൊണ്ടുമാത്രം പരിഹരിക്കാവുന്നതല്ല ഈ വിഷയം. വധശിക്ഷയോ ജീവപര്യന്തം തടവോ പതിനെട്ട് വയസ്സിൽ താഴെയുള്ളവർക്ക് നല്കില്ലെന്ന വ്യവസ്ഥയും നിയമഭേദഗതിയുടെ കാഠിന്യം കുറയ്ക്കുന്നില്ല. വേറിട്ട് കാണേണ്ടവരെ വേറിട്ടുതന്നെ കാണണം.

ദരിദ്രരുടെ എണ്ണം കുറയ്ക്കുന്നതിന് ദാരിദ്ര്യരേഖ ഇടയ്ക്കിടെ താഴ്ത്തുന്നതുപോലെ പ്രായപരിധി കുറച്ച് കൂട്ടാനുള്ളതല്ല കുട്ടിക്കുറ്റവാളികളുടെ എണ്ണം. നിയമവുമായി പ്രതിസന്ധിയിലാകുന്ന കുട്ടികളുടെ എണ്ണം കുറയ്ക്കുന്നതിനുള്ള മാർഗ്ഗം പ്രായത്തിൽ വരുത്തുന്ന വ്യത്യാസമല്ല. കുട്ടികൾ കുറ്റവാളികളാകുന്നതിന് കാരണങ്ങൾ പലതുണ്ട്. അനാഥമായ ബാല്യവും അപമാനകരമായ അവഗണനയും ക്രൂരമായ അനുഭവങ്ങളും കുട്ടികളെ ന്യായത്തിന്റെയും ധർമ്മത്തിന്റെയും നീതിയുടെയും പാതയിൽനിന്ന് വ്യതിചലിപ്പിക്കുന്നു. സമ്പത്തിന്റെ ആഡംബരവും കുട്ടികളിലെ കുറ്റവാസന വളർത്തുന്നതിന് പ്രേരണയാകുന്നു. അതെങ്ങനെയായാലും കുറ്റകൃത്യങ്ങളുടെ കൗമാരത്തിൽനിന്ന് അധമജീവിതത്തിന്റെ യൗവനത്തിലേക്കല്ല കുട്ടികളെ എത്തിക്കേണ്ടത്. ജയിലുകൾ കുറ്റകൃത്യങ്ങളുടെ സർവ്വകലാശാലയാകരുത്.

കുട്ടികൾക്ക് പ്രത്യേകമായ പരിഗണനയും പരിരക്ഷയും ഭരണഘടന ഉറപ്പു നല്കുന്നു. ഏതടിസ്ഥാനത്തിലുമുള്ള വിവേചനം വിലക്കുമ്പോഴും കുട്ടികൾക്കുവേണ്ടി പ്രത്യേക വ്യവസ്ഥകൾ ഉണ്ടാക്കുന്നതിന് ഭരണഘടനാപരമായ തടസ്സമില്ല. കുട്ടികളുടെ ഇളംപ്രായം ദുർവ്വിനിയോഗിക്കപ്പെടരുതെന്നും അവരുടെ പ്രായത്തിന് അനുയോജ്യമല്ലാത്ത പണികളിൽ അവരെ പ്രവേശിപ്പിക്കരുതെന്നും ഭരണഘടന പറയുന്നു. ആരോഗ്യകരമായ രീതിയിലും സ്വാതന്ത്ര്യവും അന്തസ്സും ഉള്ള പരിതഃസ്ഥിതികളിലുമാണ് കുട്ടികൾ വളരേണ്ടത്. അതിനുള്ള സൗകര്യങ്ങൾ രാഷ്ട്രം ഒരുക്കണം. ചൂഷണത്തിൽനിന്നും സാന്മാർഗ്ഗികവും ഭൗതികവുമായ പരിത്യജനത്തിൽനിന്നും ബാല്യം രക്ഷിക്കപ്പെടണം. ഇതൊക്കെയും രാഷ്ട്രത്തിന്റെ ഭരണഘടനാപരമായ ബാദ്ധ്യതയാണ്. ഇതിനു പുറമെയാണ് യു എൻ പൊതുസഭ 1989 ൽ അംഗീകരിച്ച കുട്ടികളുടെ അവകാശങ്ങളെ

സംബന്ധിക്കുന്ന കൺവെൻഷൻ.

ഇതാണ് രണ്ടായിരമാണ്ടിലെ ജുവനൈൽ ജസ്റ്റീസ് നിയമത്തിന്റെ പശ്ചാത്തലം. പൊതുവെ സ്വീകാര്യമായ നിയമത്തിൽ ന്യൂനതകൾ ചിലത് ഇപ്പോൾ കാണുന്നു. നിയമം സമഗ്രമായി നവീകരിക്കുന്നതിനുള്ള പരിശ്രമത്തെ ആരും എതിർക്കാനിടയില്ല. നിർബ്ബന്ധമായി ജോലി ചെയ്യേണ്ടിവരുന്ന കുട്ടികൾ, ലൈംഗികവും ശാരീരികവുമായ ചൂഷണത്തിനുവേണ്ടി വിപണനം ചെയ്യപ്പെടുന്ന കുട്ടികൾ. ഇവരുടെ കാര്യത്തിൽ നിയമം കുറേക്കൂടി ജാഗ്രത കാണിക്കേണ്ടിയിരിക്കുന്നു. സംഭവിക്കാൻ പാടില്ലാത്തതായിരുന്ന ഒരു അപഭ്രംശത്തെ അടിസ്ഥാനമാക്കി പതിനാറിനു മുകളിലുള്ളവരെ ബാല്യത്തിന്റെ പരിരക്ഷയിൽ നിന്ന് ഒഴിവാക്കുന്നതിനുള്ള ആലോചന ഗുണപരമാവില്ല. ആലോചന കുറേക്കൂടി വിപുലമാകുന്നതും തീരുമാനം സാവകാശത്തിലാകുന്നതും നല്ലതാണ്.

6

സംസാരം വിലക്കാനുള്ളതല്ല

ഹിതപരിശോധനയ്ക്ക് വിധേയമാക്കിയാൽ തെലങ്കാന മുഖ്യമന്ത്രി ചന്ദ്രശേഖർ റാവു നടത്തിയ പ്രസ്താവനയ്ക്ക് വ്യാപകമായ അംഗീകാരം ലഭിക്കാനാണ് സാദ്ധ്യത. അവസരം കിട്ടിയാൽ മാധ്യമപ്രവർത്തകരെ കുഴിച്ചുമൂടുമെന്നാണ് റാവു പറഞ്ഞത്. മുഖ്യമന്ത്രിക്ക് ഇതിനുള്ള അധികാരമുണ്ടെങ്കിൽ റാവുവിനൊപ്പം കൂടാൻ തമിഴ്നാടും പശ്ചിമ ബംഗാളും ഉൾപ്പെടെ നിരവധി സംസ്ഥാനങ്ങളിലെ മുഖ്യമന്ത്രിമാരുണ്ടാകും. സ്വതന്ത്രമായ അഭിപ്രായപ്രകടനം പൗരസമൂഹത്തിന്റെ മൗലികാവകാശമായി പ്രഖ്യാപിച്ചിരിക്കുന്ന ഭരണഘടനയ്ക്ക് വിധേയമായി പ്രവർത്തിക്കണമെന്നതാണ് റാവുവിനും കൂട്ടർക്കുമുള്ള തടസ്സം. സ്വതന്ത്രമായ സംസാരവും തടസ്സമില്ലാത്ത വിമർശവും ജീവിതത്തെ നിലനിർത്തുന്ന മൗലികമായ ഘടകങ്ങളാണ്. ഇതിനു വിരുദ്ധമായ അവസ്ഥയാണ് 1975 ജൂണിലുണ്ടായത്. ആത്യന്തികമായി ജനങ്ങളേക്കാൾ അപകടം ഉണ്ടായത് സെൻസർഷിപ്പ് നടപ്പാക്കിയ അധികാരികൾക്കായിരുന്നു. സെൻസർഷിപ്പിൽ എല്ലാം തമസ്കരിക്കപ്പെട്ടപ്പോൾ കാണേണ്ടതെല്ലാം കാണാൻ കഴിയാതെ ഇന്ദിര ഗാന്ധിയും അവരുടെ പാർട്ടിയും പരാജയത്തിന്റെ അഗാധമായ ഗർത്തത്തിലേക്ക് നിപതിച്ചു. ചരിത്രത്തിന്റെ പാഠങ്ങൾ മനസ്സിലാക്കാത്തവർ വീണ്ടും അതേ പാതയിലേക്ക് ആകർഷിക്കപ്പെടുന്നു. ചിലപ്പോഴെങ്കിലും പ്രവൃത്തിയോളമെത്തുന്ന ഭീഷണികൾക്കപ്പുറം കാര്യങ്ങൾ മുന്നോട്ടുപോകാറില്ല. അധികാരത്തോടൊപ്പമുള്ള ഉത്തരവാദിത്വങ്ങൾ അധികാരമുള്ളവർ മറക്കുന്നതുപോലെ സ്വാതന്ത്ര്യത്തോടൊപ്പം ഉണ്ടായിരിക്കേണ്ടതായ ഉത്തരവാദിത്വങ്ങൾ മാധ്യമപ്രവർവത്തകരും മറക്കുന്നു.

ആന്ധ്ര സംസ്ഥാനം രൂപീകൃതമായപ്പോൾ മുഖ്യമന്ത്രിയായത് പ്രഗത്ഭനായ പ്രകാശമായിരുന്നു. പ്രകാശത്തെപ്പോലെയല്ല റാവു.

തെലങ്കാന എന്ന അപ്രതീക്ഷിത സൗഭാഗ്യത്തിനു മുന്നിൽ പകച്ചു നില്ക്കുന്ന ചെറിയ മനുഷ്യനാണ് റാവു. ഭരണഘടനയുടെ പരിമിതിയെക്കുറിച്ചും ഫെഡറൽ സംവിധാനത്തിന്റെ നിയന്ത്രണത്തെക്കുറിച്ചും അദ്ദേഹത്തിന് ബോദ്ധ്യമുണ്ട്. ഹിറ്റ്ലർ ആകാൻ കഴിഞ്ഞിരുന്നുവെങ്കിൽ എല്ലാ പ്രശ്നങ്ങൾക്കും പരിഹാരമുണ്ടാക്കാൻ കഴിയുമായിരുന്നുവെന്ന് അദ്ദേഹം പറഞ്ഞത് ഇക്കാര്യങ്ങൾ അറിയാവുന്നതുകൊണ്ടാണ്. പ്രതിച്ഛായ മോശമാക്കുന്ന മാധ്യമപ്രവർത്തകരെ കൈകാര്യം ചെയ്യുന്നതിന് അണികളെ കയറൂരിവിടുന്ന മമത ബാനർജിയോളം റാവു വളർന്നിട്ടില്ലെന്നതാണ് തല്ക്കാലത്തെ ആശ്വാസം. സ്വതന്ത്രമായ സമൂഹത്തിൽ ആശയങ്ങളുടെ സ്വതന്ത്രമായ മത്സരമുണ്ടാകണം. സ്വതന്ത്രമായ സംസാരവും അഭിപ്രായപ്രകടനവും മൗലികാവകാശമാക്കിയിരിക്കുന്നത് ഇക്കാരണത്താലാണ്. ഈ അവകാശത്തിന് അനുബന്ധമായും പൂരകമായും വികാസം പ്രാപിച്ചതാണ് മാധ്യമസ്വാതന്ത്ര്യം. നിയമം അനുവദിക്കുന്നതിനപ്പുറം ഒരു പരിമിതിയും ആ സ്വാതന്ത്ര്യത്തിനുണ്ടാകരുത്. ഇത് ഉറപ്പാക്കുകയെന്നത് ഭരണകൂടത്തിന്റെ ഉത്തരവാദിത്വമാണ്. മാധ്യമപ്രവർത്തനത്തെ നിയന്ത്രിക്കുന്ന സെൻസർഷിപ്പും മാധ്യമപ്രവർത്തകർക്കു നേരെയുള്ള പ്രത്യക്ഷമോ പരോക്ഷമോ ആയ ആക്രമണങ്ങളും അസ്വീകാര്യമാണ്. സെൻസർഷിപ്പ് എന്ന ദോഷത്തിനുള്ള പരിഹാരം സെൻസർഷിപ്പിന്റെ പൂർണ്ണമായ നിരാസമാണെന്ന് മാർക്സ് പറഞ്ഞത് പ്രഷ്യൻ സെൻസർഷിപ്പിന്റെ ദോഷങ്ങൾ നേരിട്ടനുഭവിച്ചതിനുശേഷമായിരുന്നു.

പത്രങ്ങളെ അനായാസം നിയന്ത്രിക്കാൻ കഴിയാത്ത സാഹചര്യങ്ങൾ നിലവിലുണ്ട്. പ്രസ് കൗൺസിൽ എന്ന നിയമപരമായ സംവിധാനവും ഇക്കാര്യത്തിൽ കോടതികൾ സ്വീകരിക്കുന്ന വ്യക്തതയുള്ള നിലപാടും മാത്രമല്ല ജനങ്ങളുടെ നേരിട്ടുള്ള നിരീക്ഷണവും ഭരണകൂടത്തിന് മറികടക്കാൻ കഴിയാത്ത പ്രതിബന്ധങ്ങളാണ്. അതുകൊണ്ട് പത്രങ്ങളെ ഒഴിവാക്കി ഇതരമാധ്യമങ്ങളെ വരുതിയിലാക്കാമോ എന്നാണ് സർക്കാർ ആലോചിക്കുന്നത്. നിയമമന്ത്രിയായിരിക്കേ കപിൽ സിബൽ ഇക്കാര്യത്തിൽ പല ആലോചനകളും നടത്തി വശംകെട്ടയാളാണ്. മാധ്യമങ്ങളോടുള്ള അസഹിഷ്ണുത ഇന്ദിര ഗാന്ധിയുടെ പേരിലുള്ള കോൺഗ്രസിന്റെ പൈതൃകമാകയാൽ അത്ഭുതപ്പെടേണ്ടതില്ല. ജവാഹർലാൽ നെഹ്റുവിനും ഫിറോസ് ഗാന്ധിക്കും പത്രങ്ങളോട് ഇന്ദിര ഗാന്ധിയുടേതിൽനിന്ന് വ്യത്യസ്തമായ സമീപനമാണുണ്ടായിരുന്നത്. അപകീർത്തിയെ സംബന്ധിക്കുന്നതുൾപ്പെടെ മാധ്യമപ്രവർത്തനത്തിന് വിഘാതമാകുന്ന പല നിയമങ്ങളെക്കുറിച്ചും ആലോചിച്ച് പരാജയപ്പെട്ടയാളാണ് രാജീവ് ഗാന്ധി. ഇന്ദിര ഗാന്ധിയുടെയും രാജീവ് ഗാന്ധിയുടെയും പാതയിലാണ് നരേന്ദ്ര മോദിയും സഞ്ചരിക്കുന്നത്.

സാങ്കേതികവിദ്യ തുറന്നുതന്ന അത്ഭുതലോകം സ്വാതന്ത്ര്യത്തിന്റെ ലോകമായിരിക്കുമെന്ന് നാം പ്രതീക്ഷിച്ചു. പത്രങ്ങൾ നിയന്ത്രണത്തിനു

വിധേയമായാലും വേൾഡ്വൈഡ് വെബ്ബും ഇന്റർനെറ്റും നിയന്ത്രണങ്ങളുടെ അതിരുകളെ അതിജീവിക്കുമെന്ന പ്രതീക്ഷയിലായിരുന്നു ലോകം. പക്ഷേ, അവിടെയും നിയന്ത്രണത്തിന്റെ കരങ്ങൾ നീണ്ടുവരുന്നു. 1991 ലാണ് ഇന്ത്യയിൽ കേബിൾ ടെലിവിഷൻ ആരംഭിച്ചത്. ബാധകമാകുന്ന നിയമത്തിന്റെ അഭാവത്തിൽ സർക്കാരിന് കേബിൾ ടെലിവിഷനെ ഔദ്യോഗികമായി അംഗീകരിക്കുന്നതിനോ നിരാകരിക്കുന്നതിനോ കഴിഞ്ഞില്ല. പക്ഷേ, ഗവൺമെന്റിന് ശ്രദ്ധിക്കാതിരിക്കാൻ കഴിയാത്തവിധം കേബിൾ ടെലിവിഷൻ പെട്ടെന്ന് വളർന്നു. 1995 ൽ കേബിൾ ടെലിവിഷൻ നെറ്റ്വർക് നിയമം പ്രാബല്യത്തിൽ വന്നു. ഈ നിയമമനുസരിച്ച് പല ചാനലുകൾക്കെതിരെയും നടപടിയുണ്ടായി. ഇതൊഴിവാക്കിയാൽ 130 വർഷം പഴക്കമുള്ള ടെലിഗ്രാഫ് നിയമമാണ് ടെലികാസ്റ്റിങ്ങിന് ബാധകമായി ഇന്ത്യയിലുള്ളത്. റേഡിയോയും ടെലിവിഷനും സർക്കാരിന്റെ ഉടമസ്ഥതയിലായിരുന്നതിനാൽ പ്രത്യേകിച്ചൊരു നിയമത്തിന്റെ ആവശ്യകത ഉണ്ടായിരുന്നില്ല. അന്തരീക്ഷതരംഗങ്ങൾ പൊതുസ്വത്താണെന്നും പൊതുതാല്പര്യം മുൻനിർത്തി അവയെ നിയന്ത്രിക്കാൻ പൊതു അതോറിറ്റി ആവശ്യമാണെന്നും 1995 ൽ ബംഗാൾ ക്രിക്കറ്റ് അസോസിയേഷൻ കേസിൽ സുപ്രീം കോടതി പറഞ്ഞു. അതിന്റെ അടിസ്ഥാനത്തിൽ 1997 ൽ ബ്രോഡ്കാസ്റ്റിങ് ബില്ലും 2001 ൽ കമ്യൂണിക്കേഷൻ കൺവെർജൻസ് ബില്ലും ലോക്സഭയിൽ അവതരിപ്പിച്ചെങ്കിലും സഭയുടെ കാലാവധി അവസാനിക്കുന്നതിനുമുമ്പ് പാസാക്കിയെടുക്കാൻ കഴിഞ്ഞില്ല.

ടെലികമ്യൂണിക്കേഷനെയും ബ്രോഡ്കാസ്റ്റിങ്ങിനെയും വേർതിരിക്കാൻ കഴിയാത്ത വിധം സാങ്കേതികവിദ്യ വികസിച്ചിരിക്കുന്നു. ടെലിവിഷൻ സ്ക്രീനിൽ ഇന്റർനെറ്റും ഇന്റർനെറ്റിൽ ടെലിഫോണും ലഭ്യമാകുന്ന ഇക്കാലത്ത് ആലോചിക്കേണ്ടത് കൺവെർജൻസിനെക്കുറിച്ചാണ്. വ്യത്യസ്തമാധ്യമങ്ങളുടെ സംയോജനമാണ് കൺവെർജൻസ്. 2003ൽ ബ്രിട്ടനിൽ പ്രാബല്യത്തിൽ വന്ന ഓഫീസ് ഓഫ് കമ്യൂണിക്കേഷൻസ് ആക്ട് ഈ പശ്ചാത്തലത്തിലാണുണ്ടായത്. അതനുസരിച്ച് രൂപവത്ക്കൃതമായ ഓഫ്കോം എന്ന റഗുലേറ്ററി സംവിധാനം ടെലിവിഷൻ, റേഡിയോ, ടെലികമ്യൂണിക്കേഷൻസ്, വയർലെസ് കമ്യൂണിക്കേഷൻസ് എന്നിവയ്ക്ക് മൊത്തത്തിൽ ബാധകമാണ്.

മാധ്യമപ്രവർത്തനത്തിൽ സർക്കാരിന്റെ ഇടപെടൽ സാദ്ധ്യമാക്കുന്ന വ്യവസ്ഥകൾ അസ്വീകാര്യമാണ്. 2001 ലെ കമ്യൂണിക്കേഷൻ കൺവെർജൻസ് ബിൽ നിയമമാകാതിരുന്നത് സ്വാതന്ത്ര്യത്തിന്റെ പേരിലുള്ള ആശങ്കകൾ നിമിത്തമായിരുന്നില്ല. ഉടമാവകാശം കുത്തകയാകുന്നത് തടയുന്നതിനുള്ള വ്യവസ്ഥ ബില്ലിലുണ്ടായിരുന്നു. മാധ്യമ ഉടമകളുടെ സംഘടിതവും നിശ്ശബ്ദവുമായ എതിർപ്പായിരുന്നു ബില്ലിനെ അനാഥാവസ്ഥയിലാക്കിയത്. ക്രോസ് മീഡിയ ഓണർഷിപ്പ് വിലക്കുന്ന വ്യവസ്ഥകൾ വരാനിരിക്കുന്ന നിയമത്തിൽ ഒഴിവാക്കിയാൽ ഉടമകളു

ടെ എതിർപ്പ് ഇല്ലാതാകും. ക്രോസ് മീഡിയ ഹോൾഡിങ്ങിനെതിരെ അമേരിക്കയിലും ബ്രിട്ടനിലും നിയമം ശക്തമായിക്കൊണ്ടിരിക്കുമ്പോഴാണ് ഇന്ത്യയിൽ വാജ്പേയിയുടെയും മൻമോഹൻ സിങ്ങിന്റെയും സർക്കാരുകൾ പിന്നോക്കംപോയത്. അരുൺ ജെയ്റ്റ്ലിക്കും കപിൽ സിബലിനും ഇക്കാര്യത്തിൽ ഒന്നും പറയാനുണ്ടായിരുന്നില്ല. ഒരേ കമ്പനി അച്ചടി-ദൃശ്യ മാധ്യമങ്ങൾ ഒരേസമയം നടത്തുന്നതാണ് ക്രോസ് മീഡിയ ഓണർഷിപ്പ്. പത്ര ഉടമസ്ഥതയുടെ കുത്തക സ്വഭാവത്തിനെതിരെ ഒന്നാം പ്രസ് കമീഷൻ മുന്നറിയിപ്പ് നല്കിയിട്ടുണ്ട്. കുത്തകാധിപത്യം സ്ഥാപിച്ച പത്രസ്ഥാപനങ്ങൾ ഇന്റർനെറ്റ്, വെബ്, റേഡിയോ, ടെലിവിഷൻ രംഗങ്ങൾക്കൂടി തങ്ങളുടെ സാമ്രാജ്യത്തിന്റെ ഭാഗമാക്കുന്നത് ഗൗരവത്തോടെ കാണണം. അഭിപ്രായപ്രകടനത്തിനുള്ള സ്വാതന്ത്ര്യംപോലെതന്നെ പ്രധാനപ്പെട്ടതാണ് അഭിപ്രായങ്ങളിൽ അവശ്യം നിലനില്ക്കേണ്ടതായ വൈവിദ്ധ്യം. ബഹുസ്വരതയാണ് ജനാധിപത്യത്തിന്റെ ജീവൻ. സർക്കാരിൽനിന്നു മാത്രമല്ല കോർപ്പറേറ്റുകളിൽ നിന്നും അഭിപ്രായസ്വാതന്ത്ര്യത്തിനു ഭീഷണി ഉയരുന്ന സാഹചര്യത്തിൽ ജാഗ്രത ആവശ്യമായിരിക്കുന്നു.

ഇന്ത്യൻ ശിക്ഷാനിയമത്തിലെ 124 എ, ഇൻഫർമേഷൻ ടെക്നോളജി നിയമത്തിലെ 66 എ എന്നീ വകുപ്പുകൾ അഭിപ്രായപ്രകടന സ്വാതന്ത്ര്യത്തിന് കടുത്ത ഭീഷണിയാണ്. നവമായ സ്വാതന്ത്ര്യത്തിന്റെ സാദ്ധ്യതകളുമായെത്തിയ നവമാധ്യമങ്ങളെ നിയന്ത്രിക്കുന്നതിന് ഈ വകുപ്പുകൾ ദുരുപയോഗിക്കുന്നു. പത്രങ്ങളിൽ അസാദ്ധ്യമാകുന്നത് നവമാധ്യമങ്ങളിൽ സാദ്ധ്യമാകുന്നു. നിർദ്ദോഷമായ ഒരു ലൈക്ക് നിങ്ങളെ ജയിലിലാക്കും. സർക്കാരിനെതിരെയുള്ള വിമർശവും ആക്ഷേപവും രാജ്യദ്രോഹമായി മാറുന്നു. അമേരിക്കയിൽ ജോൺ പീറ്റർ സെൻഗറുടെ കുറ്റവിചാരണ പത്രസ്വാതന്ത്ര്യത്തിന്റെ ചരിത്രത്തിൽ പ്രസിദ്ധമാണ്. ഗവർണറെ വിമർശിച്ചതിനായിരുന്നു സെൻഗറുടെമേൽ രാജ്യദ്രോഹക്കുറ്റം ചുമത്തിയത്. സെൻഗറെ ജൂറി കുറ്റവിമുക്തനാക്കി. അമേരിക്കയിൽ ഭരണഘടന നിലവിൽവരുന്നതിന് മുമ്പായിരുന്നു അത്. ഇന്ത്യയിലും സമാനമായ അവസ്ഥയുണ്ടായിരുന്നു. രാജ്യദ്രോഹക്കുറ്റം ചുമത്തിയാണ് തിരുവിതാംകൂറിൽ കേരളവർമ്മ വലിയകോയിത്തമ്പുരാനെ വീട്ടുതടങ്കലിലാക്കിയതും സ്വദേശാഭിമാനി രാമകൃഷ്ണപിള്ളയെ നാടുകടത്തിയതും. രാജ്യദ്രോഹം എന്ന കുറ്റത്തിന്റെ നിർവ്വചനത്തിൽ ഇന്നും മാറ്റം വന്നിട്ടില്ല. രാജാവിനെതിരെയുള്ള വിമർശം രാജ്യദ്രോഹമായി കരുതാത്ത വ്യവസ്ഥിതിയാണ് ജനാധിപത്യം. സനാതനമായ ഈ ജനാധിപത്യതത്ത്വം ഇന്ത്യൻ നിയമവ്യവസ്ഥ പൂർണ്ണമായും ഉൾക്കൊള്ളണം.

4
കോടതി

1 ചെറിയ കോടതിയുടെ വലിപ്പം
2 ജഡ്ജിമാർ പെരുകിയാൽ കേസുകൾ കുറയില്ല
3 കോടതിയിൽ കേൾക്കുന്നതെല്ലാം
4 മാധ്യമവിചാരണയും ചിലപ്പോൾ നല്ലതാണ്
5 ബന്ധുക്കൾ കൂടുന്ന കോടതി
6 വടകരയിലെ മുൻസിഫിന്റെ മാതൃക
7 സിറിയക്കിന്റെ കണക്കുപുസ്തകം
8 അലക്സാണ്ടർ പറഞ്ഞതും ചാണ്ടി കേട്ടതും
9 സഹാറയിലെ സമ്മർദ്ദം
10 വിധിക്കുന്നവരെ ആര് വിധിക്കും
11 കട്ജു പറഞ്ഞതും പറയാത്തതും
12 ജുഡീഷ്യറിയിലെ കഴുതകൾ
13 കൊളീജിയം ഇല്ലാതാകുന്നില്ല

1

ചെറിയ കോടതിയുടെ വലിപ്പം

സുപ്രീം കോടതിയുടെ മഹത്വം അത് അന്തിമമായ കോടതിയാണെന്നതാണ്. അമേരിക്കൻ സുപ്രീം കോടതിയിൽനിന്ന് നമ്മുടെ ഭരണഘടന കടംകൊണ്ട ജുഡീഷ്യൽ റിവ്യൂ എന്ന സവിശേഷമായ അധികാരത്തിന്റെ പിൻബലത്തിൽ ഇന്ത്യൻ സുപ്രീം കോടതി ലോകത്തിലെ ഏറ്റവും ശക്തമായ കോടതിയായി കണക്കാക്കപ്പെടുന്നു. രാജ്യത്തെ 24 ഹൈക്കോടതികളിൽ നിന്നെത്തുന്ന കേസുകളിൽ അന്തിമമായ തീർപ്പ് കല്പിക്കുന്നതുമുതൽ ഭരണഘടനയുടെ വ്യാഖ്യാനവും മൗലികാവകാശങ്ങളുടെ സംരക്ഷണവുംവരെ സുപ്രീം കോടതിയുടെ ചുതമലകൾ നിരവധിയാണ്. താങ്ങാനാവാത്ത വ്യവഹാരഭാരത്തിൽ കർമ്മശേഷിയും സ്വീകാര്യതയും നഷ്ടപ്പെടുന്ന സ്ഥാപനമായി സുപ്രീം കോടതി മാറിയിരിക്കുന്നു.

സുപ്രീം കോടതിയുടെ ആദിമവിഭാവന ഇങ്ങനെയായിരുന്നില്ല. ഭരണഘടനയുടെ ജീവനും ആത്മാവുമായി അംബേദ്കർ വിശേഷിപ്പിച്ചത് അനുച്ഛേദം 32 ആയിരുന്നു. മൗലികാവകാശങ്ങൾ പ്രാവർത്തികമാക്കുന്നതിനുള്ള സുപ്രീം കോടതിയുടെ അധികാരമാണത്. ഈ അധികാരം ഇല്ലായിരുന്നുവെങ്കിൽ ഭരണഘടനയിലെ വാഗ്ദാനങ്ങൾ പൊള്ളയാകുമായിരുന്നു. രാഷ്ട്രപതി റഫർ ചെയ്യുന്ന വിഷയങ്ങളിൽ അഭിപ്രായം അറിയിക്കുന്നതുൾപ്പെടെ മറ്റ് പല ചുമതലകളും സുപ്രീം കോടതിക്കുണ്ട്. കേന്ദ്രവും സംസ്ഥാനങ്ങളും തമ്മിൽ അല്ലെങ്കിൽ സംസ്ഥാനങ്ങൾ തമ്മിൽ ഉണ്ടാകുന്ന തർക്കങ്ങൾ പരിഹരിക്കുന്നതും സുപ്രീം കോടതിയാണ്. സുപ്രീം കോടതിയുടെ വാക്ക് അന്തിമമാകയാൽ അവിടെ പ്രഖ്യാപിക്കുന്ന നിയമം രാജ്യത്തെ എല്ലാ കോടതികൾക്കും ബാധകമാണ്. ഇതിനു പുറമെ ഹൈക്കോടതികളിൽനിന്നുള്ള അപ്പീ

ലുകൾ പ്രത്യേകാനുമതിയോടെ സുപ്രീം കോടതിയിൽ ഫയൽ ചെയ്യുന്നതിനും വ്യവസ്ഥയുണ്ട്.

പരിമിതമായ മേഖലയിൽ അപരിമിതമായ അധികാരം പ്രയോഗിക്കുകയെന്നതാണ് സുപ്രീം കോടതിയിൽനിന്ന് പ്രതീക്ഷിക്കുന്ന ഉത്തരവാദിത്വം. നാട്ടിലെവിടെയോ ഉള്ള വാടകമുറി ഒഴിപ്പിക്കുന്നതിനോ നിലനിർത്തുന്നതിനോ സുപ്രീം കോടതിയുടെ ഇടപെടൽ ആവശ്യമില്ല. അതിന് ഹൈക്കോടതിയുടെ തീർപ്പ് മതിയാകും. ഹൈക്കോടതികളിലെ ജഡ്ജിമാർ സുപ്രീം കോടതിയിലെ ജഡ്ജിമാരേക്കാൾ പ്രാഗത്ഭ്യത്തിൽ കുറവുള്ളവരാണെന്ന് കരുതേണ്ടതില്ല.

1950 ൽ സ്ഥാപിതമാകുമ്പോൾ സുപ്രീം കോടതിയിലെ ജഡ്ജിമാരുടെ അനുവദനീയമായ എണ്ണം ചീഫ് ജസ്റ്റീസ് ഉൾപ്പെടെ എട്ടായിരുന്നു. 2008 ആയപ്പോൾ ജഡ്ജിമാരുടെ എണ്ണം 31 ആയി. അമേരിക്കൻ സുപ്രീം കോടതിയിൽ ജഡ്ജിമാരുടെ എണ്ണം അന്നും ഇന്നും ഒമ്പതാണ്. അവർ ഒരുമിച്ച് കേസ് കേൾക്കുകയും ഭൂരിപക്ഷത്തിന്റെ അടിസ്ഥാനത്തിൽ വിധിയുണ്ടാവുകയും ചെയ്യുന്നു. ഇന്ത്യയിലും അങ്ങനെയൊരു സംവിധാനമാണ് ഭരണഘടന നിർമ്മിച്ചവരുടെ ആലോചനയിൽ ഉണ്ടായിരുന്നത്. ആദ്യകാലത്ത് കാര്യങ്ങൾ അങ്ങനെയാണ് നടന്നിരുന്നത്. പിന്നീട് വ്യവഹാരം എന്ന വികസ്വരമാകുന്ന വാണിജ്യമേഖലയുടെ ആവശ്യങ്ങൾക്കനുസൃതമായി എസ്സൽപി എന്നറിയപ്പെടുന്ന പ്രത്യേകാനുമതി ഹർജികൾ പെരുകി. അഭിഭാഷകർ സമ്പന്നരും അതിസമ്പന്നരുമായി. കോടതിയിൽ കേസുകൾ കൂടി. ജഡ്ജിമാരുടെ എണ്ണം വർദ്ധിച്ചു. ഭരണഘടനാപരവും പൊതുപ്രാധാന്യമുള്ളതുമായ വിഷയങ്ങൾ അവധാനതയോടെ പരിശോധിക്കാൻ ഉദ്ദേശിക്കപ്പെട്ട കോടതി ലോകത്തിലെ ഏറ്റവും വലിയ വ്യവഹാരച്ചന്തയായി മാറി. ലോ കോളേജുകളിലെ മൂട്ട് കോർട്ടിൽ പരിഗണിക്കേണ്ട വിഷയങ്ങൾ പരമോന്നത കോടതിയിലെ ചൂടേറിയ വാദപ്രതിവാദവിഷയമായി. വി ഐ പി വാഹനങ്ങളിലെ ബീക്കണും കറുത്ത ഗ്ലാസും ഏത് ഭരണഘടനാപ്രശ്നമാണ് ഉയർത്തുന്നത്? പി ഐ എൽ എന്നറിയപ്പെടുന്ന പൊതുതാല്പര്യ ഹർജികൾ ഏത് ചരക്കും സംവഹിക്കുന്നതിനുള്ള ഫ്രീ ബാഗേജായി. അനുച്ഛേദം 32 അനുസരിച്ച് മൗലികാവകാശങ്ങളുടെ സംരക്ഷണാർത്ഥം ഫയൽ ചെയ്യപ്പെടുന്ന റിട്ട് ഹർജികളുടെ എണ്ണം മൊത്തം ഫയൽ ചെയ്യപ്പെടുന്ന കേസുകളുടെ ഒരു ശതമാനത്തിൽ താഴെ മാത്രമായി കുറഞ്ഞു.

ഭരണഘടനാപരവും ദേശീയ പ്രാധാന്യമുള്ളതുമായ കേസുകൾ മാത്രം പരിശോധിക്കുന്ന കോടതിയായി സുപ്രീം കോടതി മാറണം. അത്തരം ഒരു കേസ് സുപ്രീം കോടതി അവസാനമായി പരിഗണിച്ചത് 2007 ലായിരുന്നു. കോടതിയുടെ പരിശോധന ഒഴിവാക്കുന്നതിന് ഭരണഘടനയുടെ ഒമ്പതാം പട്ടികയിൽ നിയമങ്ങളെ ഉൾപ്പെടുത്തുന്നതിനുള്ള പാർലമെന്റിന്റെ അധികാരമാണ് ഐ ആർ കൊയ്ലോയുടെ കേസിൽ ഒമ്പതംഗ ബെഞ്ച് പരിശോധിച്ചത്. ഇത്തരത്തിൽ പ്രധാനപ്പെട്ട

കേസുകൾ ഇല്ലാത്തതുകൊണ്ടല്ല പ്രധാനപ്പെട്ട വിധികൾ ഉണ്ടാകാത്തത്. വിപുലമായ ബെഞ്ചിന്റെ പരിഗണന ആവശ്യമുള്ള കേസുകൾ വർഷങ്ങളായി കെട്ടിക്കിടക്കുന്നു. രണ്ട് ജഡ്ജിമാർ വീതമുള്ള പതിനഞ്ചോളം കോടതികളാണ് സുപ്രീം കോടതിയിൽ പ്രവർത്തിക്കുന്നത്. രാജ്യത്തെ മുഴുവൻ കോടതികൾക്കും ട്രിബ്യൂണലുകൾക്കും ബാധകമാകുന്ന അന്ത്യവിധികൾ നല്കേണ്ട സുപ്രീം കോടതിയിൽനിന്ന് പരസ്പരവിരുദ്ധമായ ശബ്ദങ്ങൾ കേൾക്കുന്നതിന് ഈ സമ്പ്രദായം കാരണമാകുന്നു. അമേരിക്കയും ബ്രിട്ടനും ഉൾപ്പെടെ സമാനമായ നീതിനിർവ്വഹണവ്യവസ്ഥ നിലനില്ക്കുന്ന രാജ്യങ്ങളിൽ പരമോന്നത കോടതികളിലെ ജഡ്ജിമാർ ഒരുമിച്ചിരുന്ന് കേസ് കേൾക്കുകയും വിധി പറയുകയും ചെയ്യുന്ന രീതിയാണുള്ളത്. വിയോജിപ്പുണ്ടാകാം. അതിനെ മറികടന്നുകൊണ്ട് ഭൂരിപക്ഷത്തിന്റെ അഭിപ്രായം അന്തിമമാകുന്നു.

ദൂരവവ്യാപകമായ പ്രത്യാഘാതങ്ങൾ ഉണ്ടാക്കുന്ന വിധികൾ ഇന്ത്യൻ സുപ്രീം കോടതിയിൽ രണ്ട് ജഡ്ജിമാർ ചേർന്ന് പുറപ്പെടുവിക്കുന്നു. ജനപ്രാതിനിധ്യനിയമത്തിലെ 8(4) വകുപ്പ് റദ്ദാക്കിയത് സുപ്രീം കോടതിയിലെ രണ്ടു ജഡ്ജിമാർ ചേർന്ന ബെഞ്ചാണ്. അഴിമതിക്കേസിൽ ശിക്ഷയോടൊപ്പം ജയലളിതയ്ക്ക് മുഖ്യമന്ത്രിസ്ഥാനം നഷ്ടപ്പെട്ടതും അയോഗ്യത ഉണ്ടായതും ഈ വിധിയുടെ അടിസ്ഥാനത്തിലാണ്. പാർലമെന്റിന്റെ നിയമനിർമ്മാണാധികാരത്തിൽ ഇടപെടുന്ന കേസ് അഞ്ച് ജഡ്ജിമാരെങ്കിലുമുള്ള ബെഞ്ചാണ് കേൾക്കേണ്ടിയിരുന്നത്. ഇരുസഭകളിലുമായി എണ്ണൂറോളം എം പിമാർ ചേർന്ന് നടത്തുന്ന നിയമനിർമ്മാണത്തിലാണ് രണ്ട് ജഡ്ജിമാർ ഇടപെടുന്നത്. സർക്കാരിന്റെ നയങ്ങൾ രണ്ടു ജഡ്ജിമാർ ചേർന്ന് തിരുത്തുകയോ റദ്ദാക്കുകയോ ചെയ്യുന്നു. ദേശവിഭവങ്ങൾ ലേലംചെയ്യുന്ന രീതി നിശ്ചയിച്ചത് സ്പെക്ട്രം കേസിൽ രണ്ട് ജഡ്ജിമാർ ചേർന്നായിരുന്നു. ദയാഹർജികളിൽ രാഷ്ട്രപതി തീർപ്പ് കല്പിക്കേണ്ടതെങ്ങനെയെന്ന് രണ്ട് ജഡ്ജിമാർ ചേർന്ന് പറയുന്നു. രണ്ട് ജഡ്ജിമാർ എന്നുപറയുമ്പോഴും ഇരുവരിൽ മുതിർന്ന ജഡ്ജിയുടെ അഭിപ്രായമാണ് വിധിയായി വരുന്നത്. ചീഫ് ജസ്റ്റീസിനൊപ്പമോ മുതിർന്ന ജഡ്ജിമാർക്കൊപ്പമോ ഇരിക്കുന്ന നവാഗത ജഡ്ജിമാർ എന്തെങ്കിലും അഭിപ്രായം പ്രകടിപ്പിക്കുന്നതായി കേട്ടില്ല.

പരമോന്നത കോടതിയിൽ പരമമായ തീരുമാനങ്ങളും പ്രഖ്യാപനങ്ങളും ജഡ്ജിമാർ ചെറുവിഭാഗങ്ങളായി തിരിഞ്ഞ് നടത്തുന്നത് ശരിയല്ല. സുപ്രീം കോടതിയുടെ അഭിപ്രായം എല്ലാ ജഡ്ജിമാരും ചേർന്നാണ് പറയേണ്ടത്. അതിനുവേണ്ടിയാണ് അവരുടെ എണ്ണം എട്ടായി ഭരണഘടന നിർമ്മിച്ചവർ പരിമിതപ്പെടുത്തിയത്. ഹൈക്കോടതിയിൽ അവസാനിക്കേണ്ട കേസുകൾ എസ്എൽപിയിലൂടെ സുപ്രീം കോടതിയിലെത്തിച്ച് ജഡ്ജിമാരുടെ എണ്ണം കൂട്ടിക്കൊണ്ടിരിക്കുന്ന രീതി അവസാനിപ്പിക്കണം. അമേരിക്കൻ സുപ്രീം കോടതി നൂറിലധികം വിധികൾ ഒരു വർഷം പുറപ്പെടുവിക്കാറില്ല. ബ്രിട്ടനിലും കാനഡയിലും ആസ്ട്രേലിയയിലും

എണ്ണം എൺപതായി കുറയും. ദക്ഷിണാഫ്രിക്കയിൽ 1994 മുതലുള്ള കണക്കെടുത്താൽ ശരാശരി 38 കേസ് മാത്രമാണ് ഒരു വർഷം തീർപ്പാക്കുന്നത്. അവയെല്ലാം ദേശീയ പ്രാധാന്യമുള്ള സവിശേഷമായ കേസുകളായിരിക്കും. ഇന്ത്യൻ സുപ്രീം കോടതി പ്രതിവർഷം ആയിരത്തോളം കേസുകളിൽ വിധി പറയുന്നു. ദേശീയ പ്രാധാന്യമുള്ള വിഷയങ്ങൾ കുറയുന്നുവെന്നു മാത്രമല്ല വിധിന്യായങ്ങളുടെ മേന്മയും കുറയുന്നു.

സുപ്രീം കോടതി ഭരണഘടനയുടെ വ്യാഖ്യാതാവായി മാറണം. ദേശീയ പ്രാധാന്യമുള്ള വിഷയങ്ങൾ മാത്രമാണ് അവിടെ കൈകാര്യം ചെയ്യേണ്ടത്. അങ്ങനെ രൂപാന്തരപ്പെടുന്ന സുപ്രീം കോടതിയിൽ ഇത്രയധികം ജഡ്ജിമാരുടെ ആവശ്യമുണ്ടാവില്ല. കൂടുതൽ ജഡ്ജിമാർക്ക് ഒരുമിച്ചിരുന്ന് സാവധാനത്തിലും വിവേകത്തോടെയും കേസുകൾ വിധിക്കാൻ കഴിയും. നമ്മുടെ സുപ്രീം കോടതിയുടെ അന്തസ്സും അംഗീകാരവും ഇതര സുപ്രീം കോടതികൾക്കൊപ്പം ഉയർത്തുന്നതിന് അടിയന്തരമായ ചില നവീകരണ പ്രവൃത്തികൾ ആവശ്യമുണ്ട്.

2

ജഡ്ജിമാർ പെരുകിയാൽ കേസുകൾ കുറയില്ല

ജഡ്ജിമാരുടെ എണ്ണം വർദ്ധിപ്പിച്ചതുകൊണ്ട് കെട്ടിക്കിടക്കുന്ന കേസുകളുടെ എണ്ണം കുറയില്ല. കേരള ഹൈക്കോടതിയിൽ ഇപ്പോൾ 38 ജഡ്ജിമാരാണുള്ളത്. തീർപ്പാകാതെ കിടക്കുന്ന കേസുകളുടെ എണ്ണം പത്തുലക്ഷം. ജഡ്ജിമാരുടെ എണ്ണം 48 ആയി ഉയർത്തണമെന്നാണ് പുതിയ നിർദ്ദേശം. എണ്ണം പെരുകുമ്പോൾ ജഡ്ജിമാരുടെ വില കുറയുമെന്നല്ലാതെ കേസുകളുടെ എണ്ണം കുറയില്ല. അതിന് സമീപനങ്ങൾ മാറണം.

കോടതികളുടെ അനാവശ്യവും യുക്തിരഹിതവുമായ അവധിതന്നെ നീതിനിർവ്വഹണത്തിന് തടസ്സമാണ്. കോടതികൾ അവധിക്കാലം കുറയ്ക്കണമെന്ന നിർദ്ദേശം ചീഫ് ജസ്റ്റീസ് ലോഥ ന്യായാധിപരുടെയും അഭിഭാഷകരുടെയും ഗൗരവമായ പരിഗണനയ്ക്ക് സമർപ്പിച്ചു. അവധി ഒഴിവാക്കണമെന്നുമാത്രമല്ല കോടതികൾ 365 ദിവസവും പ്രവർത്തിക്കണമെന്നുകൂടി ലോഥ നിർദ്ദേശിച്ചു. സഹന്യായാധിപരോട് ആലോചിച്ച് ചീഫ് ജസ്റ്റീസുമാരും സംസ്ഥാന ബാർ കൗൺസിലുകളുമായി ആലോചിച്ച് ബാർ കൗൺസിൽ ഓഫ് ഇന്ത്യയും ഇക്കാര്യത്തിൽ അഭിപ്രായം അറിയിക്കണമെന്ന് ലോഥ ആവശ്യപ്പെട്ടു. ലോഥ പോയതോടെ നിർദ്ദേശവും പോയി.

അഭിഭാഷകരുടെ പ്രാഥമികമായ പ്രതികരണം പ്രതീക്ഷിതമായ രീതിയിൽത്തന്നെയായിരുന്നു. പതിനേഴുലക്ഷം അഭിഭാഷകരെ ഉൾക്കൊള്ളുന്ന ബാർ കൗൺസിൽ ഓഫ് ഇന്ത്യ ചീഫ് ജസ്റ്റീസിന്റെ നിർദ്ദേശത്തെ സന്ദേഹത്തോടെയാണ് കണ്ടത്. അപ്രായോഗികം എന്നായിരുന്നു കൗൺസിലിന്റെ ആദ്യപ്രതികരണം. ജഡ്ജിമാരും അത്ര അനുകൂലമായ നിലപാട് സ്വീകരിക്കാനിടയില്ല. ജഡ്ജിമാരുടെ ശമ്പളം വർദ്ധിപ്പി

ക്കണമെന്ന് ആവശ്യപ്പെട്ട ചീഫ് ജസ്റ്റീസിനോട് കോടതികളുടെ പ്രവൃത്തിദിനങ്ങൾ വർദ്ധിപ്പിക്കണമെന്ന മറുനിർദ്ദേശമാണ് കേന്ദ്രമന്ത്രിയായിരുന്ന വല്ലഭ്ഭായ് പട്ടേൽ മുന്നോട്ടുവച്ചത്. ചീഫ് ജസ്റ്റീസിന്റെ ആവശ്യം അംഗീകരിക്കപ്പെട്ടു. പട്ടേലിന്റെ ആവശ്യം നിരാകരിക്കപ്പെട്ടു. ആശുപത്രികളെപ്പോലെയായിരിക്കണം കോടതികൾ. ആശുപത്രിയിലെത്തുന്ന രോഗിക്ക് അടിയന്തരമായ ചികിത്സ നല്കുന്നതുപോലെ നിയമപരമായ പ്രശ്നവുമായി കോടതിയിലെത്തുന്നവർക്കും അടിയന്തരമായ പരിഹാരം ആവശ്യമുണ്ട്. ആരോഗ്യസംബന്ധിയാണെങ്കിലും നിയമസംബന്ധിയാണെങ്കിലും വേദന അടിയന്തരമായ പരിഹാരം ആവശ്യപ്പെടുന്നു. അമേരിക്കയിൽ ചീഫ് ജസ്റ്റീസായിരുന്ന വാറൻ ബർജറുടെ ഈ അഭിപ്രായം ലോഥയുടെ കത്തിൽ പരാമർശിച്ചിരുന്നു. പക്ഷേ, ഇതൊന്നും നിയമസംവിധാനവുമായി ബന്ധപ്പെട്ട് പ്രവർത്തിക്കുന്നവരെ അലട്ടുന്നില്ല. രോഗിയായാലും വ്യവഹാരിയായാലും ഊഴം കാത്തുനില്ക്കട്ടെ എന്നതാണ് എല്ലാവരുടെയും സമീപനം. *ബൈബിളിൽ* പറയുന്ന ബേത്സഥായിലെ രോഗശാന്തിപോലെയാണ് ഇന്ത്യയിലെ നീതിനിർവ്വഹണം. കുളക്കരയിലെ മണ്ഡപങ്ങളിൽ കാത്തുകിടക്കുന്നവർ നിരവധി. ദേവദൂതനെത്തി സൗഖ്യദായകമായ വെള്ളമിളക്കുമ്പോൾ കുളത്തിലിറങ്ങുന്നവർക്കാണ് രോഗശാന്തി. അതെപ്പോഴുണ്ടാകുമെന്ന് പറയാൻ കഴിയില്ല.

കാലതാമസം നീതിയുടെ നിഷേധത്തിനു കാരണമാകുന്നു. ദ്രുതവിചാരണ പ്രതിയുടെ അവകാശമാണ്. അനുച്ഛേദം 21 ഉറപ്പ് നല്കുന്ന വ്യക്തിസ്വാതന്ത്ര്യത്തിന്റെ ഭാഗമാണിതെന്ന് ആന്തുലെയുടെ കേസിൽ സുപ്രീം കോടതി പറഞ്ഞിട്ടുണ്ട്. അബ്ദുനാസർ മ്അദനി കോയമ്പത്തൂരിൽ കുറ്റവിമുക്തനാക്കപ്പെട്ടത് പത്തുവർഷത്തെ ജയിൽവാസത്തിനു ശേഷമാണ്. ബംഗളൂരുവിൽ അദ്ദേഹം അഞ്ചുവർഷമായി തടവിൽ കഴിയുന്നു. വിചാരണ ഒച്ചിന്റെ വേഗതയിലാണ്. സുപ്രീം കോടതിയിൽ 60,000 കേസുകൾ കെട്ടിക്കിടക്കുന്നു. ഹൈക്കോടതികളിൽ നിലവിലുള്ള കേസുകളുടെ എണ്ണം 42 ലക്ഷമാണ്. അതിനു താഴേക്കുള്ള കണക്ക് പ്രത്യേകം പറയേണ്ടതില്ല. കേരളത്തിലെ കീഴ്ക്കോടതികളിൽ കെട്ടിക്കിടക്കുന്ന കേസുകളുടെ എണ്ണം 14 ലക്ഷമാണ്. ഓരോ കേസ് നമ്പറും കുറേ മനുഷ്യരുടെ ജീവിതത്തിന്റെ നമ്പറാണ്. നീതിക്കുവേണ്ടി വിശക്കുകയും ദാഹിക്കുകയും ചെയ്യുന്നവർ ഭാഗ്യവാന്മാരെന്ന് യേശു പറഞ്ഞു. അവർക്ക് വാഗ്ദാനം ചെയ്യപ്പെട്ടിരിക്കുന്നത് സംതൃപ്തിയാണ്. അവരുടെ സംതൃപ്തി ഉറപ്പാക്കേണ്ടത് ഭരണകൂടത്തിന്റെ ചുമതലയാണ്. മനുഷ്യായുസ്സ് പരിമിതമാകയാൽ അതിനുള്ളിൽ കേസുകൾ തീർപ്പാക്കപ്പെടണം.

ഈ പശ്ചാത്തലത്തിലാണ് അവധി കുറയ്ക്കണമെന്ന നിർദ്ദേശം പരിശോധിക്കേണ്ടത്. നീതി തേടുന്നവരുടെ ക്യൂ അനന്തമായി നീളുമ്പോൾ ജഡ്ജിമാർ കൗണ്ടർ അടച്ച് വിനോദയാത്രയ്ക്ക് പോകുന്നത് ആശാസ്യമായ കാര്യമല്ല. ബ്രിട്ടീഷുകാർ ജഡ്ജിമാരായിരുന്ന കാലത്താണ് വേനല്ക്കാലത്ത് കോടതികൾ അടച്ചിടുന്ന ഏർപ്പാടുണ്ടായത്. അവർക്ക്

കപ്പലിൽ ഇംഗ്ലണ്ടിൽ പോയിവരാൻ അവധി ആവശ്യമായിരുന്നു. ഇന്ന് നീണ്ട അവധിയെടുത്ത് ജഡ്ജിമാർക്കും അഭിഭാഷകർക്കും ശരീരം തണുപ്പിക്കേണ്ട കാര്യമില്ല. ബൗദ്ധികമായ അദ്ധ്വാനം വിശ്രമം ആവശ്യപ്പെടുന്നുവെന്ന വാദമുണ്ട്. എല്ലാവരും ഒരേസമയം വിശ്രമിക്കേണ്ടതില്ല. അർഹമായ അവധി ഓരോരുത്തരും ഇഷ്ടമുള്ളപ്പോൾ എടുക്കട്ടെ.

നമ്മുടെ കോടതികൾ സദാ വെക്കേഷൻ മൂഡിലാണ്. വെക്കേഷൻ ആസന്നമായാൽ കേസുകൾ ആഫ്റ്റർ വെക്കേഷനിലേക്ക് പോകും. വെക്കേഷൻ കഴിഞ്ഞാൽ വർക്കിങ് മൂഡിലെത്താൻ സമയമെടുക്കും. അപ്പോഴേക്കും അടുത്ത വെക്കേഷൻ മൂഡാകും. നല്ല നിലയിൽ ശമ്പളവും ആനുകൂല്യങ്ങളും സൗകര്യങ്ങളും കൈപ്പറ്റുന്ന ജഡ്ജിമാർ എത്ര ദിവസം ജോലി ചെയ്യുന്നുണ്ടെന്ന് ആലോചിക്കുന്നത് നല്ലതാണ്. ജഡ്ജിമാർ വാദം കേട്ടാൽ പോരാ വിധിയെഴുതുകയും വേണം. കോടതിയുടെ പ്രവൃത്തിദിനങ്ങൾ വർദ്ധിപ്പിച്ചാൽ വിധിയെഴുതുന്നതിന് സമയം കിട്ടാതെ വരുമെന്ന വാദമുണ്ട്. പ്രായോഗികമായ ക്രമീകരണങ്ങളിലൂടെ പരിഹരിക്കാവുന്നതാണ് അത്തരം പ്രശ്നങ്ങൾ. അഭിഭാഷകർ എല്ലാ ദിവസവും എല്ലാ കോടതിയിലും ഹാജരാകുന്നവരല്ല. കേസിനെ ആശ്രയിച്ചാണ് അവരുടെ ഹാജർ. ഓരോ ഓഫീസിലും പലർ ചേർന്ന് കേസുകൾ നടത്തുമ്പോൾ ആർക്കും എപ്പോൾ വേണമെങ്കിലും അവധിയിൽ പോകാം.

കോടതികൾ അടഞ്ഞുകിടക്കുന്നത് പരിഷ്കൃതസമൂഹത്തിനു ഭൂഷണമല്ല. നീതി സദാ പ്രവർത്തനനിരതമായിരിക്കണം. കെട്ടിടങ്ങൾക്ക് വിശ്രമം ആവശ്യമില്ലാത്തതിനാൽ കോടതികൾക്ക് ഷിഫ്റ്റ് അടിസ്ഥാനത്തിൽ പ്രവർത്തിക്കാം. ഫാസ്റ്റ് ട്രാക്ക് കോടതികൾ വിജയകരമായ പരീക്ഷണങ്ങളായിരുന്നുവെങ്കിലും പണലഭ്യതയുടെ പരിമിതി കൂടുതൽ ഫാസ്റ്റ് ട്രാക്ക് കോടതികൾ തുറക്കാൻ തടസ്സമായി. സുപ്രീം കോടതിയിൽ ഉൾപ്പെടെ ഷിഫ്റ്റ് സിസ്റ്റം ഏർപ്പെടുത്തുകയെന്നത് ലോ കമീഷൻ ശുപാർശ ചെയ്തിട്ടുള്ള കാര്യമാണ്. റിട്ടയർചെയ്ത ജഡ്ജിമാരുടെ സേവനം രണ്ടാം ഷിഫ്റ്റിൽ പ്രയോജനപ്പെടുത്താം. പെൻഷൻ കഴിച്ചുള്ള തുക ശമ്പളമായി നല്കിയാൽ മതിയെന്നതിനാൽ കുറഞ്ഞ ചെലവിൽ കൂടുതൽ ജോലി നടക്കും. റിട്ടയർ ചെയ്ത ജഡ്ജിമാരെ താല്ക്കാലികാടിസ്ഥാനത്തിൽ വീണ്ടും നിയമിക്കുന്നതിന് ഭരണഘടനയിൽ വ്യവസ്ഥയുണ്ട്. റിട്ടയർ ചെയ്തതിനുശേഷം എക്സിക്യൂട്ടീവിന്റെ കനിവിൽ ഏതെങ്കിലും പദവിക്കുവേണ്ടി കാത്തിരിക്കുന്നതിനേക്കാൾ അഭികാമ്യവും അന്തസ്സുള്ളതുമാണ് ഇത്തരത്തിലുള്ള പുനർനിയമനം.

മജിസ്ട്രേറ്റ് കോടതികൾ അവധിയില്ലാതെ ഷിഫ്റ്റ് അടിസ്ഥാനത്തിൽ പ്രവർത്തിക്കേണ്ടത് ഭരണഘടനാപരമായ അനിവാര്യതയാണ്. അറസ്റ്റ് എപ്പോഴുമുണ്ടാകുന്നു. അറസ്റ്റിലാകുന്നയാളെ ഏറ്റവും അടുത്തുള്ള മജിസ്ട്രേറ്റിന്റെ മുമ്പിൽ ഇരുപത്തിനാല് മണിക്കൂർ സമയത്തിനകം ഹാജരാക്കണമെന്ന് ഭരണഘടന അനുശാസിക്കുന്നു. മൗലികാ

വകാശമായി ഉൾപ്പെടുത്തിയിട്ടുള്ള വ്യവസ്ഥയാണിത്. മജിസ്ട്രേറ്റ് സദാ കൃത്യനിർവ്വഹണത്തിലാണെന്ന സങ്കല്പത്തിലാണ് ഈ വ്യവസ്ഥ പാലിക്കപ്പെടുന്നത്. എന്നാൽ അർദ്ധരാത്രിയിലും അവധിദിവസങ്ങളിലും മജിസ്ട്രേറ്റിനെ അനായാസം സമീപിക്കാൻ കഴിയാതെ വരും. അറസ്റ്റിലായവർക്ക് യഥാസമയം ജാമ്യം ഉൾപ്പെടെയുള്ള നിയമപരമായ പരിരക്ഷകൾ കിട്ടാതെവരും. അനാവശ്യമായ കസ്റ്റഡിയാണ് ഫലം. ഈ അവസ്ഥ ഒഴിവാകണമെങ്കിൽ മജിസ്ട്രേറ്റ് കോടതി എപ്പോഴും തുറന്നിരിക്കണം. ആശുപത്രിയിലെ അത്യാഹിതവിഭാഗംപോലെ സദാ തുറന്നിരിക്കേണ്ട സ്ഥാപനമാണ് മജിസ്ട്രേറ്റിന്റെ കോടതി.

ബൗദ്ധികമായ അദ്ധ്വാനം കൂടുതൽ അവധിയും വിശ്രമവും അനിവാര്യമാക്കുന്നതിനാൽ വ്യക്തികൾക്ക് ആവശ്യമുള്ളത്ര അവധി നല്കാവുന്നതാണ്. പക്ഷേ, അപ്പോഴും കോടതികൾ പ്രവർത്തിക്കണം. സർക്കാർ ഓഫീസുകൾ പ്രവർത്തിക്കുന്ന അത്രയുമെങ്കിലും കോടതികളും തുറന്നിരിക്കേണ്ടതാണ്. സ്കൂൾ കലണ്ടറല്ല കോടതികൾക്ക് ബാധകമാക്കേണ്ടത്. മുപ്പത്തിയെട്ട് ജഡ്ജിമാർ പ്രവർത്തിക്കുന്ന കോടതി 45 ദിവസം അടച്ചിട്ടാൽ എന്തു സംഭവിക്കുമെന്ന് ഊഹിക്കാവുന്നതേയുള്ളൂ. ബേത്സഥായിലെ മണ്ഡപങ്ങളിൽ സൗഖ്യദായകമായ ജലചലനം കാത്തിരിക്കുന്നവർ നിരവധി. അവരുടെ കാത്തിരിപ്പ് അനന്തമായും അനിശ്ചിതമായും നീളുമ്പോൾ ജലം ചലിപ്പിക്കാൻ നിയോഗിക്കപ്പെട്ടവർ അവധിയിൽ കഴിയരുത്.

3

കോടതിയിൽ കേൾക്കുന്നതെല്ലാം

അരമനയിൽ കേൾക്കുന്നത് അങ്ങാടിയിൽ പറയാമോ? കാണുന്നതെല്ലാം കാണിക്കുകയും കേൾക്കുന്നതെല്ലാം കേൾപ്പിക്കുകയും ചെയ്യുന്നവരാണ് മാധ്യമപ്രവർത്തകർ. അതവരുടെ ധർമ്മം. തുറന്നിട്ട കോടതിയിൽ എല്ലാവരും കാൺകെയും കേൾക്കെയുമാണ് നീതിനിർവ്വഹണം നടക്കുന്നത്. വിചാരണയും വിധിയും പരസ്യമാണ്. മാധ്യമങ്ങളിലൂടെയാണ് കോടതിയിൽ നടന്നത് എന്തെന്ന് ജനം അറിയുന്നത്. പ്രാതിനിധ്യസ്വഭാവത്തോടെയാണ് മാധ്യമപ്രവർത്തകർ കോടതിയിലെത്തുന്നത്. അവർ ലോകത്തിന്റെ കണ്ണും കാതുമായി മാറുന്നു.

പരസ്യമായി പ്രസ്താവിക്കപ്പെടുന്ന വിധി റിപ്പോർട്ട് ചെയ്യുന്നതിന് തടസ്സമില്ല. വിധിയിലേക്ക് എത്തിച്ചേരുന്ന വഴികളിൽ ന്യായാധിപൻ നടത്തുന്ന പ്രസ്താവനകൾ റിപ്പോർട്ട് ചെയ്യാമോ എന്നത് പ്രശ്നമാണ്. കുറേക്കൂടി കൃത്യമായി പറഞ്ഞാൽ റിപ്പോർട്ട് ചെയ്യാമോ എന്നതിലുപരി എങ്ങനെ റിപ്പോർട്ട് ചെയ്യണം എന്നതാണ് പ്രശ്നം. മാർഗ്ഗനിർദ്ദേശങ്ങൾ എന്ന ഓമനപ്പേരിൽ ചില നിയന്ത്രണങ്ങൾ ഏർപ്പെടുത്തേണ്ടതല്ലേ എന്നാണ് കോടതിയുടെ ആലോചന. മാധ്യമപ്രവർത്തകരെ റിപ്പോർട്ടിങ് പഠിപ്പിക്കുന്നത് അണ്ണാൻകുഞ്ഞിനെ മരം കയറാൻ പഠിപ്പിക്കുന്നതുപോലെയാണ്. ആരുടെയും നിർദ്ദേശമനുസരിച്ചല്ല അവരുടെ ചാട്ടവും ചാഞ്ചാട്ടവും. റിപ്പോർട്ടിങ്ങിന് ചട്ടമുണ്ടാക്കാൻ സഹാറ കേസിൽ സുപ്രീം കോടതി ശ്രമിച്ചു. സാദ്ധ്യമായില്ല. സഹാറാ കേസിൽ സുപ്രീം കോടതിക്ക് സാദ്ധ്യമാകാതിരുന്നത് കാപ്പൻ കേസിൽ ഹൈക്കോടതിക്ക് സാദ്ധ്യമാകുമോ?

ഭരണഘടനയുടെ സൃഷ്ടിയാണ് കോടതി. നീതിയുടെ ദേവത കുടിയിരിക്കുന്ന പരിസരം വിശുദ്ധമാണ്. അവിടെ സ്വരമല്ലാതെ അപസ്വരം ഉണ്ടാകാൻ പാടില്ല. പക്ഷേ, ചിട്ടപ്പെടുത്തിയ ശബ്ദങ്ങളും തയ്യാറാക്കിയ

ഡയലോഗുംമാത്രമല്ല അവിടെ കേൾക്കുന്നത്. അഭിഭാഷകന്റെ വാദങ്ങൾക്ക് ന്യായാധിപന്റെ പ്രതിവാദമുണ്ടാകും. ചോദ്യങ്ങളിലൂടെയും സന്ദേഹങ്ങളിലൂടെയുമാണ് ന്യായാധിപൻ വ്യക്തത കൈവരുത്തുന്നത്. ചിലപ്പോൾ സ്വാഭാവികമായ പ്രതികരണമാകാം. ചിലപ്പോൾ ശുദ്ധമായ നർമ്മത്തിന്റെ സ്ഫുലിംഗങ്ങളുമുണ്ടാകും. ചുട്ടമറുപടിയെന്ന് മലയാളത്തിൽ വിവക്ഷിക്കാവുന്ന റെപ്പാർട്ടി (Repartee) കോടതിയുമായി ബന്ധപ്പെട്ട് വികസിതമായ സാഹിത്യശാഖയാണ്. അത്തരം വർത്തമാനങ്ങളില്ലാതെ മുഴുവൻ സമയവും ഭരണഘടനയും സിപിസിയും ഉരുവിട്ടാൽ ജസ്റ്റീസ് ശങ്കരൻ ആണെങ്കിലും മുഷിയും.

ആനുഷംഗികമായ പരാമർശങ്ങൾ കോടതിയുടെ അന്തിമമായ നിലപാടിന്റെ സൂചനയല്ല. പക്ഷേ, ആ പരാമർശങ്ങൾക്ക് വാർത്താപ്രാധാന്യമുണ്ട്. പ്രത്തോറിയത്തിലെ വിചാരണയിൽ ന്യായാധിപനായ പീലാത്തോസിന്റെ ആദ്യപ്രതികരണം പ്രതിയിൽ ഒരു കുറ്റവും കാണുന്നില്ലെന്നായിരുന്നു. ടെലിവിഷൻ ചാനലുകൾ ഉണ്ടായിരുന്നെങ്കിൽ വലിയ അക്ഷരങ്ങളിൽ ഫ്ളാഷുകൾ മിന്നുമായിരുന്നു. പക്ഷേ, അന്തിമവിധിയിൽ യേശുവിനെ വധിക്കാനാണ് പീലാത്തോസ് അനുമതി നല്കിയത്. അന്തിമവിധിക്കൊപ്പം പ്രാഥമിക പ്രതികരണങ്ങളും സുവിശേഷകാരന്മാർ സവിസ്തരം റിപ്പോർട്ട് ചെയ്തിട്ടുണ്ട്.

അറിയുന്നതിനുള്ള ജനങ്ങളുടെ അവകാശത്തെ ബാധിക്കുന്ന വിഷയമാകയാൽ നിയന്ത്രണങ്ങൾക്ക് നിയമത്തിന്റെ പിൻബലമുണ്ടാകണം. ഇൻ കാമറ ഉൾപ്പെടെ നിയമപരമായ നിയന്ത്രണങ്ങൾ ഇപ്പോഴുണ്ട്. അതുകൊണ്ടുദ്ദേശിക്കുന്നത് ന്യായാധിപന്മാരുടെ പരിരക്ഷയല്ല. സ്വകാര്യതയും പൊതുതാല്പര്യവും മുൻനിർത്തിയുള്ള നിയന്ത്രണങ്ങളാണ് ഏർപ്പെടുത്തിയിരിക്കുന്നത്. ബ്ലിറ്റ്സ് കേസിൽ സുപ്രീം കോടതി നല്കിയിട്ടുള്ള നിർദ്ദേശങ്ങളും മുഹമ്മദ് ഷഹാബുദീൻ കേസിലെ അനുബന്ധ നിർദ്ദേശങ്ങളും ചേർത്തു വായിച്ചാൽ കോടതി വാർത്തകൾ എങ്ങനെ റിപ്പോർട്ട് ചെയ്യണമെന്ന് മാധ്യമപ്രവർത്തകർക്ക് പഠിക്കാം. അതിനപ്പുറം മാർഗ്ഗനിർദ്ദേശങ്ങൾ രൂപപ്പെടുത്താൻ കഴിയില്ലെന്ന തിരിച്ചറിവിലാണ് സഹാറ കേസിലും സുപ്രീം കോടതി എത്തിയത്.

തുറന്ന കോടതിയിൽ നിയന്ത്രണങ്ങൾ ഏർപ്പെടുത്താൻ കോടതികൾക്ക് അധികാരമുണ്ട്. കോടതിയലക്ഷ്യ നിയമം കോടതിയുടെ കവചമാണ്. ന്യായമായ റിപ്പോർട്ടിങ്ങിനുമാത്രമാണ് നിയമത്തിന്റെ പരിരക്ഷയുള്ളത്. റിപ്പോർട്ടിങ് വികലമോ ദുരുപദിഷ്ടമോ ആകുന്നുവെങ്കിൽ കോടതിക്ക് നടപടിയെടുക്കാം. സവിശേഷമായ സാഹചര്യങ്ങളിൽ റിപ്പോർട്ടിങ് പൂർണ്ണമായും തടയുന്നതിനോ മരവിപ്പിക്കുന്നതിനോ കോടതിക്ക് അധികാരമുണ്ട്. വിലക്കപ്പെട്ട കാര്യംമാത്രമല്ല വിലക്കുള്ള കാര്യവും ജനങ്ങളെ അറിയിക്കാതിരിക്കുന്നതിനുള്ള സൂപ്പർ ഇൻജങ്ഷൻ പുറപ്പെടുവിക്കുന്ന രീതി ബ്രിട്ടീഷ് കോടതികൾ സ്വീകരിച്ചുപോരുന്നു. താലിഡോമൈഡ് കേസിൽ *സൺഡേ ടൈംസിനെയും* ട്രാഫിഗറ

കേസിൽ *ഗാർഡിയ*നെയും വിലക്കുന്നതിനുള്ള കോടതിയുടെ ശ്രമങ്ങൾ വിഫലമായി എന്നത് മാധ്യമസ്വാതന്ത്ര്യത്തിന്റെ ചരിത്രത്തിലെ പകിട്ടുള്ള ഏടാണ്.

കോടതിയിലെ ശബ്ദത്തിന്റെ പ്രതിദ്ധ്വനിയാണ് മാധ്യമങ്ങളിൽ കേൾക്കുന്നത്. ന്യായാധിപർ അതിൽ അഭിരമിക്കുകയോ പരിഭ്രാന്തരാവുകയോ അരുത്. കേവലമായ പരാമർശങ്ങളുടെ പ്രാധാന്യവും പ്രാധാന്യമില്ലായ്മയും റിപ്പോർട്ടർമാർക്കറിയില്ലെങ്കിലും ജനങ്ങൾക്കറിയാം. മാർക്കണ്ഡേയ കട്ജു സുപ്രീം കോടതിയിലിരിക്കുമ്പോൾ എനിക്ക് ഇക്കാര്യം ചൂണ്ടിക്കാണിക്കേണ്ടിവന്നിട്ടുണ്ട്. കോടതിയിലെ ചോദ്യങ്ങൾ വാർത്തയായപ്പോൾ അദ്ദേഹം വല്ലാതെ അസ്വസ്ഥനായി. മാധ്യമപ്രവർത്തകരെ കോടതിയിൽ കയറ്റില്ലെന്ന് ഭീഷണിപ്പെടുത്തി. പ്രസ് കൗൺസിൽ ചെയർമാൻ എന്ന നിലയിലും മാധ്യമങ്ങളോടുള്ള അദ്ദേഹത്തിന്റെ നിലപാടിൽ മാറ്റമുണ്ടായിട്ടില്ല. എന്നാൽ നിയന്ത്രണങ്ങൾക്ക് കൂട്ടുനില്ക്കാൻ അദ്ദേഹം തയ്യാറല്ല.

അൺപാർലമെന്ററി എന്ന പദം പാർലമെന്റുമായി ബന്ധപ്പെട്ട് കേൾക്കുന്നതാണ്. അനുവദനീയമല്ലാത്ത പദങ്ങളും പ്രയോഗങ്ങളും സ്പീക്കർ രേഖയിൽനിന്ന് നീക്കംചെയ്യും. അവയുടെ പ്രസിദ്ധീകരണത്തിന് വിലക്കുണ്ട്. വിലക്ക് ലംഘിച്ചാൽ സഭയുടെ അവകാശലംഘനക്കുറ്റം ചുമത്തി ശിക്ഷിക്കപ്പെടും. സഭാനടപടികളുടെ തത്സമയ ടെലിവിഷൻ സംപ്രേഷണം ആരംഭിച്ചതോടെ ഈ വിലക്ക് അപ്രസക്തമായി. രേഖയിൽനിന്ന് നീക്കം ചെയ്യൽ ഇപ്പോഴുമുണ്ട്. പക്ഷേ, അപ്പോഴേക്കും നീക്കം ചെയ്യപ്പെട്ടത് സമസ്തലോകവും അറിഞ്ഞിരിക്കും. അമേരിക്കയിലും ഇംഗ്ലണ്ടിലും കോടതി നടപടികളുടെ തത്സമയ സംപ്രേഷണമുണ്ട്. പാർലമെന്റിനും നിയമസഭകൾക്കും പിന്നാലെ ഇന്ത്യൻ കോടതികളിലും ക്യാമറകൾ എത്തിക്കൂടെന്നില്ല. മദ്രാസ് ഹൈക്കോടതി രണ്ട് അഭിഭാഷകർക്കെതിരെയുള്ള കോടതിയലക്ഷ്യക്കേസിലെ നടപടികൾ തത്സമയം സംപ്രേഷണം ചെയ്യാൻ അനുമതി നല്കി. നാലാം നമ്പർ കോടതിയിലെ നടപടികൾ കോടതിപരിസരത്ത് സ്ഥാപിച്ച വലിയ ടെലിവിഷൻ സ്ക്രീനിൽ ജനങ്ങൾ തത്സമയം കണ്ടുകൊണ്ടിരുന്നു. കാര്യങ്ങൾ ഇങ്ങനെ പോയാൽ വർത്തമാനത്തിൽ അവധാനത പാലിക്കുകയല്ലാതെ ജഡ്ജിമാർക്ക് മറ്റു മാർഗ്ഗമില്ലെന്നു വരും.

മൂന്ന് ഭരണവിഭാഗങ്ങളിൽ മാധ്യമങ്ങൾ ഇപ്പോഴും ജാഗ്രത കാണിക്കുന്നത് ജുഡീഷ്യറിയുടെ കാര്യത്തിൽമാത്രമാണ്. ഭയമുള്ളതുകൊണ്ട് ന്യായമായ വിമർശംപോലും കോടതിയുടെ കാര്യത്തിൽ നടക്കുന്നില്ല. മാധ്യമപ്രവർത്തകരെ ഇനിയും നമുക്ക് ഭയപ്പെടുത്താം. പക്ഷേ, അത് ജുഡീഷ്യറിക്ക് ഗുണകരമാവില്ല. കോർട്ട് റിപ്പോർട്ടിങ്ങിലെ ന്യൂനതകൾ ചൂണ്ടിക്കാട്ടിയാൽ അവ തിരുത്തപ്പെടും. റിപ്പോർട്ടിങ്ങിൽ ഗുണപരമായ മേന്മയുണ്ടാകും. നൈമിഷികമായ ഒരു ചാനൽ ഫ്ളാഷിൽ പൊലിയുന്നതല്ല കോടതിയുടെ രാജസപ്രൗഢി. ജഡ്ജി വിരട്ടിയാൽ ചുരുളുന്നതല്ല മാധ്യമങ്ങളുടെ നിവരാത്ത വാൽ.

4

മാധ്യമവിചാരണയും ചിലപ്പോൾ നല്ലതാണ്

മാധ്യമവിചാരണയെ അനാശാസ്യമായ മാധ്യമപ്രവർത്തനമായി പൊതുവെ കണക്കാക്കുന്നു. കുറ്റാന്വേഷണത്തിലും കുറ്റവിചാരണയിലും മാധ്യമങ്ങൾ നടത്തുന്ന അപകടകരമായ ഇടപെടലാണത്. പൊലീസ് നല്കുന്ന കഥകളും ലേഖകരുടെ സങ്കല്പവും സമ്മിശ്രമാകുമ്പോഴാണ് മാധ്യമവിചാരണയെന്നു കരുതപ്പെടുന്ന സമാന്തര പ്രവർത്തനമുണ്ടാകുന്നത്. പ്രതികളാക്കപ്പെടുന്നവരുടെ അവകാശങ്ങൾ നിഷേധിക്കപ്പെടുന്ന സാഹചര്യമുണ്ടാക്കുന്നുവെന്നതാണ് മാധ്യമവിചാരണയുടെ വലിയ അപകടം. അതേസമയം അന്വേഷണവും വിചാരണയും സുതാര്യമാക്കുന്നതിനും യഥാർത്ഥ പ്രതികളെ കണ്ടെത്തുന്നതിനും മാധ്യമങ്ങളുടെ ഇടപെടൽ പലപ്പോഴും സഹായകമാകുന്നുണ്ട്. ഏതു തെറ്റിലും ഒരു ശരിയുണ്ടെന്നത് മാധ്യമവിചാരണയുടെ കാര്യത്തിലും ശരിയാണ്

ഷെർലക് ഹോംസ് കഥയിലെപ്പോലെ പരേതൻ അപ്രതീക്ഷിതമായി തിരിച്ചുവന്നേക്കാം. പക്ഷേ, അപ്പോഴേക്കും പ്രതി തൂക്കിലേറിയിട്ടുണ്ടാകും. അയാൾക്ക് തിരിച്ചുവരാനോ അയാളെ തിരിച്ചു കൊണ്ടുവരാനോ കഴിയില്ല. ബ്രിട്ടനിൽ അങ്ങനെയൊരു അപകടം സംഭവിച്ചതിൽപ്പിന്നെയാണ് വധശിക്ഷ നിർത്തലാക്കിയത്. യു എൽ ഭട്ട് പാലക്കാട് സെഷൻസ് ജഡ്ജിയായിരിക്കെ കൊലക്കേസിലെ പ്രതിയെ വെറുതെ വിട്ടത് കൊല്ലപ്പെട്ടുവെന്ന് പൊലീസ് പറഞ്ഞയാൾ യഥാർത്ഥത്തിൽ കൊല്ലപ്പെട്ടുവോ എന്ന് സംശയം വന്നതുകൊണ്ടാണ്. സംശയം ശരിവച്ചുകൊണ്ട് കൊല്ലപ്പെട്ട മാധവൻ തിരിച്ചുവന്നു. പൊലീസ് വിശ്വസനീയമായി തെളിവുണ്ടാക്കും. പ്രോസിക്യൂഷൻ സമർത്ഥമായി കേസ് അവതരിപ്പിക്കും. പക്ഷേ, ശിക്ഷിക്കപ്പെടുന്നത് നിരപരാധിയാകാൻ സാദ്ധ്യതയുണ്ട്.

ഉത്തർപ്രദേശിലെ നോയ്ഡയ്ക്കടുത്ത് നിഥാരി എന്ന ഗ്രാമം ഇന്നറിയപ്പെടുന്നത് സുരേന്ദർ കോലിയുടെയും മനീന്ദർ സിങ് പാന്ഥറുടെയും

പേരിലാണ്. നിരവധി ഇളംപ്രായക്കാരെ കൊലപ്പെടുത്തി അവരുടെ മാംസം ഭക്ഷിച്ച് അവശിഷ്ടങ്ങൾ ഓടയിൽ തള്ളിയ നരഭോജിയാണ് കോലി. പതിനഞ്ച് കേസുകളാണ് കോലിക്കെതിരെയുണ്ടായത്. അവയിൽ പതിനഞ്ച് വയസ്സുകാരിയായ റിംപ ഹാൽദറുടെ കേസാണ് വിചാരണ പൂർത്തിയാക്കിയത്. കുറ്റം തെളിഞ്ഞതിന്റെ അടിസ്ഥാനത്തിൽ കോലിക്ക് വധശിക്ഷ ലഭിച്ചു. 2011 ൽ വധശിക്ഷ സുപ്രീം കോടതി ശരിവച്ചു. ദയാഹർജി രാഷ്ട്രപതി നിരാകരിച്ചു. മീററ്റിലെ ചൗധരി ചരൺ സിങ് ജില്ലാ ജയിലിൽ തൂക്കുകയർ കോലിക്കുവേണ്ടി നിശ്ചലമായി നിന്നു. മരണക്കയർ കോലിയെ ഏറ്റുവാങ്ങുന്നതിന് മണിക്കൂറുകൾക്കു മുമ്പ് അർദ്ധരാത്രിയുടെ അന്ത്യയാമത്തിൽ സുപ്രീം, കോടതിയുടെ സ്റ്റേ ഉത്തരവ്, സിനിമയിലെന്നപോലെ, മരണമാടത്തിലെത്തി. കോലിയുടെ റിവ്യൂ ഹർജി സുപ്രീം കോടതിയിലെ മൂന്ന് ജഡ്ജിമാർ അര മണിക്കൂർ തുറന്ന കോടതിയിൽ വാദം കേൾക്കും.

2007 ജനുവരി 29 ന് *അമർ ഉജാല*യിൽ വന്ന വാർത്തയനുസരിച്ച് റിംപയെ കോലി കൊലപ്പെടുത്തിയിട്ടില്ല. അവൾ കാമുകനൊത്ത് നേപ്പാളിൽ ജീവിക്കുന്നു. ഗർഭിണിയായ താൻ പ്രസവം കഴിഞ്ഞ് കുഞ്ഞുമായി നാട്ടിലെത്തുമെന്ന് അവൾ പിതാവിനെ അറിയിച്ചു. ഈ കത്ത് അനിൽ ഹാൽദർ പൊലീസിനു കൈമാറി. ഈ പത്രവാർത്തയെ മാധ്യമവിചാരണയായി തള്ളിക്കളയാനാവില്ല. പക്ഷേ, അതാരും കാര്യമായെടുത്തില്ല. മൃതദേഹമില്ലാത്ത കൊലക്കേസിൽ പൊലീസിന്റെ ആദ്യകഥയുമായി പ്രോസിക്യൂഷൻ മുന്നോട്ടുപോയി. ശരീരാവശിഷ്ടങ്ങളിൽനിന്ന് കണ്ടെടുത്ത വസ്ത്രഭാഗങ്ങൾ റിംപയുടേതാണെന്ന് അമ്മ തിരിച്ചറിഞ്ഞതും കോലിയുടെ കുറ്റസമ്മതവുമാണ് തെളിവ്. കുറ്റസമ്മതം കോലി പിന്നീട് നിഷേധിച്ചു.

തെളിവുകൾ ദുർബ്ബലമായിരുന്നിട്ടും കോലിയെയും പാന്ഥറെയും ശിക്ഷിക്കാനുള്ള താല്പര്യം ആരുടേതാണ്? ആരോപിതമായ സംഭവം നടക്കുമ്പോൾ താൻ ഓസ്ട്രേലിയയിലായിരുന്നുവെന്ന വാദം സ്വീകരിക്കാതെയാണ് സെഷൻസ് കോടതി പാന്ഥർക്ക് വധശിക്ഷ വിധിച്ചത്. കോലി അയാളുടെ ജീവനക്കാരനായിരുന്നുവെന്നതാണ് സാഹചര്യം. അലഹബാദ് ഹൈക്കോടതി പാന്ഥറെ വെറുതെ വിട്ടു. സീരിയൽ കില്ലർ എന്ന് വിശേഷിപ്പിച്ചുകൊണ്ടാണ് കോലിയുടെ ശിക്ഷ സുപ്രീം കോടതി ശരിവച്ചത്. റിംപ ഹാൽദറുടേതൊഴികെ മറ്റൊരു കേസും വിചാരണ പൂർത്തിയാക്കിയിട്ടില്ലാത്ത സാഹചര്യത്തിൽ കോടതിയുടെ നിരീക്ഷണത്തിന് അടിസ്ഥാനമുണ്ടായിരുന്നില്ല. മാർക്കണ്ഡേയ കട്ജുവും ജ്ഞാൻസുധാ മിശ്രയും ചേർന്ന ബെഞ്ചാണ് പഴുതടച്ച ഈ പരാമർശം കോലിക്കെതിരെ നടത്തിയത്. കോടതിക്കാര്യങ്ങളിൽ മാധ്യമങ്ങൾ ഇടപെടരുതെന്ന കർക്കശമായ നിലപാടുള്ളയാളാണ് പിന്നീട് പ്രസ് കൗൺസിൽ ചെയർമാനായ കട്ജു. കോലിയെ സീരിയൽ കില്ലറാക്കിയ ഈ ബെഞ്ച് തന്നെയായിരുന്നു അബ്ദു നാസർ മഅ്ദനിയെ ഭീകരനായി

ചിത്രീകരിച്ച് ജാമ്യം നിഷേധിച്ചത്. കട്ജു അയഞ്ഞപ്പോഴും മുറുകി നിന്നത് മിശ്രയായിരുന്നു.

എല്ലാ കേസുകളിലും വിചാരണ പൂർത്തിയാക്കാതെ കോലിയെ വകവരുത്തണമെന്ന് ആർക്കോ നിർബ്ബന്ധമുണ്ട്. പ്രാഥമികമായ നിഗമനങ്ങൾ പൊലിമയോടെ അവതരിപ്പിക്കുന്നതിനുള്ള വൈദഗ്ദ്ധ്യം ഉത്തർപ്രദേശ് പൊലീസിനുണ്ട്. ആരുഷി കേസിൽ അത് പ്രകടമായി. കോലിയെ അവർ വിശേഷിപ്പിച്ചത് നരഭോജിയെന്നാണ്. അഴുക്കുചാലിൽ നിന്ന് കണ്ടെടുത്ത മൃതദേഹഭാഗങ്ങളിൽ ഉടലില്ലായിരുന്നു. അത് കോലി പാചകം ചെയ്ത് ഭക്ഷിച്ചുവെന്നാണ് പൊലീസ് പറയുന്നത്. പോസ്റ്റ് മോർട്ടം നടത്തിയ നോയ്ഡയിലെ ചീഫ് മെഡിക്കൽ സൂപ്രണ്ട് വിനോദ് കുമാർ ഈ വാദത്തെ തള്ളിക്കളയുന്നു. ആന്തരികാവയവങ്ങൾ അപഹരിക്കുന്ന ഗൂഢസംഘമാണോ ഈ കൊലപാതകങ്ങൾക്കു പിന്നിലെന്ന് വിനോദ്കുമാർ സംശയം പ്രകടിപ്പിച്ചു. ഈവക സാദ്ധ്യതകളൊന്നും പരിശോധിക്കാതെ സെഷൻസ് കോടതിയും ഹൈക്കോടതിയും സുപ്രീം കോടതിയും സി ബി ഐ പറഞ്ഞത് അപ്പാടെ വിശ്വസിക്കുകയായിരുന്നു.

കോലിക്കെതിരായ എല്ലാ കേസുകളിലും വിചാരണ പൂർത്തിയാക്കിയാൽ ഒരുപക്ഷേ, സത്യങ്ങൾ വെളിപ്പെടും. അയാൾ കൊന്നു തിന്നുവെന്ന് ആരോപിക്കുന്ന പെൺകുട്ടി തിരിച്ചുവരാനും സാദ്ധ്യതയുണ്ട്. അതിനൊന്നും അവസരം നല്കാതെ കോലിയെ കൊലമരത്തിലേറ്റുന്നതിനുണ്ടായ തിടുക്കം അന്വേഷണവിധേയമാക്കേണ്ടതാണ്. അവയവങ്ങൾ അപഹരിക്കുന്ന വൻറാക്കറ്റിലെ കണ്ണി മാത്രമായിരുന്നുവോ കോലി? നമുക്കൊന്നും അറിയില്ല. കോടതികളും ഒന്നും മനസ്സിലാക്കുന്നില്ല. ഇത്തരം ഘട്ടങ്ങളിലാണ് മാധ്യമങ്ങളുടെ ഇടപെടൽ അനിവാര്യമാകുന്നത്. ഏത് പേരിട്ട് വിളിച്ചാലും അത് ചിലപ്പോൾ ഗുണകരമാകും.

ഭരണഘടനയും ക്രിമിനൽ നിയമവും ജീവന് പരിരക്ഷ നല്കുന്നു. നിയമത്താൽ സ്ഥാപിതമായ പ്രക്രിയയിലൂടെയല്ലാതെ ഭരണകൂടത്തിന് ആരുടെയും ജീവനെടുക്കാനാവില്ല. ആ പ്രക്രിയയിൽ പണമില്ലാത്ത പ്രതിക്ക് സൗജന്യമായ നിയമസഹായം ലഭിക്കും. ഈ സഹായസംവിധാനത്തിന്റെ അപര്യാപ്തതയിലേക്കും കോലിയുടെ കേസ് നമ്മുടെ ശ്രദ്ധ ക്ഷണിക്കുന്നു. സൗജന്യ നിയമസഹായ സംവിധാനത്തിൽ ഒരു കേസിൽ അഭിഭാഷകന് മൊത്തം ലഭിക്കുന്ന ഫീസ് രണ്ടായിരം രൂപയാണ്. ജയലളിതയ്ക്കെതിരായ കേസിൽ ഹാജരായ സ്പെഷ്യൽ പബ്ലിക് പ്രോസിക്യൂട്ടർ ഭവാനി സിങ്ങിന്റെ പ്രതിദിന പ്രതിഫലം അറുപതിനായിരം രൂപയായിരുന്നു. കോലിക്കുവേണ്ടി നിയോഗിക്കപ്പെട്ട അഭിഭാഷകൻ ഒരിക്കൽപ്പോലും ജയിലിലെത്തി അയാളെ കണ്ടിട്ടില്ല. അയാളോട് സംസാരിച്ചിട്ടില്ല. രണ്ടായിരംരൂപയ്ക്ക് കേസ് നടത്തുന്ന വക്കീലിന് ഇത്രയൊക്കെയേ ആകൂ എന്ന സ്വാഭാവികമായ ന്യായീകരണമുണ്ട്. അപ്രതീക്ഷിതമായി വീണുകിട്ടിയ അന്തിമാവസരത്തിൽ കോലിക്കുവേണ്ടി സുപ്രീം കോടതിയിൽ ഹാജരാകുന്നത് ഇന്ദിര ജയ്സിങ്ങാണ്. നല്ലതു വരട്ടെ എന്ന് നമുക്ക് പ്രത്യാശിക്കാം.

5

ബന്ധുക്കൾ കൂടുന്ന കോടതി

പിതാവും പുത്രനും വിശുദ്ധകോടതിയിൽ ഒരുമിക്കാമോ എന്ന പ്രസക്തമായ ചോദ്യം മദ്രാസ് ഹൈക്കോടതിയിൽ ജഡ്ജിയായിരുന്ന കെ ചന്ദ്രു ഉന്നയിച്ചു. റോഹിൻടൺ എഫ് നരിമാൻ സുപ്രീം കോടതിയിൽ ജഡ്ജിയായ സാഹചര്യത്തിൽ അദ്ദേഹത്തിന്റെ പിതാവ് ഫാലി എസ് നരിമാൻ അതേ കോടതിയിൽ അഭിഭാഷകനായി പ്രവർത്തിക്കുന്നതിന്റെ ഔചിത്യമാണ് *ദ ഹിന്ദു*വിൽ പ്രസിദ്ധപ്പെടുത്തിയ ലേഖനത്തിൽ ചന്ദ്രു സംശയിച്ചത്. 1950 ൽ ബോംബെ ഹൈക്കോടതിയിൽ അഭിഭാഷകവൃത്തി ആരംഭിച്ച ഫാലി എസ് നരിമാൻ ഭരണഘടനയോടൊപ്പം വളർന്ന അഭിഭാഷകനാണ്. 1972 മുതൽ അദ്ദേഹം സുപ്രീം കോടതിയിലുണ്ട്. മകന്റെ മേൽവിലാസത്തിലോ ഔദാര്യത്തിലോ സുപ്രീം കോടതിയിൽനിന്ന് ആനുകൂല്യങ്ങൾ അനുഭവിക്കേണ്ടതായ അവസ്ഥ അഭിഭാഷകവൃത്തിയുടെ സായംസന്ധ്യയിലും ഉന്നതസാനുവിലും എത്തിനില്ക്കുന്ന നരിമാനില്ല.

അടുത്ത ബന്ധുക്കൾ ഒരേ കോടതിയിൽ ന്യായാധിപനും അഭിഭാഷകനും ആയി വർത്തിക്കരുതെന്ന് ബാർ കൗൺസിൽ അനുശാസിക്കുന്നു. അടുത്ത ബന്ധുക്കൾ എന്നതിന് കൃത്യമായ നിർവ്വചനമുണ്ട്. എന്നാൽ ഒരേ കോടതി എന്ന പ്രയോഗത്തിന് വ്യക്തതയില്ല. അമേരിക്കൻ സുപ്രീം കോടതി ഒറ്റക്കോടതിയാണ്. അവിടെ ആകെയുള്ള ഒമ്പത് ജഡ്ജിമാർ ഒരുമിച്ചിരുന്ന് കേസ് കേൾക്കുന്നു. അതുകൊണ്ടാണ് ജസ്റ്റീസ് ടോം സി ക്ലാർക്കിന്റെ മകനെ 1967 ൽ പ്രസിഡന്റ് ജോൺസൺ അറ്റോർണി ജനറലായി നിയമിച്ചപ്പോൾ ജസ്റ്റീസ് ക്ലാർക്ക് രാജിവച്ചത്. അറ്റോർണി ജനറൽ കോടതിയിൽ ഹാജരാകുമ്പോൾ പിതാവിന്റെ മുന്നിൽ കേസ് വാദിക്കേണ്ടിവരുന്ന സാഹചര്യം ഒഴിവാക്കുന്നതിനായിരു

ന്നു പിതാവിന്റെ സ്ഥാനത്യാഗം. അമേരിക്കൻ സുപ്രീം കോടതിയെപ്പോലെ ഒറ്റക്കോടതിയല്ല ഇന്ത്യയിലെ സുപ്രീം കോടതി. ഇവിടെ 31 ജഡ്ജിമാർ രണ്ടും മൂന്നും പേർ വീതമായി പതിമൂന്നോ പതിനാലോ കോടതികളായി മാറുന്നു. മകന്റെ കോടതി ഒഴിവാക്കിക്കൊണ്ട് നിരവധി കോടതികളിൽ നരിമാന് ഹാജരാകാൻ കഴിയും. മകന്റെ പേരിൽ പിതാവിന്റെ പ്രാഗത്ഭ്യം കോടതിക്ക് നഷ്ടമാകേണ്ട കാര്യമില്ല. മകന്റെ പേരിൽ ആനുകൂല്യം അനുഭവിക്കേണ്ട അവസ്ഥയും പിതാവിനില്ല. പിതാവിന്റെ പേരിൽ പുത്രനോ പുത്രന്റെ പേരിൽ പിതാവോ ത്യാഗിയാകേണ്ട കാര്യമില്ല. ക്രൈസ്തവ ദൈവശാസ്ത്രത്തിലെപ്പോലെ പിതാവും പുത്രനും ഇവിടെ ഏകീഭവിക്കുന്നില്ല.

ഈ വിഷയത്തിൽ അനുകരണീയമായ മാതൃകകളുണ്ട്. വി ആർ കൃഷ്ണയ്യർ സുപ്രീം കോടതി ജഡ്ജിയായപ്പോൾ അഭിഭാഷകനായ മകൻ ആ തൊഴിൽ ഉപേക്ഷിച്ചു. മകളും മരുമക്കളും അഭിഭാഷകരായപ്പോൾ ജസ്റ്റീസ് വി ശിവരാമൻ നായർ മറ്റൊരു ഹൈക്കോടതിയിലേക്ക് സ്ഥലംമാറ്റം വാങ്ങി. മകൻ ജഡ്ജിയായപ്പോൾ സീനിയർ അഭിഭാഷകനായ ശിവശങ്കരപ്പണിക്കർ കോട്ടും ഗൗണും മടക്കി. തുളസിദാസ് ഹൈക്കോടതിയിൽ ജഡ്ജിയായി എത്തിയപ്പോൾ ഭാര്യ ദേവകിക്കുട്ടി പ്രാക്ടീസ് അവസാനിപ്പിച്ചു.

പക്ഷേ, എല്ലാ ഭാര്യമാരും ദേവകിക്കുട്ടിയെപ്പോലെയല്ല. കർണ്ണാടക ഹൈക്കോടതിയിലെ വനിതാ അഭിഭാഷക പ്രമീള ജഡ്ജിയെ വിവാഹം കഴിച്ച് പ്രമീള നെസാർഗിയായി. വിഭാര്യനായ ജഡ്ജി വനിതാ അഭിഭാഷകയെ ഭാര്യയാക്കിയതിൽ അപാകതയില്ല. പക്ഷേ, സഹജഡ്ജിയുടെ ഭാര്യ തന്റെ മുന്നിൽ അഭിഭാഷകയായെത്തിയപ്പോൾ ജസ്റ്റീസ് ബൊപണ്ണയ്ക്ക് പന്തികേട് തോന്നി. കർണ്ണാടക ഹൈക്കോടതിയിലെ ജഡ്ജിയുടെ ഭാര്യ അഭിഭാഷകയെന്ന നിലയിൽ ആ കോടതിയിലെ ഒരു ജഡ്ജിയുടെ മുന്നിലും ഹാജരാകാൻ പാടില്ലെന്ന് ബൊപണ്ണ വിധിച്ചു. വിഷയം സുപ്രീം കോടതിയിലെത്തി. കേസ് തീർപ്പാക്കുന്ന ഘട്ടമെത്തിയപ്പോൾ ഭർത്താവായ ജഡ്ജി സർവ്വീസിൽനിന്ന് വിരമിച്ചിരുന്നു. ആയതിനാൽ സുപ്രീം കോടതിക്ക് അഭിപ്രായം പറയേണ്ടിവന്നില്ല. പ്രമീള നെസാർഗിയുടെ കേസ് അപ്രസക്തമായെങ്കിലും വിഷയം അപ്രസക്തമായില്ലെന്ന നിലപാട് സുപ്രീം കോടതി സ്വീകരിച്ചില്ല. അതുകൊണ്ട് അവശ്യം വേണ്ടതായ വ്യക്തത ഈ വിഷയത്തിൽ ഉണ്ടായിട്ടില്ല

അടുത്ത ബന്ധുക്കളുടെ നിർവ്വചനത്തിൽ ഒതുക്കാവുന്നതല്ല ഈ വിഷയം. ജഡ്ജിമാർ സംശയത്തിന് അതീതരായിരിക്കണം. ഒഴിവാക്കേണ്ടവരായ അടുത്ത ബന്ധുക്കൾ ആരെന്ന് ജഡ്ജിമാർക്കറിയാം. അവർ ഹാജരാകുന്ന കേസുകൾ തങ്ങളുടെ കോടതിയിൽനിന്ന് ഒഴിവാക്കിയാൽ പ്രശ്നത്തിനു പരിഹാരമാകും. എന്നാൽ അത്ര ലളിതമല്ല പ്രശ്നം. കേരള ഹൈക്കോടതിയിൽ ഒരു അവധിക്കാലത്ത് എം പി മേനോൻ അവധിക്കാല ജഡ്ജിയായിരുന്നപ്പോൾ അദ്ദേഹത്തിന്റെ

അടുത്ത ബന്ധുവും ജൂനിയറുമായിരുന്ന അഭിഭാഷകന് വക്കാലത്തിന്റെ ചാകരയായിരുന്നു. എം പി മേനോന്റെ മുന്നിൽ ഹാജരാകുന്നതിനുവേണ്ടിയല്ല അദ്ദേഹത്തെ ഒഴിവാക്കുന്നതിനുവേണ്ടിയായിരുന്നു എം രാമചന്ദ്രനെത്തേടി കക്ഷികൾ കൂട്ടത്തോടെ എത്തിയത്. ഇടക്കാല ഉത്തരവുകൾ നല്കുന്നതിൽ അമാന്തം കാണിച്ചിരുന്ന കാർക്കശ്യമുള്ള ജഡ്ജിയെ ഒഴിവാക്കുന്നതിന് കക്ഷികളും കൗശലക്കാരായ അഭിഭാഷകരും കണ്ടെത്തിയ തന്ത്രമായിരുന്നു ഇത്. മേനോൻ ഒഴിവാക്കുന്ന കേസുകൾ കേൾക്കാനായിമാത്രം ആ അവധിക്കാലത്ത് ജസ്റ്റീസ് കൊച്ചുതൊമ്മൻ പ്രത്യേകമായി ഇരുന്നു. പരിഗണനയും കാരണവും എന്തായാലും അദ്ദേഹം എല്ലാ കേസുകളും കൂട്ടത്തോടെ അഡ്മിറ്റ് ചെയ്ത് ഇടക്കാല ഉത്തരവുകൾ നല്കി. അവധി കഴിഞ്ഞപ്പോൾ ജൂനിയർ പ്രശസ്തനും സമ്പന്നനുമായി. മുടക്ക് വക്കാലത്ത് എന്നറിയപ്പെടുന്ന ഇത്തരം വക്കാലത്തുകൾ വ്യാപകമായി പ്രചാരത്തിലുണ്ട്. അസൗകര്യമുള്ള കോടതിയിൽനിന്ന് കേസ് ഒഴിവായിക്കിട്ടുന്നതിന് ജഡ്ജിയുടെ ബന്ധുവായ അഭിഭാഷകന്റെ ഒപ്പ് മാത്രം മതി. അങ്ങനെ കഴിഞ്ഞുകൂടുന്നവരുമുണ്ട്.

ഹിമാചൽപ്രദേശ് ചീഫ് ജസ്റ്റീസായിരുന്ന ലീല സേഥിന്റെ ആത്മകഥയിൽ ഇത്തരം പ്രാക്ടീസിനെ വിശേഷിപ്പിക്കുന്നത് അങ്കിൾ പ്രാക്ടീസെന്നാണ്. സഹന്യായാധിപന്റെ മകനോ മരുമകനോ കേസുമായി വരുമ്പോൾ ഏതൊരു ന്യായാധിപനും കരുണയും ഔദാര്യവും പ്രകടിപ്പിക്കും. സർവ്വീസിൽനിന്ന് വിരമിച്ച ജഡ്ജിമാരുടെ മക്കൾക്കും ഈ ആനുകൂല്യം ലഭിക്കാറുണ്ട്. ആ ജഡ്ജിമാരിൽനിന്ന് ആനുകൂല്യം ലഭിച്ചവരായിരിക്കുമല്ലോ നിലവിലുള്ള ജഡ്ജിമാർ. പട്ന ഹൈക്കോടതിയിലെ അനുഭവമാണ് ലീല സേഥ് വിവരിക്കുന്നത്. അങ്കിൾ പ്രാക്ടീസ് അല്ലെങ്കിൽ ലാൽ ഝണ്ട എന്നാണ് ഈ പ്രാക്ടീസ് അറിയപ്പെടുന്നത്. ഝണ്ട എന്നാൽ ഹിന്ദിയിൽ കൊടി. അപകടം ഒഴിവാക്കുന്നതിനുള്ള ചുവന്ന കൊടിയാണ് ലാൽ ഝണ്ട. അപകടമുള്ള കോടതി ഒഴിവാക്കി വിജയം ഉറപ്പിക്കുന്ന പ്രവൃത്തിയാണിത്. അലഹബാദ് ഹൈക്കോടതിയിലെ ജഡ്ജിമാരെ അങ്കിൾ ജഡ്ജിമാർ എന്നു വിളിച്ചത് മാർക്കണ്ഡേയ കട്ജു സുപ്രീം കോടതിയിൽ ജഡ്ജിയായിരിക്കുമ്പോഴാണ്. മാമാ ജഡ്ജിമാർ പട്നയിലും അലഹബാദിലും മാത്രമല്ല എവിടെയുമുണ്ട്.

ഒരാൾ ജഡ്ജിയായാൽ മക്കളോ അടുത്ത ബന്ധുക്കളോ എന്തു പിഴച്ചുവെന്ന ചോദ്യം സ്വാഭാവികമായി ഉണ്ടാകാം. ഇതിനു പരിഹാരമെന്ന നിലയിലാണ് അങ്ങനെയുള്ള സാഹചര്യത്തിൽ ജഡ്ജിമാർ മറ്റേതെങ്കിലും ഹൈക്കോടതിയിലേക്ക് സ്ഥലംമാറ്റം വാങ്ങണമെന്ന നിർദ്ദേശം 1981 ലെ എസ് പി ഗുപ്ത കേസിലുണ്ടായത്. 1997 ൽ ചീഫ് ജസ്റ്റീസ് ജെ എസ് വർമ്മയുടെ അദ്ധ്യക്ഷതയിൽ സുപ്രീം കോടതിയിലെ ജഡ്ജിമാർ ഏകകണ്ഠമായി അംഗീകരിച്ച പ്രമേയത്തിൽ ന്യായാധിപവൃത്തിയിൽ അനുഷ്ഠിക്കേണ്ടതായ മൂല്യങ്ങളെക്കുറിച്ച് പ്രതിപാദിക്കുന്നുണ്ട്. ന്യായാധിപപദവി ബന്ധുക്കൾക്ക് അനായാസമായ ധനസമ്പാദനത്തി

നുള്ള മാർഗ്ഗമാക്കരുതെന്ന് പ്രമേയത്തിൽ പറയുന്നു. ബന്ധുക്കൾ ബന്ധുവിന്റെ കോടതിയിൽ ഹാജരാകുന്നത് വിലക്കണമെന്ന പൊതുതാല്പര്യ ഹർജി തള്ളിയ ചീഫ് ജസ്റ്റീസ് ലോഥ ഈ വിഷയം അഭിഭാഷകസമൂഹത്തിന്റെ പരിഗണനയ്ക്കാണ് വിട്ടത്. നരിമാൻ എന്ന പിതാവും നരിമാൻ എന്ന പുത്രനും ചേർന്ന് ഈ വിഷയം വീണ്ടും സജീവമാക്കി. ഫാലി എസ് നരിമാന് പുത്രന്റെ പേരിൽ ആനുകൂല്യം ആവശ്യമില്ല. റോഹിൻടൺ എഫ് നരിമാന് അഭിഭാഷകനായ പിതാവിനെ പരിരക്ഷിക്കുകയെന്ന പുത്രധർമ്മവുമില്ല. എന്നാൽ ബന്ധുബലവും സ്വാധീനവും ഇല്ലാത്ത സാധാരണക്കാരായ അഭിഭാഷകരെ കേസ് ഏല്പിക്കുന്ന സാധാരണക്കാർക്ക് ഈ സംവിധാനത്തിൽ വിശ്വാസം അർപ്പിക്കാൻ കഴിയുന്ന അവസ്ഥയുണ്ടാകണം. നരിമാൻ വിവാദം അതിനു കാരണമാകുമെങ്കിൽ നന്ന്.

6

വടകരയിലെ മുൻസിഫിന്റെ മാതൃക

ന്യായാധിപന്റെ വിശേഷണപദമാണ് ജസ്റ്റീസ്. സുപ്രീം കോടതിയിലെയും ഹൈക്കോടതികളിലെയും ജഡ്ജിമാർക്കാണ് ഈ വിശേഷണം നല്കുന്നത്. സർവ്വീസിൽനിന്ന് പിരിഞ്ഞാലും അവർ ആ വിശേഷണം നിലനിർത്തുന്നു. ജസ്റ്റീസ് എന്നത് നീതിയാണ്. നീതിനിർവ്വഹണം അധികാരികളുടെ അടിസ്ഥാനഗുണമാണ്. *ബൈബിളിൽ* ഏറ്റവുമധികം ഉപയോഗിച്ചിട്ടുള്ള സമുന്നതവിശേഷണമാണ് നീതിമാൻ. ഭക്തിയും വിശ്വാസവും നീതിക്കു താഴെയാണ്. നിയമങ്ങളോട് വിശ്വസ്തത പുലർത്തുന്നവനാണ് നീതിമാൻ. നീതിക്കൊപ്പം ന്യായവും നാം ചേർത്തുപറയുന്നു. നിയമം നിയമത്തിന്റെ വഴിയേ എന്ന് ആവർത്തിക്കപ്പെടുമ്പോൾ നിയമം നീതിയുടെ വഴിയേ എന്ന് തിരുത്തിപ്പറയണം. നൈയാമികനീതിയെ അതിലംഘിക്കുന്ന സ്നേഹത്തിന്റെ ദിവ്യഭാവമാണ് യഥാർത്ഥ നീതി.

കരുണയും സ്നേഹവും നിറഞ്ഞ നീതിയുടെ അപൂർവ്വകഥ വടകരയിൽനിന്ന് കേട്ടു. ചെറുപ്പക്കാരനായ ഒരു മുൻസിഫാണ് കഥയിലെ നായകൻ. ന്യായാധിപശ്രേണിയിൽ ഏറ്റവും താഴെ നില്ക്കുന്നയാളാണ് മുൻസിഫ്. മുൻസിഫിനെ ജസ്റ്റീസെന്ന് വിളിക്കാറില്ല. പക്ഷേ, അരവിന്ദ് ബി എടയോടി എന്ന മുൻസിഫ് തന്റെ പ്രവൃത്തികൊണ്ട് ജസ്റ്റീസായി. ബാങ്കിൽനിന്നെടുത്ത വായ്പ തിരിച്ചടയ്ക്കാൻ കഴിയാതെ ജപ്തിക്കു വിധേയനായ സാധുവിനു നല്കിയ സഹായമാണ് അരവിന്ദിനെ വ്യത്യസ്തനാക്കിയത്. കനറ ബാങ്കിൽ തിരിച്ചടയ്ക്കേണ്ടതായ 30,210 രൂപ അദാലത്തിൽ മുൻസിഫിന്റെ ഇടപെടലിനെത്തുടർന്ന് 15,000 രൂപയായി കുറഞ്ഞു. പക്ഷേ, അതുകൊണ്ടും കാര്യം തീർന്നില്ല. അപകടത്തിൽപ്പെട്ട് അവശതയിലായ കുമാരന് അതും നല്കാൻ കഴിയുമായിരുന്നില്ല.

പതിനയ്യായിരം രൂപ സ്വന്തം കൈയിൽനിന്ന് നല്കി കുമാരനെ മുൻസിഫ് ഋണമുക്തനാക്കി.

തുകയുടെ വലിപ്പമല്ല മനസ്സിന്റെ വലിപ്പമാണ് അരവിന്ദിനെ വലിയ ആളാക്കിയത്. ന്യായാധിപർക്ക് കേസെന്നത് ഒരു നമ്പർ മാത്രമാണ്. ഓരോ നമ്പറിനു പിന്നിലും ഒരു ജീവിതമുണ്ടെന്ന് ന്യായാധിപർ ഓർക്കാറില്ല. കച്ചേരിയിൽ പൊടിപിടിച്ചുകിടന്ന വ്യവഹാരക്കെട്ടിൽ തകഴി കണ്ടെത്തിയ ജീവിതത്തുടിപ്പുകളാണ് *കയർ* എന്ന ഇതിഹാസതുല്യമായ നോവലിന് ബീജമായത്. നീതി തേടുന്നവർക്ക് അത് ലഭിക്കണം. സാങ്കേതികത്വത്തിന്റെ അരിപ്പകളിൽ ജീവൻ വാർന്നുപോയ നീതിയാണ് ഇന്ന് കോടതികളിൽനിന്ന് ലഭിക്കുന്നത്. കണ്ണുകെട്ടിയ നീതി മനുഷ്യരെ കാണുന്നില്ല. നീതിയുടെ തുലാസിൽ തെളിവുകൾ സമർത്ഥമായി തൂങ്ങുമ്പോൾ നിരാലംബമായ ന്യായം ചോർന്നുപോകുന്നു. തെളിവുകൾക്കും ന്യായവാദങ്ങൾക്കും അപ്പുറമാണ് നീതിയുടെ പ്രകാശം.

സമ്പന്നരുടെ പക്ഷം ചേരുന്ന കോടതിയെ ഇ എം എസ് വിമർശിച്ചു. അതിന് അദ്ദേഹത്തെ ശിക്ഷിച്ചു. ദരിദ്രനാരായണന്മാർക്കൊപ്പം നില്ക്കുന്ന കോടതിയും നമുക്കുണ്ടായിട്ടുണ്ട്. ദരിദ്രനാരായണന്മാരെക്കുറിച്ചുള്ള ചിന്തയാണ് വി ആർ കൃഷ്ണയ്യരെ ജനങ്ങളുടെ ജസ്റ്റീസാക്കിയത്. ദരിദ്രനാരായണന്മാരുടെ നാട്ടിൽ ദാരിദ്ര്യം കുറ്റമല്ലെന്ന് കൃഷ്ണയ്യർ വിധിച്ചു. ഇല്ലായ്മയുടെ പേരിൽ ഒരാളെ ജയിലിലാക്കുന്നത് അനുച്ഛേദം 21 നല്കുന്ന മൗലികാവകാശത്തിന്റെ ലംഘനമാണെന്ന് ജോളി ജോർജ് വർഗീസിന്റെ കേസിൽ അദ്ദേഹം പറഞ്ഞു.

കോടതി ഉത്തരവനുസരിച്ച് വീട്ടേണ്ടതായ കടം വീട്ടാൻ പണമില്ലാത്തയാളെ ജയിലിലേക്കയക്കുന്നത് ശരിയല്ലെന്ന ജോളി ജോർജ് വർഗീസ് കേസിലെ വിധി അന്നുവരെയുള്ള നിലപാടുകളെ പാടേ തിരുത്തി. സിവിൽ നടപടിക്രമത്തിലെ അമ്പത്തിയൊന്നാം വകുപ്പ് ഭരണഘടനയിലെ അനുച്ഛേദം ഇരുപത്തിയൊന്നിന്റെ വെളിച്ചത്തിൽ കൃഷ്ണയ്യർ വായിച്ചെടുത്തത് അദ്ദേഹത്തിനുമാത്രം സാദ്ധ്യമാകുന്ന നീതിബോധത്തിന്റെ അടിസ്ഥാനത്തിലായിരുന്നു. അംഗീകൃതമായ നിലപാടുകളെ തിരുത്തുന്നതിന് ഡെന്നിങ് പ്രകടിപ്പിച്ചിരുന്ന അന്യാദൃശമായ കൗശലമാണ് ഈ കേസിൽ കൃഷ്ണയ്യർ പ്രകടിപ്പിച്ചത്. മുൻസിഫ്-മജിസ്ട്രേറ്റ് കോടതികളിലും നിയമങ്ങൾ വായിക്കുകയും വ്യാഖ്യാനിക്കുകയും ചെയ്യേണ്ടത് ഭരണഘടനയുടെ വെളിച്ചത്തിലാണെന്ന പാഠമാണ് അദ്ദേഹം പഠിപ്പിച്ചത്.

കനിവിന്റെ ഭാഷയിൽ കൃഷ്ണയ്യർ നിയമത്തെ വ്യാഖ്യാനിച്ചു. അതിനുള്ള അധികാരം അദ്ദേഹത്തിനുണ്ടായിരുന്നു. മുൻസിഫിന് നിയമം വ്യാഖ്യാനിക്കാനോ നിർമ്മിക്കാനോ കഴിയില്ല. നിയമത്തെ തെളിവിന്റെ അടിസ്ഥാനത്തിൽ വസ്തുതകളുമായി ബന്ധിപ്പിക്കുക മാത്രമാണ് അവർ ചെയ്യുന്നത്. പക്ഷേ, അവിടെയും മനുഷ്യത്വത്തിന് ഇടമുണ്ട്. ഭരണഘടനയുടെ അനുവാദത്തോടെയല്ല മനുഷ്യത്വം കടന്നുവരുന്നത്.

സി പി സിയുടെയോ സി ആർ പി സിയുടെയോ അകമ്പടിയില്ലാതെ സഹാനുഭൂതിക്ക് എവിടെയുമെത്താം. അരവിന്ദിനെപ്പോലെ എല്ലാ ജുഡീഷ്യൽ ഓഫീസർമാരും സ്വന്തം പണം വാദിക്കോ പ്രതിക്കോ വേണ്ടി ചെലവാക്കണമെന്നില്ല. അത് അപ്രായോഗികവും നീതിനിർവ്വഹണത്തിന്റെ തത്ത്വങ്ങൾക്ക് നിരക്കാത്തതുമാണ്. ന്യായാധിപരിൽനിന്ന് മനുഷ്യത്വം ആവശ്യപ്പെടുന്നത് സഹാനുഭൂതിയാണ്.

വീ ദ പീപ്പിൾ എന്ന മൂന്ന് വാക്കുകളിലാണ് നമ്മുടെ ഭരണഘടന ആരംഭിക്കുന്നത്. ആ പ്രയോഗത്തിൽ എല്ലാവരും ഉൾപ്പെടുന്നു. 1949ൽ ജീവിച്ചിരുന്നവർ മാത്രമല്ല 2015 ൽ ജീവിക്കുന്നവരും ഇനിയുള്ള വർഷങ്ങളിൽ ജനിക്കാനിരിക്കുന്നവരും ആ പ്രയോഗത്തിൽ ഉൾപ്പെടുന്നു എല്ലാ രാജ്യങ്ങളിലും എക്കാലത്തും അതങ്ങനെയായിരുന്നില്ല. ജനാധിപത്യം പിച്ചവച്ചത് ഏഥൻസിലായിരുന്നു. ജനപ്രതിനിധികളില്ലാതെ ജനങ്ങൾ നേരിട്ടായിരുന്നു ജനാധിപത്യപ്രക്രിയയിൽ പങ്കെടുത്തിരുന്നത്. നാലു ലക്ഷമായിരുന്നു അന്നത്തെ ഏഥൻസിലെ ജനസംഖ്യ. അവരിൽ രണ്ടരലക്ഷം അടിമകളായിരുന്നു. ബാക്കിയുള്ളവരുടെ ജനാധിപത്യമായിരുന്നു ഏഥൻസിലെ ജനാധിപത്യം. നിയമത്തിനു മുന്നിൽ എല്ലാവരും സമന്മാരാണെന്ന് അമേരിക്കൻ ഭരണഘടന പ്രഖ്യാപിച്ചു. അത് വിശ്വസിച്ച ഡ്രെഡ് സ്കോട്ട് എന്ന അടിമ സ്വാതന്ത്ര്യത്തിനുവേണ്ടി സുപ്രീം കോടതിയെ സമീപിച്ചു. അടിമകൾക്ക് ഭരണഘടന ബാധകമല്ലെന്ന മറുപടിയാണ് സ്കോട്ടിനു ലഭിച്ചത്. ജീവിക്കുന്നതിനുള്ള അവകാശം ഭരണകൂടത്തിന്റെ ഔദാര്യമാണെന്ന് അടിയന്തരാവസ്ഥയിൽ ഇന്ത്യയിലെ സുപ്രീം കോടതി വിധിച്ചു.

ഉദാഹരണങ്ങൾ നിരവധിയുണ്ട്. നിയമവും നിയമപാലകരും എക്കാലവും സാമാന്യജനങ്ങളോടു കരുണാർദ്രമായ സമീപനം സ്വീകരിച്ചിട്ടില്ല. നിർവ്വികാരതയുടെയും ക്രൂരതയുടെയും ഇരകൾ നിരവധിയാണ്. പത്തു ലക്ഷം രൂപയുടെ കോട്ടിടുന്ന പ്രധാനമന്ത്രിയുടെ നാട്ടിൽ അഞ്ചു ലക്ഷം രൂപയുടെ ഷൂ കൊണ്ട് പാവപ്പെട്ടവനെ ചവിട്ടിക്കൊല്ലുന്ന നിഷാമുണ്ട്. നിഷാം സംരക്ഷിക്കപ്പെടുകയും ചന്ദ്രബോസ് സഹതാപത്തിൽ വിസ്മരിക്കപ്പെടുകയും ചെയ്യും.

ആർ കെ ലക്ഷ്മൺ അനശ്വരനാക്കിയ ആം ആദ്മി ഇന്ത്യയിലെ സാധാരണക്കാരുടെ പ്രതീകവും പ്രതിനിധിയുമാണ്. അവരാണ് നീതിനിഷേധത്തിന്റെ ഇരകൾ. അവരാണ് പൊലീസിന്റെയും ഗുണ്ടകളുടെയും അത്യാചാരങ്ങൾക്ക് വിധേയരാകുന്നത്. നിരപരാധികളായ അനേകർ വിചാരണയില്ലാതെ ജയിലുകളിൽ കഴിയുന്നുണ്ട്. മനുഷ്യാവകാശങ്ങളുടെ കടുത്ത നിഷേധത്തിന്റെ ഇരകളാണവർ. മജിസ്ട്രേറ്റുമാരുടെ യാന്ത്രികവും നിർവ്വികാരവുമായ സമീപനത്തിന്റെ ഫലമായി റിമാന്റ് ചെയ്യപ്പെടുന്നവരാണവർ. ഭരണഘടനയുടെ സംരക്ഷണവും ഉറപ്പുകളും അവർക്ക് നിഷേധിക്കാതെ നോക്കുന്നതിനുള്ള ഉത്തരവാദിത്വം മജിസ്ട്രേറ്റുമാർക്കുണ്ട്. പക്ഷേ, മജിസ്ട്രേറ്റുമാരിൽ പലരും തങ്ങളുടെ മുന്നി

ലെത്തുന്ന തടവുകാരുടെ മുഖത്തേക്കുപോലും നോക്കാറില്ല. അവർ പൊലീസിന്റെ റിമാന്റ് റിപ്പോർട്ടിൽ തുല്യം ചാർത്താനിരിക്കുന്നവരാണ്.

അരവിന്ദ് എടയോടി എന്ന ചെറുപ്പക്കാരനായ മുൻസിഫിന്റെ കരുണാർദ്രമായ സമീപനം ശ്രദ്ധേയമാകുന്നത് അത് ഉത്തമമായ മാതൃകയായതുകൊണ്ടാണ്. വിധിക്കാൻ നിയോഗിക്കപ്പെട്ടവൻ നീതിയുടെ വറ്റാത്ത ഉറവയിൽ സദാ സേചനം ചെയ്യപ്പെടണം. നീതിക്കുവേണ്ടി യാചിക്കുന്നവരുടെ ആർദ്രമായ മുഖങ്ങൾ അവരുടെ ദൃഷ്ടിയിൽ പതിയണം. വധശിക്ഷ വിധിക്കുന്ന ന്യായാധിപൻ പേനയുടെ നിബ്ബ് കുത്തിയൊടിക്കുന്ന ആചാരമുണ്ട്. കമ്പ്യൂട്ടറിൽ വിധിയെഴുതുമ്പോൾ ഒന്നും കുത്തിയൊടിക്കാൻ കഴിയില്ല. അരവിന്ദിന് അങ്ങനെയൊരു പ്രതിസന്ധിയുണ്ടാവില്ല. കാരുണ്യത്തിന്റെ തെളിച്ചമുള്ള മഷിയിൽ വിധിന്യായങ്ങൾ ഒപ്പ് വയ്ക്കപ്പെടുമ്പോൾ ആ നിബ്ബുകൾ സൂക്ഷിച്ചുവയ്ക്കപ്പെടും. ആ ന്യായവിധികൾ കമ്പ്യൂട്ടറിന്റെയും മനുഷ്യരുടെയും മെമ്മറിയിൽ എക്കാലവുമുണ്ടാകും.

7

സിറിയക്കിന്റെ കണക്കുപുസ്തകം

അവകാശലംഘനക്കേസുകളിൽ ഭരണഘടന താല്ക്കാലികമായി നല്കിയ അനിയന്ത്രിതമായ അധികാരം നിയമനിർമ്മാണത്തിലൂടെ പരിമിതപ്പെടുത്താൻ പാർലമെന്റ് വിസമ്മതിക്കുന്നതുപോലെ ജഡ്ജിമാരുടെ നിയമനത്തിൽ അന്യായമായി കൈവശപ്പെടുത്തിയ അധികാരം വിട്ടൊഴിയാൻ സുപ്രീം കോടതി അമാന്തം കാണിക്കുന്നു. ന്യായാധിപന്മാരുടെ നിയമനത്തിനുവേണ്ടിയുള്ള ദേശീയ കമീഷന്റെയും അതിനുവേണ്ടി നടത്തിയ ഭരണഘടനാ ഭേദഗതിയുടെയും സാധുത സുപ്രീം കോടതി പരിശോധിച്ചുകൊണ്ടിരിക്കുന്നു. കേശവാനന്ദ ഭാരതിക്കുശേഷം പാർലമെന്റും ജുഡീഷ്യറിയും മുഖാമുഖം നില്ക്കുന്ന പ്രധാനപ്പെട്ട കേസിന്റെ പരിഗണനയാണ് സുപ്രീം കോടതിയിൽ നടന്നത്.

കൊളീജിയം സമ്പ്രദായത്തിന്റെ വീഴ്ചകൾ ചൂണ്ടിക്കാണിക്കുന്നതിന് അറ്റോർണി ജനറൽ ഉദാഹരണമാക്കിയത് സിറിയക് ജോസഫിനെയായിരുന്നു. നിലവാരത്തിന്റെയും പ്രകടനമികവിന്റെയും അടിസ്ഥാനത്തിലായിരുന്നില്ല സിറിയക് ജോസഫിന്റെ സുപ്രീം കോടതിയിലേക്കുള്ള ആരോഹണമെന്ന് അറ്റോർണി ജനറൽ ആരോപിച്ചു. സുപ്രീം കോടതിയിൽ സിറിയക് ജോസഫ് ആകെ ഏഴ് വിധിന്യായങ്ങളാണ് എഴുതിയതെന്ന കണക്കും അദ്ദേഹം പറഞ്ഞു. ഏഴല്ല അതിൽ കൂടുതലുണ്ടെന്ന് കുര്യൻ ജോസഫ് ഉൾപ്പെട്ട ബെഞ്ചിൽനിന്ന് പരാമർശമുണ്ടായെങ്കിലും അത് എഴുപതെത്താൻ വഴിയില്ല. എണ്ണത്തിലല്ല ഗുണത്തിലാണ് കാര്യം എന്ന് കുര്യൻ ജോസഫോ മറ്റ് ജഡ്ജിമാരോ പറഞ്ഞില്ല. കെ ജി ബാലകൃഷ്ണനും കെ എസ് രാധാകൃഷ്ണനും നിലവാരമുള്ള വിധിന്യായങ്ങൾ സ്വന്തം പേരിൽ ചൂണ്ടിക്കാണിക്കാനുള്ളവരാണ്. കെ കെ മാത്യുവിന്റെയും വി ആർ കൃഷ്ണയ്യരുടെയും പിൻഗാമികൾ

കേരളത്തിന്റെ യശസ്സ് ഉയർത്തുന്നവരായിരിക്കണം. ഏഴുവർഷംകൊണ്ട് എഴുനൂറ് വിധിന്യായങ്ങൾ എഴുതി സർവ്വരെയും അമ്പരപ്പിച്ച ജഡ്ജിയായിരുന്നു കൃഷ്ണയ്യർ. അവയാകട്ടെ അനായാസം എഴുതാൻ കഴിയുന്നതുമായിരുന്നില്ല.

എക്സിക്യൂട്ടീവിന്റെ നിയന്ത്രണത്തിൽനിന്നും സ്വാധീനത്തിൽനിന്നും മുക്തരായി സ്വതന്ത്രമായി പ്രവർത്തിക്കുന്നവരാണ് ജഡ്ജിമാർ. ഭരണഘടന ഉറപ്പു നല്കുന്ന സ്വാതന്ത്ര്യമാണത്. എന്നാൽ ജഡ്ജിമാർ എവിടെയെങ്കിലും കണക്ക് ബോധിപ്പിക്കണമെന്ന് ഭരണഘടന പറയുന്നില്ല. അക്കൗണ്ടിൽ മിനിമം ബാലൻസില്ലാതെ നിസ്വരായി പിരിയുന്നവരാണ് പലരും. നടപടിദോഷമോ അപ്രാപ്തിയോ തെളിയിക്കാൻ കഴിഞ്ഞാൽ പാർലമെന്റിന് ഇമ്പീച്ച്മെന്റിലൂടെ അത്തരക്കാരെ നീക്കം ചെയ്യാം. എന്നാൽ നടക്കാനിടയില്ലാത്ത സുന്ദരമായ ആശയംമാത്രമാണതെന്ന് കെ വീരസ്വാമി, വി രാമസ്വാമി, പി ഡി ദിനകരൻ, സൗമിത്ര സെൻ എന്നിവർ തെളിയിച്ചു. ഏല്പിക്കപ്പെട്ട ജോലി ചെയ്യാതിരിക്കുകയെന്നത് മിസ്കോൺഡക്ടാണെന്ന് ഏത് തൊഴിലാളിക്കുമറിയാം. ജഡ്ജിമാരെ സംബന്ധിച്ചും ഇത് ശരിയാണ്. എന്നാൽ കോൺഡക്ട് തൃപ്തികരമാകുന്നതിന് എത്ര വിധികൾ എഴുതണമെന്ന് ഒരിടത്തും പറഞ്ഞിട്ടില്ല. ഭരണഘടന തയ്യാറാക്കിയവർക്ക് ജഡ്ജിമാരായി വരുന്നവരെക്കുറിച്ച് മതിപ്പും അവരിൽ വിശ്വാസവും ഉണ്ടായിരുന്നു. അതുകൊണ്ടാണ് ഇമ്പീച്ച്മെന്റ് പ്രക്രിയ സങ്കീർണ്ണമാക്കിയത്. വിധിന്യായങ്ങൾ എണ്ണിയും തൂക്കിയുമുള്ള പെർഫോമൻസ് ഓഡിറ്റ് ജഡ്ജിമാരുടെ കാര്യത്തിൽ ഏർപ്പെടുത്താതിരുന്നതും ഇക്കാരണത്താലാണ്.

എന്നാൽ ജഡ്ജിമാരുടെ പ്രവർത്തനം പരിശോധിക്കേണ്ടതില്ലെന്ന് ആരും പറയില്ല. നിയമവ്യവസ്ഥയുടെ ആരോഗ്യത്തിന് പരിശോധന അത്യാവശ്യമാണ്. ഓംബുഡ്സ്മാന്റെ നാടായ സ്വീഡനിൽ ജഡ്ജിമാർക്കുവേണ്ടിയും ഒരു ഓംബുഡ്സ്മാൻ പ്രവർത്തിക്കുന്നു. ജഡ്ജിമാരുടെ തെറ്റുകൾ ചൂണ്ടിക്കാണിക്കുന്നതിനും ശാസിക്കുന്നതിനും ഓംബുഡ്സ്മാന് അധികാരമുണ്ട്. ഇംഗ്ലണ്ടിൽ ലോർഡ് ചാൻസലറായിരുന്ന ഫ്രാൻസിസ് ബേക്കൺ അഴിമതിക്ക് തടവിലാക്കപ്പെട്ടയാളാണ്. അഴിമതി തന്റെ വിധിന്യായങ്ങളെ സ്വാധീനിച്ചിട്ടില്ലെന്നായിരുന്നു അദ്ദേഹത്തിന്റെ വാദം. യൂറോപ്യൻ നവോത്ഥാനചരിത്രത്തിലെ പ്രഭാതനക്ഷത്രമായിരുന്നു ബേക്കൺ.

എണ്ണം പറയുന്നതിലല്ല എണ്ണിപ്പറയാവുന്ന തീർപ്പുകളിലാണ് ന്യായാധിപന്റെ ഗരിമ. എന്നാൽ ഗുണംപോലെ തന്നെ എണ്ണവും പ്രധാനമാണ്. കീഴ്ക്കോടതികളിലെ ജഡ്ജിമാരുടെ ഗുണം ഹൈക്കോടതി നിർണ്ണയിക്കുന്നത് തീർപ്പുകളുടെ എണ്ണത്തിന്റെ അടിസ്ഥാനത്തിലാണ്. അതേ മാനദണ്ഡം ഹൈക്കോടതി ജഡ്ജിമാർക്ക് സുപ്രീം കോടതി ബാധകമാക്കണം. അമേരിക്കൻ സുപ്രീം കോടതിയിൽ ജഡ്ജിമാർ റിട്ടയർ ചെയ്യുന്നില്ല. എന്നാൽ കീഴ്ക്കോടതികളിൽ ജഡ്ജിമാരുടെ തുടർച്ച

മെറിറ്റിന് വിധേയമാണ്. നിലവാരം വിലയിരുത്തുന്നതിന് നിരീക്ഷകരുണ്ട്. നിയമത്തിലുള്ള പരിജ്ഞാനം, സ്വഭാവശുദ്ധി, ആശയങ്ങൾ പ്രകാശിപ്പിക്കുന്നതിനുള്ള പ്രാപ്തി, ശിക്ഷയുടെ സ്വഭാവം, നിഷ്പക്ഷത എന്നിങ്ങനെ നിരവധി ഘടകങ്ങളെ അടിസ്ഥാനമാക്കിയാണ് വിലയിരുത്തൽ നടക്കുന്നത്. അങ്ങനെയുള്ള സംവിധാനത്തിൽ എൻ വി രാജുവിനെപ്പോലെയുള്ളവർ ഏതെങ്കിലും റൗണ്ടിൽ പുറത്താകും.

ഇന്ത്യയിൽ ഇതിനുള്ള സംവിധാനമില്ല. അപ്പീലിൽമാത്രമാണ് വിധിയുടെ നിലവാരം വിലയിരുത്തുന്നത്. തിരുത്തപ്പെടുന്ന വിധികൾ സ്ഥിരമായി എഴുതുന്ന ജഡ്ജിമാരെ തിരുത്തുന്നതിന് സംവിധാനമില്ല ഭോപാലിലെ ദേശീയ ജുഡീഷ്യൽ അക്കാദമി ജഡ്ജിമാരുടെ പിക്നിക് സ്പോട്ട് മാത്രമാണ്. സുപ്രീം കോടതി ജഡ്ജിമാരെ കണ്ടെത്തുന്നതിന് ചാലുകൾ പലതുണ്ടെങ്കിലും ഹൈക്കോടതികളിലെ ചീഫ് ജസ്റ്റീസുമാരെയാണ് പ്രധാനമായും പരിഗണിക്കുന്നത്. അവരെ അനായാസം വിലയിരുത്താമെങ്കിലും കൊളീജിയത്തിന് അത് കഴിയാതെപോയി. സിറിയക് ജോസഫിന് പ്രാപ്തിക്കുറവുണ്ടെങ്കിൽ എന്തുകൊണ്ട് അദ്ദേഹത്തെ ദേശീയ മനുഷ്യാവകാശ കമീഷൻ അംഗമാക്കിയെന്ന് അറ്റോർണി ജനറലിനോട് സുപ്രീം കോടതി ചോദിച്ചു. റിട്ടയർ ചെയ്ത സുപ്രീം കോടതി ജഡ്ജിക്കുവേണ്ടിയുള്ളതാണ് ആ തസ്തിക. പ്രാപ്തിയെക്കുറിച്ചുള്ള പരിശോധനയില്ലാതെ എങ്ങനെ അദ്ദേഹം സുപ്രീം കോടതിയിലെത്തിയെന്നാണ് കൊളീജിയം വിശദീകരിക്കേണ്ടത്.

സിറിയക് ജോസഫിന്റെ സ്ഥിതിവിവരക്കണക്കുകൾ വിചിത്രമാണെങ്കിലും അദ്ദേഹത്തെ തിരഞ്ഞുപിടിച്ച് ആക്ഷേപിച്ചതിന്റെ കാരണം വ്യക്തമല്ല. ബി ജെ പി സർക്കാരിന്റെ അറ്റോർണി ജനറൽ നാളെ കുര്യൻ ജോസഫിനെതിരെ തിരിഞ്ഞുകൂടെന്നില്ല. ദുഃഖവെള്ളിയാഴ്ചയുടെ പ്രാധാന്യം ചീഫ് ജസ്റ്റീസിനെ ബോദ്ധ്യപ്പെടുത്താൻ ശ്രമിച്ച് ശ്രദ്ധ നേടിയ ആളാണ് കുര്യൻ ജോസഫ്. സുപ്രീം കോടതിയിൽ രണ്ടോ അതിലധികമോ ജഡ്ജിമാരാണ് കേസുകൾ കേൾക്കുന്നത്. ഒരാൾ വിധിയെഴുതും. അത് ആ ബെഞ്ചിന്റെ പൊതുവായ അഭിപ്രായമാണ്. വിധി എഴുതുന്ന ജഡ്ജിയെപ്പോലെതന്നെ കേൾക്കുന്ന ജഡ്ജിമാരും പണിയെടുക്കുന്നുണ്ട്. അരിജിത് പസായതും എസ് ബി സിഹ്നയും ധാരാളം എഴുതിയപ്പോൾ എ എൻ സെന്നും ലോകേശ്വർ സിങ്ങും വളരെക്കുറച്ച് എഴുതിയവരാണ്. എഴുതാതെ കേൾക്കുകമാത്രം ചെയ്യുന്നവരും കോടതിയുടെ അഭിപ്രായരൂപീകരണത്തിൽ പങ്കുചേരുന്നുണ്ട്.

2012 ജനുവരിയിൽ റിട്ടയർ ചെയ്ത സിറിയക് ജോസഫിന്റെ സുപ്രീം കോടതിയിലെ കാലാവധി മൂന്നു വർഷവും ആറു മാസവുമായിരുന്നു. ഇക്കാലയളവിൽ 309 വിധിന്യായങ്ങളിൽ അദ്ദേഹം ഒപ്പുവച്ചിട്ടുണ്ട്. അതിൽ ഏഴെണ്ണംമാത്രമാണ് സ്വന്തമായി എഴുതിയതെന്നാണ് അറ്റോർണി ജനറലിന്റെ ആക്ഷേപം. ഉത്തരാഖണ്ഡ് ചീഫ് ജസ്റ്റീസായിരിക്കെ മൂന്നു വർഷത്തിനിടയിൽ സിറിയക് ജോസഫ് 162 വിധിന്യാ

യങ്ങൾ പുറപ്പെടുവിച്ചിട്ടുണ്ട്. അവയിൽ പകുതിയും നാലോ അഞ്ചോ ഖണ്ഡികകൾ മാത്രമുള്ള ചെറിയ ഉത്തരവുകളാണ്. അറ്റോർണി ജനറൽ 85 വിധികൾ സുപ്രീം കോടതിയിൽ ഹാജരാക്കിയപ്പോൾ അവയുടെ മൊത്തം ദൈർഘ്യം 91 പേജുകൾ മാത്രമായിരുന്നു.

അവസാനമായി ഒരു സംശയം. ജുഡീഷ്യൽ നിയമനക്കമീഷൻ നിയമത്തിന്റെ സാധുതയാണോ സിറിയക് ജോസഫിന്റെ ഇപ്പോൾ അപ്രസക്തമായിക്കഴിഞ്ഞ സർഗ്ഗശേഷിയാണോ അഞ്ചംഗ ഭരണഘടനാ ബെഞ്ച് പരിശോധിച്ചത്. സാന്ദർഭികമായി പറഞ്ഞുപോകേണ്ട കാര്യം വിശദമായ ചർച്ചയ്ക്ക് വിധേയമാക്കിയത് നല്ല ഉദ്ദേശ്യത്തോടെയാവില്ല. കൊളീജിയത്തിന്റെ പരാജയത്തിന് സിറിയക് ജോസഫിനേക്കാൾ നല്ല ദൃഷ്ടാന്തങ്ങൾ ചൂണ്ടിക്കാട്ടാനാകും.

8

അലക്സാണ്ടർ പറഞ്ഞതും ചാണ്ടി കേട്ടതും

ചിലപ്പോൾ പ്രസ്താവനയേക്കാൾ വഷളാകും പ്രതികരണം. വഹിക്കുന്ന പദവിയുടെ വലിപ്പത്തെക്കുറിച്ച് ജസ്റ്റീസ് അലക്സാണ്ടർ തോമസിനെ ഓർമ്മിപ്പിച്ച മുഖ്യമന്ത്രി ഉമ്മൻ ചാണ്ടി സ്വന്തം പദവിയുടെ വില വല്ലാതെ ഇടിച്ചു. അതിന് അദ്ദേഹം നിയമസഭയെ വേദിയാക്കിയത് വലിയ അപാകതയായി. സുപ്രീം കോടതിയിലെയോ ഹൈക്കോടതിയിലെയോ ജഡ്ജിയുടെ പെരുമാറ്റത്തെപ്പറ്റി നിയമസഭയിൽ യാതൊരു ചർച്ചയും പാടില്ലെന്ന് ഭരണഘടന പറയുന്നു. ഭരണഘടനയെ മാനിക്കാൻ പ്രതിജ്ഞാബദ്ധനായ മുഖ്യമന്ത്രി സഭയ്ക്കു പുറത്ത് മന്ത്രി കെ സി ജോസഫിനെപ്പോലെ ആർജ്ജവത്തോടെ ജഡ്ജിയെ വിമർശിക്കണമായിരുന്നു.

പക്ഷേ, ഭവിഷ്യത്തിനെക്കുറിച്ച് അറിവുണ്ടായപ്പോൾ ജോസഫിന്റെ ആർജ്ജവം അസ്തമിച്ചു. ഫെയ്സ്ബുക്കിലെ പരാമർശം അപ്രത്യക്ഷമായി. അതുകൊണ്ട് അവസാനിപ്പിക്കാൻ കഴിയുന്ന പരാമർശമല്ല അദ്ദേഹം നടത്തിയത്. ജഡ്ജിയെ ശുംഭനെന്ന് വിളിക്കുന്നത് ശിക്ഷാർഹമായ കുറ്റമാണെന്ന് ഹൈക്കോടതിയും സുപ്രീം കോടതിയും പറഞ്ഞു. ശുംഭൻ മനുഷ്യനാണ്. സാഹചര്യങ്ങൾക്കൊത്ത് വാക്കിന്റെ ഭാവം മാറുമെന്നു മാത്രം. എന്നാൽ ജഡ്ജിയെ കുറുക്കനെന്നു വിളിക്കാമോ? ചായത്തൊട്ടിയിൽ വീണ് നിറം മാറി രാജാവാകാൻ ശ്രമിച്ചെങ്കിലും സമയമായപ്പോൾ അറിയാതെ ഓരിയിട്ടുപോയ നീലക്കുറുക്കനാണ് ജഡ്ജിയെന്ന പരാമർശം ശുംഭനേക്കാൾ ഹീനമാണ്. ഭരണഘടനയുടെ പീഠികയിൽ പ്രഖ്യാപിക്കുന്ന വ്യക്തിയുടെ അന്തസ്സിനു ചേർന്നതല്ല കീടമെന്നും കുറുക്കനെന്നുമുള്ള വിളി. എം വി ജയരാജന് സുപ്രീം കോടതി നല്കിയ കുറഞ്ഞ ശിക്ഷയ്ക്കെങ്കിലും മന്ത്രി അർഹനാണ്. മന്ത്രിക്കെതിരെ

കോടതിയലക്ഷ്യത്തിന് നിയമപ്രകാരമുള്ള അനുമതി അഡ്വക്കേറ്റ് ജനറൽ നല്കില്ല. അതുകൊണ്ട് ജയരാജന്റെ കാര്യത്തിലെന്നപോലെ ജോസഫിന്റെ കാര്യത്തിലും കോടതി സ്വമേധയാ കേസെടുക്കണം. നിയമം കഴുതയാണെന്ന് വ്യവഹാരത്തിൽ നിരാശനായ ഡിക്കൻസ് പറഞ്ഞു. എന്നാൽ അദ്ദേഹം ജഡ്ജിയെ കഴുതയോ കുറുക്കനോ ആക്കിയില്ല. ഉമ്മൻ ചാണ്ടിയുടെ കാലത്ത് ജഡ്ജിയെ അയൽരാജ്യത്തിന്റെ ചാരനെന്നും വിളിക്കും.

ജഡ്ജിമാർ സംയമനം പാലിക്കണമെന്നത് ജുഡീഷ്യൽ നടപടിക്രമത്തിലെ വിട്ടുവീഴ്ചയില്ലാത്ത തത്ത്വമാണ്. അനാശാസ്യമായ പരാമർശങ്ങൾ വിമർശിക്കപ്പെടുന്നുണ്ട്. പക്ഷേ, ജഡ്ജിമാർ സംസാരിക്കാതിരിക്കുന്നില്ല. സഭയിൽ സ്പീക്കറും കോടതിയിൽ ജഡ്ജിയും സംസാരിക്കേണ്ടവരല്ല. പലപ്പോഴും അവരാണ് കൂടുതൽ സംസാരിക്കുന്നത്. അലക്സാണ്ടർ തോമസ് സംസാരപ്രിയനാണ്. സംസാരം നിർത്തി അദ്ദേഹം എഴുതിയിരുന്നെങ്കിൽ എന്ന് പലപ്പോഴും തോന്നിയിട്ടുണ്ട്. ജഡ്ജിമാർക്ക് സംസാരിക്കാനുള്ള ഇടം കോടതി മാത്രമാണ്. മറ്റെവിടെയാണ് അവർക്ക് സ്വതന്ത്രമായി സംസാരിക്കാൻ കഴിയുക? സംസാരം പലപ്പോഴും അപകടത്തിന് കാരണമാകുന്നു.

അന്യായമായി കുറ്റം ചുമത്തപ്പെട്ട ഒരു പൗരന് നീതി നല്കാൻ കഴിയാതെ വന്നപ്പോഴുണ്ടായ അമർഷമാണ് അലക്സാണ്ടർ തോമസിനെ സംസാരിക്കാൻ പ്രേരിപ്പിച്ചത്. കോടതി ആവശ്യപ്പെട്ട രേഖകൾ നല്കുന്നതിൽ സർക്കാർ അഭിഭാഷകൻ തുടർച്ചയായി വീഴ്ച വരുത്തിയപ്പോഴാണ് അദ്ദേഹം പ്രകോപിതനായത്. പറഞ്ഞ കാര്യങ്ങൾ മുഴുവൻ പറയേണ്ടിയിരുന്നുവോ എന്ന ചോദ്യമുണ്ട്. നീതിബോധം ചിലപ്പോൾ അരുതാത്തത് പറയിപ്പിക്കും. എക്കാലത്തും എവിടെയും ജഡ്ജിമാർ അങ്ങനെ പറയാറുണ്ട്. രണ്ടുദിവസം തുടർച്ചയായി സർക്കാർ അഭിഭാഷകർ ഉൾപ്പെടെ അഭിഭാഷകർ കോടതിയിൽ ഇല്ലാതെ വന്നപ്പോൾ ജസ്റ്റീസ് ശങ്കരൻ രോഷാകുലനായി. നിയന്ത്രണംവിട്ട് ചില കാര്യങ്ങൾ അദ്ദേഹം പറഞ്ഞു. ക്ഷോഭം അടങ്ങിയപ്പോൾ എഴുതിയത് അദ്ദേഹം പിൻവലിച്ചു. സർക്കാർ അഭിഭാഷകരെക്കുറിച്ച് എഴുതിയത് പിൻവലിക്കാൻ കൂട്ടാക്കാതിരുന്നയാളാണ് ഹാറുൺ അൽ റഷീദ്. പിൻവലിക്കാൻ അവർ ആവശ്യപ്പെട്ടപ്പോൾ അദ്ദേഹം അല്പംകൂടി കടത്തിയെഴുതി.

ശാസിക്കപ്പെടുന്നതിനു വേണ്ടിക്കൂടിയാണ് സർക്കാർ അഭിഭാഷകർക്ക് നല്ല ശമ്പളവും ആനുകൂല്യങ്ങളും നല്കുന്നത്. അവർക്ക് നന്നായി കേസ് നടത്താൻ കഴിയാറില്ല. നിയമനം രാഷ്ട്രീയമായതുകൊണ്ടല്ല ഇങ്ങനെ സംഭവിക്കുന്നത്. രാഷ്ട്രീയേതരവും നിയമബാഹ്യവുമായ പരിഗണനകൾ നിയമനത്തിൽ കടന്നുവരുന്നതുകൊണ്ടാണ് കാര്യക്ഷമത അപ്രത്യക്ഷമാകുന്നത്. ഗവൺമെന്റ് പ്ലീഡർമാരായിരുന്നിട്ടുള്ള ജഡ്ജിമാരാണ് ഗവൺമെന്റ് പ്ലീഡർമാരെ കൂടുതൽ ശാസിക്കുന്നത്.

ജസ്റ്റീസ് അബ്ദുൽ ഗഫൂർ പറഞ്ഞിട്ടുള്ളത് ഓർത്താൽ ജസ്റ്റീസ് അലക്സാണ്ടർ തോമസ് ഒന്നും പറഞ്ഞിട്ടില്ലെന്ന് പറയേണ്ടിവരും.

ഗവൺമെന്റ് പ്ലീഡർമാരുടെ നിഷ്ക്രിയത സദുദ്ദേശ്യത്തോടെ കക്ഷികൾക്കുവേണ്ടി ഹാജരാകുന്ന അഭിഭാഷകരെ നിസ്സഹായരാക്കും. ഓരോ തവണയും പരസ്പരബന്ധമില്ലാതെ സർക്കാർ വക്കീൽ എന്തെങ്കിലും പറയും. അയാൾക്ക് കേസുതന്നെ എന്താണെന്ന് മനസ്സിലായിട്ടുണ്ടാവില്ല. ജഡ്ജി കേസ് മാറ്റിവയ്ക്കും. ക്ഷമ വിടുമ്പോൾ ജഡ്ജിമാരുടെ നീതിബോധം ശക്തമായ പ്രതികരണത്തിനു കാരണമാകും. അപ്രകാരം അസ്വസ്ഥനായ നിമിഷത്തിലാണ് അലക്സാണ്ടർ തോമസ് പൊട്ടിത്തെറിച്ചത്. സംഘർഷം ലഘൂകരിക്കുന്നതിനുപകരം അഡ്വക്കേറ്റ് ജനറൽ നൂറിലേറെ സർക്കാർ അഭിഭാഷകരുടെ പടയുമായി കോടതിക്കകത്തും പുറത്തും ജഡ്ജിയെ വിരട്ടാനാണ് നോക്കിയത്.

അഡ്വക്കേറ്റ് ജനറലിന്റെ ഓഫീസ് പൂട്ടണമെന്നു പറഞ്ഞതോ മദ്രാസിൽ പോയി പഠിക്കണമെന്നു പറഞ്ഞതോ നടപ്പാക്കേണ്ടതായ ഉത്തരവല്ല. സ്വന്തം അഡ്വക്കറ്റ് ജനറൽ ഇങ്ങനെയായിരിക്കുമ്പോൾ അറ്റോർണി ജനറലിനെ മുഖ്യമന്ത്രി കുറ്റം പറയേണ്ട കാര്യമുണ്ടോ എന്ന ചോദ്യം അക്ഷരാർത്ഥത്തിൽ എടുക്കേണ്ട കാര്യമില്ല. പറഞ്ഞപ്പോൾ കുറച്ച് കൂടുതലായിപ്പോയി എന്നേയുള്ളൂ. അതിന് അദ്ദേഹം വന്നവഴിയെക്കുറിച്ച് മുഖ്യമന്ത്രി ഓർമ്മിപ്പിക്കേണ്ടതില്ല. അലക്സാണ്ടർ തോമസ് വന്നവഴി ഉമ്മൻ ചാണ്ടി വന്നവഴിയേക്കാൾ മോശമല്ല. വന്നവഴിയിലേക്ക് നോക്കിയിരുന്നാൽ മുന്നോട്ടുള്ള വഴി കാണാൻ കഴിയാതെപോകും. പദവിയിൽനിന്ന് പിരിയുംവരെയെങ്കിലും മുന്നോട്ടുള്ള വഴിയാണ് തെളിഞ്ഞു നില്ക്കേണ്ടത്.

അഡ്വക്കേറ്റ് ജനറലിൽ പൂർണ്ണവിശ്വാസമുണ്ടെന്ന് മുഖ്യമന്ത്രി പറഞ്ഞു. അങ്ങനെതന്നെയാണ് വേണ്ടത്. നിയമസഭയുടെ വിശ്വാസം നഷ്ടമായാൽ മുഖ്യമന്ത്രിയും മുഖ്യമന്ത്രിയുടെ വിശ്വാസം നഷ്ടമായാൽ അഡ്വക്കേറ്റ് ജനറലും ഉണ്ടാവില്ല. മുഖ്യമന്ത്രി പ്രകടിപ്പിച്ച വിശ്വാസം കോടതി ചൂണ്ടിക്കാണിച്ച ദോഷത്തിന് പരിഹാരമല്ല. ഭരണഘടനാപരമായ പദവി വഹിക്കുന്നവർ അതിനനുസൃതമായി പ്രവർത്തിക്കണം. ദോഷങ്ങൾ കൂടുതലായി കേൾപ്പിക്കുന്നത് പദവിക്ക് ഭൂഷണമല്ല. വിശ്വാസ്യതയ്ക്കു സംഭവിക്കുന്ന ഭംഗം വലിയ അപകടത്തിനു കാരണമാകും.

സർക്കാരിന്റെ ഏത് കേസാണ് തോറ്റിട്ടുള്ളതെന്ന് മുഖ്യമന്ത്രി ധാർഷ്ട്യത്തോടെ ചോദിച്ചു. തോല്ക്കേണ്ടതെല്ലാം തോറ്റിട്ടുണ്ട്. എല്ലാ ജയവും ജയമല്ല. സർക്കാർ ജയിക്കുമ്പോൾ തോല്ക്കുന്നത് ജനമാണ്. സർക്കാരിൽനിന്ന് ലഭിക്കേണ്ടതായ നീതിക്കുവേണ്ടിയാണ് ജനങ്ങൾ കോടതിയെ സമീപിക്കുന്നത്. സർക്കാരിന്റെ അമിതാധികാരപ്രയോഗവും നീതിരഹിതമായ പ്രവർത്തനവും തിരുത്തുന്നത് കോടതിയാണ്. അതിന് കോടതിയെ സഹായിക്കുകയെന്ന ഉത്തരവാദിത്വം അഡ്വക്കേറ്റ് ജനറലിനുണ്ട്. അത് ലഭിക്കാതെ വരുമ്പോഴാണ് നീതിബോധമുള്ള ന്യാ

യാധിപർ അസ്വസ്ഥരാകുന്നത്. അതിന് പരിഹാരമുണ്ടാക്കുകയെന്ന ഉത്തരവാദിത്വം മുഖ്യമന്ത്രിക്കുണ്ട്. ഹിതകരമല്ലാത്ത വർത്തമാനം കോടതിയിൽനിന്നുണ്ടായതിന്റെ കാരണമാണ് മുഖ്യമന്ത്രി അന്വേഷിക്കേണ്ടത്. അതിനു പകരം ഇന്ദിര ഗാന്ധിയുടെ മാർഗ്ഗത്തിൽ കോടതിയെ നിലയ്ക്കു നിർത്താനാണ് ഉമ്മൻ ചാണ്ടി ഒരുമ്പെട്ടത്.

നിയമവാഴ്ചയിൽ അധിഷ്ഠിതമാണ് ജനാധിപത്യം. മുഖ്യമന്ത്രി ഉൾപ്പെടെ എല്ലാവരും നിയമത്തിനു കീഴ്പെടുമ്പോഴാണ് നിയമവാഴ്ചയുണ്ടാകുന്നത്. നിയമം നിയമത്തിന്റെ വഴിയേ എന്നത് ഉമ്മൻ ചാണ്ടി പതിവായി ആവർത്തിക്കുന്ന വായ്ത്താരിയാണ്. നിയമത്തെ നിയമത്തിന്റെ വഴിയേ വിടില്ലെന്ന ഭീഷണിയാണ് നിയമസഭയിൽ മുഖ്യമന്ത്രി നടത്തിയത്. അദ്ദേഹത്തിന് അതാകാം. അഡ്വക്കേറ്റ് ജനറൽ അങ്ങനെയാകരുത്. മുഖ്യമന്ത്രിയുടെ കാവലാളോ സർക്കാർ അഭിഭാഷകരുടെ മൂപ്പനോ അല്ല അഡ്വക്കേറ്റ് ജനറൽ. അദ്ദേഹം ജനങ്ങളുടെ അഭിഭാഷകൻ ആയിരിക്കണം. അപ്രകാരം പ്രവർത്തിച്ചിട്ടുള്ള അറ്റോർണി ജനറൽമാരും സീർവായിയെപ്പോലുള്ള അഡ്വക്കേറ്റ് ജനറൽമാരും ഇന്ത്യയിൽ ഉണ്ടായിട്ടുണ്ട്. രണ്ടു ദശകത്തിലേറെ മഹാരാഷ്ട്രയിൽ അഡ്വക്കേറ്റ് ജനറൽ ആയിരുന്ന ആളാണ് ഭരണഘടനയുടെ വ്യാഖ്യാതാവായ എച്ച് എം സീർവായ്. കേരള ഹൈക്കോടതിയുടെ ചരിത്രത്തിലും പ്രഗത്ഭരായ അഡ്വക്കേറ്റ് ജനറൽമാരുടെ നിര കാണാം. നിയമവാഴ്ചയുടെ രക്ഷാകവചമായിരിക്കണം അഡ്വക്കേറ്റ് ജനറൽ. സർക്കാരിന്റെ ഉച്ചഭാഷിണിയല്ല, മറിച്ച് സർക്കാരിന് വഴികാട്ടിയാകുന്ന ദീപസ്തംഭമായിരിക്കണം അഡ്വക്കേറ്റ് ജനറൽ. നിയമവാഴ്ചയിൽ ജനങ്ങൾക്കുള്ള വിശ്വാസം സംരക്ഷിക്കപ്പെടണമെങ്കിൽ അഡ്വക്കേറ്റ് ജനറൽ എന്ന പദവിയുടെ വിശ്വാസ്യത നിലനില്ക്കണം.

ജസ്റ്റീസ് അലക്സാണ്ടർ തോമസിന്റെ ശകാരം ഈ പശ്ചാത്തലത്തിൽ സദുദ്ദേശ്യപരമാണ്. വേണമെങ്കിൽ അല്പം എഡിറ്റ് ചെയ്യാം. അപ്പോഴും നിഷേധത്തിനും നിരാസത്തിനും അതീതമായി സാരാംശം അവശേഷിക്കും.

9

സഹാറയിലെ സമ്മർദ്ദം

സഹാറ കേസിൽ അതിയായ സമ്മർദ്ദത്തിനും അസ്സഹനീയമായ മാനസികവ്യഥയ്ക്കും വിധേയനാകേണ്ടി വന്നതായി ജസ്റ്റീസ് കെ എസ് രാധാകൃഷ്ണൻ വെളിപ്പെടുത്തി. നിക്ഷേപകരെ കബളിപ്പിച്ച് 24,000 കോടി രൂപ അപഹരിച്ച സഹാറ ഗ്രൂപ്പ് മേധാവി സുബ്രത റോയിയെ ജയിലിലടച്ച ന്യായാധിപൻ സമ്മർദ്ദത്തിലാകുന്നത് സ്വാഭാവികമാണ്. അസാമാന്യവും അഭൂതപൂർവ്വവുമായ ധീരതയാണ് ഈ കേസിൽ ജസ്റ്റീസ് രാധാകൃഷ്ണൻ പ്രകടിപ്പിച്ചത്. ജാമ്യത്തിന് 10,000 കോടി കെട്ടിവയ്ക്കണമെന്ന വ്യവസ്ഥയിൽ കോടതി വിട്ടുവീഴ്ചയ്ക്ക് തയ്യാറായില്ല.

ദുർവ്വഹമായ ജാമ്യവ്യവസ്ഥകൾ പാടില്ലെന്ന വ്യവസ്ഥ മാഗ്നാ കാർട്ടയിൽ ആവിഷ്കൃതമായതാണ്. ജയിലല്ല ജാമ്യമായിരിക്കണം അനുവർത്തിക്കേണ്ടതായ പൊതുതത്ത്വമെന്ന് ജസ്റ്റീസ് കൃഷ്ണയ്യർ വ്യക്തമാക്കിയിട്ടുണ്ട്. പണമില്ലാത്തതിന്റെ പേരിൽ അധമർണ്ണനെ ജയിലിൽ പാർപ്പിക്കരുതെന്നും കൃഷ്ണയ്യർ പറഞ്ഞിട്ടുണ്ട്. സുബ്രത റോയിയെ വിട്ടയക്കുന്നതിന് ഇത്തരത്തിൽ സ്വീകാര്യമായ ധാരാളം ന്യായങ്ങളുണ്ടായിരുന്നു. പക്ഷേ, രാധാകൃഷ്ണന്റെ ബെഞ്ച് അതിനു തയ്യാറായില്ല. സമ്മർദ്ദങ്ങളെ അതിജീവിക്കാൻ ജഡ്ജിമാർ അതിമാനുഷരായിരിക്കണം എന്നുവരെ രാധാകൃഷ്ണന് ഒരു ഘട്ടത്തിൽ പറയേണ്ടിവന്നു.

ജഡ്ജിമാർ അതിമാനുഷരല്ല എന്നതാണ് നിയമരംഗം നേരിടുന്ന പ്രതിസന്ധി. യേശുവിനെ വധശിക്ഷയ്ക്കു വിധിച്ച ന്യായാധിപൻ നേരിട്ട പ്രതിസന്ധിയും ഇതുതന്നെയായിരുന്നു. ഈ മനുഷ്യനിൽ ഒരു കുറ്റവും കാണുന്നില്ല എന്നതായിരുന്നു പീലാത്തോസിന്റെ നിലപാട്. യേശുവിനെ വിട്ടയയ്ക്കാൻ അയാൾ പല മാർഗ്ഗങ്ങളും പ്രയോഗിച്ചു. എന്നാൽ ഇവനെ മോചിപ്പിക്കുന്ന പക്ഷം നീ സീസറിന്റെ സ്നേഹിതനല്ല എന്ന ആക്രോ

ശത്തിനുമുന്നിൽ അയാൾക്ക് വഴങ്ങേണ്ടിവന്നു. വമ്പിച്ച അഴിമതിക്ക് സാദ്ധ്യതയുണ്ടായിരുന്ന ഗവർണർ പദവി നഷ്ടപ്പെടുത്താൻ അയാൾ തയ്യാറായിരുന്നില്ല. യേശുവിനെ വധിക്കാൻ അനുവാദം നല്കിയതോടെ അന്നുവരെ ശത്രുതയിലായിരുന്ന ഹേറോദേസും പീലാത്തോസും സ്നേഹിതന്മാരായി എന്ന് ലൂക്കായുടെ സുവിശേഷത്തിൽ പറയുന്നു.

ഇത്തരത്തിലുള്ള സൗഹൃദകാംക്ഷയാണ് ന്യായാധിപന്മാരെ വഴി തെറ്റിക്കുന്നത്. പദവിയിൽനിന്ന് വിരമിക്കാറാകുമ്പോൾ അവർ പ്രലോഭനങ്ങൾക്ക് വശംവദരാകുന്നു. ചീഫ് ജസ്റ്റീസായിരുന്ന കെ ജി ബാലകൃഷ്ണന് അവസാനകാലത്ത് വിധി പറയേണ്ടിവന്നത് കൃഷ്ണ ഗോദാവരി തടത്തിലെ പ്രകൃതിവാതകത്തിന്റെ വീതം വയ്പ് സംബന്ധിച്ച കേസിലാണ്. അംബാനിമാർക്ക് അനന്തമായ പ്രകൃതിനിക്ഷേപം അനന്തകാലത്തോളം പങ്കിട്ടെടുക്കാമെന്ന വിധി വലിയ ആക്ഷേപത്തിനു കാരണമായി. വിരമിച്ചതിനുശേഷമുള്ള അവസ്ഥയെക്കുറിച്ച് രാധാകൃഷ്ണന് ആധിയുണ്ടായില്ല. അതുകൊണ്ട് ആർജ്ജവത്തോടെ വിരമിക്കാൻ അദ്ദേഹത്തിനു കഴിഞ്ഞു. വിധിയെഴുത്തിനെ നീതിദേവതയുടെ മുന്നിലുള്ള സർഗ്ഗാത്മകമായ ഉപാസനയാക്കി മാറ്റിയ രാധാകൃഷ്ണൻ മലയാളികളുടെ അഭിമാനമായി. കെ കെ മാത്യുവിന്റെയും വി ആർ കൃഷ്ണയ്യരുടെയും ശ്രേണിയിലേക്ക് അദ്ദേഹം ഉയർത്തപ്പെട്ടു.

ശരിയും തെറ്റും തമ്മിൽ ഏറ്റുമുട്ടുമ്പോൾ ശരി കണ്ടെത്തുന്നതിനുള്ള പരിശ്രമം നീതിമാനായ ന്യായാധിപനെ സമ്മർദ്ദത്തിലാക്കും. മനഃസാക്ഷിയുടെ സ്വാഭാവികമായ സമ്മർദ്ദത്തിനു പുറമെയാണ് ബാഹ്യമായ സമ്മർദ്ദം. അരുതാത്തതെല്ലാം ജഡ്ജിയിൽ ആരോപിക്കുന്ന പ്രവണത നിഷ്പക്ഷമായി കേസ് കേൾക്കുന്നതിനും നീതിപൂർവ്വകമായി വിധി പറയുന്നതിനും തടസ്സമാകുന്നു. ക്യാമ്പസ് രാഷ്ട്രീയം നിരോധിച്ച വിധി വന്നപ്പോൾ തനിക്കെതിരെ വ്യക്തിപരമായ ആരോപണം ഉന്നയിക്കാതിരുന്നതിന് ജസ്റ്റീസ് രാധാകൃഷ്ണൻ എസ്എഫ്ഐക്ക് നന്ദി പറഞ്ഞു. വിധിയെ വിമർശിക്കാം; വിധിയാളനെ ആക്രമിക്കരുത് എന്ന ജനാധിപത്യതത്ത്വത്തിന്റെ അടിസ്ഥാനത്തിൽ പ്രതികരിച്ചതുകൊണ്ടാണ് എസ്എഫ്ഐക്ക് നല്ല വാക്ക് കേൾക്കാനുള്ള അവസരമുണ്ടായത്.

അനന്തരം എന്ത് എന്ന ആശങ്ക വിരാമവേളയിൽ ജഡ്ജിമാർക്കുണ്ടാകരുത്. അതിനുള്ള പരിരക്ഷയും കരുതലും ഭരണഘടനയിലുണ്ട്. അമേരിക്കയിലെപ്പോലെ ഇന്ത്യയിൽ ജഡ്ജിമാർക്ക് ആജീവനാന്തപദവി ഇല്ലാത്തതിനാൽ ജഡ്ജിമാർക്ക് 65 വയസ്സ് കഴിഞ്ഞാലും ജീവിതം ബാക്കിയുണ്ട്. എക്സിക്യൂട്ടീവിനും ജുഡീഷ്യറിക്കുമിടയിൽ ഗോചരവും അലംഘനീയവുമായ ലക്ഷ്മണരേഖയുണ്ട്. അത് പലപ്പോഴും ലംഘിക്കപ്പെടുന്നു. ഭരണഘടനയുടെ ആദ്യകാലത്ത് ജസ്റ്റീസ് സെയ്ദ് ഫസൽ അലിയെ ഒഡിഷ ഗവർണറായി നിയമിച്ചത് വലിയ ആക്ഷേപത്തിനു കാരണമായി. സുപ്രീം കോടതിയിൽ ജഡ്ജിയായിരിക്കുമ്പോഴായിരുന്നു ഫസൽ അലിയുടെ നിയമന ഉത്തരവുണ്ടായത്. സുപ്രീം കോടതി ജഡ്ജി

മാർ സേവനാനന്തരം മറ്റു പദവികൾ സ്വീകരിക്കരുതെന്ന് ലോ കമീഷൻ റിപ്പോർട്ട് ചെയ്തു. കമീഷനിൽ അംഗമായിരുന്ന ജസ്റ്റീസ് എം സി ഛഗ്ല റിപ്പോർട്ടിൽ ഒപ്പിട്ടതിനുശേഷം അമേരിക്കയിലെ അംബാസഡറായി നിയമനം സ്വീകരിച്ചു. ചീഫ് ജസ്റ്റീസായിരുന്ന സുബ്ബ റാവു മഹോന്നതമായ ആ പദവി രാജിവച്ചത് രാഷ്ട്രപതി സ്ഥാനത്തേക്ക് മത്സരിക്കുന്നതിനുവേണ്ടിയായിരുന്നു. ചീഫ് ജസ്റ്റീസിന്റെ കസേരയിലിരുന്നുകൊണ്ടായിരുന്നു സുബ്ബ റാവു രാഷ്ട്രീയകക്ഷികളുമായി ചർച്ച നടത്തി സ്ഥാനാർത്ഥിത്വം ഉറപ്പിച്ചതെന്ന് വ്യക്തം. വാദം പൂർത്തിയാക്കിയ കേസിൽ വിധി പറയാൻപോലും കാത്തുനില്ക്കാതെയാണ് ജസ്റ്റീസ് ബദറുൾ ഇസ്ലാം കോൺഗ്രസ് നോമിനിയായി രാജ്യസഭയിലേക്ക് പത്രിക സമർപ്പിച്ചത്. ലോകസഭാ സ്പീക്കറായ കെ എസ് ഹെഗ്ഡെ, ഉപരാഷ്ട്രപതിയായിത്തീർന്ന ഹിദായത്തുള്ള, നിയമമന്ത്രിയായിത്തീർന്ന എച്ച് ആർ ഖന്ന, കേരള ഹൈക്കോടതിയിൽനിന്ന് നേരെ പട്നയിലെത്തി റാബ്രി ദേവിയുടെ പാദങ്ങളിൽ സാഷ്ടാംഗപ്രണാമം നടത്തി സ്ഥാനാർത്ഥിയായ ഉദയപ്രതാപ് സിങ്, ഇമ്പീച്ച്മെന്റ് നടപടിയിൽനിന്ന് രക്ഷപ്പെട്ട് ശിവകാശിയിൽ എ ഐ ഡി എം കെ സ്ഥാനാർത്ഥിയായ വി രാമസ്വാമി എന്നിങ്ങനെ പറയാൻ തുടങ്ങിയാൽ ഈ പട്ടിക നീണ്ടുപോകും. സിങ്ങും രാമസ്വാമിയും പരാജയപ്പെട്ടത് ജനങ്ങളുടെ വിവേകത്തിന്റെ ലക്ഷണം.

ജുഡീഷ്യറി വിമർശത്തിന് അതീതമല്ല. എന്നാൽ ജഡ്ജിമാരെ സമ്മർദ്ദത്തിനു വിധേയരാക്കുന്ന ആക്ഷേപങ്ങൾ ഉണ്ടാകരുത്. ഉമ്മൻ ചാണ്ടിക്ക് അസൗകര്യമായിത്തീർന്ന ഘട്ടത്തിൽ പാമോലിൻ കേസിൽനിന്ന് പിന്മാറാൻ വിജിലൻസ് ജഡ്ജി പി കെ ഹനീഫ നിർബ്ബന്ധിതനായത് ഗവൺമെന്റ് ചീഫ് വിപ്പ് പി സി ജോർജ് അദ്ദേഹത്തിനെതിരെ ആശാസ്യമല്ലാത്ത ആക്ഷേപങ്ങൾ ഉന്നയിച്ചതുകൊണ്ടാണ്. ജസ്റ്റീസ് ഹാറുൺ അൽ റഷീദിനെതിരെ ഉണ്ടായ ആക്ഷേപങ്ങളുടെ അവസ്ഥയും ഇതുതന്നെ. സുബ്രത റോയിക്ക് ജാമ്യം നിഷേധിച്ച ബെഞ്ച് പക്ഷപാതപരമായി പെരുമാറിയെന്ന് ആക്ഷേപമുണ്ടായി. ജസ്റ്റീസ് രാധാകൃഷ്ണൻ വെളിപ്പെടുത്തിയ സമ്മർദ്ദം ഇത്തരത്തിലുള്ളത് മാത്രമായിരുന്നുവോ അതോ അതിലപ്പുറം എന്തെങ്കിലും സംഭവിച്ചുവോ എന്ന് വ്യക്തമല്ല. എന്തിനും പ്രാപ്തിയുള്ളവരാണ് പ്രതികൾ. പണത്തിനുമേലേ പരുന്തും പറക്കില്ലെന്നാണ് പ്രമാണം. എത്ര ഔന്നത്യത്തിൽ പറന്നാലും അതിനുമേലെയായിരിക്കും നിയമം എന്ന പാഠം പ്രമാണിമാരെ പഠിപ്പിക്കാൻ രാധാകൃഷ്ണനു കഴിഞ്ഞു.

ആഗോളീകരണകാലത്ത് ധനമൂലധനശക്തികൾ നിയമനിർമ്മാതാക്കളെയും നിയമവ്യാഖ്യാതാക്കളെയും പ്രത്യക്ഷമായും പരോക്ഷമായും സ്വാധീനിക്കുന്നു. പണം കൊടുത്തും പ്രശംസിച്ചും ജഡ്ജിമാരെ സ്വാധീനിക്കാം. ഉന്നതമായ പദവികൾ വാഗ്ദാനം ചെയ്ത് പ്രലോഭിപ്പിക്കാം. അഴിമതി തെളിഞ്ഞാലും ഇമ്പീച്ച്മെന്റ് എന്ന അപ്രായോഗികമായ നീക്കൽ സംവിധാനം മാത്രമാണുള്ളത്. ഇതാണ് ജഡ്ജിമാരുടെ ധൈര്യം.

അപകടകരമായ ധൈര്യമാണിത്. ജുഡീഷ്യറിയിലെ അഴിമതിക്ക് ശതമാനക്കണക്കിൽ സ്ഥിരീകരണം നല്കിയത് ചീഫ് ജസ്റ്റീസായിരുന്ന എസ് പി ബറൂച്ചയാണ്. പല തരത്തിലുള്ള സമ്മർദ്ദങ്ങൾക്ക് ജഡ്ജിമാർ വിധേയരാകുന്നുവെന്ന് ഇപ്പോൾ ജസ്റ്റീസ് രാധാകൃഷ്ണനനും പറഞ്ഞു. ജുഡീഷ്യറിക്ക് അവശ്യം വേണ്ടതായ നിഷ്പക്ഷതയ്ക്കും സ്വാതന്ത്ര്യത്തിനും ഇവയെല്ലാം വെല്ലുവിളിയാണ്. വിശ്വാസ്യതയാണ് ജുഡീഷ്യറിയുടെ ശക്തി. വിശ്വാസ്യതയിൽ സംശയമുളവാക്കുന്ന സാഹചര്യങ്ങൾ ഉണ്ടാകരുത്. സമ്മർദ്ദങ്ങൾക്കും പ്രലോഭനങ്ങൾക്കും വഴങ്ങാതെ വർത്തിക്കുമ്പോഴാണ് ന്യായാധിപന്മാർ ജുഡീഷ്യറിയുടെ മഹത്വത്തിന് കാരണക്കാരാകുന്നത്. വിശ്വാസ്യതയും ധാർമ്മികതയും അടിസ്ഥാനമാക്കി പ്രവർത്തിക്കുന്ന ജുഡീഷ്യറി ജനാധിപത്യത്തിന്റെ കരുത്താണ്. ലോകത്തിലെ ഏറ്റവും ശക്തമായ സുപ്രീം കോടതിയാണ് നമ്മുടേത്. പ്രലോഭനത്തിന്റെ സാത്താന്മാർക്ക് അവിടെ ഇടമുണ്ടാകരുത്.

10

വിധിക്കുന്നവരെ ആര് വിധിക്കും?

ഉത്തരവാദപ്പെട്ടിരിക്കുകയെന്നത് ഭരണസംവിധാനത്തിലെ അടിസ്ഥാനപരമായ തത്ത്വമാണ്. മന്ത്രിസഭ ലോക്സഭയോട് കൂട്ടായി ഉത്തരവാദപ്പെട്ടിരിക്കുന്നു. ലോകസഭ ജനങ്ങളോട് ഉത്തരവാദപ്പെട്ടിരിക്കുന്നു. പരസ്പരമുള്ള ഉത്തരവാദിത്വത്തിലൂടെയാണ് ഭരണഘടനയുടെ സന്തുലനം സാദ്ധ്യമാകുന്നത്. ആരും ആർക്കും മേലെയല്ലാത്തതിനാൽ കോടതിക്കും ഈ തത്ത്വം ബാധകമാണ്. എന്നാൽ ഭരണഘടനാപരമായി സംരക്ഷിതരായ ജഡ്ജിമാർ ആരോട് എപ്രകാരം ഉത്തരവാദപ്പെട്ടിരിക്കുന്നുവെന്നത് കുറേക്കാലമായി സജീവമായ ചർച്ചാവിഷയമാണ്. ജുഡീഷ്യൽ സ്റ്റാൻഡേഡ്സ് ആൻഡ് അക്കൗണ്ടബിലിറ്റി ബിൽ ഈ പശ്ചാത്തലത്തിൽ രൂപപ്പെട്ടതാണ്. പാർലമെന്റിന്റെ പരിഗണനയിലുള്ള ബില്ലിനെക്കുറിച്ച് പുനഃപരിശോധന വേണ്ടിവരുമെന്നാണ് നിയമമന്ത്രി രവിശങ്കർ പ്രസാദ് പറയുന്നത്. ജഡ്ജിമാരുടെ സ്വത്തുവിവരം വെളിപ്പെടുത്തുന്നതിനും ജഡ്ജിമാർക്കെതിരെയുള്ള ആക്ഷേപങ്ങൾ പരിശോധിക്കുന്നതിനുമുള്ള സംവിധാനം വിഭാവന ചെയ്യുന്ന ബില്ലിനെക്കുറിച്ച് ജഡ്ജിമാർക്ക് അഭിപ്രായവ്യത്യാസമുണ്ടെന്നാണ് മന്ത്രി പറഞ്ഞത്.

2010 ലാണ് ജുഡീഷ്യൽ സ്റ്റാൻഡേഡ്സ് ആൻഡ് അക്കൗണ്ടബിലിറ്റി ബിൽ ലോകസഭയിൽ അവതരിപ്പിക്കപ്പെട്ടത്. ലോകത്തിലെ ഏറ്റവും ശക്തമായ ജുഡീഷ്യറിയിൽ സർവ്വതന്ത്രസ്വതന്ത്രരായി കഴിയുന്ന ജഡ്ജിമാർക്ക് തങ്ങളെ നിരീക്ഷിക്കുന്നതിനും നിയന്ത്രിക്കുന്നതിനുമുള്ള സംവിധാനത്തെക്കുറിച്ച് ആശങ്കയും അഭിപ്രായവ്യത്യാസവും ഉണ്ടാകുന്നത് സ്വാഭാവികമാണ്. ബില്ലിലെ വ്യവസ്ഥയനുസരിച്ച് രൂപീകൃതമാകുന്ന നാഷണൽ ജുഡീഷ്യൽ ഓവർസൈറ്റ് കമ്മിറ്റി എന്ന ഉന്നതസമിതിക്ക് ജഡ്ജിമാർക്കെതിരെയുള്ള പരാതികൾ പരിശോധിക്കുന്നതിനും

ഇമ്പീച്ച്മെന്റ് ഉൾപ്പെടെയുള്ള നടപടികൾ ശുപാർശ ചെയ്യുന്നതിനും അധികാരമുണ്ട്. ജഡ്ജിമാരുടെ സത്യസന്ധതയും നിലവാരവും ഉറപ്പു വരുത്തുന്നതിനുള്ള ഭരണഘടനാപരമായ സംവിധാനം ശരിയായ രീതിയിൽ പ്രവർത്തിക്കാത്ത പശ്ചാത്തലത്തിലാണ് ഇങ്ങനെയൊരു സംവിധാനത്തെക്കുറിച്ച് ആലോചനയുണ്ടായത്.

ന്യായാധിപർ ശരവ്യരാകുന്നതിൽ അസാധാരണത്വമില്ല. നിയമനം എത്ര അവധാനതയോടെയായാലും അനഭിലഷണീയർ നീതിപീഠങ്ങളിലെത്തും. ഏറെക്കാലം നീണ്ടുനിന്ന വേദനാജനകമായ അനുഭവങ്ങളിലൂടെയാണ് ബ്രിട്ടീഷ് ജുഡീഷ്യറി സാമാന്യം തൃപ്തികരമായ അവസ്ഥയിലെത്തിയത്. ബ്രിട്ടനിലെ ജുഡീഷ്യൽ അഴിമതിക്ക് മാഗ്നാകാർട്ടയോളം പഴക്കമുണ്ട്. ലോർഡ് ചാൻസലറാണ് ബ്രിട്ടനിലെ ഉയർന്ന ന്യായാധിപൻ. നാല് ലോർഡ് ചാൻസലർമാരെ അഴിമതിയുടെ പേരിൽ വിചാരണ ചെയ്യേണ്ടിവന്നിട്ടുണ്ട്. അവരിൽ പ്രസിദ്ധനാണ് എഴുത്തുകാരനെന്ന നിലയിൽ പ്രശസ്തനായ ഫ്രാൻസിസ് ബേക്കൺ. ലണ്ടൻ ടവറിലെ തടവും 40,000 പൗണ്ട് പിഴയും പദവികൾ വഹിക്കുന്നതിൽനിന്നുള്ള ആജീവനാന്തവിലക്കുമായിരുന്നു ശിക്ഷ. കുറ്റം തെളിഞ്ഞാലും ഇന്ത്യയിൽ ജഡ്ജിമാർ ശിക്ഷിക്കപ്പെടുന്നില്ല. ഇമ്പീച്ച്മെന്റിനെ അതിജീവിച്ച രാമസ്വാമി 65 വയസ്സുവരെ സുപ്രീം കോടതിയിൽ തുടർന്നു. സൗമിത്ര സെന്നും ദിനകരനും രാജിയിലൂടെ പാതിവഴിയിലെത്തിയ ഇമ്പീച്ച് മെന്റിനെ തടഞ്ഞു. ഭരണഘടന നല്കുന്ന കവചം പല ജഡ്ജിമാരെയും അഹങ്കാരികളും അഴിമതിക്കാരുമാക്കി.

ജഡ്ജിമാർക്കെതിരെയുള്ള അന്വേഷണവും നടപടിയും ആയാസകരമാക്കിയിരിക്കുന്നത് നിഷ്പക്ഷവും സത്യസന്ധവുമായ നീതിനിർവ്വഹണത്തിൽ അവർക്കാവശ്യമായ പരിരക്ഷയുടെ ഭാഗമായാണ്. പാർലമെന്റിന്റെ പരിഗണനയിലുള്ള ബില്ലിൽ നടപടിക്രമം സുതാര്യവും ലളിതവുമാണ്. തെളിയിക്കപ്പെട്ട ദുർവൃത്തിയോ അപ്രാപ്തിയോ ആണ് ഒരു ജഡ്ജിയെ നീക്കം ചെയ്യുന്നതിന് ഭരണഘടന അനുവദിച്ചിട്ടുള്ള കാരണം. അക്കൗണ്ടബിലിറ്റി ബിൽ നിയമമായാൽ അത്തരം പരാതി ആർക്കും അയക്കാം. ദുരുപയോഗത്തിന് സാദ്ധ്യതയുള്ളതാണ് ഈ വ്യവസ്ഥ. എങ്കിലും പരാതിപ്പെടുന്നതിന് ഒരിടം ഉണ്ടാകുന്നത് നല്ലതാണ്. അങ്ങാടിയിലെ പരദൂഷണത്തേക്കാൾ നല്ലതാണ് അരമനയിലെ പരാതിപ്പെട്ടി. ജഡ്ജിമാരുടെ കമ്മിറ്റിയാണ് പ്രാഥമിക പരിശോധന നടത്തുന്നത്. അവിടെ നിരാകരിക്കപ്പെടുന്നില്ലെങ്കിൽ പരാതി നാഷണൽ ജുഡീഷ്യൽ ഓവർസൈറ്റ് കമ്മിറ്റിയുടെ പരിശോധനയ്ക്ക് വിടുന്നു. ഈ കമ്മിറ്റിയുടെ ബോദ്ധ്യമനുസരിച്ചാണ് ജഡ്ജിക്കെതിരെയുള്ള നടപടികൾ ഉണ്ടാകുന്നത്.

ദുർവൃത്തിയുടെയും അപ്രാപ്തിയുടെയും വ്യാപ്തി വൈയക്തികമാണ്. രാമസ്വാമിയെ നീക്കം ചെയ്യുന്നതിനുള്ള കുറ്റപത്രം കണ്ടപ്പോൾ വാജ്പേയിയുടെ പ്രതികരണം ഇതൊരു കോഴിമോഷണക്കഥയാണല്ലോ

എന്നായിരുന്നു. പഞ്ചാബ്-ഹരിയാന ചീഫ് ജസ്റ്റീസായിരിക്കേ ചണ്ഡിഗഡിലെ ഔദ്യോഗികവസതി മോടിപിടിപ്പിക്കാൻ അനുവദനീയമായതിൽ കവിഞ്ഞ പണം ചെലവാക്കിയെന്നതായിരുന്നു അപ്പോഴേയ്ക്കും സുപ്രീം കോടതി ജഡ്ജിയായിക്കഴിഞ്ഞിരുന്ന രാമസ്വാമിക്കെതിരെയുള്ള ആരോപണം. അതുകൊണ്ടാണ് വാജ്പേയി അപ്രകാരം പ്രതികരിച്ചത്. പക്ഷേ, സുപ്രീം കോടതിയിലെ നീതിമാന്മാരായ മൂന്ന് ജഡ്ജിമാർ ആ വീഴ്ചയെ മഹാപരാധമായി കാണുകയും രാമസ്വാമിയെ പദവിയിൽനിന്ന് നീക്കം ചെയ്യണമെന്ന് ശുപാർശ ചെയ്യുകയും ചെയ്തു. ലോക്സഭയിൽ ആകെ അംഗങ്ങളുടെ പകുതിയിലധികവും സഭയിൽ ഹാജരായി വോട്ട് ചെയ്യുന്നവരുടെ മൂന്നിൽ രണ്ടും വോട്ട് എന്ന ഭരണഘടനാവ്യവസ്ഥയിൽ തട്ടിയാണ് ജഡ്ജിയെ നീക്കം ചെയ്യുന്നതിനുള്ള നിവേദനം തകർന്നത്. നിയമത്തിനും നീതിബോധത്തിനുംമേലെ രാഷ്ട്രീയം വിജയിച്ച കഥയാണത്.

എക്സിക്യൂട്ടീവും ജുഡീഷ്യറിയും തമ്മിൽ നിയതമായ വേർതിരിവുള്ള രാജ്യമാണ് ഇന്ത്യ. എന്നാൽ അതിർത്തിയിലെ രേഖപോലെയാണ് ആ വേർതിരിവ്. തരംകിട്ടുമ്പോൾ ഇരുകൂട്ടരും നിയന്ത്രണരേഖ ലംഘിക്കും. എക്സിക്യൂട്ടീവ് ശക്തമാകുമ്പോൾ ജുഡീഷ്യറി വഴങ്ങും; ദുർബ്ബലമാകുമ്പോൾ ആധിപത്യം സ്ഥാപിക്കും. ഇന്ദിര ഗാന്ധിയുടെയും നരസിംഹ റാവുവിന്റെയുംകാലം താരതമ്യം ചെയ്യാവുന്നതാണ്. പ്രമത്തമായ അധികാരത്തിന്റെ ദുർവ്വിനിയോഗത്തെ ഇന്ദിര ഗാന്ധിയുടെ കാലത്ത് ജുഡീഷ്യറി എതിർത്തില്ല. കേശവാനന്ദ ഭാരതി കേസിൽ സർക്കാറിന് അഹിതമായ നിലപാട് സ്വീകരിച്ച മൂന്ന് ജഡ്ജിമാരെ തഴഞ്ഞ് സീനിയോറിറ്റിയിൽ നാലാമനായ ജഡ്ജിയെ ചീഫ് ജസ്റ്റീസാക്കി. അടിയന്തരാവസ്ഥക്കാലത്തെ ഹേബിയസ് കോർപ്പസ് കേസിലെ കുപ്രസിദ്ധമായ വിധിയോട് വിയോജിച്ച ഖന്നയെ ഒഴിവാക്കി ജൂനിയറായ ബേഗിനെ ചീഫ് ജസ്റ്റീസാക്കി. അനഭിമതരായ ഹൈക്കോടതി ജഡ്ജിമാരെ തലങ്ങും വിലങ്ങും സ്ഥലം മാറ്റി. അഡീഷണൽ ജഡ്ജിമാരെ സ്ഥിരപ്പെടുത്തിയില്ല. ഇങ്ങനെയൊക്കെ ചെയ്യുന്നതിനുള്ള സർക്കാറിന്റെ അധികാരത്തെ എസ് പി ഗുപ്ത കേസിൽ സുപ്രീം കോടതി ശരിവച്ചു. നരസിംഹ റാവുവിന്റെ കാലമായപ്പോൾ സ്ഥിതി മാറി. ജഡ്ജിമാരുടെ നിയമനവും സ്ഥലംമാറ്റവും പൂർണ്ണമായും കോടതി ഏറ്റെടുത്തു. കൊളീജിയം എന്ന സംവിധാനം കോടതി കണ്ടുപിടിച്ചു. ഏറെ വിമർശിക്കപ്പെട്ടെങ്കിലും കൊളീജിയത്തിന്റെ അപ്രമാദിത്വം നിലനിന്നു. നരേന്ദ്ര മോദിയുടെ കാലമെത്തിയപ്പോൾ കോടതി വീണ്ടും വഴങ്ങിത്തുടങ്ങി. സുപ്രീം കോടി ജഡ്ജിയാകാൻ കൊളീജിയം ശുപാർശ ചെയ്ത ഗോപാൽ സുബ്രഹ്മണ്യത്തെ നരേന്ദ്ര മോദി വെട്ടിയപ്പോൾ കൊളീജിയം പ്രതികരിച്ചില്ലെന്ന പരാതിയുണ്ടായി. മറ്റൊരു സാഹചര്യത്തിലായിരുന്നുവെങ്കിൽ അതേ ശുപാർശ നിർബ്ബന്ധസ്വഭാവത്തോടെ കൊളീജിയം തിരിച്ചയക്കുമായിരുന്നു.

ജഡ്ജിമാരുടെ നിയമനവും നിയന്ത്രണവും സംബന്ധിച്ച ആലോചന കുറേക്കാലമായി നടക്കുന്നു. ഭരണഘടന ഭേദഗതിചെയ്ത് നാഷണൽ ജുഡീഷ്യൽ കമീഷൻ രൂപീകരിക്കുന്നതിനുള്ള ബിൽ വി പി സിങ്ങിന്റെ നിയമമന്ത്രി ദിനേശ് ഗോസ്വാമി 1990 ൽ പാർലമെന്റിൽ അവതരിപ്പിച്ചിരുന്നു. അത്തരം പരിശ്രമങ്ങളുടെ തുടർച്ചയായയാണ് ഇപ്പോൾ നിലവിലുള്ള ജുഡീഷ്യൽ സ്റ്റാൻഡേഡ്സ് ആൻഡ് അക്കൗണ്ടബിലിറ്റി ബില്ലിനെ കാണേണ്ടത്. ഏതു രീതിയിലുള്ള നിയന്ത്രണമാണെങ്കിലും സർവ്വതന്ത്രസ്വതന്ത്രരായി കഴിയുന്ന ജഡ്ജിമാരുടെ വിപ്രതിപത്തിയുണ്ടാകും. അവരുടെ ആക്ഷേപങ്ങളും സന്ദേഹങ്ങളും പരിഗണിക്കുന്നതിൽ തെറ്റില്ല. നിയമമന്ത്രി സൂചിപ്പിച്ച പരിശോധന അത്രത്തോളമാകാം. അതിനപ്പുറം ആലോചനതന്നെ അവസാനിപ്പിച്ചാൽ അത് വലിയ അപകടത്തിനു കാരണമാകും. ജുഡീഷ്യറിയിൽനിന്ന് പ്രതീക്ഷിക്കുന്ന പാരമ്പര്യാർജ്ജിതമായ ധാർമ്മികതയും നിലവാരവും മറക്കുന്ന ജഡ്ജിമാർ കൂടെക്കൂടെയുണ്ടാകുമ്പോൾ നിയമത്തിന്റെ ഇടപെടൽ അനിവാര്യമാകുന്നു. ഓണറബിൾ ജസ്റ്റീസ് എന്ന വിശേഷണം തുടർന്നാലും ഇല്ലെങ്കിലും അവർ ആയിരിക്കേണ്ടത് അങ്ങനെയാണ്.

11

കട്ജു പറഞ്ഞതും പറയാത്തതും

വെളിപ്പെടുത്തലിനും വിവാദത്തിനും കാലഹരണദോഷം കല്പി ക്കാനാവില്ല. മഴ കാത്തുകിടക്കുന്ന വിത്തുപോലെ അത് പൊടുന്നനെ കിളിർക്കുകയും ചിലപ്പോൾ കയറിപ്പടരുകയും ചെയ്യും. കൊളീജി യത്തിന്റെ അപ്രമാദിത്വം എന്ന കെട്ടുകഥയുടെ കാറ്റഴിച്ചുവിട്ട മാർ ക്കണ്ഡേയ കട്ജുവിനോട് ഇതെന്തേ നേരത്തെ ആയില്ല എന്ന് ചോദി ക്കേണ്ട. വേണമെങ്കിൽ ചോദിക്കുകയും ചെയ്യാം. അതെങ്ങനെയായാലും അദ്ദേഹം പറഞ്ഞത് ഗൗരവമുള്ള കാര്യമാകയാൽ വിശദീകരണവും അന്വേഷണവും ആവശ്യമുണ്ട്. വിവാദത്തിന്റെ കേന്ദ്രബിന്ദുവായ ജഡ്ജി ജീവിച്ചിരിക്കുന്നില്ല എന്നത് കട്ജുവിന്റെ അസ്വാസ്ഥ്യമുളവാക്കുന്ന വെളി പ്പെടുത്തലിനെ അപ്രസക്തമാക്കുന്നില്ല. പ്രസ് കൗൺസിൽ ഓഫ് ഇന്ത്യ യുടെ ചെയർമാനായ കട്ജുവിന്റെ കാലാവധി അവസാനിക്കാനിരിക്കെ അദ്ദേഹത്തിന് മറ്റേതെങ്കിലും പദവിയിൽ നോട്ടമുണ്ടായിരുന്നുവോ എന്ന സംശയത്തിനും അർത്ഥമില്ല.

മദ്രാസ് ഹൈക്കോടതിയിൽ ജഡ്ജിയായിരുന്ന എസ് അശോക് കുമാറാണ് വിവാദത്തിലെ പ്രധാന കഥാപാത്രം. അഡീഷണൽ ജഡ് ജിയായി നിയമിക്കപ്പെടുന്നതിനുമുമ്പ് അദ്ദേഹം ജില്ലാ ജഡ്ജിയായിരു ന്നു. എട്ട് ആരോപണങ്ങൾ ഒഴിവാക്കിക്കൊണ്ടാണ് അദ്ദേഹത്തെ ഹൈക്കോടതിയിലേക്ക് ഉയർത്തിയത്. 2003 ൽ അഡീഷണൽ ജഡ്ജി യായി നിയമിതനായ അശോക്കുമാറിനെ സ്ഥിരപ്പെടുത്തി ആന്ധ്രാ പ്രദേശിലേക്കയച്ചത് 2007 ലാണ്. രണ്ടു വർഷത്തിൽ കവിയാത്ത കാലത്തേക്കാണ് ഒരാളെ അഡീഷണൽ ജഡ്ജിയായി നിയമിക്കാവുന്നത്. അതിനിടയിൽ ആ ആളെ സ്ഥിരപ്പെടുത്തുകയോ സേവനം അവസാനി പ്പിക്കുകയോ ചെയ്യുകയെന്നതാണ് പതിവ്. അശോക്കുമാറിന്റെ കാര്യ

ത്തിൽ കാലാവധി പലതവണ നീട്ടിക്കൊടുത്തുകൊണ്ട് നാലു വർഷം അഡീഷണൽ ജഡ്ജിയായി നിലനിർത്തി. ഇത് ഭരണഘടനയിലെ വ്യവസ്ഥയ്ക്ക് വിരുദ്ധമാണ്. ജഡ്ജിയായി തുടരാൻ അശോക്കുമാർ അയോഗ്യനാണെന്ന കൊളീജിയത്തിന്റെ കണ്ടെത്തലായിരുന്നു നിയമനം സ്ഥിരപ്പെടുത്തുന്നതിനുണ്ടായ തടസ്സം.

തടസ്സം നീങ്ങിയത് കേന്ദ്രസർക്കാരിന്റെ ഇടപെടൽ ഉണ്ടായപ്പോഴാണ്. അശോക്കുമാറിനെ സ്ഥിരപ്പെടുത്തിയില്ലെങ്കിൽ യു പി എ സർക്കാരിനുള്ള പിന്തുണ പിൻവലിക്കുമെന്ന് ഡി എം കെ ഭീഷണിപ്പെടുത്തിയപ്പോഴാണ് പ്രധാനമന്ത്രിയുടെയും നിയമമന്ത്രിയുടെയും ഇടപെടൽ ഉണ്ടായത്. 2001 ൽ ജയലളിത മുഖ്യമന്ത്രിയായ ഉടൻ കരുണാനിധിയെ അർദ്ധരാത്രി വീട്ടിൽ കയറി പൊലീസ് അറസ്റ്റ് ചെയ്യുകയുണ്ടായി. അന്ന് ചെന്നൈയിൽ പ്രിൻസിപ്പൽ സെഷൻസ് ജഡ്ജിയായിരുന്ന അശോക് കുമാറായിരുന്നു കരുണാനിധിക്ക് ജാമ്യം നല്കിയത്. അശോക്കുമാർ കലൈഞ്ജറുടെ വാത്സല്യത്തിനു പാത്രമായത് അന്നുമുതലാണ്.

കട്ജു മദ്രാസ് ചീഫ് ജസ്റ്റീസായിരിക്കുമ്പോഴാണ് അശോക്കുമാറിന്റെ കാലാവധി ഒരു പ്രാവശ്യം നീട്ടിയത്. അഡീഷണൽ ജഡ്ജിയായി രണ്ടു വർഷം പൂർത്തിയായപ്പോൾ അശോക്കുമാറിനെ തുടരാൻ അനുവദിക്കേണ്ടെന്നായിരുന്നു ചീഫ് ജസ്റ്റീസ് ലഹോട്ടി അദ്ധ്യക്ഷനായ കൊളീജിയത്തിന്റെ തീരുമാനം. അപ്പോഴാണ് ഡി എം കെയുടെ ഭീഷണിയും പ്രധാനമന്ത്രിയുടെ ഇടപെടലും ഉണ്ടായത്. കൊളീജിയത്തിന്റെ തീരുമാനം ലഹോട്ടി തിരുത്തി. ഒരുവർഷംകൂടി അശോക്കുമാർ അഡീഷണൽ ജഡ്ജിയായി തുടർന്നു. വീണ്ടും ഒരു വർഷംകൂടി തുടരാൻ അടുത്ത ചീഫ് ജസ്റ്റീസ് സബർവാൾ അനുവദിച്ചു. കെ ജി ബാലകൃഷ്ണൻ ചീഫ് ജസ്റ്റീസായിരിക്കെ അഡീഷണൽ ജഡ്ജിയെ സ്ഥിരപ്പെടുത്തി. അതിനെതിരെ വന്ന ഹർജി സുപ്രീം കോടതി തള്ളി.

എക്സിക്യൂട്ടീവിന്റെ സ്വാധീനത്തിൽനിന്നും നിയന്ത്രണത്തിൽനിന്നും ജുഡീഷ്യറിയെ വിമുക്തമാക്കുന്നതിനാണ് കൊളീജിയം എന്ന സംവിധാനം കണ്ടുപിടിച്ചത്. ഇന്ത്യയുടെ ചീഫ് ജസ്റ്റീസ്, സംസ്ഥാന ഗവർണർ, ഹൈക്കോടതിയിലെ ചീഫ് ജസ്റ്റീസ് എന്നിവരുമായി ആലോചിച്ച് ഹൈക്കോടതിയിലെ ജഡ്ജിമാരെ രാഷ്ട്രപതി നിയമിക്കണമെന്നാണ് ഭരണഘടനയിലെ വ്യവസ്ഥ. ജഡ്ജിമാരുടെ നിയമനത്തിൽ ജുഡീഷ്യറിക്കും എക്സിക്യൂട്ടീവിനും തുല്യപങ്കാളിത്തമാണ് ഭരണഘടന വിഭാവന ചെയ്യുന്നത്. ഗവർണറിലൂടെയാണ് എക്സിക്യൂട്ടീവിന്റെ ഇടപെടൽ ഉണ്ടാകുന്നത്. ഗവർണറെ ഉപദേശിക്കുന്നത് മുഖ്യമന്ത്രിയും രാഷ്ട്രപതിയെ ഉപദേശിക്കുന്നത് പ്രധാനമന്ത്രിയുമാണ്. കൊളീജിയത്തിന്റെ നാമനിർദ്ദേശം രാഷ്ട്രപതിക്ക് എത്തിച്ചുകൊടുക്കുകയെന്ന അഞ്ചൽ ദൗത്യം മാത്രമാണ് കേന്ദ്രസർക്കാരിനുള്ളതെന്ന് ജഡ്ജസ് കേസുകളിലൂടെ സുപ്രീം കോടതി പറഞ്ഞു. ഭരണഘടനയെ വ്യാഖ്യാനിക്കാൻ മാത്രം അധികാരമുള്ള കോടതി ഭരണഘടനയിൽ ഭേദഗതി വരുത്തി.

ഭരണഘടന ഭേദഗതി ചെയ്യുന്നതിനുള്ള അധികാരം പാർലമെന്റിനു മാത്രമാണെന്ന വസ്തുത സുപ്രീം കോടതി സൗകര്യപൂർവ്വം മറന്നു. രാഷ്ട്രപതിയുടെ ഒപ്പ് പ്രധാനമന്ത്രിയുടെ ഉപദേശത്തിന് വിധേയമായതുകൊണ്ടു മാത്രമാണ് കൊളീജിയത്തിന്റെ ശുപാർശ രാഷ്ട്രപതിക്ക് നേരിട്ട് അയക്കാൻ കഴിയാത്തത്.

ഭരണഘടന നിലവിൽവന്ന് ആറര പതിറ്റാണ്ടായിട്ടും ജഡ്ജിമാരുടെ നിയമനത്തിൽ വ്യക്തതയും സുതാര്യതയും ഉത്തരവാദിത്വവുമുള്ള സംവിധാനം ഉണ്ടായിട്ടില്ലെന്നത് ആക്ഷേപകരമാണ്. ജഡ്ജിമാരെ ജഡ്ജിമാർതന്നെ കണ്ടെത്തുകയെന്നത് അശാസ്ത്രീയവും അസ്വീകാര്യവുമായ ഏർപ്പാടാണ്. വ്യക്തിബന്ധത്തിന്റെയോ കുടുംബത്തിന്റെയോ അടിസ്ഥാനത്തിലുള്ള പിന്തുടർച്ച റിപ്പബ്ലിക്കൻ സംവിധാനത്തിൽ സ്വീകാര്യമല്ല. ബന്ധുക്കൾ ജഡ്ജിമാരാവുകയും അവരുടെ ബന്ധുക്കൾ അതേ കോടതിയിൽ പ്രാക്ടീസ് ചെയ്യുകയും ചെയ്യുന്നത് ജുഡീഷ്യറിക്കു ഭൂഷണമല്ല. അലഹബാദ് ഹൈക്കോടതിയിലെ അവസ്ഥ കണ്ട് അങ്കിൾ ജഡ്ജസ് എന്ന് പരിഹസിച്ചത് സുപ്രീം കോടതിയിലിരിക്കേ മാർക്കണ്ഡേയ കട്ജു തന്നെയായിരുന്നു. ജഡ്ജിമാർ ഉണ്ടാകുന്നതെങ്ങനെയെന്ന് ഇപ്പോൾ അദ്ദേഹം വെളിപ്പെടുത്തിയിരിക്കുന്നു. ആലോചിച്ചാൽ അല്പം സംഭ്രമിക്കാൻ വകയുള്ളതാണ് കട്ജുവിന്റെ വെളിപ്പെടുത്തൽ.

നീതിന്യായമണ്ഡലത്തെ നിർവ്വാഹകമണ്ഡലത്തിൽനിന്ന് വേർതിരിച്ചു നിർത്തണമെന്ന് ഭരണഘടന നിർദ്ദേശിക്കുന്നു. ഈ നിർദ്ദേശം പ്രാവർത്തികമാക്കുന്നതിനുള്ള സംവിധാനം ഇനിയും ഉണ്ടായിട്ടില്ല. കൊളീജിയം ന്യായീകരിക്കപ്പെട്ടത് ജുഡീഷ്യറിയുടെ സ്വാതന്ത്ര്യം ഉറപ്പുവരുത്തുന്ന സംവിധാനം എന്ന നിലയിലാണ്. പക്ഷേ, വഴങ്ങാൻ തയ്യാറാകുന്നവർ സ്വാതന്ത്ര്യത്തെ അടിയറവയ്ക്കുന്നു. പ്രലോഭനവും പ്രതിഫലവും ഇല്ലാതെ ആരും ആർക്കും വഴങ്ങില്ല. കൊളീജിയത്തിന്റെ ശുപാർശയും ഭരണഘടനയിലെ വ്യവസ്ഥയും മറികടന്നുകൊണ്ട് ഒരു പ്രാദേശിക പാർട്ടിയുടെ സമ്മർദ്ദത്തിനും കേന്ദ്ര നിയമമന്ത്രിയുടെ നിർബ്ബന്ധത്തിനും മൂന്ന് ചീഫ് ജസ്റ്റീസുമാർ വഴങ്ങിക്കൊടുത്തു. ജസ്റ്റീസ് രാമസ്വാമിക്കെതിരെയുണ്ടായ ഇമ്പീച്ച്മെന്റ് നടപടികൾ പാർലമെന്റിൽ വിജയിക്കാതിരുന്നത് ഡി എം കെയുടെ സമ്മർദ്ദത്തിന് നരസിംഹ റാവു വഴങ്ങിയതുകൊണ്ടായിരുന്നു.

നമ്മുടെ സംവിധാനത്തിൽ ഉൾച്ചേർത്തിരിക്കുന്ന പ്രതിരോധങ്ങൾ ഇത്ര ദുർബ്ബലമാണെന്ന തിരിച്ചറിവ് ആശങ്കയുളവാക്കുന്നു. കട്ജു തുറന്നു പറഞ്ഞപ്പോൾ ഒരു കാര്യം നാം മനസ്സിലാക്കി. വെളിപ്പെടുത്താൻ ആളില്ലാത്ത എത്രയോ കാര്യങ്ങൾ അവശേഷിക്കുന്നു. എല്ലാം അഡ്ജസ്റ്റ്മെന്റാണെങ്കിൽ പിന്നെന്തിന് ഭരണഘടനയും നിയമവാഴ്ചയും? അനഭിമതൻ തിരിച്ചയക്കപ്പെട്ടപ്പോൾ അഭിമതന്റെ പേരയച്ച കൊളീജിയം സർക്കാരിന്റെ ഇംഗിതമറിഞ്ഞു പ്രവർത്തിച്ചു. ഗോപാൽ സുബ്രഹ്മണ്യം വേണ്ടെങ്കിൽ യു യു ലളിത് ഇരിക്കട്ടെ. ഇച്ഛിച്ച പാൽതന്നെ കൊടു

ത്തയക്കുന്നതിൽ കൊളീജിയം വൈഭവം കാട്ടി. ഒത്തുകളി കളിയിൽ മാത്രമല്ല കാര്യത്തിലുമുണ്ട്.

ചില കാര്യങ്ങളിൽ എത്ര ആലോചിച്ചാലും തീരുമാനമുണ്ടാവില്ല. ജഡ്ജിമാരെ എങ്ങനെ നിയമിക്കണമെന്ന കാര്യത്തിൽ കുറേക്കാലമായി ആലോചന നടക്കുന്നു. ജുഡീഷ്യറിയുടെ സ്വാതന്ത്ര്യം, സുതാര്യത, ഉത്തരവാദിത്വം എന്നീ കാര്യങ്ങളിൽ വിട്ടുവീഴ്ചയില്ലാത്ത സംവിധാനമാണ് വേണ്ടത്. സംവിധാനം എത്ര കുറ്റമറ്റതായാലും അതിൽ എത്തിപ്പെടുന്നവർ കുറ്റമില്ലാത്തവരല്ലെങ്കിൽ പ്രയോജനമുണ്ടാവില്ല. ഭരണഘടനയിലെ വ്യവസ്ഥയനുസരിച്ച് ജഡ്ജിമാരുടെ നിയമനത്തിൽ സർക്കാരിന് ന്യായമായ പങ്കുണ്ടാകണം. കൊളീജിയത്തിന്റെ തീരുമാനത്തിൽ സർക്കാർ ഇടപെട്ടാൽ ചീഫ് ജസ്റ്റീസായിരിക്കാൻ വേറെ ആളെ നോക്കേണ്ടിവരുമെന്ന് ഭീഷണിപ്പെടുത്തിയ ലോഢ മൂന്ന് മുൻ ചീഫ് ജസ്റ്റീസുമാർക്കെതിരെ ഒരു മുൻ ജസ്റ്റീസ് നടത്തിയ വെളിപ്പെടുത്തൽ ഗൗരവമായെടുക്കണമായിരുന്നു. കൊളീജിയത്തെ സ്വാധീനിക്കാൻ പ്രാപ്തിയുള്ളവർ കോടതിയെ സ്വാധീനിച്ചിരുന്നുവോ എന്നാണ് ഇനി അറിയേണ്ടത്. സഹാറാ കേസിൽ അതിയായ സമ്മർദ്ദത്തിനും അസഹനീയമായ മാനസികവ്യഥയ്ക്കും വിധേയനാകേണ്ടി വന്നതായി ജസ്റ്റീസ് രാധാകൃഷ്ണൻ പറഞ്ഞതിന് ഇങ്ങനെയൊരു പശ്ചാത്തലമുണ്ടാകാം.

12

ജുഡീഷ്യറിയിലെ കഴുതകൾ

നിയമം കഴുതയാണെന്നു പറഞ്ഞത് ചാൾസ് ഡിക്കൻസാണ്. തന്റെ നോവലുകളുടെ അനധികൃതമായ പ്രസിദ്ധീകരണം തടയുന്നതിന് നിയമത്തിന് കഴിയാതെ വന്നപ്പോഴാണ് ഡിക്കൻസ് അങ്ങനെ പറഞ്ഞത്. കഴുത കാമം കരഞ്ഞു തീർക്കുമെന്നാണ് പറയാറുള്ളത്. ജഡ്ജിമാരെക്കുറിച്ച് ഇപ്പോൾ കേൾക്കുന്നത് കേട്ടിരുന്നെങ്കിൽ ഡിക്കൻസ് അവരെ കഴുതയോട് ഉപമിക്കുമായിരുന്നില്ല. കരയാതെ കാര്യം സാധിക്കാൻ പ്രാപ്തിയുള്ളവരാണ് അവരിൽ ചിലരെങ്കിലും. സുപ്രീം കോടതിയിലെയും ഹൈക്കോടതിയിലെയും ജഡ്ജിമാരെക്കുറിച്ച് കേൾക്കാൻ പാടില്ലാത്തത് കേൾക്കുന്നു. ഭരണഘടനാപരമായ പദവിയിലിരുന്ന് നീതിനിർവ്വഹണം നടത്താൻ നിയോഗിക്കപ്പെട്ടവർ കരഞ്ഞും കല്പിച്ചും കാമപൂർത്തിക്ക് ഇരകളെ കണ്ടെത്തുന്നത് ജുഗുപ്സാവഹമായ അശ്ലീലക്കാഴ്ചയാണ്.

കഴുതക്കൂട്ടത്തിൽ ഏറ്റവും ഒടുവിലായി അകപ്പെട്ടിരിക്കുന്നത് മദ്ധ്യപ്രദേശിലെ ഹൈക്കോടതി ജഡ്ജിയാണ്. അഡീഷണൽ ജില്ലാ ജഡ്ജിയായി പ്രവർത്തിച്ചിരുന്ന വനിതയാണ് ഹൈക്കോടതി ജഡ്ജിയുടെ ഇര. തന്റെ ഔദ്യോഗികവസതിയിൽ നടക്കുന്ന ആഘോഷത്തിൽ ഐറ്റം ഡാൻസ് നടത്തണമെന്നായിരുന്നു വനിതാജഡ്ജിയോട് ഹൈക്കോടതി ജഡ്ജി ആവശ്യപ്പെട്ടത്. ഐറ്റം ഡാൻസെന്നു പറഞ്ഞാൽ മാദകനൃത്തം എന്നാണർത്ഥം. വനിതാജഡ്ജി നർത്തകിയാണോ എന്നറിയില്ല. മകളുടെ ജന്മദിനാഘോഷം വീട്ടിൽ നടക്കുന്നതിനാൽ ഡാൻസിനു വരാൻ കഴിയില്ലെന്നുമാത്രമാണ് അവർ അറിയിച്ചത്. അങ്ങനെയൊരു അസൗകര്യമില്ലായിരുന്നുവെങ്കിൽ ഹേറോദേസിന്റെ മുന്നിൽ സലോമിയെപ്പോലെ സെഷൻസ് ജഡ്ജി നൃത്തം ചെയ്യുമായിരുന്നുവോ എന്നറിയില്ല. ഏതായാലും തന്റെ സദസ്സിൽ നൃത്തത്തിന് എത്താതിരുന്ന ജഡ്

ജിയെ അവർക്ക് ഏറ്റവും അസൗകര്യമുള്ള സ്ഥലത്തേക്ക് മാറ്റി നിയമിച്ചു. തന്റെ വാസസ്ഥലത്തേക്ക് ഏകയായി വരണമെന്ന നിർദ്ദേശം നിരന്തരം നിരാകരിച്ചുകൊണ്ടിരുന്ന കീഴ്ജഡ്ജിയെ മേലധികാരമുള്ള ഹൈക്കോടതി ജഡ്ജി അത്രയെങ്കിലും ചെയ്യേണ്ടതല്ലേ. ഇതൊക്കെ ബഹുമാന്യയായ ആ വനിത പറഞ്ഞ കാര്യങ്ങളാണ്. അപമാനിതയായ വനിതാജഡ്ജി തൂക്കിക്കൊല്ലുന്നതിന് അധികാരമുള്ള ഉദ്യോഗം രാജിവച്ചതിനുശേഷമാണ് ചീഫ് ജസ്റ്റീസിനെ ഇക്കാര്യങ്ങൾ അറിയിച്ചത്.

കീഴുദ്യോഗസ്ഥയെ അധികാരത്തിന്റെ ബലത്തിൽ ലൈംഗികമായി കീഴ്പ്പെടുത്താൻ ശ്രമിക്കുന്നത് ഗർഹണീയമായ പ്രവൃത്തിയാണ്. ജുഡീഷ്യറിയിൽനിന്ന് ഇത്തരം വാർത്തകൾ കേൾക്കുമ്പോൾ ക്ഷോഭിക്കുന്ന മനസ്സോടെ നമ്മൾ മറ്റു ചില ചോദ്യങ്ങൾ ചോദിക്കേണ്ടതുണ്ട്. ജഡ്ജി ഇത്തരക്കാരനാണെങ്കിൽ ആവശ്യമുള്ളത് എത്തിച്ചുകൊടുക്കുന്ന വ്യവഹാരദല്ലാൾമാർക്ക് ആവശ്യമുള്ളതെല്ലാം കിട്ടുന്നുണ്ടാവില്ലേ? ആവശ്യപ്പെടുന്ന ഏത് ഐറ്റവും ചെയ്യാൻ തയ്യാറാകുന്നവർക്ക് അനർഹമായ നിയമനവും കയറ്റവും കിട്ടുന്നുണ്ടാവില്ലേ? കോടതിയുടെ ഇടനാഴികളിൽ കേൾക്കുന്നതെല്ലാം പരദൂഷണമായി തള്ളിക്കളയാനാവില്ല. ആറാം തമ്പുരാൻ വിളിക്കുമ്പോൾ ചെന്നില്ലെങ്കിൽ അർഹമായത് നഷ്ടപ്പെടും. ചെന്നാൽ അനർഹമായത് കിട്ടും.

സുപ്രീം കോടതിയിൽ ഗാംഗുലിക്കെതിരെയാണ് ലൈംഗികമായ ആക്ഷേപമുണ്ടായത്. കൊൽക്കത്തയിൽനിന്നും രസമുള്ള വാർത്ത വന്നു. വഴങ്ങാൻ വൈമനസ്യമുള്ളവരാണ് വിവരം പരസ്യമാക്കുന്നത്. അധികാരത്തിന്റെ പ്രലോഭനവും ഭീഷണിയും അനാശാസ്യമാണ്. ബലാത്സംഗത്തോളമെത്തുന്ന നീചമായ പ്രവൃത്തിയാണത്. ജഡ്ജിമാരെപ്പോലെയാണ് ചില പ്രൊഫസർമാർ. റാങ്കിനും ഗ്രേഡിനും വിദ്യാർത്ഥിനികളിൽനിന്ന് അവർ വലിയ വില ആവശ്യപ്പെടും. ഓഫീസുകളിൽ മേലുദ്യോഗസ്ഥന്മാരുടെ അർഹമായ അവകാശമായി ഇത്തരം നീക്കങ്ങൾ മാറിയിട്ടുണ്ട്. തൊഴിലിടങ്ങളിലെ ലൈംഗികമായ അതിക്രമങ്ങളും ചൂഷണവും തടയുന്നതിന് 2013 ൽ പാർലമെന്റ് പാസാക്കിയ നിയമമുണ്ട്. അത് കർശനമായി നടപ്പാക്കണമെന്ന് സുപ്രീം കോടതിയുടെ നിർദ്ദേശമുണ്ട്. ഇത്തരം പരാതികൾ പരിശോധിക്കുന്നതിനുള്ള വിശാഖ കമ്മിറ്റിയുടെ അദ്ധ്യക്ഷയായിരുന്നു മദ്ധ്യപ്രദേശിൽ അപമാനിതയായ വനിതാജഡ്ജി. അപമാനശ്രമത്തെ സ്വന്തം രാജികൊണ്ട് പരാജയപ്പെടുത്തിയ ആ സ്ത്രീ പറയുന്നത് ശരിയാണെങ്കിൽ തൊഴിലിടങ്ങളിലെ ലൈംഗികാതിക്രമങ്ങൾ തടയുന്നതിനുള്ള ഈ നിയമമനുസരിച്ച് ഹൈക്കോടതി ജഡ്ജിയെ പ്രോസിക്യൂട്ട് ചെയ്യണം. നിയമം പ്രയോഗിക്കാനുള്ളതാണെന്ന് വല്ലപ്പോഴുമെങ്കിലും തെളിയിക്കണം. ഗോവയിലെ ലിഫ്റ്റിൽ ഐറ്റത്തിനു മുതിർന്ന തരുൺ തേജ്പാലിനെതിരെ നിയമം പ്രയോഗിക്കപ്പെട്ടു. നാലാം തൂണിനുമാത്രമല്ല മൂന്നാം തൂണിനും നിയമം ബാധകമാണ്.

കർണ്ണാടകയിലെ മൂന്ന് ഹൈക്കോടതി ജഡ്ജിമാർക്കെതിരെ കുറേക്കാലം മുമ്പ് വന്ന വാർത്ത ഇതിനേക്കാൾ ഭേദമായിരുന്നു. കീഴ്ക്കോടതികളിൽ വനിതാ ജഡ്ജിമാരെയോ കോടതിമുറികളിൽ വനിതാ അഭിഭാഷകരെയോ തപ്പാതെ അവർ നേരേ മൈസൂറിലെ ഒരു നിശാശാലയിലാണെത്തിയത്. ജഡ്ജിമാരാണെന്ന് വെളിപ്പെടുത്താതെ അവർ താല്പര്യമുള്ള ഐറ്റങ്ങളിൽ ഏർപ്പെട്ടു. പൊടുന്നനെയുണ്ടായ പൊലീസ് റെയ്ഡിൽ പിടിക്കപ്പെട്ടപ്പോഴാണ് അവരുടെ ഐഡന്റിറ്റി വെളിപ്പെട്ടത്. സംഭവം പത്രങ്ങളിൽ വാർത്തയായി. പക്ഷേ, അപ്പോഴേക്കും ജഡ്ജിമാരെ തിരിച്ചറിഞ്ഞ പൊലീസ് രേഖകൾ നശിപ്പിച്ചു. മാനനഷ്ടത്തിന് ജഡ്ജിമാരുടെ നോട്ടീസ് കിട്ടിയപ്പോൾ വസ്തുതാപരമായി ഒന്നുമില്ലാത്ത അവസ്ഥയുണ്ടായി. മാനനഷ്ടത്തെ സംബന്ധിക്കുന്ന ശിക്ഷാനിയമത്തിലെ വ്യവസ്ഥകളെ ചോദ്യംചെയ്ത് *ദ ഹിന്ദു*വിന് സുപ്രീം കോടതിയെ സമീപിക്കേണ്ടിവന്നു. പരിശോധിക്കേണ്ട വിഷയമാണ് അതെന്ന് സുപ്രീം കോടതി പറഞ്ഞതല്ലാതെ 2004 ൽ ഫയൽ ചെയ്ത കേസിന് എന്തു സംഭവിച്ചുവെന്നറിയില്ല. *ദേശാഭിമാനി* ലേഖകന്റെ പ്രസ് പാസ് കേസ് പോലെ ചില കേസുകൾ കാലം അലിയിച്ചു കളയും. എപ്പോഴെങ്കിലും കേസ് പൊന്തിവരുമ്പോൾ വിഷയം അപ്രസക്തമായി എന്ന കാരണത്താൽ അതിന്റെ കഥ കഴിക്കും.

കർണ്ണാടക ജഡ്ജിമാരുടെ അനാശാസ്യത്തിൽ മാനനഷ്ടത്തിനുള്ള നോട്ടീസിനുപുറമേ കോടതിയലക്ഷ്യത്തിനും പത്രങ്ങൾക്കെതിരെ നടപടിയുണ്ടായി. പത്രങ്ങൾക്കെതിരെയുള്ള കോടതിയലക്ഷ്യത്തിനുപകരം ജഡ്ജിമാർ കോടതിയലക്ഷ്യം നടത്തിയോ എന്നായിരുന്നു അന്വേഷിക്കേണ്ടിയിരുന്നത്. ഏറെ വൈകിയാണ് ബോംബെ, മദ്ധ്യപ്രദേശ്, കേരള ഹൈക്കോടതികളിലെ ചീഫ് ജസ്റ്റീസുമാരെ ചേർത്ത് കർണ്ണാടക സംഭവത്തെക്കുറിച്ച് അന്വേഷിക്കാൻ സമിതിയുണ്ടായത്. ഉന്നതാധികാര സമിതിയുടെ റിപ്പോർട്ട് പരസ്യമാക്കുകയോ മേൽനടപടി സ്വീകരിക്കുകയോ ചെയ്തില്ല. ജഡ്ജിക്കൊരു പ്രശ്നമുണ്ടായാൽ ജഡ്ജിമാർ കൂട്ടം ചേർന്ന് സംരക്ഷിക്കും. ജഡ്ജിമാരുടെ ട്രേഡ് യൂണിയനിസവും വർഗ്ഗബോധവും അത്ര അഭിലഷണീയമല്ല. പത്രങ്ങൾക്കെതിരെയുള്ള കർണ്ണാടക ഹൈക്കോടതിയുടെ കോടതിയലക്ഷ്യ നടപടികൾ സുപ്രീം കോടതി സ്റ്റേ ചെയ്തിരുന്നു. മാനനഷ്ടക്കേസുപോലെ കോടതിയലക്ഷ്യക്കേസും പിന്നീട് വിസ്മരിക്കപ്പെട്ടു. ആക്ഷേപത്തിൽ കഴമ്പുണ്ടെന്ന് അന്വേഷണത്തിൽ ബോദ്ധ്യമായിട്ടുണ്ടാകാം. വാർത്ത അടിസ്ഥാനരഹിതമായിരുന്നെങ്കിൽ പത്രങ്ങൾക്കെതിരെ നടപടി തുടരുമായിരുന്നു. പുകയുണ്ടെങ്കിൽ എവിടെയോ അല്പം തീ കാണണം.

അഴിമതിയെന്നത് കൈക്കൂലിയോ സാമ്പത്തികമായ ക്രമക്കേടോ മാത്രമല്ല. അധികാരത്തിന്റെ പിൻബലത്തോടെയുള്ള നീതിവിരുദ്ധമായ പ്രവൃത്തിയാണ് അഴിമതി. പണവും പെണ്ണും സ്വാഭാവികമായി അഴിമതിയുടെ ഭാഗമാകുന്നു. അഴിമതി തടയാൻ നിയോഗിക്കപ്പെട്ടവർതന്നെ

അഴിമതിപ്പുറ്റാകുന്നത് ഭരണഘടനയോടും നിയമവാഴ്ചയോടുമുള്ള വെല്ലുവിളിയാണ്. സ്വതന്ത്രമായി പ്രവർത്തിക്കാൻ പരിരക്ഷ ലഭിച്ചിട്ടുള്ള ന്യായാധിപന്മാർ സമൂഹത്തിന്റെ സദാചാരബോധത്തെയും അതിന്റെ പ്രതിഫലനമായ നിയമത്തെയും ധിക്കരിച്ചുകൊണ്ട് സർവ്വതന്ത്രസ്വതന്ത്രരാകുന്നത് അംഗീകരിക്കാനാവില്ല. യഹൂദരുടെ ന്യായാധിപനായിരുന്നു പഴയ നിയമത്തിലെ സാംസൻ. ദലീലയുമായുള്ള വേഴ്ചയിലാണ് അതിശക്തനായ സാംസൻ പിടിക്കപ്പെട്ടത്. അന്ധനാക്കപ്പെട്ട സാംസനെ അവർ ഗസയിൽ ബന്ധിതനാക്കി. ബന്ധിക്കപ്പെട്ട നെടുംതൂണുകൾ സ്വശക്തിയാൽ തള്ളിവീഴ്ത്തി അയാൾ ആ മഹാസൗധത്തെ തകർത്തു. സാംസനും അയാളെ പരിഹസിക്കാനെത്തിയ ഗസയിലെ വമ്പിച്ച ജനാവലിയും കൊല്ലപ്പെട്ടു. മരണസമയത്ത് അയാൾ കൊന്നവർ, ജീവിച്ചിരിക്കുമ്പോൾ കൊന്നവരേക്കാൾ അധികമായിരുന്നു. ജുഡീഷ്യറി എന്ന നെടുംതൂണിനെ സ്വന്തം അധമവൃത്തികളാൽ വീഴ്ത്തുന്ന ന്യായാധിപന്മാർ ജനാധിപത്യസൗധത്തെയാണ് തകർക്കുന്നത്. ആ തകർച്ചയിൽ അവരും മോചനമില്ലാതെ അകപ്പെടും.

5
നീതി

1 ഹാശിംപുര പറയുന്നത്
2 ദീമാപൂരിലെ നീതി
3 തൊഴിലിടങ്ങളിലെ അപമാനം
4 ഇതാണ് വൈരനിര്യാതനം
5 ഇഴയുന്ന കോടതികൾ
6 നീണ്ടുപോകുന്ന തടവ്

1

ഹാശിംപുര പറയുന്നത്

എല്ലാ വിധിയും നീതിപൂർവ്വകമാവില്ല. വിധിയിൽ ശരിയും തെറ്റുമുണ്ടാകും. തിരുത്താവുന്ന തെറ്റുകൾ ഇന്ന് അല്ലെങ്കിൽ നാളെ തിരുത്തപ്പെടും. അതിനുവേണ്ടിയാണ് നിയമനിർമ്മാണസഭകളും മേൽക്കോടതികളും പ്രവർത്തിക്കുന്നത്. പക്ഷേ, വിധിയിലേക്കെത്തുന്നതുവരെയുള്ള കാത്തിരിപ്പ് ഗുരുതരമായ നീതിനിഷേധമാകുന്നു. വൈകിയെത്തുന്ന നീതി നിഷേധിക്കപ്പെടുന്ന നീതിയാണെന്നത് പറഞ്ഞുപഴകിയ പ്രസ്താവന മാത്രമല്ല. മീറത്തിലെ ഹാശിംപുരയിൽ 42 മുസ്ലീങ്ങളെ വെടിവച്ചുകൊന്ന് കനാലിൽ തള്ളിയ പൊലീസുകാർക്കെതിരെയുള്ള കേസിൽ വിധിയുണ്ടായത് 28 വർഷങ്ങൾക്കുശേഷമാണ്. വിട്ടയക്കപ്പെട്ട പ്രതികൾക്കോ വിസ്മരിക്കപ്പെട്ട ഇരകൾക്കോ നീതി ലഭിച്ചുവെന്ന് പറയാൻ കഴിയാത്ത രീതിയിൽ കോടതിയും സർക്കാരും സ്വയം പ്രതിക്കൂട്ടിലായി.

രാജീവ് ഗാന്ധി പ്രധാനമന്ത്രിയായിരിക്കുമ്പോഴാണ് ഉത്തർപ്രദേശിൽ ദാരുണമായ കൂട്ടക്കൊല നടന്നത്. ബാബറി മസ്ജിദ് ഹിന്ദുക്കൾക്ക് തുറന്നുകൊടുക്കാനുള്ള തീരുമാനം മീറത്തിൽ അസ്വസ്ഥതയ്ക്ക് കാരണമായി. അത് നിയന്ത്രിക്കാൻ നിയോഗിക്കപ്പെട്ട പൊലീസ് നിരവധി മുസ്ലീങ്ങളെ കസ്റ്റഡിയിലെടുത്തു. അവരിൽ 42 പേരുടെ മൃതദേഹങ്ങളാണ് വെടിപ്പാടുകളോടെ ഘാസിയാബാദിലെ ഗംഗ കനാലിൽനിന്ന് കണ്ടെടുത്തത്. വർഗ്ഗീയപക്ഷപാതിത്വവും ക്രിമിനൽ സ്വഭാവവുമുള്ള പൊലീസാണ് ഉത്തർപ്രദേശിലുള്ളത്. പ്രൊവിൻഷ്യൽ ആംഡ് കൊൺസ്റ്റാബുലറി കൂട്ടത്തിൽ കുപ്രസിദ്ധിയാർജ്ജിച്ച പൊലീസ് വിഭാഗമാണ്. കോടതിയുടെ വിമർശം പലവട്ടം ഉണ്ടായിട്ടും പാർട്ടികൾ മാറിമാറി അധികാരത്തിൽ വന്നിട്ടും ഉത്തർപ്രദേശിലെ പൊലീസിന് മാറ്റമുണ്ടായിട്ടില്ല.

കേസിൽ പ്രതികളാക്കപ്പെടേണ്ടവർ പ്രതികളാക്കപ്പെട്ടില്ലെന്ന ആക്ഷേപം അന്നേയുണ്ടായി. ഇപ്പോൾ പ്രതികൾ വിട്ടയക്കപ്പെട്ടതിന്റെ കാരണവും ഇതാകാം. പ്രതികളാക്കപ്പെട്ട 19 പൊലീസുകാർക്കെതിരെ കുറ്റപത്രം സമർപ്പിക്കുന്നതിന് ഒമ്പത് വർഷം വേണ്ടിവന്നു. എല്ലാ പ്രതികളും അറസ്റ്റിലാകുന്നതിന് വീണ്ടും നാലു വർഷംകൂടി വേണ്ടിവന്നു. ഒളിവിലായിരുന്ന കാലത്തും പ്രതികൾ പൊലീസ് സർവ്വീസിൽ തുടരുന്നുണ്ടായിരുന്നു. കാര്യക്ഷമവും നിഷ്പക്ഷവുമായ വിചാരണയുടെ പേരിൽ 2002 ൽ കേസ് ഡൽഹിയിലേക്ക് മാറ്റി. അപ്രകാരം മാറ്റിയതിന്റെ പതിമൂന്നാം വർഷമാണ് തെളിവുകളുടെ അഭാവത്തിന്റെയും അപര്യാപ്തതയുടെയും അടിസ്ഥാനത്തിൽ പ്രതികൾ കുറ്റവിമുക്തരാക്കപ്പെട്ടത്. പ്രതികളെ തിരിച്ചറിയാൻപോലും സാക്ഷികളുണ്ടായില്ല. പത്തൊമ്പത് പ്രതികളിൽ 16 പേർമാത്രമാണ് വിധി കേൾക്കാൻ അവശേഷിച്ചത്.

കാര്യങ്ങൾ ഇങ്ങനെയായാൽ നമ്മളെന്തു ചെയ്യും? പ്രതികാരം ഇരയുടെ അവകാശമല്ല; സർക്കാരിന്റെ ബാദ്ധ്യതയാണ്. പ്രതികാരത്തിനുള്ള അവകാശം സർക്കാർ ഏറ്റെടുത്തിരിക്കുന്നു. അല്ലെങ്കിൽത്തന്നെ ശക്തരായ പൊലീസുകാരോട് പകരം ചോദിക്കാൻ നിസ്സഹായരായ ഇരകൾക്കാകുമോ? ന്യായമായ സമയപരിധിയിൽ ഉണ്ടാകുന്ന വിധിയാണ് ജനങ്ങൾക്ക് സമാശ്വാസമാകുന്നത്. അന്വേഷണവും വിചാരണയും നീണ്ടുപോകുമ്പോൾ ഇരകളുടെമാത്രമല്ല പ്രതികളുടെയും അവകാശങ്ങൾ നിഷേധിക്കപ്പെടുന്നു. നീതിനിർവ്വഹണവ്യവസ്ഥയുമായി ബന്ധപ്പെട്ടവരെല്ലാം നിയമവ്യവസ്ഥയിലെ കെടുകാര്യസ്ഥതയ്ക്ക് ഉത്തരവാദികളാണ്. മദ്യനയത്തെ സംബന്ധിച്ച കേസ് കാലഹരണപ്പെടുന്നതിനുമുമ്പ് വിധി പറയാൻ ഹൈക്കോടതിക്ക് കഴിഞ്ഞു. അഞ്ചു മണിക്കൂർ തുടർച്ചയായി തുറന്ന കോടതിയിൽ ജസ്റ്റീസ് ശങ്കരൻ വിധി ഡിക്ടേറ്റ് ചെയ്തു. വൈപ്പിൻ വിഷമദ്യക്കേസിൽ ജസ്റ്റീസ് പത്മനാഭൻ തുറന്ന കോടതിയിൽ നിരവധി ദിവസങ്ങൾ നീണ്ടുനിന്ന വിധിപ്രസ്താവം നടത്തിയിട്ടുണ്ട്. ചുരുക്കെഴുത്തിന്റെയും ടൈപ്പ്റൈറ്ററിന്റെയും കാലം കഴിഞ്ഞതിനാൽ ജഡ്ജിമാർക്ക് വേഗത വർദ്ധിപ്പിച്ച് സമയദൈർഘ്യം കുറയ്ക്കാം. പല കാര്യങ്ങളും അവർക്ക് യന്ത്രസഹായത്തോടെ സ്വയം നിർവ്വഹിക്കാൻ കഴിയും. അവർ നിയമത്തിൽ നിഷ്ണാതരും കാര്യങ്ങൾ അതിവേഗം മനസ്സിലാക്കുന്നതിൽ പ്രാപ്തരും ആയിരിക്കണമെന്നുമാത്രം.

കേസുകൾ തീർപ്പാക്കുന്നതിലെ കാലവിളംബത്തിന് കോടതി മാത്രമല്ല ഉത്തരവാദി. പ്രോസിക്യൂഷൻ സജ്ജമല്ലെങ്കിൽ വിചാരണ വൈകും. താല്പര്യമുള്ള കേസുകൾ വൈകിപ്പിക്കുന്നതിനും കഴിയും. കോൺടിനന്റൽ രാജ്യങ്ങളിലേതുപോലെ സ്വതന്ത്രമായ പ്രോസിക്യൂഷൻ സംവിധാനം നമ്മുടെ നാട്ടിലില്ല. സി ബി ഐ കൂട്ടിലെ തത്തയാണെങ്കിൽ പ്രോസിക്യൂട്ടർമാർ വെറുതെ വാലാട്ടുന്നവരാണ്. അധികാരത്തിലിരിക്കുന്നവരുടെ ഇംഗിതത്തിനൊത്ത് അവർ കരുക്കൾ നീക്കിക്കൊടുക്കും. ബാർകോഴക്കേസിൽ തനിക്കും ആരോപണവിധേയരായ മൂന്ന് കോൺഗ്രസ്

മന്ത്രിമാർക്കും രണ്ട് നിയമമോ എന്ന് ചോദിച്ചത് നിയമമന്ത്രി കെ എം മാണിയാണ്. നിയമമന്ത്രിക്ക് നിയമം പറയാം. പക്ഷേ, നിയമം പ്രയോഗത്തിൽ വരുത്തുന്ന സംവിധാനത്തിന്റെ കടിഞ്ഞാൺ പൊലീസ് മന്ത്രിയുടെ കൈയിലാണ്. അധികാരമൊഴിയുന്ന പ്രധാനമന്ത്രിമാരും പ്രസിഡന്റുമാരും നിയമപരമായ പ്രക്രിയയിലൂടെ ജയിലിലാകുന്ന കാഴ്ച ഫ്രാൻസിലും ഇറ്റലിയിലും മറ്റു പല രാജ്യങ്ങളിലും കാണുന്നുണ്ട്. കൽക്കരിപ്പാടക്കേസിൽ മൻമോഹൻ സിങ്ങിനെ കോടതി സമൻ ചെയ്തപ്പോൾ ആകെ ക്ഷോഭമായി. പ്രത്യേക കോടതിയുടെ സമൻസ് സുപ്രീം കോടതി സ്റ്റേ ചെയ്തു. ഡൽഹി ഹൈക്കോടതിയിൽ ചോദ്യംചെയ്യേണ്ടതായ കാര്യവുമായി മൻമോഹൻ സിങ്ങിന് എങ്ങനെ നേരിട്ട് സുപ്രീം കോടതിയെ സമീപിക്കാൻ കഴിഞ്ഞുവെന്ന് വ്യക്തമല്ല. ചിലർ വരുമ്പോൾ നടപടിക്രമം വഴി മാറുന്നു. നടപടിക്രമം പാലിക്കുന്നതിലുള്ള വീഴ്ചയും നീതിനിഷേധത്തിനു കാരണമാകും.

1992 ലെ ബാബറി മസ്ജിദ് കേസിൽ എൽ കെ അദ്വാനിക്കും മുരളി മനോഹർ ജോഷിക്കും സുപ്രീം കോടതി നോട്ടീസ് അയച്ചത് 22 വർഷത്തിനുശേഷം 2015 ൽ ആയിരുന്നു. ബി ജെ പി നേതാക്കൾക്കെതിരെ ഗൂഢാലോചനയ്ക്കും മറ്റുമുള്ള കേസ് അലഹബാദ് ഹൈക്കോടതി റദ്ദാക്കിയത് 2010ലാണ്. അതിനെതിരെയുള്ള അപ്പീൽ സുപ്രീം കോടതിയിലെത്തി നോട്ടീസാകാൻ അഞ്ചുവർഷം. എല്ലാമൊന്ന് അവസാനിക്കാൻ ഇനിയും കാലമെത്ര വേണ്ടിവരും? പ്രതിസ്ഥാനത്തുണ്ടായിരുന്ന ബാൽ താക്കറെ കഥാവശേഷനായി. കുറേക്കൂടി നീട്ടിക്കൊണ്ടുപോയാൽ പ്രതിക്കൂട്ടിൽ നില്ക്കാൻ ആരും അവശേഷിക്കില്ല. ചെറിയ ചുവടുകളല്ല ദൃഢനിശ്ചയത്തോടെയുള്ള കാൽവയ്പുകളാണ് ആവശ്യം. ബാബറി മസ്ജിദ് ഇന്ന് മുസ്ലിം സമുദായത്തിന്റെ മാത്രം വിഷയമല്ല. മതനിരപേക്ഷതയിൽ വിശ്വസിക്കുന്ന പൊതുസമൂഹത്തിന്റെ ആകുലതയാണത്. അതിനു ശമനമുണ്ടാകണമെങ്കിൽ ചില കണക്കു തീർക്കലുകളും തീർപ്പുകളും ഉണ്ടാകണം. മസ്ജിദ് ധ്വംസനത്തിന്റെ രജത ജൂബിലിയിലെങ്കിലും കാര്യങ്ങൾക്ക് വ്യക്തതയുണ്ടാകണം. സുപ്രീം കോടതിയുടെ ഇടപെടൽ അതിന്റെ തുടക്കമാകണം.

കാലമേറെയാകുമ്പോൾ ഏതു കേസിനും സംഭവിക്കാവുന്ന ദുര്യോഗമാണ് ഹാശിംപുര കൂട്ടക്കൊലക്കേസിനും സംഭവിച്ചത്. ബാബറി മസ്ജിദ് കേസുകൾ എങ്ങനെ അവസാനിക്കുമെന്നതിന്റെ സൂചന കൂടിയാണത്. ഓർമ്മകളും അവയ്ക്കൊപ്പം തെളിവുകളും ഇല്ലാതാകും. ഇരകളും പ്രതികളും മാത്രമല്ല സാക്ഷികളും അപ്രത്യക്ഷരാകും. ഹാശിംപുരയിലെന്നപോലെ പ്രതികളെ തിരിച്ചറിയാൻപോലും ആരുമില്ലാത്ത കാലം വരും. കാലഹരണദോഷത്താൽ അപ്രസക്തമാകുന്ന കേസ് കോടതിയെ സംബന്ധിച്ച് കെട്ടിക്കിടക്കുന്ന കേസുകളിൽനിന്ന് നീക്കം ചെയ്യാവുന്ന ഒരു നമ്പർ മാത്രമാകും. മറവിയുടെ നരകത്തിലേക്ക് തള്ളിയാലും ചില കേസുകൾ ഓർമ്മയുടെ നെരിപ്പോടിൽ കത്തിക്കൊണ്ടിരിക്കും. മതന്യൂ

നപക്ഷങ്ങൾക്കും ദളിതർക്കും പാവപ്പെട്ടവർക്കും നീതി നിഷേധിക്കപ്പെടുന്നുവെന്ന ബോദ്ധ്യം ശക്തിപ്പെടുന്നത് അപകടമാണെന്ന തിരിച്ചറിവ് എല്ലാവർക്കുമുണ്ടാകണം. ഭരണഘടനയും ഭരണഘടന ഉറപ്പ് നല്കുന്ന അവകാശങ്ങളും സംരക്ഷിക്കപ്പെടേണ്ടത് കടലാസിൽ മാത്രമല്ല. പത്രപ്പരസ്യത്തിലെ പീഠികയിൽ മതനിരപേക്ഷതയും സോഷ്യലിസവും കാണാതായപ്പോൾ പ്രതിഷേധമുണ്ടായി. അവയ്ക്കൊപ്പം പ്രധാനപ്പെട്ടതാണ് നീതി. അനുദിനം അപ്രത്യക്ഷമായിക്കൊണ്ടിരിക്കുന്ന ഒന്നാണ് നീതി. കോടതികൾ നീതിയുടെ വിളനിലങ്ങളാണ്. കാലം തെറ്റി കിളിർക്കുകയോ കിളിർക്കാതിരിക്കുകയോ ചെയ്യേണ്ടതല്ല നീതിയുടെ പൂങ്കാവനം.

2

ദീമാപൂരിലെ നീതി

ജനം അപകടകാരിയാണ്. ആൾക്കൂട്ടത്തിന് സ്വയം നിയന്ത്രിക്കാൻ കഴിയില്ല. ആൾക്കൂട്ടത്തിന്റെ മനഃശാസ്ത്രം *ജൂലിയസ് സീസറിൽ* ഷേക്സ്പിയർ നന്നായി വിവരിച്ചിട്ടുണ്ട്. നിയമപരമായല്ലാതെ നിയമം ആരും കൈയിലെടുക്കരുതെന്ന നിർദ്ദേശം കർശനമായി പാലിക്കാനുള്ളതാണ്. നിയമം കൈയിലെടുത്ത ജനത്തിന്റെ ആക്രോശമാണ് യേശുവിനെ കുരിശിലേറ്റിയത്. ദിമാപൂർ സെൻട്രൽ ജയിൽ ഭേദിച്ച ആൾക്കൂട്ടം ഒരു തടവുകാരനെ നഗ്നനാക്കി ഏഴ് കിലോമീറ്റർ നടത്തി ചവിട്ടിയും കല്ലെറിഞ്ഞും കൊന്നു. മൃതദേഹം ക്ലോക് ടവറിൽ കെട്ടിത്തൂക്കി. ബലാത്സംഗക്കേസിലാണ് ആ ഹതഭാഗ്യൻ പിടിക്കപ്പെട്ട് ജയിലിലായത്. ബലാത്സംഗത്തിനെതിരായ ധാർമ്മികരോഷമാണ് അവിടെ അതിരുവിട്ട് പ്രകടമായത്. മരണാനന്തരം കഥ മാറി. ജനവും പൊലീസും കരുതിയതുപോലെ ബലാത്സംഗം നടന്നിട്ടില്ലെന്നാണ് നാഗാലാന്റ് സർക്കാർ കേന്ദ്ര സർക്കാരിനെ അറിയിച്ചത്. ഏറക്കുറെ സമാനമായ സംഭവം നാദാപുരത്ത് ഉണ്ടായിട്ടുണ്ട്. 2001 ലെ തിരഞ്ഞെടുപ്പിൽ നാദാപുരത്തെ ബലാത്സംഗം മുഖ്യ വിഷയമായി. പ്രതിയായി സംശയിക്കപ്പെട്ടയാൾ കൊല്ലപ്പെട്ടു. എൽ ഡി എഫിനു ഭരണം നഷ്ടമായി. എല്ലാം കഴിഞ്ഞപ്പോൾ അങ്ങനെയൊരു സംഭവമേ ഉണ്ടായിട്ടില്ലെന്ന് പൊലീസിന്റെ റിപ്പോർട്ട് വന്നു.

നീതിനിർവ്വഹണത്തിലെ കാലതാമസം നിയമം കൈയിലെടുക്കാൻ ജനങ്ങളെ പ്രേരിപ്പിക്കുമെന്ന വാദമുണ്ട്. ജനങ്ങളുടെ ഇടപെടൽ ഒറ്റപ്പെട്ട സംഭവങ്ങളായി തള്ളിക്കളയാനാവില്ല. തടവുകാരെ സംരക്ഷിക്കാൻ കഴിയാത്ത പൊലീസ് വിപ്ലവത്തിന്റെ വാതിലുകൾ തുറന്നിടുകയാണ്. നിയമസംവിധാനത്തിന്റെ വീഴ്ചയാണത്. ബാസ്റ്റീൽ തകർത്തുകൊണ്ടായിരുന്നു ഫ്രഞ്ച് വിപ്ലവം അരങ്ങേറിയത്. കൊലയാളികളാകുന്ന ആൾ

ക്കൂട്ടത്തിന് ന്യായം പലതും പറയാനുണ്ടാകും. ബലാത്സംഗത്തിന് നിയമം നിർദ്ദേശിക്കുന്ന ശിക്ഷയല്ല ജനങ്ങൾ ആഗ്രഹിക്കുന്നത്. രാജസ്ഥാനിലെ ഗംഗാനഗറിൽ അപ്രകാരം ജനങ്ങൾ ആഗ്രഹിച്ച ശിക്ഷ നടപ്പാക്കപ്പെട്ടു. ബലാത്സംഗത്തിനു പിടിക്കപ്പെട്ടയാളെ ജനക്കൂട്ടം അടുത്ത ഇറച്ചിക്കടയിലേക്ക് വലിച്ചിഴച്ചു. ഇറച്ചി വെട്ടുന്ന കത്തികൊണ്ട് അവർ അയാളുടെ ലിംഗം ഛേദിച്ച് റോഡിലേക്കെറിഞ്ഞു. ഝാർഖണ്ഡിൽ അഞ്ചു ചെറുപ്പക്കാരെ സദാചാരയോദ്ധാക്കൾ തെരുവിൽ അടിച്ചുകൊന്നു. നാഗപൂരിൽ അക്കു യാദവിനെ സ്ത്രീകൾ പതിയിരുന്നാക്രമിച്ച് കൊലപ്പെടുത്തി. അയാൾ പൊലീസ് അകമ്പടിയോടെ കോടതിയിലെത്തിയപ്പോഴായിരുന്നു കൊല. സ്ത്രീകളുടെ സ്വൈരജീവിതം അസാദ്ധ്യമാക്കിയ ഗുണ്ടയെന്ന നിലയിൽ യാദവിന്റെ കൊല ന്യായീകരിക്കപ്പെട്ടു. ചന്ദ്രബോസിന്റെ നിഷ്ഠുരനായ കൊലയാളി മുഹമ്മദ് നിഷാമിനെ കിട്ടിയാൽ ആൾക്കൂട്ടം എന്തു ചെയ്യുമെന്ന് പറയാനാവില്ല. വ്യക്തിയായാലും ആൾക്കൂട്ടമായാലും ഇരയുടെ നീതി സിനിമയിൽ പ്രകീർത്തിക്കപ്പെടും. യഥാർത്ഥജീവിതത്തിൽ അംഗീകരിക്കാനോ അനുകരിക്കാനോ കഴിയാത്ത കാട്ടുനീതിയാണത്.

ഇന്ത്യയുടെ മകൾ നിരന്തരം ആക്രമിക്കപ്പെടുകയാണ്. ലെസ്‌ലി ഉഡ്‌വിനെ പുറത്തുനിർത്തിയതുകൊണ്ട് പ്രശ്നം പരിഹരിക്കപ്പെടുന്നില്ല. നാഷണൽ ക്രൈം റിക്കാർഡ്സ് ബ്യൂറോയുടെ ഞെട്ടിപ്പിക്കുന്ന കണക്കുകൾ നിരോധനമില്ലാതെ പുറത്തുവരുന്നുണ്ട്. സ്ത്രീകൾക്കെതിരെയുള്ള അതിക്രമങ്ങളുടെ കണക്ക് മാത്രമെടുക്കുക. 2004 ൽ 2,13,585. ഏഴുവർഷം കഴിഞ്ഞ് 2011 ൽ 2,28,649. ഭീതിദമായ അവസ്ഥ സുസ്ഥിരമായി നിലനിർത്തിക്കൊണ്ട് 2012 ൽ എണ്ണം 2,44,270 ആയി ഉയർന്നു. 2013 ൽ 3,09,546. റിപ്പോർട്ട് ചെയ്തതും പൊലീസ് രജിസ്റ്റർ ചെയ്തതുമായ കേസുകളുടെ എണ്ണമാണിത്. ബലാത്സംഗത്തിന്റെ തലസ്ഥാനമായി ഡൽഹി മാറിയിരിക്കുന്നു. നിർഭയ കൊല്ലപ്പെട്ട വർഷം ഡൽഹിയിൽ റിപ്പോർട്ട് ചെയ്യപ്പെട്ട ബലാത്സംഗങ്ങൾ 706 ആയിരുന്നെങ്കിൽ 2014 ൽ അത് 2,166 ആയി ഉയർന്നു.

പെരുകുന്ന കേസുകൾ സത്വരം തീർപ്പാക്കി നീതിനിർവ്വഹണം വിശ്വാസയോഗ്യമാക്കാൻ ജുഡീഷ്യറിക്ക് കഴിയുന്നില്ല. സുപ്രീം കോടതിയിൽ 63,800 കേസുകളാണ് തീർപ്പാകാതെ കിടക്കുന്നത്. ഹൈക്കോടതികളിലെ കുടിശ്ശിക 44 ലക്ഷമാണ്. അതിനു താഴെയുള്ള കോടതികളിലെ കുടിശ്ശിക രണ്ട് കോടിയാണ്. ദ്രുതവിചാരണ ഇരയുടെയും പ്രതിയുടെയും അവകാശമാണ്. ദ്രുതവിചാരണയിൽ നീതി മൃതമാകരുത്. കോടതിക്ക് പുറത്ത് തർക്കങ്ങൾ തീർക്കുന്നതിനുള്ള സംവിധാനം ശക്തിപ്പെടുന്നുണ്ട്. അദാലത്ത് എന്ന സംവിധാനം ഫലപ്രദമായും മാതൃകാപരമായും പ്രവർത്തിക്കുന്നു. ബദൽ സംവിധാനങ്ങൾ ശക്തമാക്കുന്നതിനൊപ്പം കോടതികളുടെ പ്രവർത്തനം കാര്യക്ഷമമാക്കുകയും വേണം.

കേസുകൾ തീർപ്പാകാതെ കിടക്കുന്നതിന് കോടതികൾ പല

ന്യായങ്ങളും പറയും. ജഡ്ജിമാരുടെ എണ്ണവും അവർക്ക് ലഭിക്കുന്ന സൗകര്യങ്ങളും അപര്യാപ്തമാണെന്നതാണ് പതിവായി കേൾക്കുന്ന ന്യായം. നിർഭയ കേസിലെ പ്രതി മുകേഷ് സിങ്ങിന്റെ ന്യായവാദംപോലെയാണത്. പറയുന്നവർക്ക് ബോദ്ധ്യമുള്ളതും കേൾക്കുന്നവർക്ക് ബോദ്ധ്യമാകാത്തതുമായ കാര്യങ്ങളാണത്. മുകേഷിന്റെ പരാമർശങ്ങൾ ഉൾപ്പെടുത്തിയതാണ് ഉഡ്‌വിന്റെ ഡോക്യുമെന്ററി പലർക്കും അനഭിമതമാകാൻ കാരണം. അയാളുടെയും കൂട്ടുപ്രതികളുടെയും ശിക്ഷ ഇന്നും അന്തിമമായിട്ടില്ല. 2012 ഡിസംബറിനുശേഷം രണ്ട് ഡിസംബറുകൾകൂടി കടന്നുപോയി. സുപ്രീം കോടതിയും രാഷ്ട്രപതി ഭവനും കഴിഞ്ഞ് എന്നായിരിക്കാം ശിക്ഷ നടപ്പാക്കാൻ കഴിയുകയെന്ന് പറയാനാവില്ല. ശിക്ഷ നടപ്പാകുവോളം സമൂഹത്തിന് സ്വസ്ഥതയുണ്ടാവില്ല. സാമൂഹികപ്രാധാന്യമുള്ള കേസുകൾ തീർപ്പാക്കുന്നതിന് സുപ്രീം കോടതി അത്രയേറെ സമയമെടുക്കേണ്ട കാര്യമില്ല.

നീതിനിർവ്വഹണത്തിലെ കാലതാമസത്തിന് ആ രംഗവുമായി ബന്ധപ്പെട്ടവർക്കെല്ലാം ഉത്തരവാദിത്വമുണ്ട്. പൊലീസിലും കോടതിയിലും ജനങ്ങൾക്ക് വിശ്വാസമില്ലാതായാൽ നിയമവാഴ്ചയിൽ വിശ്വാസമില്ലാതാകുന്നു എന്നാണർത്ഥം. നിയമവാഴ്ചയിലെ വിശ്വാസക്കുറവ് ജനാധിപത്യത്തിലെ വിശ്വാസരാഹിത്യമായി മാറും. പണമുള്ളവന്റെ താളത്തിനൊത്ത് പൊലീസ് മേധാവികൾ തുള്ളുന്ന അശ്ലീലക്കാഴ്ചകൾ കേരളത്തിൽ കുറേക്കാലമായി കാണുന്നു. നിരാശ തീർക്കാനായി നിയമം ജനങ്ങൾക്ക് വിട്ടുകൊടുക്കാനാവില്ല. ഹാമുറാബിയുടെ കാലത്ത് പ്രതികാരം ഇരയുടെ അവകാശമായിരുന്നു. പ്രാകൃതമായ ആ കാലം ഇന്ന് സിനിമയിൽ മാത്രമാണുള്ളത്. അക്കാലം പിന്നിട്ടുകൊണ്ടാണ് നാം ഇന്നത്തെ നിയമവ്യവസ്ഥയിലും മനുഷ്യാവകാശങ്ങളിൽ അധിഷ്ഠിതമായ അവസ്ഥയിലും എത്തിച്ചേർന്നത്.

വ്യവഹാരഭാരത്താൽ കോടതിയെ നിഷ്ക്രിയമാക്കുന്നതിൽ മുഖ്യ പങ്ക് സർക്കാരിന്റേതാണ്. ജനങ്ങൾക്കെതിരെയാണ് സർക്കാർ നിയമയുദ്ധം നടത്തുന്നത്. നീതിനിർവ്വഹണമെന്നത് കോടതിയുടെ മാത്രം ഉത്തരവാദിത്വമല്ല. സർക്കാരിനും ഇക്കാര്യത്തിൽ ഉത്തരവാദിത്വമുണ്ട്. അതിൽ വീഴ്ച വരുമ്പോഴാണ് ജനങ്ങൾ കോടതിയെ സമീപിക്കുന്നത്. പ്രതികൂലമായ വിധി അംഗീകരിക്കുന്നതിനുപകരം അപ്പീലുമായി സർക്കാർ ഉയരങ്ങളിലേക്ക് പോകുന്നു. സമ്പത്തും സൗകര്യവും കുറവായ ജനത്തിന് ഒപ്പമെത്താൻ പ്രയാസപ്പെടേണ്ടിവരും. ജനങ്ങളുടെ അവകാശങ്ങൾ സംരക്ഷിക്കാൻ ബാദ്ധ്യസ്ഥമായ ഭരണകൂടം അവകാശനിഷേധകരാകുന്നു.

പശ്ചിമബംഗാളിൽ മമത ബാനർജിയെ പരിഹസിക്കുന്ന കാർട്ടൂൺ യാന്ത്രികമായി ഫോർവേഡ് ചെയ്തതിന് ഒരു പ്രൊഫസർക്കും എഞ്ചനീയറായ സുഹൃത്തിനുമുണ്ടായ അനുഭവം വാർത്താപ്രാധാന്യം നേടിയിരുന്നു. അന്യായമായി അറസ്റ്റുചെയ്ത് പീഡിപ്പിക്കുകയും അപമാനി

ക്കുകയും ചെയ്തതിന് നഷ്ടപരിഹാരം നല്കാൻ മനുഷ്യാവകാശ കമീഷൻ ഉത്തരവായി. അത് നല്കി വിഷയം അവസാനിപ്പിക്കുന്നതിനു പകരം സർക്കാർ അപ്പീൽ ഫയൽ ചെയ്തു. അപ്പീൽ നിരാകരിച്ചുകൊണ്ട് കൽക്കത്ത ഹൈക്കോടതി നല്കിയ വിധി അനാവശ്യമായി വ്യവഹാരത്തിനിറങ്ങുന്ന സർക്കാരിന്റെ കണ്ണ് തുറപ്പിക്കേണ്ടതാണ്. നീതിനിർവ്വഹണവ്യവസ്ഥയിൽ പൊതുജനങ്ങൾക്ക് ലഭ്യമാകേണ്ടതായ ഇടമാണ് അവരുടെ ചെലവിൽ സർക്കാർ അപഹരിക്കുന്നത്.

3

തൊഴിലിടങ്ങളിലെ അപമാനം

നിയമം നിർമ്മിക്കുന്നവർക്ക് നിയമം ബാധകമാകാതിരിക്കുന്നില്ല. നിർഭയ എന്ന പേരിലറിയപ്പെടുന്ന ദുരന്തസംഭവത്തിനുശേഷമാണ് സ്ത്രീകൾക്കെതിരെയുള്ള അതിക്രമങ്ങൾ ഫലപ്രദമായി കൈകാര്യം ചെയ്യുന്നതിനുള്ള നിയമം പാർലമെന്റ് പാസാക്കിയത്. വിശാഖ ഉൾപ്പെടെയുള്ള കേസുകളിലെ സുപ്രീം കോടതി നിർദ്ദേശങ്ങളും ജെ എസ് വർമ്മ കമ്മിറ്റിയുടെ ശുപാർശകളുമാണ് ആ നിയമത്തിന് ആധാരമായത്. ഓടുന്ന ബസിൽ മാത്രമല്ല തൊഴിലിടങ്ങളിലും സ്ത്രീകളുടെ സുരക്ഷ ഈ നിയമത്തിന്റെ ലക്ഷ്യമാണ്. പത്ത് സ്ത്രീകളെങ്കിലുമുണ്ടെങ്കിൽ അവിടെ ലൈംഗികാതിക്രമങ്ങളെക്കുറിച്ച് പരാതിയുണ്ടായാൽ പരിശോധിക്കാൻ സ്ഥിരംസമിതി ഉണ്ടായിരിക്കണം. സർക്കാർ ഓഫീസുകളും കോർപ്പറേറ്റ് സ്ഥാപനങ്ങളും മാത്രമല്ല നിയമത്തിന്റെ നിർമ്മാണശാലയും ഈ വ്യവസ്ഥ പാലിക്കുന്നില്ല. 2013 ൽ നിയമം ഉണ്ടാക്കുമ്പോഴും ഇപ്പോഴും ലോകസഭയിൽ സ്പീക്കറുടെ കസേരയിലിരിക്കുന്നത് വനിതയാണ്. വനിതാ എം പിമാർക്കു പുറമേ ധാരാളം സ്ത്രീകൾ പണിയെടുക്കുന്ന സ്ഥലമാണ് പാർലമെന്റ് എന്നിട്ടും അവിടെ സ്ത്രീസുരക്ഷയ്ക്കുവേണ്ടി നിയമം ആവശ്യപ്പെടുന്ന സമിതി രൂപീകരിച്ചിട്ടില്ല.

സഭയുടെ മാത്രമല്ല സഭയുമായി ബന്ധപ്പെട്ട സർവ്വരുടെയും സംരക്ഷകനാണ് സ്പീക്കർ. എന്നാൽ, കേരള നിയമസഭയിലെ ഇപ്പോഴത്തെ സ്പീക്കർ വ്യത്യസ്തനാണ്. അദ്ദേഹം പേരിൽമാത്രമാണ് ശക്തൻ. ശക്തറും കൗളും അദ്ദേഹം കേട്ടിട്ടുള്ള പേരുകളല്ല. നിർദ്ദേശിക്കപ്പെട്ട ഭാഷയിലായിരിക്കണം സഭാനടപടികൾ എന്ന് വ്യവസ്ഥയുള്ളപ്പോൾ ആംഗ്യഭാഷയിലും സഭയെ നിയന്ത്രിക്കാമെന്ന പുതുതത്ത്വത്തിന്റെ ഉപജ്ഞാതാവാണ് ശക്തൻ. ഒരുപക്ഷേ, ഇങ്ങനെയായിരിക്കാം

തത്ത്വങ്ങൾ ഉണ്ടാകുന്നത്. സ്ത്രീകളോടുള്ള അദ്ദേഹത്തിന്റെ സമീപനവും പുതിയ തത്ത്വങ്ങൾക്ക് വഴിയൊരുക്കുന്നു. ദൃശ്യങ്ങളുടെ സാക്ഷ്യത്തോടെ വനിതാ എം എൽ എമാർ നല്കിയ പരാതികൾ പരിഗണിക്കാൻ അദ്ദേഹം തയ്യാറായില്ല. പരാതിക്കാർക്ക് പൊലീസിനെ സമീപിക്കേണ്ടിവന്നു. എന്തു ചെയ്യണമെന്ന നിർദ്ദേശത്തിനായി സ്പീക്കറെ സമീപിച്ച പൊലീസിനോട് അദ്ദേഹം എന്തു പറയും? പ്രതിപക്ഷ എം എൽ എമാർക്കെതിരെ പൊലീസിന് പരാതി നല്കിയ സെക്രട്ടേറിയറ്റ് വനിതാ എം എൽ എമാരുടെ പരാതികൂടി പൊലീസിന് കൈമാറിയിരുന്നുവെങ്കിൽ സഭയുടെയും സ്പീക്കറുടെയും അന്തസ്സ് ഉയരുമായിരുന്നു.

സ്ത്രീയുടെ അന്തസ്സിനെ ഹനിക്കുന്ന കൃത്യം നടന്നതായി പരാതിയുണ്ടായാൽ സ്ഥാപനത്തിന്റെ ഉടമയ്ക്കോ മേധാവിക്കോ അത് വ്യക്തിപരമായ നിലപാടിന്റെ അടിസ്ഥാനത്തിൽ അവസാനിപ്പിക്കാനാവില്ല. ഇക്കാര്യത്തിൽ സുപ്രീം കോടതിയും പാർലമെന്റും നല്കിയിട്ടുള്ള നിർദ്ദേശങ്ങൾ പൊതുവെ അവഗണിക്കപ്പെടുന്നുവെന്ന് വനിതാക്ഷേമ മന്ത്രി മേനക ഗാന്ധി പാർലമെന്റിനെ അറിയിച്ചു. സൗകര്യവും താല്പര്യവും അനുസരിച്ച് നിലപാടുകൾ മാറ്റാവുന്നതല്ല സ്ത്രീയുടെ അന്തസ്സിനെ സംബന്ധിക്കുന്ന വിഷയം. ബംഗാളിൽ എഴുപത് വയസ്സുള്ള കന്യാസ്ത്രീ ലൈംഗികമായി ആക്രമിക്കപ്പെട്ടുവെന്നാണ് വാർത്ത. സോഷ്യൽ മീഡിയയിലെ രോഷപ്രകടനമല്ലാതെ മറ്റൊന്നും സംഭവിക്കുന്നില്ല. രോഷപ്രകടനം തെരുവിലേക്കിറങ്ങിയാൽ എന്തു സംഭവിക്കുമെന്ന് ദിമാപൂരിൽ കണ്ടു.

വിശാഖയ്ക്കുശേഷം നിർഭയയിലേക്കെത്താൻ രണ്ട് ദശകം വേണ്ടിവന്നു. നിർഭയയ്ക്കു ശേഷമുള്ള 2013 ലെ നിയമം നടപ്പാക്കാൻ ഇനിയുമെത്ര കാലം കാത്തിരിക്കണം. നിയമസഭയിൽ സ്പീക്കർ നല്കുന്ന സന്ദേശം വലിയ തോതിൽ തെറ്റിദ്ധാരണയ്ക്ക് കാരണമാകും. സ്പീക്കറുടെ ഹ്രസ്വദൃഷ്ടിയിൽ കാണുന്നതുമാത്രമാണ് നിയമസഭയിലെ ശരിയെന്നു വന്നാൽ തൊഴിൽസ്ഥാപനങ്ങളിലെ മേധാവികൾക്കും അതേ നിലപാട് സ്വീകരിക്കാം. അന്വേഷണവും അതിന്റെ അടിസ്ഥാനത്തിലുള്ള നിഗമനവും ആവശ്യമില്ലെന്നുവരും. ആക്ഷേപത്തിന് വിധേയരാകുന്നവർക്ക് ശിവദാസൻനായരെ മാതൃകയാക്കാൻ കഴിയുമെന്ന അവസ്ഥ വിശാഖയ്ക്കും നിർഭയയ്ക്കും നിരക്കുന്നതല്ല. പിതാവിനെ ആക്രമിക്കാൻ ഒരു ഒരുമ്പെട്ടവൾ വന്നാൽ പ്രതികരിക്കുന്നതിനുമുമ്പ് വിശാഖയും നിർഭയയും വായിക്കുമോയെന്ന് മാതൃഭൂമി ന്യൂസിലെ ചർച്ചയിൽ ജോസഫ് വാഴക്കൻ എന്നോട് ചോദിച്ചു. ശിവദാസൻനായർക്കുവേണ്ടി കോൺഗ്രസ് എം എൽ എ കണ്ടെത്തിയ ന്യായം അതീവദുർബ്ബലമാണ്. ഉമ്മൻചാണ്ടി എന്ന അപ്പനെതിരെയുള്ള ആക്രമണം തടുക്കാനാണ് വനിതാ എം എൽ എയെ കയറിപ്പിടിച്ചതെന്ന് സമ്മതിച്ചാൽ ന്യായമായ പിടിത്തമാണ് പിടിച്ചതെന്നുകൂടി തെളിയിക്കേണ്ടിവരും. ആത്മരക്ഷയ്ക്കുള്ള ആക്രമണംപോലും അതിനാൽത്തന്നെ സാധൂകരിക്കപ്പെടുന്നില്ല.

ആക്രമണം ന്യായവും അനിവാര്യവും ആയിരുന്നു എന്നുകൂടി തെളിയിക്കേണ്ടിവരും. അതിനുള്ള അവസരമാണ് ശിവദാസൻ നായർക്ക് സ്പീക്കർ നിഷേധിച്ചത്. ദുശ്ശാസനൻനായരെന്ന വിളിക്കറയുമായി അദ്ദേഹത്തിന് ഏറെക്കാലം കഴിയേണ്ടി വരും. അദ്ദേഹത്തിന് ന്യായമായ ഒരു വിശദീകരണമുണ്ടെങ്കിൽ അത് നിയമസംവിധാനത്തെ ബോദ്ധ്യപ്പെടുത്തുന്നതിനുള്ള അവസരം സ്പീക്കർ നിഷേധിക്കരുതായിരുന്നു.

നിയമം കർശനവും സമീപനം മൃദുവും ആകുമ്പോൾ കുറ്റകൃത്യങ്ങൾ വർദ്ധിക്കുന്നു. 2014 ൽ ദേശീയ വനിതാ കമീഷൻ സ്വീകരിച്ച പരാതികളുടെ എണ്ണം 336 ആയിരുന്നു. 2013 ൽ 249, 2012 ൽ 167, 2011ൽ 170 എന്നിങ്ങനെയായിരുന്നു പരാതികളുടെ എണ്ണം. ഐ ടി, ബിപിഒ മേഖലകളിൽ പണിയെടുക്കുന്ന സ്ത്രീകളിൽ 88 ശതമാനം പേരും ഏതെങ്കിലും തരത്തിലുള്ള അപമാനത്തിന് ഏതെങ്കിലും ഘട്ടത്തിൽ വിധേയരാകുന്നുണ്ടെന്നാണ് കണക്ക്. എന്താണ് ചെയ്യേണ്ടതെന്ന് അറിയാത്തതുകൊണ്ടും ഭവിഷ്യത്തിനെക്കുറിച്ചുള്ള അവ്യക്തതകൊണ്ടും പരാതിപ്പെടുന്നവരുടെ എണ്ണം കുറവാണ്.

ദൃശ്യങ്ങളുടെ പിൻബലത്തോടെ കാര്യപ്രാപ്തിയുള്ള ജനപ്രതിനിധി ഉന്നയിക്കുന്ന ആക്ഷേപംപോലും പരിഗണിക്കപ്പെടാതിരിക്കുന്നത് പൊതുരംഗത്ത് സ്ത്രീകൾ നേരിടുന്ന അവസ്ഥയിലേക്കുള്ള സൂചികയാണ്. നിയമസഭയ്ക്ക് പാർലമെന്ററി ചരിത്രവും പാരമ്പര്യവും ഭരണഘടനയും നല്കുന്ന സുരക്ഷയുടെ പരിസരം പൊലീസിനായി തുറന്നുകൊടുത്തുവെന്ന അപരാധം സ്പീക്കർ ചെയ്തു. അനന്തശയനം അയ്യങ്കാർമുതൽ പാണ്ഡ്യനും വക്കവുംവരെ സഭയുടെ പരമാധികാരം സംരക്ഷിച്ച സ്പീക്കർമാരാൽ സമ്പന്നമാണ് ഇന്ത്യയുടെ പാർലമെന്ററി ചരിത്രം. നിയമസഭയിൽ പറയേണ്ടത് പെരുന്നയിൽ പറയുന്ന ശക്തൻ തെരയുന്നത് ഏത് ശ്രീകോവിലാണ്.

ജനപ്രതിനിധിയെ സംബന്ധിച്ച് ഏറ്റവും സുരക്ഷിതമായ ഇടമാണ് സഭ. രാജാവിനും രാജാവിന്റെ പടയാളികൾക്കും പ്രവേശനം നിഷേധിച്ചുകൊണ്ടാണ് ഇംഗ്ലണ്ടിൽ പാർലമെന്റിന്റെ ആധിപത്യചരിത്രം ആരംഭിക്കുന്നത്. പാർലമെന്റിനെ വെല്ലുവിളിച്ച രാജാവിനെ ശിരച്ഛേദം നടത്തിയ ചരിത്രമാണ് ബ്രിട്ടീഷ് പാർലമെന്റിനുള്ളത്. സ്പീക്കർ ദുർബ്ബലനും എക്സിക്യൂട്ടീവിന്റെ പാദസേവകനുമാകുമ്പോൾ സഭയുടെ പരമാധികാരം ചോർന്നുപോകും. സഭയുടെ ഫ്ളോറിലോ തളത്തിലോ സഹ എം എൽ എയിൽനിന്ന് ആക്രമണമോ അപമാനശ്രമമോ ഉണ്ടാകുമെന്ന് ആരും പ്രതീക്ഷിക്കുന്നില്ല. അപ്രതീക്ഷിതമായ അപമാനപ്പെടുത്തലിന് വിധേയയായ സ്ത്രീ ധൈര്യപൂർവ്വം പരാതിപ്പെടുമ്പോൾ പ്രതിക്കൊപ്പം ചേർന്ന സഭാദ്ധ്യക്ഷൻ നല്ല മാതൃകയല്ല കാണിച്ചത്.

പരാതിക്കാരിയെ പരിഹസിക്കുകയും പ്രതിയെ ന്യായീകരിക്കുകയും ചെയ്ത സ്പീക്കർ കേസിലെ പ്രതിയാകും. സഭയിലെ പ്രവൃത്തികളുടെ പേരിൽ അഞ്ച് പ്രതിപക്ഷ അംഗങ്ങളെ ശിക്ഷിക്കണമെന്ന

പ്രമേയം അവതരിപ്പിച്ചത് മുഖ്യമന്ത്രിയാണ്. അദ്ദേഹത്തിന്റെ ദൃഷ്ടി പഥത്തിലാണ് വനിതാ എം എൽ എമാർ ആക്രമിക്കപ്പെട്ടത്. അദ്ദേഹത്തിന് അത് കണ്ടില്ലെന്ന് പറഞ്ഞൊഴിയാനാവില്ല. ആ അഴിഞ്ഞാട്ടക്കാർക്കെതിരെയും നടപടി ആവശ്യപ്പെടുന്നതിനുള്ള അധികാരവും ഉത്തരവാദിത്വവും ഉമ്മൻചാണ്ടിക്കുണ്ടായിരുന്നു. സ്പീക്കർ ഉയർത്തുന്ന പ്രതിരോധം മറികടന്ന് നിയമനടപടികളുമായി മുന്നോട്ടുപോകാൻ പരാതിക്കാരായ വനിതകൾക്കു കഴിയുമെന്നിരിക്കെ സ്പീക്കറും മുഖ്യമന്ത്രിയും പ്രതിക്കൂട്ടിലാകുന്ന സാഹചര്യമുണ്ട്.

4

ഇതാണ് വൈരനിര്യാതനം

ശ്രീപത്മനാഭസ്വാമി ക്ഷേത്രക്കേസിൽ അമിക്കസ് ക്യൂറി എന്ന നിലയിൽ കേരളത്തിന് സുപരിചിതനായ ഗോപാൽ സുബ്രഹ്മണ്യത്തെ സുപ്രീം കോടതി ജഡ്ജിയായി നിയമിക്കുന്നതിനുള്ള ചീഫ് ജസ്റ്റീസിന്റെ ശുപാർശ കേന്ദ്രസർക്കാറിന് അസ്വീകാര്യമായതിൽ അത്ഭുതമില്ല. സോറാബുദ്ദീൻ ഷെയ്ഖ് കേസിൽ സുപ്രീം കോടതിയുടെ അമിക്കസ് ക്യൂറിയായിരുന്ന ഗോപാൽ സുബ്രഹ്മണ്യമാണ് അമിത് ഷായെ വ്യാജ ഏറ്റുമുട്ടൽ കേസിൽ കുടുക്കിയ സി ബി ഐ അന്വേഷണത്തിന് കാരണക്കാരനായത്. സോണിയ ഗാന്ധിയുടെ സ്വന്തം അഭിഭാഷകനായിരുന്ന ഗോപാൽ സുബ്രഹ്മണ്യം സേതുസമുദ്രം കേസുൾപ്പെടെ പല കേസുകളിലും ബി ജെ പിക്ക് ഹിതകരമല്ലാത്ത നിലപാടുകൾ സ്വീകരിച്ചിട്ടുണ്ട്.

ജഡ്ജിമാരുടെ നിയമനത്തിൽ സുപ്രീം കോടതിയുടേതാണ് അവസാനവാക്ക്. ചീഫ് ജസ്റ്റീസും മുതിർന്ന ജഡ്ജിമാരും ചേരുന്ന കൊളീജിയം നല്കുന്ന ശുപാർശ ഒടുവിൽ അംഗീകരിക്കപ്പെടും. ഈ അവസ്ഥ ഒഴിവാക്കുന്നതിനാണ് കൊളീജിയത്തെ ഇല്ലാതാക്കിയത്. ഏറെക്കാലമായി കാത്തിരുന്ന ജുഡീഷ്യൽ നിയമന കമീഷൻ ബിൽ നിയമമായി. ലോകസഭയിലെ പ്രതിപക്ഷനേതാവുമായി ആലോചിച്ച് പ്രധാനമന്ത്രി തെരഞ്ഞെടുക്കുന്ന രണ്ട് പ്രമുഖവ്യക്തികൾകൂടി ചേർന്നതാണ് നിർദ്ദിഷ്ട കമീഷൻ.

ജഡ്ജിമാരെ നിയമിക്കുന്നത് രാഷ്ട്രപതിയാണ്. പ്രധാനമന്ത്രിയുടെ ഉപദേശമനുസരിച്ചാണ് രാഷ്ട്രപതി നിയമനം നടത്തേണ്ടത്. ജഡ്ജിമാരുടെ നിയമനത്തിൽ തീരുമാനമെടുക്കേണ്ടത് ചീഫ് ജസ്റ്റീസുമായി ആലോചിച്ചുവേണമെന്ന് ഭരണഘടന പറയുന്നു. ജഡ്ജിമാരെ നിയമിക്കുന്നതിൽ എക്സിക്യൂട്ടീവിന് കാര്യമായ പങ്കുണ്ടായിരുന്നു എന്നർത്ഥം. എന്നാൽ ഭരണഘടനയിലെ സുവ്യക്തമായ വ്യവസ്ഥകളെ അട്ടിമറിച്ചു

കൊണ്ട് ഈ അധികാരം ജുഡീഷ്യറി ഏറ്റെടുത്തു. ചീഫ് ജസ്റ്റീസിന്റെ അഭിപ്രായം പരമവും അന്തിമവുമാണെന്ന് സുപ്രധാനമായ മൂന്ന് വിധിന്യായങ്ങളിലൂടെ സുപ്രീം കോടതി സ്ഥാപിച്ചു. അങ്ങനെയാണ് കൊളീജിയം എന്ന സംവിധാനമുണ്ടായത്. ജഡ്ജിമാരെ ജഡ്ജിമാർ തന്നെ നിയമിക്കുന്ന അശാസ്ത്രീയവും അനുചിതവുമായ ഏർപ്പാട് തൃപ്തികരമായി പ്രവർത്തിക്കാത്ത സാഹചര്യത്തിലാണ് ജുഡീഷ്യൽ നിയമന കമീഷൻ എന്ന നിർദ്ദേശമുണ്ടായത്.

കൊളീജിയത്തിന്റെ ആവിർഭാവത്തിനു മുമ്പായതിനാലാണ് വി ആർ കൃഷ്ണയ്യർ ജഡ്ജിയായത്. കൊളീജിയം കണ്ടെത്തിയ പി ഡി ദിനകരന് സുപ്രീം കോടതിയിലെത്താൻ കഴിയാതെപോയത് കൊളീജിയം കാണാതിരുന്ന ചില കാര്യങ്ങൾ വെളിപ്പെട്ടുപോയതുകൊണ്ടാണ്. ഹൈക്കോടതിയിൽ അഞ്ചുവർഷം ജഡ്ജിയായിരിക്കുകയെന്നതാണ് സുപ്രീം കോടതി ജഡ്ജിയാകുന്നതിനുള്ള യോഗ്യത. ഹൈക്കോടതി ചീഫ് ജസ്റ്റീസുമാരെ സീനിയോറിറ്റിയുടെ അടിസ്ഥാനത്തിൽ നിയമിക്കുന്ന രീതിയാണ് നിലവിലുള്ളത്. എന്നാൽ കർണ്ണാടക ചീഫ് ജസ്റ്റീസ് എം എൽ പെൻഡ്സെയും ഡൽഹി ചീഫ് ജസ്റ്റീസ് എ പി ഷായും ഒഴിവാക്കപ്പെട്ടപ്പോൾ വിശദീകരണമൊന്നും ഉണ്ടായില്ല.

ഹൈക്കോടതി ജഡ്ജിമാരിൽനിന്നുമാത്രമല്ല ഹൈക്കോടതി അഭിഭാഷകരിൽനിന്നും വിശിഷ്ടരായ നിയമജ്ഞരിൽനിന്നും സുപ്രീം കോടതിയിലേക്ക് ജഡ്ജിമാരെ കണ്ടെത്താം. എന്നാൽ വിശിഷ്ടനായ ഒരു നിയമജ്ഞനെ ഇനിയും കണ്ടെത്താൻ രാഷ്ട്രപതിക്കു കഴിഞ്ഞിട്ടില്ല. ജഡ്ജിമാരുടെ പരിശീലകനായ എൻ ആർ മാധവമേനോൻ, ഉപേന്ദ്ര ബക്ഷി, പി കെ ത്രിപാഠി തുടങ്ങി പല പേരുകളും സാധാരണക്കാർക്ക് ചൂണ്ടിക്കാണിക്കാൻ കഴിയും. പക്ഷേ, ജനങ്ങളോട് ഇത്തരം കാര്യങ്ങളിൽ ആരും അഭിപ്രായം ചോദിക്കാറില്ല. ജഡ്ജിമാരുടെ പിൻഗാമികളെ അവർ തന്നെ കണ്ടെത്തും. റിപ്പബ്ലിക്കൻ സംവിധാനത്തിൽ വംശീയപിന്തുടർച്ച ജുഡീഷ്യറിയിൽമാത്രമാണുള്ളത്.

സുപ്രീം കോടതിയിലേക്കുള്ള നിയമനവാഗ്ദാനം പലരും നിരസിച്ചിട്ടുണ്ട്. ബോംബെ ഹൈക്കോടതി ചീഫ് ജസ്റ്റീസായിരുന്ന എം സി ഛഗ്ല ആവർത്തിക്കപ്പെട്ട ക്ഷണം നിരസിച്ചത് അക്കാലത്ത് ആ ഹൈക്കോടതിയിലെ ചീഫ് ജസ്റ്റീസിന്റെ പദവിയും ആനുകൂല്യങ്ങളും ലോകത്തിലെതന്നെ ഏറ്റവും ഉയർന്നതായിരുന്നതുകൊണ്ടാണ്. ഏറ്റവും മുതിർന്ന ചീഫ് ജസ്റ്റീസ് സുപ്രീം കോടതിയിലെത്തുമ്പോൾ ഏറ്റവും ജൂനിയറാകും ഏറെക്കാലത്തേക്ക് ഒരു വിധിന്യായം എഴുതാൻപോലും അവസരം കിട്ടില്ല. നാനി പാൽക്കിവാല, എച്ച് എം സീർവായ്, കെ കെ വേണുഗോപാൽ തുടങ്ങി നിരവധി അഭിഭാഷകർ സുപ്രീം കോടതി ജഡ്ജിയാകാൻ വിസമ്മതിച്ചവരാണ്. റോഹിൻടൺ നരിമാന്റെ പ്രസിദ്ധനായ പിതാവ് ഫാലി എസ് നരിമാനും ഇക്കൂട്ടത്തിൽപ്പെടുന്നു. തുടക്കക്കാരനായ ഒരു അഭിഭാഷകന് ഒരു കോർപ്പറേറ്റ് അഭിഭാഷകസ്ഥാപനത്തിൽ ലഭി

ക്കുന്ന തുകയ്ക്ക് തുല്യംമാത്രമേ ആകുന്നുള്ളൂ സുപ്രീം കോടതി ജഡ്ജിക്കു ലഭിക്കുന്ന ശമ്പളവും ആനുകൂല്യങ്ങളും.

ഇതുവരെയുള്ള 210 സുപ്രീംകോടതി ജഡ്ജിമാരിൽ അഭിഭാഷകരിൽനിന്ന് നാലുപേർ മാത്രമാണ് ഹൈക്കോടതി ജഡ്ജിയാകാതെ സുപ്രീം കോടതിയിലെത്തിയിട്ടുള്ളത്. എസ് എം സിക്രി, എസ് സി റോയ്, കുൽദീപ് സിങ്, സന്തോഷ് ഹെഗ്ഡെ എന്നിവരാണ് ആ നാലു പേർ. സിക്രിയും സിങ്ങും പഞ്ചാബിൽ അഡ്വക്കേറ്റ് ജനറൽ എന്ന നിലയിൽ പ്രവർത്തിച്ചാണ് ശ്രദ്ധേയരായത്. സിക്രി ചീഫ് ജസ്റ്റീസായി വിരമിച്ചു. ഇദ്ദേഹമാണ് പ്രസിദ്ധമായ കേശവാനന്ദ ഭാരതി കേസിൽ ഭരണഘടനയുടെ തകർക്കാനാവാത്ത അടിസ്ഥാനഘടന എന്ന തത്ത്വം ആവിഷ്കരിച്ചത്. ഹെഗ്ഡെയും സോളിസിറ്റർ ജനറലായിരുന്നു.

ഈ നാൽവരുടെ പിൻഗാമികളെന്ന നിലയിലാണ് ഗോപാൽ സുബ്രഹ്മണ്യത്തിന്റെയും റോഹിൻടൺ നരിമാന്റെയും നിയമന ശുപാർശ ശ്രദ്ധേയമായത്. ഇരുവരും സോളിസിറ്റർ ജനറലായി പ്രവർത്തിച്ചിട്ടുണ്ട്. ഇരുവരെയും നിയമിച്ചത് യു പി എ സർക്കാറാണെങ്കിലും അസുഖകരമായ സാഹചര്യങ്ങളിൽ ഇരുവരും സ്ഥാനമൊഴിഞ്ഞവരാണ്. ഇവർക്കൊപ്പം കൊൽക്കത്ത, ഒഡിഷ ഹൈക്കോടതികളിലെ ചീഫ് ജസ്റ്റീസുമാരുടെ പേരുകളും കൊളീജിയം ശുപാർശ ചെയ്തു.

കൊളീജിയം ശുപാർശ ചെയ്തവരിൽനിന്ന് ഗോപാൽ സുബ്രഹ്മണ്യംമാത്രം നിരാകരിക്കപ്പെട്ടു. സർക്കാരിന്റെ എതിർപ്പ് കൊളീജിയത്തോടായിരുന്നില്ല, വ്യക്തിയോടായിരുന്നു. ഗവർണർമാരുടെ കാര്യത്തിലെന്നപോലെ ജഡ്ജിമാരുടെ നിയമനത്തിലും രാഷ്ട്രീയമായ അപകഥ കടന്നുവരുന്നത് ശരിയല്ല. ഗോപാൽ സുബ്രഹ്മണ്യത്തിന് പ്രായം 56. നിയമനം നടന്നിരുന്നുവെങ്കിൽ അദ്ദേഹത്തിന് ഒമ്പത് വർഷം ജഡ്ജിയായിരിക്കാമായിരുന്നു. അതിനുശേഷം അഭിഭാഷകവൃത്തി തുടരാനാവില്ല. വരുമാനത്തിന്റെ അടിസ്ഥാനത്തിൽ സാമ്പത്തികമായ ത്യാഗമാണത്. എന്നാൽ 2022 ൽ അദ്ദേഹത്തിന് ചീഫ് ജസ്റ്റീസാകാൻ കഴിയുമായിരുന്നു. സിക്രിക്കുശേഷം ബാറിൽനിന്നെത്തി ചീഫ് ജസ്റ്റീസാകുന്നതിനുള്ള അവസരം അദ്ദേഹത്തിന് ലഭിക്കുമായിരുന്നു.

ശുപാർശ ചെയ്യപ്പെട്ട നാലുപേരിൽ ഒരാൾമാത്രം അനഭിമതനാകുമ്പോൾ ഗവൺമെന്റ് കാരണം വെളിപ്പെടുത്തണമായിരുന്നു. ശുപാർശ ചെയ്യപ്പെടുന്നവരെക്കുറിച്ച് ഇന്റലിജൻസ് ബ്യൂറോ അന്വേഷണം നടത്തിയതിനുശേഷമാണ് നിയമവകുപ്പ് ഫയൽ രാഷ്ട്രപതിക്കയക്കുന്നത്. എന്താണ് സുബ്രഹ്മണ്യത്തിനെതിരെയുള്ള കണ്ടെത്തൽ എന്തെന്നറിയുന്നതിനുള്ള അവകാശം ജനങ്ങൾക്കുണ്ടായിരുന്നു. ഭരണഘടനാപരമായ നിയമനങ്ങൾ വൈരനിര്യാതനത്തിനുള്ള അവസരമാകരുത്.

5

ഇഴയുന്ന കോടതികൾ

പുസ്തകത്തിനുള്ളിൽ ഒളിച്ചുവച്ച നിലയിൽ മയക്കുമരുന്ന് കണ്ടെത്തിയതിനെ തുടർന്ന് ഷിജു എന്ന മലയാളി യുവാവ് അബുദാബിയിൽ ജയിലിലായത് ജൂൺ പതിനെട്ടിനായിരുന്നു. പിതാവിന്റെ അപകടമരണത്തെത്തുടർന്ന് നാട്ടിലെത്തിയ ഷിജുവിനെ ഒരു സുഹൃത്ത് ചതിച്ചതാണെന്ന് എല്ലാവർക്കും ബോദ്ധ്യമായി. അഞ്ചാഴ്ച തികയ്ക്കേണ്ടി വന്നില്ല അബുദാബിയിലെ കോടതിക്കും അത് ബോദ്ധ്യമായി. ഷിജു മോചിതനായി. അബുദാബിയിലെ നീതിന്യായവ്യവസ്ഥ ഏതു രൂപത്തിലുള്ളതാണെങ്കിലും ശ്ലാഘനീയമായ വേഗതയിൽ ഒരു കേസിൽ തീർപ്പുണ്ടായി. മോചനത്തിനുപകരം ശിക്ഷയായിരുന്നുവെങ്കിലും ഈ വേഗത ഉണ്ടാകുമായിരുന്നു

അപരാധികൾ പലർ രക്ഷപ്പെട്ടാലും നിരപരാധിയായ ഒരാൾപോലും ശിക്ഷിക്കപ്പെടരുതെന്ന നിയമതത്ത്വം അബുദാബിയിലുണ്ടോ എന്നറിയില്ല. ഇന്ത്യൻ നീതിന്യായവ്യവസ്ഥയുടെ മികവായി നാം ഉയർത്തിക്കാട്ടുന്നത് ഈ തത്ത്വമാണ്. ഫലത്തിൽ, അപരാധികൾ ശിക്ഷിക്കപ്പെടുന്നില്ല; നിരപരാധികൾ പല രൂപത്തിൽ പീഡനത്തിനും ശിക്ഷയ്ക്കും വിധേയരാകുന്നു. ശിക്ഷയേക്കാൾ കൂടുതൽ കാലം വിചാരണയ്ക്കായി ജയിലിൽ കഴിയേണ്ടിവരുന്ന സാഹചര്യം അപൂർവ്വമല്ലാതായിരിക്കുന്നു.

നീതിനിർവ്വഹണത്തിലെ കാലതാമസം ഇന്ത്യൻ ജുഡീഷ്യറിയുടെ പ്രശ്നവും പ്രതിസന്ധിയുമാണ്. വൈകിയെത്തുന്ന നീതി നിഷേധിക്കപ്പെടുന്ന നീതിയാണ്. ദ്രുതനീതി മൃതനീതിയാകുമെന്ന മറുവശവുമുണ്ട്. അതിവേഗം ആപത്തിനു കാരണമാകും. ഇതിനിടയിൽ എവിടെയാണ് സ്വീകാര്യമായ തത്ത്വം കണ്ടെത്താൻ കഴിയുക? വിചാരണയുടെ വേഗത്തിലുള്ള പൂർത്തീകരണം ഭരണഘടനയുടെ അനുച്ഛേദം 21 ഉറപ്പു നല്കുന്ന വ്യക്തിസ്വാതന്ത്ര്യത്തിന്റെ ഭാഗമാണ്. ആന്തുലെ കേസിൽ

സുപ്രീം കോടതി ഇപ്രകാരം പറഞ്ഞതോടെ വേഗത്തിലുള്ള വിചാരണ മൗലികാവകാശമായി മാറി. അനന്തമായി നീണ്ടുപോകുന്ന വിചാരണ ഈ അവകാശത്തിന്റെ നിഷേധവും നിരാസവുമാണ്. വിചാരണയുടെ അനിശ്ചിതമായ അന്ത്യം കാത്ത് ജാമ്യമില്ലാതെ ജയിലുകളിൽ കഴിയുന്നവർ ആവശ്യപ്പെടുന്നത് അനുകമ്പയല്ല, നീതിയാണ്. ഇന്ത്യൻ പൗരന്മാർക്ക് മാത്രമല്ല വിദേശികൾക്കും ബാധകമാകുന്ന നീതിയാണിത്.

മനുഷ്യാവകാശങ്ങൾ, ജുഡീഷ്യൽ റിവ്യൂ തുടങ്ങിയ കാര്യങ്ങളിൽ പ്രശസ്തിയില്ലാത്ത രാജ്യമാണ് യു എ ഇ. മനുഷ്യാവകാശങ്ങളെക്കുറിച്ച് പഠിക്കുന്നതിന് ആരും അബുദാബിയിൽ പോകുന്നില്ല. പക്ഷേ, അവിടെ ഒരു ഇന്ത്യാക്കാരന്റെ നിരപരാധിത്വം കോടതിക്ക് ബോദ്ധ്യമാകുന്നതിന് അഞ്ചാഴ്ച മതിയായി. ഭാരിച്ച കോടതിച്ചെലവുണ്ടായില്ല. സാങ്കേതികമായ സങ്കീർണ്ണതകളുണ്ടായില്ല. അഴിയാത്ത കുരുക്കുകളുണ്ടായില്ല. കോയമ്പത്തൂർ കേസിൽ അബ്ദു നാസർ മഅ്ദനിയുടെ നിരപരാധിത്വം കോടതിക്ക് ബോദ്ധ്യമാകുന്നതിന് ഒരു ദശകക്കാലം വേണ്ടിവന്നു. കോയമ്പത്തൂരിൽനിന്ന് ബംഗളൂരുവിലെത്തിയപ്പോൾ അഞ്ചാം വർഷവും വിചാരണ ന്യൂട്രറിൽ ഇഴയുകയാണ്. ഷിജുവും മഅ്ദനിയും ഇരകളാണ്. ഇരകളോടുള്ള സമീപനം ഭരണവ്യവസ്ഥകളെ വ്യത്യസ്തമാക്കുന്നു. ആംഗ്ലോ-അമേരിക്കൻ നിയമങ്ങളോടും നീതിനിർവ്വഹണവ്യവസ്ഥയോടും കടപ്പെട്ടിരിക്കുന്ന നാം അറബികളിൽനിന്നും ചില പാഠങ്ങൾ പഠിക്കേണ്ടിയിരിക്കുന്നു.

ആരെയും അറസ്റ്റുചെയ്യുന്നതിന് പൊലീസിന് അനിയന്ത്രിതമായ അധികാരം നല്കുന്നതാണ് നമ്മുടെ രീതി. അറസ്റ്റിലേറെയും അനാവശ്യമാണ്. അറസ്റ്റിലാകുന്നയാളെ ഇരുപത്തിനാല് മണിക്കൂറിനകം ഏറ്റവും അടുത്തുള്ള മജിസ്ട്രേറ്റിനുമുന്നിൽ ഹാജരാക്കണമെന്ന് ഭരണഘടന പറയുന്നു. അറസ്റ്റിന്റെ സാധുതയും ആവശ്യകതയും മജിസ്ട്രേറ്റിന്റെ പരിശോധനയ്ക്ക് വിധേയമാണ്. പക്ഷേ, മജിസ്ട്രേറ്റ് പ്രതിയെ യാന്ത്രികമായി ജയിലിലേക്കയക്കുന്നു. ആരോപണത്തിലെ ന്യായവും പ്രോസിക്യൂഷന്റെ വിജയസാദ്ധ്യതയും പല ഘട്ടങ്ങളിലും മജിസ്ട്രേറ്റ് പരിശോധിക്കണമെന്ന് വ്യവസ്ഥയുണ്ട്. സാങ്കേതികമായ ന്യൂനതകൾപോലും പ്രതിയുടെ കുറ്റവിമുക്തിക്ക് കാരണമാകും. ഇവ്വിധമുള്ള അധികാരങ്ങൾ മജിസ്ട്രേറ്റുമാർ പ്രയോഗിക്കുന്നില്ലെന്നതാണ് വാസ്തവം. ജാമ്യം നിഷേധിക്കുക; ജയിലിൽ അടയ്ക്കുക; പിന്നെ വിസ്മരിക്കുക എന്നതാണ് നമ്മുടെ കോടതികളുടെ നിർവ്വികാരമായ നിലപാട്. ഒരു വിദേശിയോട് അബുദാബി കോടതി കാണിച്ച കാരുണ്യം ഇന്ത്യൻ കോടതിയിൽനിന്ന് പ്രതീക്ഷിക്കാനാവില്ല.

ജൊനാഥൻ ബോണ്ടിയുടെ കേസ് ഇന്ത്യൻ കോടതികളുടെ നിർവ്വികാരമായ യാന്ത്രികതയ്ക്ക് ഉദാഹരണമായി. മാവോയിസ്റ്റ് ബന്ധം സംശയിച്ച് അറസ്റ്റിലായ ബോണ്ടിയെ മജിസ്ട്രേറ്റ് പതിനാല് ദിവസത്തേക്ക് റിമാൻഡ് ചെയ്തു. പത്തുമണിക്കൂർ ചോദ്യംചെയ്

തെങ്കിലും മാവോയിസ്റ്റ് ബന്ധം സ്ഥിരീകരിക്കുന്ന തെളിവൊന്നും ഈ സ്വിസ് പൗരനിൽനിന്ന് ലഭിച്ചില്ലെന്നാണ് വാർത്ത. മരണശിക്ഷ അർഹിക്കുന്ന ഒരു കുറ്റവും ചെയ്തിട്ടില്ലെന്ന് കണ്ടതിനുശേഷം യേശുവിനെ മരണശിക്ഷയ്ക്ക് വിധിച്ച പീലാത്തോസിന്റെ സമീപനമാണ് മജിസ്ട്രേറ്റ് പ്രകടിപ്പിച്ചത്. എഡ്ഗർ സ്നോയുടെ പ്രസിദ്ധമായ *റെഡ് സ്റ്റാർ ഓവർ ചൈന* എന്ന പുസ്തകം വായിച്ചുകൊണ്ടിരുന്ന ബസ് യാത്രക്കാരനെ പൊലീസ് അറസ്റ്റ് ചെയ്തത് കേരളത്തിലാണ്. അത് അടിയന്തരാവസ്ഥയിലായിരുന്നു എന്ന ന്യായീകരണമുണ്ട്. പേൾ ബക്കിന്റെ *ദ ഗുഡ് എർത്തി*നൊപ്പം റിപ്പബ്ലിക്കിനുമുമ്പുള്ള ചൈനയെ പാശ്ചാത്യലോകം അറിഞ്ഞത് സ്നോയുടെ പുസ്തകത്തിലൂടെയായിരുന്നു. പൊലീസിന്റെ വിവരക്കേടും അത്യാചാരവും തിരുത്തുന്നതിനുള്ള അധികാരം കോടതിക്കുണ്ട്. ജൊനാഥൻ ബോണ്ടിക്കെതിരെ കേരള പൊലീസ് ചുമത്തിയ കുറ്റത്തേക്കാൾ പതിന്മടങ്ങ് ഗൗരവമുള്ളതായിരുന്നു അബുദാബിയിൽ ഷിജുവിനെതിരെ ചാർത്തപ്പെട്ട കുറ്റം. ഷിജു സത്വരം മോചിതനായി. ബോണ്ടി അകത്തും.

ക്രിമിനൽ നടപടിക്രമം അനുവദിച്ചിരിക്കുന്ന അധികാരം യഥാവിധി വിനിയോഗിക്കാൻ മജിസ്ട്രേറ്റുമാരെ പഠിപ്പിക്കണം. വാറണ്ടും റിമാൻഡും യാന്ത്രികമായി നല്കേണ്ട ഉത്തരവുകളല്ല. രാഷ്ട്രപതിക്കും ചീഫ് ജസ്റ്റിസിനുമെതിരെ ഇല്ലാത്ത കേസിൽ വാറണ്ട് പുറപ്പെടുവിച്ച മജിസ്ട്രേറ്റിന്റെ നടപടി കുറേക്കാലം മുമ്പ് വാർത്തയായി. സ്റ്റിങ് ഓപ്പറേഷന്റെ ഭാഗമായി മാധ്യമപ്രവർത്തകൻ ഒരുക്കിയ കെണിയിലാണ് മജിസ്ട്രേറ്റ് വീണത്. പ്രതിയോടുള്ള അരിശം വക്കീലിനോട് തീർത്ത് വക്കീലിനെ റിമാൻഡ് ചെയ്ത മജിസ്ട്രേറ്റ് കേരളത്തിലുണ്ടായി. ഒടുവിൽ അദ്ദേഹത്തെ വീഴ്ത്താൻ സരിത വരേണ്ടിവന്നു. കാര്യങ്ങൾ ഇങ്ങനെയൊന്നുമല്ല പോകേണ്ടത്. ഭരണഘടനയുടെ പരിരക്ഷയിൽ കഴിയുന്ന ജനാധിപത്യ റിപ്പബ്ലിക്കിലെ പൗരന്മാർ കുറേക്കൂടി മെച്ചപ്പെട്ട സമീപനം കോടതികളിൽനിന്ന് പ്രതീക്ഷിക്കുന്നുണ്ട്. അറസ്റ്റുകൾ ഏറെയും അനാവശ്യം; റിമാൻഡ് അതിലേറെ അനാവശ്യം എന്ന സ്ഥിതിയാണിവിടെ. ജാമ്യം പൊതുതത്ത്വം, ജയിൽ അപവാദം എന്ന കൃഷ്ണയ്യരുടെ പ്രസിദ്ധമായ പ്രസ്താവന ഇന്ത്യൻ നിയമത്തിന്റെ ഭാഗമാണ്.

ബംഗളൂരുവിലെ പരപ്പന അഗ്രഹാര സെൻട്രൽ ജയിലിൽ പ്രവർത്തിക്കുന്ന പ്രത്യേക കോടതിയാണ് മഅ്ദനി പ്രതിയായ കേസുകൾ വിചാരണ നടത്തുന്നത്. ആ ഒമ്പത് കേസുകളല്ലാതെ മറ്റൊരു കേസും ആ കോടതിയിലില്ല. പ്രതികൾ എല്ലാവരും ജയിലിൽത്തന്നെയുണ്ട്. എന്നിട്ടും വിചാരണ പുരോഗമിക്കുന്നില്ല. തുറന്ന കോടതി എന്ന തത്ത്വത്തിനു വിരുദ്ധമാണ് ജയിലിലെ കോടതി. ദ്രുതവിചാരണ എന്ന തത്ത്വത്തിനു വിരുദ്ധമാണ് മന്ദവിചാരണ. കേസുകളുടെ ബാഹുല്യമല്ല ബംഗളൂരുവിലെ ഇഴയലിനു കാരണം. പ്രശ്നം കുറേക്കൂടി ഗൗരവമുള്ളതാണ്; പരിഹാരം ആഴത്തിൽ തിരയണം.

ചീഫ് ജസ്റ്റീസ് ലോധി ഈ വിഷയത്തിൽ ചില തുറന്ന ചിന്തകൾ നടത്തി. അവധി ഒഴിവാക്കണമെന്ന നിർദ്ദേശം പൊതുവെ സ്വീകാര്യമായില്ലെങ്കിലും സുപ്രീം കോടതിയിലെ അവധിയുടെ ദൈർഘ്യം അദ്ദേഹം കുറച്ചു. മാതൃകകൾ താഴേയ്ക്കെത്തണം. ജഡ്ജിമാർക്കോ അഭിഭാഷകർക്കോ വേണ്ടിയല്ല കോടതികൾ പ്രവർത്തിക്കുന്നത്. കേസുകൾ തീർപ്പാക്കുന്നതിലെ കാലതാമസത്തിനു പ്രധാന ഉത്തരവാദികൾ അഭിഭാഷകരാണ്. അലസരായ ന്യായാധിപർ അഭിഭാഷകരുടെ സൗകര്യത്തിനൊത്ത് വിസ്താരവും വാദവും നീട്ടിക്കൊണ്ടുപോകുന്നു. ആശുപത്രിയിലെ അത്യാഹിതവിഭാഗത്തിൽ കാണുന്ന ശുഷ്കാന്തി കോടതിയിൽ ഉണ്ടാകണം. പഴഞ്ചൻ രീതികൾ ഉപേക്ഷിച്ച് ആധുനികമായ സങ്കേതങ്ങൾ സ്വീകരിക്കപ്പെടണം. അതിനൊത്ത് നടപടിക്രമങ്ങളിൽ മാറ്റമുണ്ടാകണം. അന്യായമായ തടവ് മാപ്പർഹിക്കാത്ത അപരാധമാണ്. അതിന്റെ ഗൗരവം അറിയുന്നതിന് പരിശീലനത്തിന്റെയോ റിഫ്രഷർ കോഴ്സിന്റെയോ ഭാഗമായി മജിസ്ട്രേറ്റുമാരെയും ഏതാനും ദിവസം ജയിലിൽ പാർപ്പിക്കുന്നതിനെക്കുറിച്ചും ആലോചിക്കാവുന്നതാണ്. സേലം ജയിലിൽ തടവുകാരനായിരുന്ന കാലത്തെ അനുഭവങ്ങളാണ് പിൽക്കാലത്ത് സുപ്രീം കോടതിയിൽ സുനിൽ ബത്ര കേസിൽ തടവുകാർക്കനുകൂലമായ വിധി പ്രസ്താവിക്കാൻ തന്നെ സഹായിച്ചതെന്ന് വി ആർ കൃഷ്ണയ്യർ പറഞ്ഞിട്ടുണ്ട്.

6

നീണ്ടുപോകുന്ന തടവ്

തടവുകാരൻ തടവറയുടെ ഭാഗമാവുകയും അധികാരികൾ അയാളെ മറക്കുകയും ചെയ്യുന്ന സംഭവങ്ങൾ പഴങ്കഥയല്ല. ചരിത്രത്തിന്റെ ക്രൂരമായ പൈതൃകമാണിത്. പതിമൂന്നാം നൂറ്റാണ്ടിൽ പ്രഖ്യാപിക്കപ്പെട്ട മാഗ്നാകാർട്ട പ്രധാനമായും തടവുകാരുടെ അവകാശപത്രികയാണ്. ദുർവ്വഹമായ വ്യവസ്ഥകളില്ലാതെയുള്ള ജാമ്യം തടവുകാരന്റെ അവകാശമാണ്. ജയിലല്ല ജാമ്യമാണ് പൊതുതത്ത്വം എന്ന കൃഷ്ണയ്യരുടെ പ്രസിദ്ധമായ പ്രഖ്യാപനത്തിന്റെ മൂലാടിസ്ഥാനം മാഗ്നാകാർട്ടയാണ്. ഇന്ത്യൻ ഭരണഘടനയിലും ക്രിമിനൽ നടപടിക്രമത്തിലും പ്രസരിക്കുന്നത് മാഗ്നാകാർട്ടയുടെ ചൈതന്യമാണ്.

വ്യക്തിസ്വാതന്ത്ര്യമെന്നത് ജീവിക്കുന്നതിനുള്ള അവകാശത്തോളം പ്രധാനപ്പെട്ടതാണ്. നിയമം അനുശാസിക്കുന്ന പ്രക്രിയയിലൂടെ മാത്രമേ ആ അവകാശത്തെ പരിമിതപ്പെടുത്താനാവൂ. കുറ്റത്തിനു ശിക്ഷ തടവാണ്. അത് നിയമം അനുവദിക്കുന്ന സ്വാതന്ത്ര്യനിഷേധമാണ്. കുറ്റം തെളിയിക്കുന്നത് വിചാരണയിലൂടെയാണ്. വിചാരണ സത്വരം നടക്കണമെന്ന് ആവർത്തിച്ചു പറയുന്നത് ഇക്കാരണത്താലാണ്. വിചാരണയിലൂടെ തെളിയിക്കപ്പെട്ട സത്യത്തിന്റെ അടിസ്ഥാനത്തിൽ അല്ലാതെയുള്ള തടവ് അന്യായമായ തടവാണ്. സംശയത്തിന്റെയോ സാഹചര്യങ്ങളുടെയോ അടിസ്ഥാനത്തിൽ ആരെയെങ്കിലും തടവിലാക്കിയാൽ പൊലീസിന്റെയും പ്രോസിക്യൂട്ടറുടെയും ജോലി പൂർത്തിയായി. പ്രതിയെ റിമാന്റ് ചെയ്ത മജിസ്ട്രേറ്റും അക്കാര്യം മറക്കും.

വിചാരണത്തടവുകാർ എന്ന പുതിയ വർഗ്ഗം ഉണ്ടായതിങ്ങനെയാണ്. അവർ കുറ്റവാളികളല്ല. കുറ്റാരോപിതർമാത്രമാണ്. പക്ഷേ, ശിക്ഷിക്കപ്പെട്ട കുറ്റവാളികളേക്കാൾ കഷ്ടമാണ് അവരുടെ കാര്യം. ശിക്ഷിക്കപ്പെട്ടവർക്ക് തങ്ങളുടെ മോചനം എന്നെന്നറിയാം. വിചാരണത്തടവുകാർക്ക്

വിചാരണ എന്ന് പൂർത്തിയാകുമെന്ന് അറിയില്ല. വിചാരണയുടെ അനിശ്ചിതമായ അന്ത്യത്തിൽ അവർ നിരുപാധികം വിട്ടയക്കപ്പെടാം. ഒരു ഖേദപ്രകടനംപോലും ആരുടെ ഭാഗത്തുനിന്നും ഉണ്ടാവില്ല. കോയമ്പത്തൂരിൽ മഅ്ദനിക്ക് സംഭവിച്ചത് പ്രസിദ്ധമാണല്ലോ. അവിടെ അഥവാ അദ്ദേഹത്തെ ശിക്ഷിച്ചിരുന്നെങ്കിലും ശിക്ഷ വിചാരണക്കാലത്തെ ജയിൽവാസത്തേക്കാൾ കുറയുമായിരുന്നു. ശിക്ഷിക്കപ്പെടുന്ന കാലം ജയിലിൽ കഴിഞ്ഞ കാലവുമായി എപ്പോഴും തട്ടിക്കിഴിക്കാൻ കഴിഞ്ഞെന്നുവരില്ല. പലപ്പോഴും സ്വന്തം മനഃസാക്ഷിയെ തൃപ്തിപ്പെടുത്തുന്നതിനുവേണ്ടി വിചാരണക്കാലത്തിനു തുല്യമായ കാലം ജയിൽശിക്ഷയായി ജഡ്ജിമാർ നല്കുന്നുവെന്നതാണ് സ്വാസ്ഥ്യം കെടുത്തുന്ന യാഥാർത്ഥ്യം.

രാജ്യത്താകെ 3.81 ലക്ഷം ആളുകൾ ജയിലുകളിലുണ്ട്. അതിൽ 2.54 ലക്ഷം പേർ വിചാരണത്തടവുകാരാണ്. മൊത്തം തടവുകാരുടെ മൂന്നിലൊന്ന് വിചാരണത്തടവുകാരാണെന്നത് പ്രശ്നത്തിന്റെ ഗൗരവം വർദ്ധിപ്പിക്കുന്നു. പലർക്കുമെതിരെ ചാർത്തപ്പെട്ടിരിക്കുന്ന കുറ്റം പൂർണ്ണമായി തെളിഞ്ഞാലും വിചാരണത്തടവിനു തുല്യമായ കാലം ശിക്ഷയായി നല്കാൻ കഴിയില്ല. വിചാരണയിലൂടെ കുറ്റം തെളിയിക്കപ്പെട്ട കുറ്റവാളികളും അപ്രകാരം തെളിയിക്കപ്പെടുന്നതുവരെ നിരപരാധികളായി കരുതപ്പെടേണ്ട വിചാരണത്തടവുകാരും എത്രകാലം സഹവസിക്കും. ന്യായമായി ഉൾക്കൊള്ളാവുന്നതിനേക്കാൾ വളരെ അധികമാണ് ജയിലുകളിലെ ജനസംഖ്യ. അറസ്റ്റ് അനിവാര്യമാകയാൽ ജയിലുകളിൽ ജനസംഖ്യ ഇനിയും വർദ്ധിക്കും. വിചാരണത്തടവുകാരെ മോചിപ്പിക്കുകയെന്നതുമാത്രമാണ് ജയിലുകളിലെ ജനസാന്ദ്രത കുറയ്ക്കുന്നതിനുള്ള മാർഗ്ഗം.

ക്രിമിനൽ നടപടിക്രമത്തിൽ 2005 ലെ ഭേദഗതിയനുസരിച്ച് 436എ എന്ന വകുപ്പ് ചേർത്തത് ഈ ആവശ്യത്തിനുവേണ്ടിയാണ്. ആരോപിതമായ കുറ്റത്തിനു ലഭിക്കാവുന്ന പരമാവധി ശിക്ഷയുടെ പകുതി വിചാരണത്തടവുകാരനായി ജയിലിൽ കഴിയേണ്ടി വരുന്ന ആളിനെ ജാമ്യക്കാരില്ലാതെ സ്വന്തം ജാമ്യത്തിൽ വിട്ടയക്കണമെന്നാണ് ഈ വകുപ്പ് അനുശാസിക്കുന്നത്. വധശിക്ഷ ലഭിക്കാവുന്ന കേസിൽ വിചാരണ ചെയ്യപ്പെടുന്നവർക്കുമാത്രമാണ് ഈ ആനുകൂല്യം ഇല്ലാത്തത്. ഈ വകുപ്പനുസരിച്ച് വിട്ടയക്കാൻ കഴിയുന്നില്ലെങ്കിൽ അതിന്റെ കാരണം കോടതി രേഖപ്പെടുത്തണം. എങ്ങനെയായാലും നല്കാവുന്ന ശിക്ഷയേക്കാൾ കൂടുതൽ കാലം ഒരാൾ വിചാരണത്തടവുകാരനായി ജയിലിൽ കിടക്കാൻ പാടില്ല.

നിയമമന്ത്രി രവിശങ്കർ പ്രസാദ് ഈ വിഷയത്തിൽ സ്വീകരിക്കുന്ന നടപടികൾ സ്വാഗതം ചെയ്യപ്പെടണം. കോടതികളുടെ മറവിയെ മറികടക്കുന്നതിന് സാങ്കേതികവിദ്യ സഹായത്തിനുണ്ട്. നാഷണൽ ഇൻഫർമാറ്റിക് സെന്റർ തയ്യാറാക്കിയിട്ടുള്ള സോഫ്റ്റ്‌വെയറിലൂടെ ഇന്ത്യൻ ജയിലുകളിലെ തടവുകാരുടെ ക്രോഡീകരിക്കപ്പെട്ട വിവരം സർക്കാരിനു ലഭ്യ

മാകും. കേന്ദ്രീകൃതമായ ഡാറ്റാബാങ്കിൽനിന്ന് അതാതു സംസ്ഥാനങ്ങൾക്കും ആവശ്യമായ വിവരങ്ങൾ ലഭ്യമാകും. തിഹാർ ജയിലിൽ ഈ സംവിധാനം പ്രവർത്തിച്ചുതുടങ്ങി. രാജ്യത്തെ ഏറ്റവും കുപ്രസിദ്ധമായ ജയിലാണ് തിഹാർ. മറ്റിടങ്ങളിലേക്കും അടിയന്തരമായി ഈ സംവിധാനം വ്യാപിപ്പിക്കേണ്ടിയിരിക്കുന്നു. ജയിൽ പരിഷ്കരണമെന്നത് ബഹുമുഖമായ പ്രവർത്തനമാണ്. ആവശ്യമില്ലാത്ത അന്തേവാസികളെ ഒഴിവാക്കുകയെന്നത് അതിൽ പ്രധാനപ്പെട്ട ഒന്നാണ്.

വിചാരണത്തടവുകാരുടെ ആപത്കരമായ അവസ്ഥയെക്കുറിച്ച് ശ്രദ്ധേയമായ പല നിരീക്ഷണങ്ങളും ഉണ്ടായിട്ടുണ്ട്. തിഹാർ ജയിലിൽ രാജൻപിള്ളയ്ക്കുണ്ടായ ദുരന്തം നാടിന്റെ മനഃസാക്ഷിയെ ഞെട്ടിച്ചു. കൃഷ്ണയ്യരുടെ നേതൃത്വത്തിൽ കോടതിയുടെ നല്ല നിലയിലുള്ള ഇടപെടൽ ഉണ്ടായിട്ടുണ്ട്. സുനിൽ ബത്ര, ചാൾസ് ശോഭരാജ്, ഷീല ബാഴ്സ് എന്നിങ്ങനെ ക്രിമിനൽ നിയമത്തിലെ നാഴികക്കല്ലുകളായിത്തീർന്ന വിധിന്യായങ്ങൾ തടവുകാരുടെ അവകാശങ്ങൾ പ്രഖ്യാപിക്കുന്നവയാണ്. നാഷണൽ പൊലീസ് കമീഷനും എ എൻ മുള്ള കമ്മിറ്റിയും ജയിൽ നവീകരണത്തിന് സഹായകമായ നിർദ്ദേശങ്ങൾ നല്കിയിട്ടുണ്ട്. ഈ പശ്ചാത്തലത്തിലാണ് വിചാരണത്തടവിനെ സംബന്ധിച്ച ശ്രദ്ധേയമായ നിരീക്ഷണം സുപ്രീം കോടതിയിൽനിന്നുണ്ടായത്. ആരോപിക്കപ്പെടുന്ന കുറ്റത്തിന് ലഭിക്കാവുന്ന ശിക്ഷയേക്കാൾ കൂടുതൽ കാലം ജയിലിൽ കഴിഞ്ഞവരെയെല്ലാം മോചിപ്പിക്കണമെന്ന നിർദ്ദേശം ഇപ്പോഴും പ്രസക്തമാണ്.

ഭരണഘടനയുടെ കരുതലും നിയമത്തിന്റെ ജാഗ്രതയും ഉണ്ടായിരുന്നിട്ടും തടവുകാരിൽ 66 ശതമാനം ശിക്ഷിക്കപ്പെടാതെ ജയിലിൽ കഴിയുന്നവരാണ്. വിധിയുടെ നാൾവരെ ആരോപിതർ നിരപരാധികളാണെന്ന് നിയമം കരുതുന്നു എന്നതിനാൽ ഗുരുതരമായ മാനുഷികപ്രശ്നവും മനുഷ്യാവകാശപ്രശ്നവുമാണിത്. മാനുഷികമായ പരിഗണന തടവുകാർ അർഹിക്കുന്നു. പക്ഷേ, അവരോടുള്ള സമീപനം മനുഷ്യത്വരഹിതവും നിയമവിരുദ്ധവുമാണ്. തടവുകാർ സദാ കോടതിയുടെ നിരീക്ഷണത്തിലായിരിക്കണം. തടവുകാരെ നിർദ്ദിഷ്ടസമയങ്ങളിൽ കോടതിയിൽ ഹാജരാക്കണമെന്നുമാത്രമല്ല കോടതിതന്നെ ഇടയ്ക്കിടെ ജയിലിലെത്തി തടവുകാരെ കാണണമെന്നും നിയമത്തിൽ വ്യവസ്ഥയുണ്ട്. പക്ഷേ, ഒന്നും കൃത്യമായി പാലിക്കപ്പെടുന്നില്ല. പ്രതികളെ കൃത്യമായി കോടതിയിൽ ഹാജരാക്കാത്തതാണ് വിചാരണ നീണ്ടുപോകുന്നതിന്റെ കാരണങ്ങളിലൊന്ന്. ഇതിനുള്ള പ്രതിവിധിയാണ് 436 എ. ഒരു ദശകം പിന്നിടാറായപ്പോഴാണ് നിയമവ്യവസ്ഥ നടപ്പാക്കുന്നതിനെക്കുറിച്ച് ആലോചന ഉണ്ടായത്. സ്വാതന്ത്ര്യം നഷ്ടപ്പെടുന്നതിന് സമയം വേണ്ട. പക്ഷേ, വീണ്ടെടുക്കുന്നതിന് സമയവും അദ്ധ്വാനവും ഏറെ വേണ്ടിവരും. ഈ അടിസ്ഥാനതത്ത്വം ജയിലുകൾക്കും ബാധകമാണ്.

ശിക്ഷാകാലാവധിക്കുശേഷവും ജയിലിൽ തുടരുന്നവരുടെ കാര്യവും പ്രത്യേകം പരിഗണിക്കപ്പെടേണ്ടതാണ്. മെൽവിൻ പാദുവ എന്ന ജീവപര്യന്തത്തടവുകാരന്റെ നീണ്ടുപോകുന്ന തടവ് അധികൃതരുടെ ശ്രദ്ധയിൽപ്പെടുത്തിയപ്പോൾ സംഭ്രമജനകമായ ചില വെളിപ്പെടുത്തലുകൾ ഉണ്ടായി. മെൽവിൻ പാദുവ അനുഭവിച്ചതിനേക്കാൾ കൂടുതൽ കാലം ശിക്ഷയനുവിച്ച 35 തടവുകാർ കേരളത്തിലെ ജയിലുകളിലുണ്ടെന്ന് പ്രിസൺസ് ഡയറക്ടർ ജനറൽ അലക്സാണ്ടർ ജേക്കബ് എന്നെ അറിയിച്ചു. ഇരുപത് വർഷത്തിലേറെയായി തടവിൽ കിടക്കുന്ന 71 പേരുടെ ലിസ്റ്റ് എനിക്ക് ലഭിച്ചു. നാല്പത്തിയൊന്ന് വർഷമായി തടവിൽ കഴിയുന്ന സുകുമാരൻ എന്ന തടവുകാരന്റെ കാര്യവും എന്റെ ശ്രദ്ധയിൽ വന്നു. തടവ്, വിചാരണയുടെ ഘട്ടത്തിലായാലും ശിക്ഷയുടെ ഭാഗമായായാലും, അനന്തമായി നീണ്ടുപോകാനുള്ളതല്ല.

6
പൊലീസ്

1

സൈന്യവും സമൂഹവും

പട്ടാളത്തെ പേടിക്കാതെ പൗരസമൂഹത്തിന് ജീവിക്കാൻ കഴിയണം. സ്വാതന്ത്ര്യത്തിന്റെ ഒഴിവാക്കാനാവാത്ത വ്യവസ്ഥയാണത്. എന്നാൽ അനാദികാലംമുതൽക്കേ പട്ടാളം പൗരാവകാശങ്ങളുടെ നിഷേധകരും ലംഘകരുമാണ്. അതിർത്തിക്കപ്പുറവും ഇപ്പുറവും അവർക്ക് ഒരുപോലെയാണ്. പട്ടാളത്തിന്റെ പ്രവർത്തനം അതിർത്തിയിൽ പരിമിതപ്പെടുത്തുന്നതിനുവേണ്ടിയാണ് പൊലീസ് എന്ന സംവിധാനമുണ്ടായത്. അത്യാചാരങ്ങളുടെ കാര്യത്തിൽ പൊലീസ് പലപ്പോഴും പട്ടാളത്തെ അനുകരിക്കുകയോ കടത്തിവെട്ടുകയോ ചെയ്യുന്ന അനുഭവം കുറവല്ലെങ്കിലും പൊലീസിന്റെമേൽ നിയമത്തിന്റെ നിയന്ത്രണം ഉണ്ടെന്ന സമാശ്വാസമുണ്ട്. പൊലീസിലുള്ള അവിശ്വാസത്തെ അടിസ്ഥാനമാക്കിയാണ് ക്രിമിനൽ നീതിനിർവ്വഹണം നടക്കുന്നത്. പൗരന്മാർക്ക് ബാധകമാകുന്ന നിയമങ്ങൾ പൊലീസിനും ബാധകമാണ്.

പട്ടാളത്തെ കൂടുതൽ നിയന്ത്രിച്ചാൽ അട്ടിമറിയിലൂടെ അവർ ഭരണം പിടിച്ചെടുക്കുമെന്ന ഭയമുണ്ട്. നിയന്ത്രണം കുറഞ്ഞാലും അത് സംഭവിക്കാം. പട്ടാളക്കാർ ശിക്ഷിക്കപ്പെട്ടാൽ അവരുടെ മനോവീര്യവും പോരാട്ടസന്നദ്ധതയും കുറയുമെന്ന ആശങ്കയുണ്ട്. അതുകൊണ്ട് പട്ടാളത്തെ പരമാവധി പ്രീണിപ്പിക്കാനാണ് സിവിലിയൻ ഭരണകൂടം ശ്രമിക്കുന്നത്. റാങ്കിനെ അടിസ്ഥാനമാക്കി ഏകീകൃത പെൻഷനുവേണ്ടി സമരം ചെയ്തത് വളരെപ്പണ്ടേ സർവ്വീസിൽനിന്ന് പിരിഞ്ഞവരാണ്. യൂണിഫോമിലുള്ളവർക്ക് പരാതികളുണ്ടാകില്ല. സുഖം സുഖകരം എന്നതാണ് അവരുടെ അവസ്ഥ. പലരും ഒരിക്കൽപ്പോലും ശത്രുവിനെ മുഖാമുഖം കാണാതെയാണ് സർവ്വീസിൽനിന്ന് പിരിയുന്നത്. പക്ഷേ, അവർ സമുന്നതരും സമാരാദ്ധ്യരുമായി കണക്കാക്കപ്പെടുന്നു. ജവാൻ

എന്ന ഓമനപ്പേരിലാണ് അവർ അറിയപ്പെടുന്നത്. യൂണിഫോമിലെ മരണം സാധാരണ മരണമല്ല. അത് വീരമൃത്യുവായി കരുതപ്പെടുന്നു. രാജ്യം അവരുടെ മുന്നിൽ നമിക്കുന്നു.

ജയ് ജവാൻ ജയ് കിസാൻ എന്ന മുദ്രാവാക്യം ലാൽ ബഹാദൂർ ശാസ്ത്രി രാജ്യത്തിനു നല്കിയത് ഇരുകൂട്ടരും രാജ്യത്തിന്റെ നിലനില്പിന് അത്യന്താപേക്ഷിതമായതുകൊണ്ടു മാത്രമല്ല. പൗരസമൂഹവുമായുള്ള സൈനികരുടെ ബന്ധംകൂടി അതിലുൾപ്പെടുന്നു. എന്നാൽ പൗരസമൂഹത്തോടുള്ള സൈനികരുടെ സമീപനമെന്താണ്? അതറിയണമെങ്കിൽ സൈനികർ കൂട്ടത്തോടെ കയറുന്ന തീവണ്ടിയിൽ സഞ്ചരിച്ചാൽ മതി. അനാശാസ്യമായതെല്ലാം ഒറ്റപ്പെട്ടതാണെന്ന് സമാശ്വസിക്കാം. പക്ഷേ, ഒറ്റപ്പെട്ടാണെങ്കിൽപ്പോലും അനാശാസ്യമായതൊന്നും സംഭവിക്കാത്ത തരത്തിൽ പൗരസമൂഹവുമായുള്ള സൈനികരുടെ ബന്ധം ആരോഗ്യകരവും ഊഷ്മളവും ആയിരിക്കണം.

ഈ പശ്ചാത്തലത്തിലാണ് രണ്ട് ഓഫീസർമാരുൾപ്പെടെ ആറ് സൈനികരെ ജീവപര്യന്തം തടവിനു ശിക്ഷിച്ച സൈനിക കോടതിയുടെ വിധിയെ സ്വാഗതം ചെയ്യേണ്ടത്. ഏറ്റുമുട്ടൽ എന്ന കള്ളപ്പേരിൽ ജമ്മു കശ്മീരിലെ മച്ചിലിൽ മൂന്ന് കശ്മീരി യുവാക്കളെ കൊലപ്പെടുത്തിയതാണ് കേസ്. പട്ടാളത്തിൽ ജോലി വാഗ്ദാനം ചെയ്ത് അവരെ പ്രലോഭിപ്പിച്ച് വിജനമായ സ്ഥലത്തേക്ക് കൂട്ടിക്കൊണ്ടുപോയി നിറയൊഴിക്കുകയായിരുന്നു. 2010 ഏപ്രിലിൽ ആയിരുന്നു സംഭവം. കൊല്ലപ്പെട്ടവർ പാകിസ്ഥാനിൽനിന്നുള്ള നുഴഞ്ഞുകയറ്റക്കാർ ആണെന്നായിരുന്നു കൊലയാളികളുടെ റിപ്പോർട്ട്. സ്ഥാനക്കയറ്റവും അംഗീകാരവും കിട്ടുന്നതിനുവേണ്ടിയുള്ള കൊലയായിരുന്നു അത്. സൈനികർക്ക് പ്രത്യേകമായ അധികാരങ്ങളും പരിരക്ഷയും നല്കുന്ന അഫ്സ്പാ എന്ന നിയമം പ്രാബല്യത്തിലുള്ളതിനാൽ സിവിലിയൻ അന്വേഷണ ഏജൻസികൾക്ക് വിഷയം ഏറ്റെടുക്കാൻ കഴിയുമായിരുന്നില്ല. എന്നാൽ കോർട്ട് മാർഷൽ നടപടികൾക്ക് ഈ നിയമം തടസ്സമല്ലെന്ന് പത്രിബാൽ എൻകൗണ്ടർ കേസിൽ സുപ്രീം കോടതി വിധിച്ചിട്ടുണ്ട്. അതനുസരിച്ച് പ്രവർത്തിക്കാൻ സൈന്യം തയ്യാറായി.

നീതി നിർവ്വഹിക്കപ്പെട്ടുവെന്ന സമാശ്വാസമാണ് മച്ചിൽ കേസിൽനിന്ന് ലഭിക്കുന്നത്. അഫ്സ്പാ എന്ന കരിനിയമം പിൻവലിക്കണമെന്ന ആവശ്യം കശ്മീരിലും മണിപ്പൂരിലും ശക്തമാണ്. അതിനുവേണ്ടിയുള്ള ഇറോം ശർമ്മിളയുടെ നിരാഹാരസത്യഗ്രഹം ഒരു വ്യാഴവട്ടം പിന്നിട്ടു. സൈനികരുടെ കൊലയും കവർച്ചയും ബലാത്സംഗവുമാണ് ഇപ്രകാരമുള്ള ത്യാഗത്തിന് ശർമ്മിളയെ പ്രേരിപ്പിച്ചത്. അഫ്സ്പാ നിലവിലുണ്ടെങ്കിലും സൈന്യം സുതാര്യമായും നീതിപൂർവ്വകമായും പ്രവർത്തിക്കുമെന്ന ഉറപ്പ് നമുക്ക് വേണ്ടിയിരുന്നു. അതാണ് മച്ചിലിൽനിന്ന് കിട്ടിയിരിക്കുന്നത്. യുവാക്കൾ കൊല്ലപ്പെട്ടത് ഏറ്റുമുട്ടലിൽ ആയിരുന്നില്ലെന്ന് പൊലീസ് കണ്ടെത്തിയ ഉടൻ സൈന്യം കോർട്ട് മാർഷലിലേക്ക് കടന്നു.

വ്യാപകമായ പ്രതിഷേധം കണ്ടില്ലെന്ന് വയ്ക്കാൻ സൈന്യത്തിന് കഴിയുമായിരുന്നില്ല.

പത്രിബാൽ കേസിൽ സൈന്യം പ്രകടിപ്പിച്ച പ്രതിഷേധവും പ്രതിരോധവും മച്ചിൽ കേസിലുണ്ടായില്ല. ഏറ്റുമുട്ടലിൽ സംഭവിച്ച കൈപ്പിഴയോ കണക്കുകൂട്ടലിലെ പിശകോ അല്ല മച്ചിൽ കൊലപാതകങ്ങൾക്ക് പിന്നിലെന്ന് സൈനികമേധാവികൾക്ക് ഉത്തമബോദ്ധ്യമുണ്ടായിരുന്നു. ഭീകരവിരുദ്ധപ്രവർത്തനത്തിൽ ലഭിക്കുന്ന റിവാർഡിനുവേണ്ടി ഒന്നുമറിയാത്ത മൂന്ന് യുവാക്കളുടെ നെഞ്ചിനുനേരെ കാഞ്ചി വലിച്ച സൈനിക ഭീകരർ കടുത്ത ശിക്ഷയ്ക്ക് അർഹരാണ്. അവരുടെ പരിരക്ഷയ്ക്കുവേണ്ടിയുള്ളതല്ല അഫ്സ്പാ. പത്രിബാലിനുശേഷമെങ്കിലും ഈ തിരിച്ചറിവ് സൈന്യത്തിനുണ്ടായത് നന്നായി. കശ്മീരിൽനിന്ന് വ്യാപകമായി കേൾക്കുന്ന മനുഷ്യാവകാശ ലംഘനങ്ങളുടെ പേരിൽ സൈനികർ ശിക്ഷിക്കപ്പെടുന്നത് നടാടെയാണ്. അഫ്സ്പാ തുടരുമ്പോഴും സൈന്യത്തിലെ തെമ്മാടികൾക്ക് നിയമത്തിനുമുന്നിൽ തലകുനിച്ച് നില്ക്കേണ്ടിവരുമെന്ന മുന്നറിയിപ്പാണ് മച്ചിൽ. താഴ്വരയുടെ സംരക്ഷണച്ചുമതല ഏറ്റെടുത്തിരിക്കുന്ന സൈന്യത്തിന് കൂടുതൽ ആത്മവിശ്വാസവും വിശ്വാസ്യതയും നല്കുന്ന വിധിയാണ് മച്ചിൽ കേസിലുണ്ടായത്. തെളിവുകളെമാത്രം അടിസ്ഥാനമാക്കിയുള്ളതായിരുന്നു കോർട്ട് മാർഷലിലെ വിധി. ആരും ആരെയും രക്ഷിക്കാനോ സ്വന്തം മുഖം രക്ഷിക്കാനോ നോക്കിയില്ല. സിവിലിയൻ കോടതിയിലെപ്പോലെ കാലതാമസമുണ്ടായില്ല. അഞ്ചുവർഷംകൊണ്ട് വിചാരണ പൂർത്തിയായി വിധിയുണ്ടായി. ശിക്ഷിക്കപ്പെട്ടവരെ ശിക്ഷ അനുഭവിക്കുന്നതിന് അവരവരുടെ സംസ്ഥാനങ്ങളിലേക്ക് അയക്കും. നീതിബോധത്തിന്റെയും നീതിനിർവ്വഹണവ്യവസ്ഥയുടെയും വിജയമാണിത്. അഫ്സ്പാ പിൻവലിക്കണമെന്നാവശ്യപ്പെടുന്നവർക്കുള്ള സൈന്യത്തിന്റെ മറുപടി കൂടിയാണിത്.

അഫ്സ്പാ തുടരുന്നതിനുള്ള ന്യായീകരണമാകരുത് മച്ചിൽ എല്ലാ തെറ്റുകളും കോർട്ട് മാർഷലിൽ എത്തണമെന്നില്ല. ഇറോം ശർമ്മിളയുടെ തുടരുന്ന സത്യഗ്രഹം ജനാധിപത്യ റിപ്പബ്ലിക്കിന് ഭൂഷണമല്ല. അഫ്സ്പാ പൂർണ്ണമായും പിൻവലിക്കാൻ കഴിയില്ലെങ്കിൽ അവശ്യം വേണ്ടതായ തിരുത്തലും കരുതലും ഉണ്ടാകണം. പൗരസമൂഹത്തിന്റെ സ്വകാര്യതയിൽനിന്ന് സൈനികരെ പിൻവലിക്കുന്ന വ്യവസ്ഥയാണ് മാഗ്നാ കാർട്ടയെ ശ്രദ്ധേയമാക്കിയത്. സ്വകാര്യവസതികളിലെ സൗജന്യമായ അന്തിയുറക്കം അന്നുവരെ സൈനികരുടെ അവകാശമായിരുന്നു. ഉറക്കം മാത്രമായി അവകാശം പരിമിതപ്പെട്ടില്ല. ക്വാർട്ടറിങ് എന്നറിയപ്പെട്ടിരുന്ന സൈനികരുടെ നിശാവിശ്രമം മാഗ്നാകാർട്ട വിലക്കി. കാറ്റും മഴയും യഥേഷ്ടം കടന്നുവരുന്ന കുടിലിൽ രാജാവിന്റെ സൈനികർക്ക് പ്രവേശനമില്ലെന്ന് സ്വകാര്യത എന്ന തത്ത്വം ഉദ്ഘോഷിച്ചുകൊണ്ട് വില്യം പിറ്റ് പ്രഖ്യാപിച്ചു. രാജാധികാരംമാത്രമല്ല അധികാരത്തിന്റെ ഉപകരണമായ സൈനികശക്തിയും നിയമത്താൽ നിയന്ത്രിതമായി.

അധിനിവേശത്തിലെ അത്യാചാരങ്ങൾക്ക് ശമനമില്ല. പരാജിതന്റെ മണ്ണും പെണ്ണും വിജയിയുടെ അവകാശമാണ്. അധിനിവേശം സ്വന്തം നാട്ടിലുമാകാം. കശ്മീരിലും മണിപ്പൂരിലും അതാണനുഭവം. പട്ടാളമായാലും പൊലീസായാലും രാജ്യത്തിന്റെയും ജനങ്ങളുടെയും സംരക്ഷകരാണ്. അവർ ജനങ്ങളുടെ ശത്രുക്കളാകരുത്. ഏറ്റുമുട്ടലെന്ന കള്ളക്കഥയുണ്ടാക്കി നിരപരാധികളെ കൊല്ലുന്നതിന് അവർക്ക് അധികാരമില്ല.

2

ഏറ്റുമുട്ടൽ കൊലകൾ

ബാർ കോഴ ആരോപണത്തിനിടയിൽ വേണ്ടത്ര ശ്രദ്ധിക്കാതെ പോയ ഒരു വാർത്ത പീപ്പിൾ ടി വി പ്രക്ഷേപണം ചെയ്തു. അടിയന്തരാവസ്ഥക്കാലത്ത് പൊലീസ് കസ്റ്റഡിയിലെടുത്ത രാജനെ മൃതപ്രായനാക്കി കൂത്താട്ടുകുളത്തെത്തിച്ച് ബേക്കൺ ഫാക്ടറിയിൽ പന്നികൾക്ക് അരച്ചു കൊടുത്തുവെന്നാണ് അന്നതിൽ സഹകരിച്ച പൊലീസ് ഡ്രൈവറുടെ വെളിപ്പെടുത്തൽ. അത് രാജൻ ആണെങ്കിലും അല്ലെങ്കിലും പൊലീസിന്റെ ക്രൂരതയ്ക്ക് പരിധിയില്ലെന്നതിന് മറ്റൊരു തെളിവാണ് ഈ വെളിപ്പെടുത്തൽ. പീപ്പിൾ ടി വിയോ *ദേശാഭിമാനി*യോ ബീഭത്സമായ ഈ വാർത്തയെ പിന്തുടർന്നില്ല. വയനാട്ടിൽ വർഗീസ് മരിച്ചത് പൊലീസുമായുണ്ടായ ഏറ്റുമുട്ടലിലാണെന്ന ധാരണ തിരുത്തപ്പെട്ടത് ഇതുപോലെയൊരു വെളിപ്പെടുത്തലിലൂടെയായിരുന്നു. ഏറ്റുമുട്ടൽ എന്നത് കൊലയെ ന്യായീകരിക്കുന്നതിനുള്ള മറ മാത്രമാണ്.

എൻകൗണ്ടർ എന്ന മനോഹരമായ പദം പൊലീസിന്റെ പദാവലിയിലുണ്ട്. ഏത് നൃശംസതയ്ക്കുമുള്ള ന്യായീകരണമാണത്. ജെയിംസ് ബോണ്ട് എന്ന സാങ്കല്പിക സീക്രട്ട് ഏജന്റിനെപ്പോലെ കൊല്ലുന്നതിനുള്ള ലൈസൻസുമായാണ് പല പൊലീസ് ഉദ്യോഗസ്ഥരുടെയും നടപ്പ്. അതങ്ങനെയല്ലെന്ന് സുപ്രീംകോടതി അവരെ അനുസ്മരിപ്പിക്കുന്നു. ഏറ്റുമുട്ടൽ കൊലയുണ്ടായാൽ ഉടൻ എഫ് ഐ ആർ രജിസ്റ്റർ ചെയ്ത് കോടതിയിലേക്കയക്കണം. കൊലയുടെ അനിവാര്യത ബോദ്ധ്യപ്പെടുന്നതിന് ഉയർന്ന പൊലീസ് ഉദ്യോഗസ്ഥന്റെ മേൽനോട്ടത്തിൽ സ്വതന്ത്രമായ അന്വേഷണം നടത്തണം. അത് പൂർത്തിയാകുന്നതുവരെ ഏറ്റുമുട്ടൽ കഥയിലെ ധീരനായകർക്കുള്ള അംഗീകാരവും ബഹുമതിയും മാറ്റിവയ്ക്കണം. അന്വേഷണ റിപ്പോർട്ട് മജിസ്ട്രേറ്റിന് നല്കുകയും

അതിന്റെ അടിസ്ഥാനത്തിൽ നിയമം നിർദ്ദേശിക്കുന്ന തുടർനടപടികൾ ഉണ്ടാവുകയും വേണം. പ്രാഥമികമായി കുറ്റം കണ്ടാൽ ഉദ്യോഗസ്ഥനെ സസ്പെൻഡ് ചെയ്യണം. പതിനാറ് കല്പനകളാണ് ഈ വിഷയത്തിൽ കോടതി നല്കിയത്. ദേശീയ പൊലീസ് കമീഷൻ 1979ൽ നല്കിയ ശുപാർശകളാണ് ഇവയിൽ പലതും. പൊലീസിന്റെ അത്യാചാരങ്ങൾക്കെതിരെയുള്ള പ്രതിരോധത്തിന്റെ ഭാഗമായി നടപ്പാക്കേണ്ട നിർദ്ദേശങ്ങൾ ദേശീയ മനുഷ്യാവകാശ കമീഷൻ പലപ്പോഴായി നല്കിയിട്ടുണ്ട്. ബോംബെ, ആന്ധ്രാപ്രദേശ് ഹൈക്കോടതികളിൽനിന്നും ശ്രദ്ധേയമായ വിധികൾ ഇക്കാര്യത്തിൽ ഉണ്ടായിട്ടുണ്ട്. അവയുടെ ക്രോഡീകരണമാണ് ആജ്ഞാരൂപത്തിൽ സുപ്രീം കോടതി നടത്തിയത്.

ഗുജറാത്തും മഹാരാഷ്ട്രയും ഉൾപ്പെടെ നിരവധി സംസ്ഥാനങ്ങളിൽ നിന്ന് എൻകൗണ്ടർ വാർത്തകൾ പതിവായി കേൾക്കുന്നു. സുപ്രീം കോടതിയിൽ പി യു സി എൽ നല്കിയ ഹർജിയിലെ കണക്കനുസരിച്ച് 1995 മുതൽ രണ്ടു വർഷത്തിനിടയിൽ മുംബൈയിൽനിന്ന് റിപ്പോർട്ട് ചെയ്യപ്പെട്ട 99 ഏറ്റുമുട്ടലുകളിലായി കൊല്ലപ്പെട്ടവരുടെ എണ്ണം 135 ആണ്. ഛത്തീസ്ഗഡിൽനിന്നോ മറ്റോ വല്ലപ്പോഴും കേൾക്കുന്നതല്ലാതെ ഏറ്റുമുട്ടലുകളിൽ പൊലീസുകാർ മരിക്കുന്നില്ല. ജനാധിപത്യത്തിന്റെ ആരോഗ്യകരമായ നിലനില്പിന് നിയമവാഴ്ച അനിവാര്യമാണ്. നിയമവാഴ്ച നിലനില്ക്കുന്ന സമൂഹത്തിന് പൊലീസിന്റെ ഏറ്റുമുട്ടൽ കഥകൾ ക്രൈം ത്രില്ലറുകൾപോലെ വായിച്ച് സ്വസ്ഥമായി ഉറങ്ങാനാവില്ല. അതുകൊണ്ട് നീതിബോധമുള്ള പൊലീസ് മേധാവികൾ കോടതിയുടെ കല്പനയെ സർവ്വാത്മനാ സ്വീകരിച്ച് നടപ്പാക്കണം. മൂന്നാംമുറ ഉൾപ്പെടെ അനുവദനീയമല്ലാത്ത മുറകൾ ഇല്ലാതാകുന്നതിന് ഇത്തരം നടപടികൾ സഹായകമാകും. മേലുദ്യോഗസ്ഥന്മാരുടെയോ രാഷ്ട്രീയ യജമാനന്മാരുടെയോ സമ്മർദ്ദത്തിനു വഴങ്ങി തെറ്റു ചെയ്യാൻ നിർബ്ബന്ധിതരാകുന്നവർക്ക് ജുഡീഷ്യൽ പരിശോധനയെന്ന അനിവാര്യമായ അപകടം ചൂണ്ടിക്കാട്ടി അതിൽനിന്ന് ഒഴിഞ്ഞുനില്ക്കാനുമാകും.

നമ്മുടെ പൊലീസുകാർ ഇത്രമേൽ ക്രൂരത കാണിക്കുന്നത് എന്തുകൊണ്ടാണ്? എല്ലാവരും പടിക്കലോ പുലിക്കോടനോ അല്ല. മർദ്ദകരുടെ അപമാനകരമായ പതനം കാണുന്നവർ ആ പാത പിന്തുടരില്ല. നീതിബോധത്തിന്റെ അടിസ്ഥാനത്തിൽ നിയമവിരുദ്ധമായ സമീപനം സ്വീകരിക്കുന്നവരാണ് പലരും. കുറ്റവാളികളെ യഥാവിധി ശിക്ഷിക്കാൻ ക്രിമിനൽ നീതിനിർവ്വഹണ സംവിധാനം അപര്യാപ്തമാകയാൽ തങ്ങളെങ്കിലും അവരെ മാതൃകാപരമായി കൈകാര്യം ചെയ്യണമെന്ന ധാരണയിലാണ് ധർമ്മബോധമുള്ള പൊലീസുകാരും അധർമ്മികളാകുന്നത്. സിനിമയിൽ മാത്രമല്ല ജീവിതത്തിലും സമൂഹത്തിന് വയലൻസ് ഇഷ്ടമാകയാൽ പൊലീസിന്റെ അത്യാചാരങ്ങൾക്ക് സ്വീകാര്യതയുണ്ടാകുന്നു. ഒരു മനുഷ്യനെ ജീവനോടെയോ അല്ലാതെയോ യന്ത്രത്തിലരച്ച് പന്നിക്കൂട്ടത്തിന് തീറ്റയാക്കിയെന്ന വെളിപ്പെടുത്തൽ ആരെയും ഞെട്ടിച്ചില്ല എന്നത്

കേരളീയസമൂഹത്തിന്റെ കുറ്റകരമായ നിർവ്വികാരതയുടെയും അപകടകരമായ അത്യുത്സാഹത്തിന്റെയും ലക്ഷണമാണ്. സമൂഹത്തിന്റെ സുരക്ഷിതത്വത്തിന് ചിലരെ ഒഴിവാക്കേണ്ടത് അനിവാര്യമാണെന്ന പൊതുധാരണയുണ്ട്. നിയമത്തിനു കഴിയാത്തത് പൊലീസ് ചെയ്യുന്നു.

രോഗമല്ല രോഗലക്ഷണമാണ് പലപ്പോഴും ചികിത്സയ്ക്ക് വിധേയമാകുന്നത്. സമൂഹത്തിന് ഭീഷണിയാകുന്ന കുറ്റവാളികളെയും ഗുണ്ട-മാഫിയ സംഘങ്ങളെയും കൈകാര്യം ചെയ്യുന്നതിന് നിയമസംവിധാനത്തിനു കഴിയുന്നില്ല. സാധാരണ നിയമത്തിന്റെ സ്വാഭാവികമായ പരിരക്ഷ ഒഴിവാക്കി ഗുണ്ടകളെയും സ്ഥിരം കുറ്റവാളികളെയും കൈകാര്യം ചെയ്യുന്നതിന് കേരളം ഉൾപ്പെടെ പല സംസ്ഥാനങ്ങളിലും ഗുണ്ടാനിയമങ്ങളുണ്ട്. ഗുണ്ടകൾക്കുപകരം പ്രതിഷേധിക്കുന്ന പൊതുപ്രവർത്തകർക്കെതിരെയാണ് നിയമം പ്രയോഗിക്കുന്നത്. കരുതൽത്തടങ്കൽ നിയമങ്ങളും യു എ പി എ തുടങ്ങിയ പ്രത്യേക നിയമങ്ങളും അനവസരത്തിൽ അനുചിതമായി പ്രയോഗിക്കപ്പെടുന്നു. നിസ്സഹായർ വലയിൽ കുരുങ്ങുമ്പോൾ ശക്തർ വലക്കണ്ണികൾ പൊട്ടിക്കുന്നു. പൊലീസിന്റെ നേർക്ക് ബോംബെറിഞ്ഞ കേസിലെ പ്രതി സർക്കാർ ഉത്തരവനുസരിച്ച് കുറ്റവിമുക്തനാകുന്നു. അയാളെ പൊലീസിലെടുക്കുന്നതിനുവേണ്ടിയാണത്രേ ഈ വിമുക്തി. ക്രിമിനലുകളെ പൊലീസിലെടുക്കുന്നതുകൊണ്ടാണ് പൊലീസ് സേന ക്രിമിനലുകളുടെ സംഘമാകുന്നത്. മനോവീര്യം നഷ്ടമാകുന്ന പൊലീസ് അവസരം കിട്ടുമ്പോൾ അനാവശ്യമായ വീര്യം കാണിക്കുന്നു.

പൊലീസുകാരുടെ വൈയക്തികമായ ധാർമ്മികാവേശത്തിനപ്പുറം രാഷ്ട്രീയനേതൃത്വത്തിന്റെ ഇടപെടലും പ്രോത്സാഹനവുമാണ് ലോക്കപ്പ് മർദ്ദനങ്ങൾക്കും ഏറ്റുമുട്ടൽ കൊലകൾക്കും കാരണമാകുന്നത്. രാജൻ കേസിലെപ്പോലെയും വർഗീസ് വധത്തിലെപ്പോലെയും മന്ത്രിമാർ അജ്ഞത നടിക്കും. പക്ഷേ, അവർ അറിയാതെ ഒന്നും നടക്കില്ല. നിഗ്രഹിക്കേണ്ടവരുടെ പട്ടിക ജില്ലാടിസ്ഥാനത്തിൽ തയ്യാറാക്കി നിർവ്വഹണപുരോഗതി വിലയിരുത്തുന്ന ആഭ്യന്തരമന്ത്രി ഉത്തർപ്രദേശിലുണ്ടായിരുന്നു. പഞ്ചാബിൽ നടന്ന പ്രസിദ്ധമായ ഏറ്റുമുട്ടലുകൾ, വ്യാജമായതും അല്ലാത്തതും, ഉദ്യോഗസ്ഥ-രാഷ്ട്രീയ നേതൃത്വങ്ങളുടെ പൂർണ്ണമായ അറിവോടെയായിരുന്നു.

കൊലയ്ക്കുമാത്രമല്ല ബലാത്സംഗം തുടങ്ങിയ ഹീനകൃത്യങ്ങൾക്കും നിയമപരമായ പരിരക്ഷ നല്കുന്ന നിയമങ്ങൾ നിലവിലുണ്ട്. മണിപ്പൂരിലും കശ്മീരിലും പട്ടാളത്തിന് എന്തുമാകാം. അതിനെതിരെയാണ് ഇറോം ശർമ്മിളയുടെ സന്ധിയില്ലാത്ത സമരം നടക്കുന്നത്. സ്വന്തം രക്ഷയ്ക്കും മറ്റുള്ളവരുടെ രക്ഷയ്ക്കുമായി ആവശ്യമായ ബലം പ്രയോഗിക്കാൻ നിയമം എല്ലാവർക്കും അനുവാദം നല്കിയിട്ടുണ്ട്. അതിനപ്പുറം അവകാശമോ അധികാരമോ പൊലീസിനില്ല. പക്ഷേ, പൊലീസിന് ഇത്തരം കാര്യങ്ങളിൽ വ്യക്തമായ ധാരണയില്ല. രൂപീകൃതമായ

കാലത്തെ പ്രാകൃതമായ മാനസികാവസ്ഥയിലാണ് ഇപ്പോഴും ഇന്ത്യയിലെ പൊലീസ് സംവിധാനം. 1857ലെ ലഹളയ്ക്കുശേഷം അടിച്ചമർത്തലിന്റെ ഉപകരണമായാണ് പൊലീസ് സേന രൂപീകൃതമായത്. സ്വാതന്ത്ര്യവും ഭരണഘടനയും അവരെ സ്പർശിച്ചിട്ടില്ല. പൊലീസ് സേനയുടെ നവീകരണത്തിനുള്ള നിർദ്ദേശങ്ങൾ 2006 ൽ സുപ്രീംകോടതി നല്കിയിട്ടുണ്ട്. കേരളമൊഴികെ ഒരിടത്തും ഒന്നും സംഭവിച്ചിട്ടില്ല. അറസ്റ്റിനു ബാധകമാകുന്ന പത്ത് കാര്യങ്ങൾ സുപ്രീം കോടതി നേരത്തെ പറഞ്ഞിട്ടുണ്ട്. അതിന് അനുബന്ധമാകുന്ന സമീപനമാണ് ഏറ്റുമുട്ടൽ കൊലയുടെ കാര്യത്തിൽ ഉണ്ടായത്.

വ്യാജമുദ്ര ചാർത്തി നിരപരാധികളായ പൗരന്മാർക്കെതിരെ നിറയൊഴിക്കുന്നതിൽ പട്ടാളവും പിന്നിലല്ല. കപടമായ രാജ്യസ്നേഹത്തിന്റെ പേരിൽ ജവാന്മാർക്ക് ജയ് വിളിക്കുന്ന സമൂഹം കൊലപാതകങ്ങളെ അനിവാര്യമായ സൈനികനടപടിയായി ന്യായീകരിക്കുന്നു. മൂന്ന് കശ്മീരി യുവാക്കളെ പ്രകോപനമോ കാരണമോ ഇല്ലാതെ വെടിവച്ചു കൊന്നതിനുശേഷം അവരെ പാക് ഭീകരരും നുഴഞ്ഞുകയറ്റക്കാരുമായി അവതരിപ്പിച്ച അഞ്ച് സൈനികരെ ജീവപര്യന്തം തടവിനു ശിക്ഷിച്ച സൈനിക കോടതിയുടെ നടപടി ആശ്വാസകരമായി. പക്ഷേ, 123 പേർ കൊല്ലപ്പെട്ട പ്രതിഷേധത്തിനുശേഷമാണ് അക്രമികളായ സൈനികർക്കെതിരെ നടപടി ആരംഭിച്ചത്. 2010 ലെ സംഭവത്തിന് 2014 ൽ വിധിയുണ്ടായി. ജനാധിപത്യത്തിലെ പട്ടാളത്തിന് മറ്റേതൊരു ഭരണവിഭാഗത്തിനുമെന്നപോലെ ജനങ്ങളോട് ഉത്തരവാദിത്വവും നിയമത്തോട് പ്രതിബദ്ധതയും ഉണ്ടായിരിക്കണം. ഇവ രണ്ടിന്റെയും അഭാവത്തിലാണ് പ്രത്യേക നിയമത്തിന്റെ പരിരക്ഷ നിലനിർത്തണമെന്ന് അവർ ആവശ്യപ്പെടുന്നത്. സ്ത്രീകളെ ബലാത്സംഗം ചെയ്യുകയും പുരുഷന്മാരെ തട്ടിക്കൊണ്ടുപോയി കൊലപ്പെടുത്തുകയും ചെയ്യുന്ന സൈനിക നൃശംസതയ്ക്കെതിരെ ഇറോം ശർമ്മിള ആരംഭിച്ച സമരം വ്യാഴവട്ടം പിന്നിട്ട് അനിശ്ചിതമായി നീളുന്നു. ആ യുവതിയുടെ സഹനസമരം അവസാനിപ്പിക്കാൻ കഴിഞ്ഞിരുന്നുവെങ്കിൽ പ്രതിരോധമന്ത്രിയെന്ന നിലയിൽ എ കെ ആന്റണി നല്ല നിലയിൽ ഓർമ്മിക്കപ്പെടുമായിരുന്നു.

3

കാക്കിയിൽ പൊതിയുന്ന ക്രൂരത

പൊലീസിന് ആരെയും യഥേഷ്ടം കൊല്ലാമോ എന്നത് ഉത്തരം ആവശ്യമില്ലാത്ത ചോദ്യമാണ്. എന്നിട്ടും ചർച്ചകളിൽ ആ ചോദ്യമുണ്ടാകുന്നു. ആന്ധ്രപ്രദേശിലെ ചിറ്റൂരിലും തെലങ്കാനയിലെ നൽഗൊണ്ടയിലുമായി 25 പേരെയാണ് പൊലീസ് വെടിവച്ചുകൊന്നത്. ശേഷാചലം വനമേഖലയിൽ രണ്ടിടത്തായി പൊലീസ് 20 തൊഴിലാളികളെ ലോകാരോഗ്യദിനത്തിൽ വെടിവച്ചു കൊന്നത് സ്വരക്ഷയുടെ പേരിലാണ്. രക്തചന്ദനം വെട്ടിക്കടത്താൻ തമിഴ്നാട്ടിൽനിന്നെത്തിയ തൊഴിലാളികൾ കല്ലും മഴുവും കൊണ്ടാക്രമിച്ചപ്പോൾ പ്രാണരക്ഷാർത്ഥം വെടിവച്ചുപോയെന്നാണ് പൊലീസ് പറയുന്നത്. നൽഗൊണ്ടയിൽനിന്ന് ഹൈദരാബാദിലെ കോടതിയിലേക്ക് കൊണ്ടുപോയ അഞ്ച് വിചാരണത്തടവുകാരാണ് ഇതരസംഭവത്തിലെ ഇരകൾ. ഏറ്റുമുട്ടൽ സിദ്ധാന്തമാണ് പതിവുപോലെ പൊലീസ് മുന്നോട്ടുവയ്ക്കുന്നത്. പോസ്റ്റ്മോർട്ടം റിപ്പോർട്ടിന്റെയും വെളിവാക്കപ്പെട്ട സാഹചര്യങ്ങളുടെയും അടിസ്ഥാനത്തിൽ ഏറ്റുമുട്ടൽ വ്യാജമാണെന്ന് അനുമാനിക്കാൻ ഷെർലക് ഹോംസിന്റെ വൈഭവം ആവശ്യമില്ല.

കള്ളക്കഥ മെനയുന്നതിന് സമർത്ഥരാണ് ആന്ധ്രയിലെ പൊലീസ്. രക്തചന്ദനം അന്താരാഷ്ട്ര കമ്പോളത്തിൽ വിലയുള്ള മരമാണ്. കയറ്റുമതി നിയമവിരുദ്ധമായതിനാൽ കളവായി അത് കയറ്റി അയക്കപ്പെടുന്നു. അത് തടയുന്നതിനും അതിനു പിന്നിലുള്ള വമ്പന്മാരെ പിടികൂടുന്നതിനും പകരം അന്യദേശത്തുനിന്ന് ദിവസക്കൂലിയിൽ പണിക്കെത്തിയ തൊഴിലാളികളെ കൊന്നുതള്ളി വീരസ്യം പറയുന്ന പൊലീസിനെതിരെ നടപടിയുണ്ടാകണം. ലോക്കപ്പിലായാലും പുറത്തായാലും പൊലീസ് നടപടിയിലുണ്ടാകുന്ന മരണം ദേശമനഃസാക്ഷിയുടെ നൊമ്പരമാകണം ആവർ

ത്തിക്കപ്പെടുമ്പോൾ വീര്യം കുറയുമെന്നതുകൊണ്ട് വാർത്തയുടെ പ്രാധാന്യം കുറയുന്നില്ല.

സ്വയരക്ഷാർത്ഥം നടന്ന വെടിവയ്പെന്നാണ് ആന്ധ്രയിലെ മുൻ ഡി ജി പി സ്വരൺജിത് സെൻ ഒരു ചാനൽ ചർച്ചയിൽ സംഭവത്തെ ന്യായീകരിച്ചത്. സ്വരക്ഷയെന്നത് പൊലീസിനുമാത്രമുള്ള അവകാശമല്ല. ഏതൊരാൾക്കും സ്വരക്ഷയുടെപേരിൽ താൻ നടത്തിയ കൊലയെ ന്യായീകരിക്കാം. പക്ഷേ, അത് ഇന്ത്യൻ ശിക്ഷാനിയമം അനുവദിക്കുന്ന പരിധിക്കുള്ളിലായിരിക്കണം. ഐ പി സി 76 മുതൽ 106 വരെയുള്ള വകുപ്പുകളിൽ ഇക്കാര്യം വിശദമായി പ്രതിപാദിക്കുന്നുണ്ട്. നിരായുധരായ ആൾക്കൂട്ടത്തിനുനേരെയാണ് ചിറ്റൂരിൽ വെടിവയ്പുണ്ടായത്. തങ്ങളെ ആക്രമിച്ച കൂട്ടത്തിൽ നൂറുപേരുണ്ടായിരുന്നുവെന്ന് പൊലീസ് പറയുന്നു. അവരിൽ ഇരുപതുപേരെ കൊന്നതല്ലാതെ ആരെയും പിടികൂടാൻ കഴിഞ്ഞില്ല. കൊല്ലപ്പെട്ടവരിൽ ഏഴുപേർ പൊലീസ് കസ്റ്റഡിയിൽ ഉണ്ടായിരുന്നവരാണെന്ന വെളിപ്പെടുത്തലും ഉണ്ടായിട്ടുണ്ട്. ചോദ്യങ്ങളുണ്ടായാൽ പൊലീസിന് ഉത്തരങ്ങളുണ്ടാവില്ല. ചോദ്യങ്ങൾ ശരിയായി ഉന്നയിക്കപ്പെടുന്നില്ല എന്നതാണ് മറ്റെവിടെയും എന്നപോലെ ആന്ധ്രയിലെയും പ്രശ്നം.

കള്ളക്കടത്തായാലും സിമി പ്രവർത്തനമായാലും സ്വരക്ഷയ്ക്കായല്ലാതെ നിയമം കൈയിലെടുക്കാൻ പൊലീസിന് അധികാരമില്ല. നിയമത്തിന്റെ ഉപകരണം മാത്രമാണ് പൊലീസ്. ശിക്ഷിക്കുന്നത് കോടതിയും ശിക്ഷ നടപ്പാക്കുന്നത് ഭരണകൂടവുമാണ്. പക്ഷേ, ഭരണകൂട ഭീകരതയുടെ ഉപകരണങ്ങളായി പൊലീസ് വർത്തിക്കുന്നു. ആന്ധ്ര, തെലങ്കാന എന്ന വ്യത്യാസം മാറ്റിവച്ചാൽ ഒരേ പ്രദേശിൽനിന്ന് ഒരേദിവസം 25 പേർ പ്രത്യക്ഷവും നിയമാനുസൃതവുമായ നടപടിയുടെ ഭാഗമായല്ലാതെ പൊലീസ് വെടിവയ്പിൽ കൊല്ലപ്പെട്ടുവെന്നത് അത്ര നിസ്സാരമായ കാര്യമല്ല. കൈയാമംവച്ച് പൊലീസ് വാഹനത്തിൽ കോടതിയിലേക്ക് കൊണ്ടുപോയ തടവുകാർ സായുധരായ പൊലീസുകാരെ ആക്രമിച്ചുവെന്ന വിശദീകരണം ആർക്കും അത്ര എളുപ്പത്തിൽ ബോദ്ധ്യപ്പെടില്ല. പൊലീസുകാരെ കൊന്ന കേസിലെ പ്രതികളെ പൊലീസ് കൊന്നു എന്നതാണ് വാസ്തവം. ഇത്തരം സന്ദർഭങ്ങൾ സിനിമയിൽ സുലഭമാണ്. എന്നാൽ യാഥാർത്ഥ്യങ്ങളുടെ തിരക്കഥയിൽനിന്ന് ഇത്തരം രംഗങ്ങൾ എന്നേയ്ക്കുമായി വെട്ടി മാറ്റപ്പെടണം.

പൗരാവകാശ സംഘടനകളുടെയും മനുഷ്യാവകാശ സംഘടനകളുടെയും ഇടപെടൽ ഉണ്ടായിട്ടുണ്ട്. ഹൈക്കോടതിയും ദേശീയ മനുഷ്യാവകാശ കമീഷനും സജീവമായിട്ടുണ്ട്. പക്ഷേ, ഒന്നും ഫലപ്രദമാവില്ല. സുപ്രീം കോടതിയുടെ ഇടപെടൽ ഉണ്ടായാലും നന്നാവില്ലെന്ന ശാഠ്യത്തിൽ കഴിയുന്ന പൊലീസിനെ നിലയ്ക്കു നിർത്താൻ ബന്ധപ്പെട്ടവർ ഉണർന്നു പ്രവർത്തിക്കണം. ഡി ജി പി ഉൾപ്പെടെയുള്ള ഉദ്യോഗസ്ഥരെ സസ്പെൻഷനിൽ നിർത്തിക്കൊണ്ടുവേണം ഇത്തരം കേസു

കൾ അന്വേഷിക്കേണ്ടത്. സാങ്കേതികത്വം വെടിഞ്ഞ് കോടതികളുടെ സജീവമായ ഇടപെടൽ ഉണ്ടാകണം. സംഭവം നടന്നത് പരിധിക്കു പുറത്താകയാൽ ഇടപെടില്ലെന്ന മനോഭാവം നീതിയെ പരിധിക്കു പുറത്താക്കും.

തുന്നേണ്ടത് യഥാസമയം തുന്നിയില്ലെങ്കിൽ ഒമ്പത് തുന്നൽ വേണ്ടി വരും. ചോർച്ച കണ്ടാലുടൻ അടയ്ക്കണം. ചെറിയ വീഴ്ചകൾ പോലും മാപ്പാക്കപ്പെടില്ലെന്ന ഉറച്ച സന്ദേശം പൊലീസിന് ലഭിക്കണം. ബ്രിട്ടീഷ് സംവിധാനത്തിൽ രൂപംകൊണ്ടതാണ് ഇന്ത്യയിലെ പൊലീസ്. പക്ഷേ, അവർ മാതൃകയാക്കുന്നത് സ്കോട്ട്ലാന്റ് യാർഡിനെയല്ല. 1857 ലെ കലാപത്തിനുശേഷം കൊളോണിയൽ താല്പര്യങ്ങൾ സംരക്ഷിക്കുന്നതിനു വേണ്ടിയുള്ള സംവിധാനത്തിന്റെ ഭാഗമായാണ് പൊലീസുണ്ടായത്. കേരളത്തിൽമാത്രമാണ് ആ സംവിധാനത്തെ നവീകരിച്ചത്. അങ്ങനെ ജനമൈത്രി പൊലീസുണ്ടായി.

എന്നാൽ പൊലീസിന്റെ മൈത്രി ആരോടെന്ന് കമീഷണർ ജോബിന്റെയും എസ് പി റാഹുലിന്റെയും സസ്പെൻഷനിൽനിന്ന് നമുക്ക് മനസ്സിലായി. പാമ്പിൻതോലിട്ട കാലുകൊണ്ട് കാവല്ക്കാരനെ ചവിട്ടിക്കൊന്ന മുഹമ്മദ് നിഷാമിന്റെ പാദങ്ങളിൽ സേവചെയ്യുന്ന പൊലീസിനും ആ നരാധമന്റെ മനസ്സാണുള്ളത്. ആറന്മുളയിൽ പൊലീസിന്റെ ക്രൂരമായ മൂന്നാം മുറയ്ക്ക് വിധേയനായ ടിം ടൈറ്റസ് എന്ന വിദ്യാർത്ഥി പൊതുസമൂഹത്തിന് കാര്യമായ പ്രശ്നമാകാതിരിക്കുന്നത് അതിലും വലിയ പ്രശ്നങ്ങൾ നമ്മുടെ സ്വാസ്ഥ്യം കെടുത്തുന്നതുകൊണ്ടോ ഞരമ്പുകളെ ത്രസിപ്പിക്കുന്നതുകൊണ്ടോ ആണ്. നിയമപാലകരും നിയമം പാലിക്കേണ്ടവരാണെന്ന ഫിലിപ്പോസ് മാർ ക്രിസോസ്റ്റം വലിയ മെത്രാപ്പോലീത്തയുടെ ഓർമ്മപ്പെടുത്തൽ നീതിപാലകർ ഏറ്റെടുക്കണം. കസ്റ്റഡിയിലെ വധശ്രമത്തെ അതിജീവിച്ച ആ യുവാവിനെ ആശുപത്രിയിൽ പ്രവേശിപ്പിക്കുന്നതിനുപകരം ജാമ്യം നല്കാതെ ജയിലിലേക്കയച്ച മജിസ്ട്രേറ്റ് ന്യായമായല്ല പ്രവർത്തിച്ചത്. രാജന്റെ സ്മരണയിൽ ഇന്നും മനമുരുകുന്ന ഒരു കേരളമുണ്ട്. ആ കേരളത്തിലാണ് ഇത്തരം സംഭവങ്ങൾ ആവർത്തിക്കുന്നത്. വർഗീസിനെ കൊന്ന ഏറ്റുമുട്ടലിന്റെ ആസൂത്രകൻ വാർദ്ധക്യകാലത്ത് ജയിലിലായെന്നത് കാപാലികർക്ക് അവശ്യം വേണ്ടതായ ഓർമ്മപ്പെടുത്തലാണ്.

എല്ലാ അവസ്ഥകൾക്കും ബാധകമായ നിയമമുണ്ട്. അറസ്റ്റ് മുതൽ റിമാൻഡ് വരെ എല്ലാ കാര്യങ്ങൾക്കും ബാധകമായ നിർദ്ദേശങ്ങൾ സുപ്രീം കോടതി നല്കിയിട്ടുണ്ട്. നിർദ്ദേശങ്ങൾ ലംഘിക്കപ്പെടുമ്പോൾ കോടതി കരുത്ത് കാണിക്കണം. അറസ്റ്റിന് ബാധകമായ പത്ത് കല്പനകൾ ബസു കേസിൽ സുപ്രീം കോടതി നല്കിയപ്പോൾ അവ ആലേഖനം ചെയ്ത ബോർഡുകൾ തെരുവിൽ പ്രദർശിപ്പിച്ചിരുന്നു. ജസ്റ്റീനിയന്റെ റോമൻ നിയമസംഹിതയും ഇംഗ്ലണ്ടിലെ മാഗ്നാകാർട്ടയും തെരുവുകളിലെ ഫലകങ്ങളിൽ പ്രദർശിപ്പിച്ചിരുന്നു. നിയമപരിരക്ഷയുടെ

പരസ്യമായ വാഗ്ദാനമായിരുന്നു അത്. വായിക്കേണ്ടവർ അന്ന് വായിച്ചതുകൊണ്ട് ലോകം ഇതുവരെയെത്തി. ഇന്ന് ആരും ഒന്നും വായിക്കുന്നില്ല. അതുകൊണ്ട് ഉരുട്ടിക്കൊലകളും ചവിട്ടിക്കൊലകളും തുടരുന്നു. തടവറകൾ കൊലയറകളാകുന്നു. ജാലിയൻവാലാ ബാഗുകൾ ഇരുണ്ട വനാന്തരങ്ങളിൽ പുനരാവിഷ്കൃതമാകുന്നു. ഹാശിംപുരയിൽ 42 പേരെ വെടിവച്ചുകൊന്ന് കനാലിൽ തള്ളിയ കേസിൽ വിധിയുണ്ടായത് 28 വർഷങ്ങൾക്കുശേഷമായിരുന്നു. പ്രതികളായ പൊലീസുകാർ വിട്ടയക്കപ്പെട്ടു. കൊലയാളികളായ പൊലീസുകാർക്ക് പ്രചോദനവും പ്രോത്സാഹനവുമാണ് ഇത്തരം വിധികൾ. ഏറ്റുമുട്ടലും മൂന്നാം മുറയും ഭരണഘടനയ്ക്കെതിരെയുള്ള അത്യാചാരമാണ്. ഗോഹത്യ കഠിനശിക്ഷയ്ക്കർഹമാകുന്ന കുറ്റവും നരഹത്യ മാപ്പാക്കപ്പെടുന്ന വീഴ്ചയുമാകുന്നു. കൊലപാതകപ്രവണതയുള്ളവർക്ക് സുരക്ഷിതമായി ചേരാൻ പറ്റിയ ഇടമായിരിക്കുന്നു പൊലീസ്.

7
ജീവിതം

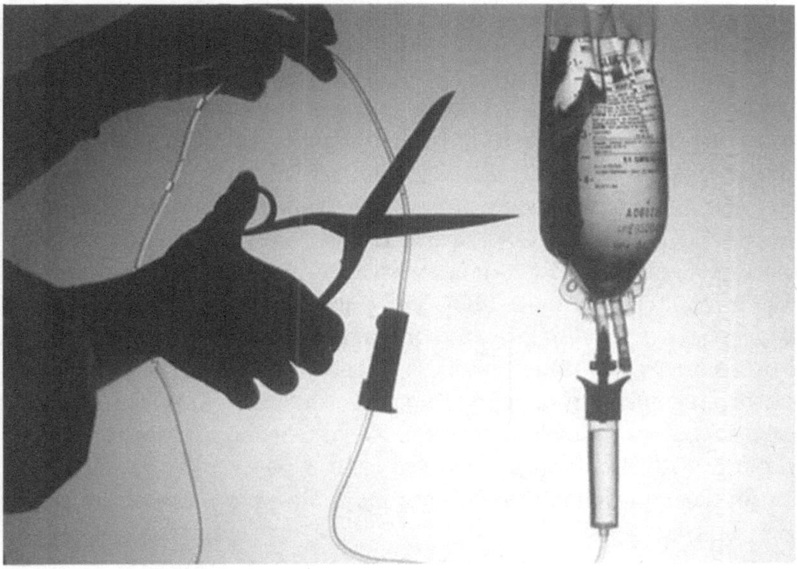

1

കുറ്റവും മരണശിക്ഷയും

എ പി ജെ അബ്ദുൾ കലാമിനെ കബറടക്കുന്ന ദിവസം യാക്കൂബ് അബ്ദുൾ റസാഖ് മേമന് കബറൊരുക്കുന്ന സാഹചര്യം ഒഴിവാകുമെന്ന് പലരും കരുതി. പക്ഷേ, എല്ലാം മുൻനിശ്ചയപ്രകാരം നടന്നു. കലാമിന്റെ മരണത്തിനുമുന്നേ നിശ്ചയിക്കപ്പെട്ടതായിരുന്നു മേമന്റെ അന്ത്യദിനം. സുപ്രീം കോടതിയും രാഷ്ട്രപതിയും ചേർന്ന് ആ ഡെഡ് ലൈൻ തെറ്റാതെ നോക്കി. ദേശീയ ദുഃഖാചരണമോ മുൻ രാഷ്ട്രപതിയുടെ കബറടക്കമോ അവർക്ക് പ്രശ്നമായില്ല. വധശിക്ഷയെ അനുകൂലിക്കാതിരുന്ന ആളായിരുന്നു കലാം എന്ന ഓർമ്മയും അവർക്കുണ്ടായില്ല. മസ്തിഷ്കമരണം സംഭവിച്ച രോഗിയെ ബന്ധുക്കളുടെ തൃപ്തിക്കുവേണ്ടി വെന്റിലേറ്ററിൽ നിലനിർത്തുന്നതുപോലെ, അന്ത്യംകുറിക്കപ്പെട്ട ഹർജികളുമായി സുപ്രീം കോടതി രാത്രിയുടെ അന്ത്യയാമം വരെ വിളക്കണയ്ക്കാതെയിരുന്നു എന്നുമാത്രം. ഒടുവിൽ പ്രതീക്ഷയുടെ വിളക്കുകൾ അണച്ച് നിയമം നിദ്രയിലേക്ക് വീണു.

നിയമപരമായി സാദ്ധ്യമായതെല്ലാം ചെയ്യുന്നതിന് മേമന്റെ അഭിഭാഷകർക്ക് സൗകര്യം കിട്ടിയെന്ന് സാങ്കേതികമായി പറയാം. ജസ്റ്റീസ് കുര്യൻ ജോസഫ് ഈ പ്രസ്താവനയോട് വിയോജിക്കുന്നു. നിയമം വഴി സ്ഥാപിച്ചിട്ടുള്ള നടപടിക്രമം അനുസരിച്ചല്ലാതെ ആരുടെയും ജീവൻ ഇല്ലാതാക്കാൻ പാടില്ലെന്ന് ഭരണഘടനയുടെ അനുച്ഛേദം 21 പറയുന്നു. അപ്രകാരമുള്ള നടപടിക്രമം പൂർത്തിയായില്ലെന്ന പരാതിയുണ്ട്. ഭരണകൂടത്തിന്റെ ഇംഗിതത്തിനൊത്ത് കോടതി പ്രവർത്തിച്ചുവെന്ന ആക്ഷേപമുണ്ട്. സമാനമായ കുറ്റം ചെയ്തവർക്ക് അവരുടെ മതത്തിന്റെയും ഭരണകക്ഷിയുടെ അജണ്ടയുടെയും പ്രാദേശികമായ താല്പര്യങ്ങളുടെയും അടിസ്ഥാനത്തിൽ ഇളവും പരിരക്ഷയും ലഭിക്കുന്നുവെന്ന കുറ്റപ്പെടുത്തലുണ്ട്.

മേമനു വേണ്ടിയല്ല ഈ ലേഖനം. അയാളിൽ തെളിയിക്കപ്പെട്ട കുറ്റം കഠിനവും കഠിനമായ ശിക്ഷയ്ക്ക് അർഹവുമാണ്. അതിനർത്ഥം അയാളെ കൊല്ലണമെന്നല്ല. സംവാദത്തിനും വിവാദത്തിനും വിരാമമിടാതെ മേമൻ മൺമറഞ്ഞു. പക്ഷേ, വധശിക്ഷയെക്കുറിച്ചുള്ള ദേശീയസംവാദം തുടരണം. അതിന് മേമൻ നിമിത്തമായി എന്നുമാത്രം. കഠിനമായ കേസുകൾ നല്ല നിയമത്തിന്റെ സൃഷ്ടിക്ക് പര്യാപ്തമല്ല. എന്നാൽ ഇത്തരം കേസുകളുടെ പശ്ചാത്തലത്തിലാണ് വധശിക്ഷക്കെതിരായ അഭിപ്രായസമന്വയത്തിനുള്ള പരിശ്രമം നടക്കേണ്ടത്. തെറ്റായ തീർപ്പുകൾ ശരിയായ നിയമത്തിന്റെ പിറവിക്ക് കാരണമായേക്കാം.

മേമന്റെ വധത്തിനുശേഷമുള്ള ടെലിവിഷൻ ചർച്ചകളിൽ പ്രതികാരദാഹം ശമിച്ച് ചിറിതുടയ്ക്കുന്ന സംഘികളെ കണ്ടു. പ്രതികാരത്തിൽ അധിഷ്ഠിതമാണോ ആർഷഭാരതത്തിന്റെ ആത്മാവും ജനാധിപത്യഭാരതത്തിന്റെ ചൈതന്യവും? എടുത്തത് തിരിച്ചുനല്കാൻ കഴിയില്ല. സാംസ്കൃതമായ ജനതയ്ക്ക് പ്രതികാരം ഭൂഷണമല്ല. മകനെ നഷ്ടപ്പെട്ട പിതാവിന് കൊലയാളിയുടെ മകനെ കൊല്ലുന്നതിനുള്ള അവകാശം ഹമുറാബിയുടെ കാലത്തുണ്ടായിരുന്നു. പല്ലിനുപകരം തല എന്നതായിരുന്നു അന്നത്തെ ന്യായം. അവിടെനിന്നാണ് പല്ലിനുപകരം പല്ല് എന്ന മിതവാദത്തിലേക്ക് ലോകം എത്തിയത്. ഇന്ന് പല്ലിനുപകരം പല്ലെന്നോ കണ്ണിനുപകരം കണ്ണെന്നോ ഉള്ള പ്രതികാരചിന്ത ജനാധിപത്യസമൂഹങ്ങൾക്കില്ല. തൂക്കിക്കൊലയും ശിരച്ഛേദവും ആഘോഷമാക്കിയിരുന്ന രാജ്യമാണ് ബ്രിട്ടൻ. ഇന്നവിടെ വധശിക്ഷയില്ല. ഒരു തെറ്റിനെ തുടർന്നുണ്ടായ മനഃസ്താപമായിരുന്നു അത്. ഇന്ത്യയിൽ മെക്കാളെയുടെകാലത്തെ ശിക്ഷ ഇന്നും തുടരുന്നു. പ്രതികാരത്തിനായുള്ള നീറ്റൽ കുറ്റവാളിയുടെ അതേ അവസ്ഥയിലേക്ക് സമൂഹത്തെ എത്തിക്കുന്നു.

ഭരണകൂടം ആൾക്കൂട്ടമല്ല. ധർമ്മത്തിലും നീതിയിലും അധിഷ്ഠിതമായിരിക്കണം ഭരണകൂടത്തിന്റെ നീതിയും നിയമവും. കടുത്ത കുറ്റവാളിയും രാഷ്ട്രത്തിന്റെ ദയ അർഹിക്കുന്നു. അഫ്സൽ ഗുരുവിന് നിയമത്തിന്റെ കാരുണ്യം ലഭിച്ചില്ല. രഹസ്യത്തിൽ നടപ്പാക്കിയ ശിക്ഷ അനുച്ഛേദം 21 അനുവദിക്കുന്ന ശിക്ഷയായിരുന്നില്ല. ശിക്ഷിക്കുന്നതിനുപകരം അഫ്സൽ ഗുരുവിനെ നിയമം കൊല്ലുകയായിരുന്നു. അവസാനമായി കുടുംബാംഗങ്ങളെ കാണുന്നതിനുള്ള അവസരംപോലും അയാൾക്ക് നല്കിയില്ല. രഹസ്യത്തിൽ കൊല്ലുകയും മൃതദേഹം രഹസ്യത്തിൽ മറവ് ചെയ്യുകയും ചെയ്തതിനു ശേഷമായിരുന്നു കുടുംബാംഗങ്ങൾ വിവരമറിഞ്ഞത്. അധാർമ്മികമായ പ്രവൃത്തിയുടെ ആവർത്തനം ഒഴിവാക്കുന്നതിന് സുപ്രീം കോടതി വ്യക്തമായ നിർദ്ദേശങ്ങൾ നല്കി. ശിക്ഷാവിവരം തടവുകാരനെയും ബന്ധുക്കളെയും പ്രാദേശിക നിയമസഹായ കേന്ദ്രത്തെയും പതിനാല് ദിവസംമുമ്പ് അറിയിക്കണമെന്ന നിർദ്ദേശം മേമന്റെ കാര്യത്തിൽ പാലിക്കപ്പെട്ടില്ല. അന്തിമമായ തീരുമാനത്തിനും വിധി നടത്തിപ്പിനും മദ്ധ്യേ ഒന്നേ മുക്കാൽ മണിക്കൂർ മാത്രമാ

ണുണ്ടായത്. മേമന്റെ നിറവേറ്റപ്പെടാതെപോയ അന്ത്യാഭിലാഷം മകളെ കാണണമെന്നായിരുന്നു. പിതാവിന്റെയും മകളുടെയും ജന്മദിനമായിരുന്നു അന്ന്.

പത്ത് വർഷത്തിനിടെ നടപ്പാക്കപ്പെട്ട മൂന്നാമത്തെ വധശിക്ഷയായിരുന്നു മേമന്റേത്. ഓരോ വധശിക്ഷയും തീവ്രമായ തർക്കവിതർക്കങ്ങൾക്ക് കാരണമാകുന്നു. വധശിക്ഷ അവസാനിപ്പിക്കുകയെന്നതാണ് ഇതിനുള്ള പരിഹാരം. കുറ്റത്തിന്റെ ഗൗരവമോ ഇരകളുടെ എണ്ണമോ നാശനഷ്ടങ്ങളുടെ കണക്കോ വധശിക്ഷയ്ക്ക് ന്യായീകരണമാകരുത്. ശിക്ഷയെ അനിവാര്യമായ രാജധർമ്മമായി കാണുന്നതിന് ജസ്റ്റീസ് ദവെ ഇതിഹാസശ്ലോകം ഉരുവിട്ടു. നിയമത്തിന്റെ ദയാസൂക്തങ്ങളാണ് ജഡ്ജിമാർ ഉരുവിട്ട് പഠിക്കേണ്ടത്. അതറിയാവുന്ന കോടതിയാണ് അപൂർവ്വങ്ങളിൽ അത്യപൂർവ്വമായ കേസുകളിൽ മാത്രമായി വധശിക്ഷ പരിമിതപ്പെടുത്തിയത്. വിധി അന്തിമമായതിനുശേഷവും പുനഃപരിശോധനയ്ക്കും തിരുത്തലിനുമുള്ള അവസരം നല്കിയതും ദയാഹർജിയിലുള്ള തീർപ്പ് ജുഡീഷ്യൽ പരിശോധനയ്ക്ക് വിധേയമാക്കിയതും കഴിയുമെങ്കിൽ വധശിക്ഷ ഒഴിവാക്കുന്നതിനുവേണ്ടിയാണ്. ദയാഹർജിയിലെ തീർപ്പിൽ വരുന്ന കാലതാമസം വധശിക്ഷ ഒഴിവാക്കുന്നതിനുള്ള കാരണമാണ്. പതിനൊന്ന് വർഷത്തെ കാലതാമസമാണ് രാജീവ് ഗാന്ധി വധക്കേസിലെ പ്രതികളുടെ വധശിക്ഷ മരണംവരെ തടവായി മാറ്റാൻ കാരണമായത്. അതിനെതിരെ സർക്കാർ നല്കിയ തിരുത്തൽ ഹർജി തള്ളിയ കോടതിയാണ് മേമനോട് കാരുണ്യം കാണിക്കാതിരുന്നത്. സർക്കാരിനെ വിശ്വസിച്ച് നിയമത്തിനു കീഴടങ്ങുകയും നിയമവുമായി സഹകരിക്കുകയും ചെയ്ത മേമന്റെ ദുർവ്വിധി ഇന്ത്യൻ നിയമവ്യവസ്ഥയുടെ വിശ്വാസ്യതയ്ക്ക് ക്ഷതമേല്പിച്ചു. രണ്ട് ദശകങ്ങൾക്കപ്പുറം നടന്നതും എല്ലാവരും മറന്നതുമായ ദുരന്തത്തിലേക്ക് ജനശ്രദ്ധ ആകർഷിക്കാൻ ഈ സംഭവങ്ങൾ കാരണമായി.

ചിലപ്പോൾ നിയമം നിസ്സഹായമാകും. നിയമവും തെളിവുകളും കോടതിയെ ബന്ധിക്കും. അതിനുംമീതെ രാഷ്ട്രത്തിന്റെ ദയ ഉയർന്നു നില്ക്കണമെന്നുള്ളതുകൊണ്ടാണ് മരണശിക്ഷ ലഘൂകരിക്കുന്നതിനുള്ള അധികാരം രാഷ്ട്രപതിക്ക് നല്കിയിരിക്കുന്നത്. മേമന് അതും പ്രയോജനപ്പെട്ടില്ല. വധശിക്ഷയോട് വ്യക്തിപരമായി വിയോജിപ്പുണ്ടായിരുന്ന അബ്ദുൾ കലാമാണ് ധനഞ്ജയ ചാറ്റർജിയുടെ ദയാഹർജി നിരസിച്ചത്. പാറാവുകാരനായിരുന്ന ധനഞ്ജയ ചാറ്റർജി യഥാർത്ഥത്തിൽ കുറ്റവാളിയായിരുന്നുവോ എന്ന കാര്യത്തിൽ ഇന്നും സംശയം ബാക്കിനില്ക്കുന്നു. പ്രണബ് മുഖർജി ആരോടും ഇതുവരെ ദയകാണിച്ചിട്ടില്ല. രാഷ്ട്രപതിയുടെ ദയ എന്നത് ഭരണകൂടത്തിന്റെ ദയയാണ്. ഭരണകൂടത്തിന്റെ ദയയ്ക്ക് പൊതുവായ തത്ത്വങ്ങളില്ല. അതിൽ രാഷ്ട്രീയമുണ്ട്, സാമൂഹികമായ സമ്മർദ്ദമുണ്ട്. അതുകൊണ്ട് മനുഷ്യത്വരഹിതവും മനഃസാക്ഷിക്ക് നിരക്കാത്തതുമായ പ്രാകൃതമായ ശിക്ഷ നിയമത്തിന്റെ

പുസ്തകത്തിൽനിന്ന് നീക്കം ചെയ്യണം. ഭ്രാതൃഹത്യക്ക് വിചാരണ ചെയ്യപ്പെട്ട കായേനെ ദൈവം മരണശിക്ഷയ്ക്ക് വിധിച്ചില്ല. പാപത്തിന്റെ മുദ്രയുമായി ജീവപര്യന്തം അലയുന്നതിനാണ് ചരിത്രത്തിലെ ആദ്യത്തെ ഘാതകൻ ശിക്ഷിക്കപ്പെട്ടത്. ഒഴിവാക്കാനാവാത്ത കേസുകളിൽ ശിക്ഷിക്കപ്പെടുന്നവരെ മരണംവരെ ജയിലിൽ പാർപ്പിക്കാം. അമേരിക്കയിൽ സിനിമാ തിയേറ്ററിൽ കടന്നുകയറി പന്ത്രണ്ടുപേരെ വെടിവച്ചുകൊല്ലുകയും 77 പേരെ പരിക്കേല്പിക്കുകയും ചെയ്ത കേസിൽ ജയിംസ് ഹോംസിന് 12 ജീവപര്യന്തം തടവും പരോളില്ലാതെ 3,318 വർഷത്തെ തടവുമാണ് കൊളറാഡോയിലെ കോടതി വിധിച്ചത്. കൊളറാഡോയിൽ വധശിക്ഷ നിയമവിധേയമാണെങ്കിലും ഹോംസിന് വധശിക്ഷ നല്കുന്ന കാര്യത്തിൽ ജൂറിയിൽ ഭിന്നാഭിപ്രായമുണ്ടായി. പ്രതി സ്വതന്ത്രസമൂഹത്തിൽ ഒരിക്കലും കാലു കുത്തരുതെന്നാണ് കോടതിയുടെ തീരുമാനമെന്നും പരമാവധി ശിക്ഷ അർഹിക്കുന്ന കേസുണ്ടെങ്കിൽ അതിതാണെന്നും പറഞ്ഞുകൊണ്ടാണ് ജഡ്ജി കാർലോസ് എസാമർ അസാധാരണമായ വിധി പ്രസ്താവിച്ചത്. പന്ത്രണ്ടു പേരെ വെടിവച്ചുകൊന്നതിന് 12 ജീവപര്യന്തത്തിനുപുറമേ മരണം സംഭവിക്കാമായിരുന്ന 140 വധശ്രമങ്ങൾക്കും സ്വന്തം അപ്പാർട്ട്മെന്റിൽ ബോംബ് വച്ചതിനും ആണ് 3,318 വർഷത്തെ അനുഭവിക്കാൻ അസാദ്ധ്യമായ തടവ് കോടതി വിധിച്ചത്.

തൂക്കുമരങ്ങൾ ഇല്ലാതാകുന്ന കാലം വരണം. തെറ്റായ വധശിക്ഷയുടെ കഥകൾ ചരിത്രത്തിൽ ഊയലാടുന്നു. തെറ്റുകൾ ഇനിയും ആവർത്തിക്കും. അഫ്സൽ ഗുരുവിന്റെയും അജ്മൽ കസബിന്റെയും യാക്കൂബ് മേമന്റെയും ദുർഗ്ഗതിയോർത്ത് ഭീകരതയുടെ കരിനാഗങ്ങൾ പത്തി താഴ്ത്തില്ല. രാഷ്ട്രത്തിന്റെ പ്രതിരോധം തൂക്കുകയറിൽ ഉറപ്പിക്കാനാവില്ല. അവനെ ക്രൂശിക്കുകയെന്ന ആക്രോശത്തിൽനിന്ന് പിന്തിരിപ്പിച്ച് സമൂഹത്തെ ജനാധിപത്യവല്ക്കരിക്കുന്നതിനുള്ള ശ്രമമാണ് തുടരേണ്ടത്. പശ്ചാത്തപിക്കുന്നതിനുള്ള അവസരം പാപിക്ക് നല്കണം. പശ്ചാത്തപിക്കുന്ന പാപി ചിലപ്പോൾ സമൂഹത്തിന് പ്രയോജനമായി മാറിയേക്കാം. അത് അയാളുടെ പ്രായശ്ചിത്തമാകും.

2

മേമനാണെങ്കിലും കൊല്ലരുത്

വധശിക്ഷയിൽ സംതൃപ്തിയടയുന്ന സമൂഹത്തിന് എന്തോ പ്രശ്നമുണ്ട്. ശിക്ഷയുടെ കാഠിന്യം കുറ്റകൃത്യങ്ങളെ ഇല്ലാതാക്കുന്നില്ലെന്നത് ഡ്രാക്കോയുടെ കാലംമുതലുള്ള പാഠമാണ്. എന്നിട്ടും തൂക്കുമരങ്ങൾ ഒഴിവാകുന്നില്ല. 1980 ലെ ബച്ചൻ സിങ് കേസിൽ വധശിക്ഷ കഴിയുന്നതും അസാദ്ധ്യമാക്കുന്നതിന് അത്യപൂർവ്വ സാഹചര്യമെന്ന തത്ത്വം ആവിഷ്കരിക്കുകമാത്രമാണ് സുപ്രീം കോടതി ചെയ്തത്. അപൂർവ്വങ്ങളിൽ അപൂർവ്വമായ കേസുകളിൽമാത്രം വധശിക്ഷയെന്ന നിയന്ത്രണം ഉണ്ടായിട്ടും വധശിക്ഷയുടെ എണ്ണം വർദ്ധിക്കുന്നുവെന്നാണ് കണക്കുകൾ കാണിക്കുന്നത്. കഴിഞ്ഞ വർഷം രാജ്യത്തെ സെഷൻസ് കോടതികൾ 1,800 പേരെ വധശിക്ഷയ്ക്ക് വിധിച്ചതായി ഡൽഹിയിലെ നാഷണൽ ലോ യൂണിവേഴ്സിറ്റി നടത്തിയ പഠനത്തിൽ കണ്ടു. കഴിഞ്ഞ പതിനഞ്ച് വർഷത്തെ കണക്കെടുത്താൽ മാസം പത്തെന്ന നിരക്കിലാണ് സെഷൻസ് ജഡ്ജിമാർ പേനയുടെ തുമ്പൊടിക്കുന്നത്. സുപ്രീം കോടതിയുടെ ഇടപെടൽ ഉണ്ടാകുന്നു എന്നത് ശരിയാണ്. വധശിക്ഷയുടെ സ്ഥിരീകരണം വളരെ കുറവാണ്. വധശിക്ഷ ജീവപര്യന്തമാകുകയോ അപൂർവ്വം കേസുകളിൽ പ്രതികൾ വിട്ടയക്കപ്പെടുകയോ ചെയ്യുന്നു. വിധികളുടെയും നിരീക്ഷണങ്ങളുടെയും അടിസ്ഥാനത്തിൽ വധശിക്ഷയെക്കുറിച്ച് ചർച്ചകളും നടക്കുന്നു. മരണശിക്ഷ കാത്തുകഴിയുന്ന തടവുകാരുടെ നിയമപരമായ അവകാശങ്ങളെക്കുറിച്ച് കഴിഞ്ഞ വർഷത്തെ ശത്രുഘ്നൻ ചൗഹാൻ കേസിൽ സുപ്രീം കോടതി വ്യക്തത വരുത്തിയിട്ടുണ്ട്. ഹൈക്കോടതിയോ സുപ്രീം കോടതിയോ ഇടപെടുമെന്ന വിശ്വാസത്തിലാണോ സെഷൻസ് കോടതികൾ വലിയ തോതിൽ വധശിക്ഷ വിധിക്കുന്നത്. അത് അപകടകരമായ വിശ്വാസമാണ്. തെറ്റാ

യ വിധികൾ അനവധാനതയോടെ ശരിവയ്ക്കപ്പെടാൻ സാദ്ധ്യതയുണ്ട്. തങ്ങൾ ശരിവച്ച വധശിക്ഷകളിൽ പതിമൂന്നെണ്ണം തെറ്റായിരുന്നുവെന്ന് പതിനാല് മുൻ ന്യായാധിപന്മാർ രാഷ്ട്രപതി പ്രണബ് മുഖർജിക്കെഴുതിയ അസാധാരണമായ സാഹചര്യമുണ്ടായി. ആ പതിമൂന്നിൽ രണ്ടു പേരെ തൂക്കിലേറ്റിക്കഴിഞ്ഞിരുന്നു. വൈകിയെത്തുന്ന വീണ്ടുവിചാരം കൊണ്ട് ആർക്കെന്തു പ്രയോജനം. തെറ്റായി വിധിക്കപ്പെടുന്നതിനുള്ള സാദ്ധ്യത നിലനില്ക്കുന്നതുകൊണ്ടാണ് വധശിക്ഷ ഒഴിവാക്കണമെന്ന ആവശ്യമുണ്ടാകുന്നത്. വധശിക്ഷ നിർത്തലാക്കണമെന്ന ആവശ്യത്തിന് കുറേക്കൂടി ആഴത്തിലുള്ള ന്യായീകരണങ്ങളുണ്ട്. തടവറയിലെ ഏകാന്തതയിൽ മരണത്തിലേക്കുള്ള ചുവടുകൾ എണ്ണിക്കഴിയേണ്ടിവരുന്ന ഹതഭാഗ്യരുടെ അവസ്ഥ അവർ ചെയ്തതായി ആരോപിക്കപ്പെടുന്ന കുറ്റത്തെ അടിസ്ഥാനമാക്കി ന്യായീകരിക്കാൻ കഴിയില്ല. തിരുത്താൻ കഴിയാതെ പോയ ഒരു തെറ്റിന്റെ അടിസ്ഥാനത്തിലാണ് ബ്രിട്ടനിൽ വധശിക്ഷ നിർത്തലാക്കിയത്.

രാജ്യത്ത് ഇന്ന് വധശിക്ഷ കാത്തുകഴിയുന്നവരുടെ എണ്ണം 385 ആണ്. അവരിൽ 25 ശതമാനം പേർ ആദ്യമായി കൊലപാതകം നടത്തിയവരോ ഒറ്റക്കൊലപാതകം നടത്തിയവരോ ആണ്. സെഷൻസ് കോടതികളിൽ വധശിക്ഷയുടെ തോത് വർദ്ധിക്കുന്നത് ഗൗരവത്തോടെ കാണണം. ഒരുപക്ഷേ, സംഭവത്തിന്റെ സാമീപ്യവും സാഹചര്യങ്ങളുടെ സമ്മർദ്ദവും സമൂഹത്തിന്റെ സ്വാധീനവും വിധിയാളനെ സ്വാധീനിക്കുന്നുണ്ടാകാം. തീർപ്പാക്കുന്ന കേസുകളുടെ എണ്ണത്തിലല്ലാതെ ഗുണത്തിലോ നിലവാരത്തിലോ ഹൈക്കോടതികൾ താല്പര്യം കാണിക്കാറില്ല. സബോർഡിനേറ്റ് കോടതികളുടെ മേൽനോട്ടത്തിന് ഹൈക്കോടതികൾക്ക് നല്കപ്പെട്ടിരിക്കുന്ന അധികാരം കണക്കെടുപ്പു മാത്രമായി പരിമിതപ്പെടുന്നു. സെഷൻസ് കോടതിയിലെ തെറ്റ് ഹൈക്കോടതിയിലും സുപ്രീം കോടതിയിലും തിരുത്തപ്പെടാതെ പോകുന്നതിനുള്ള സാദ്ധ്യതയാണ് പതിനാല് മുൻ ജഡ്ജിമാരുടെ കുമ്പസാരത്തിലൂടെ തെളിയുന്നത്. പൊലീസും പ്രോസിക്യൂഷനും കണ്ടെത്തുന്ന വിശ്വസനീയമായ തെളിവുകൾക്കപ്പുറം സത്യം മറഞ്ഞിരിക്കാനുള്ള സാദ്ധ്യത കുറ്റാന്വേഷണകഥകൾ വായിക്കുന്നവർക്ക് മനസ്സിലാകും. സോളമന്റെ ജ്ഞാനവും വിവേകവും ഉള്ളവരല്ലല്ലോ നമ്മുടെ ന്യായാധിപന്മാരിൽ ഏറെയും.

വധശിക്ഷയെ സംബന്ധിക്കുന്ന വാർത്തകൾ കൂടുതലായി കേട്ട ആഴ്ചയിലാണ് ഇതെഴുതുന്നത്. യാക്കൂബ് മേമന്റെ വധശിക്ഷ നടപ്പാക്കുന്നതിന് സുപ്രീം കോടതിയുടെ അനുമതിയായി. മേമനെ കൊല്ലണമോ വേണ്ടയോ എന്നതല്ല വിഷയം. സാധാരണ ജീവപര്യന്തത്തേക്കാൾ കൂടിയകാലം ജയിലിൽ ഇട്ടതിനുശേഷം ഒരാളെ തൂക്കിക്കൊല്ലുമ്പോൾ ഒരേ കുറ്റത്തിന് രണ്ട് ശിക്ഷയാകുന്നു. ഇരട്ട ശിക്ഷ ഭരണഘടന അനുവദിക്കുന്നില്ല. ആലുവ കൂട്ടക്കൊലക്കേസിലെ പ്രതി ആന്റണിക്കും തൂക്കുമരം ഒരുങ്ങുന്നു. കാസർകോട് പ്രായപൂർത്തിയാകാത്ത പെൺ

കുട്ടിയെ കൊലപ്പെടുത്തിയ കേസിൽ കെ സി ഹംസയ്ക്ക് ലഭിച്ചതും വധശിക്ഷയാണ്. വധശിക്ഷയുടെ കാര്യത്തിൽ മാധ്യമങ്ങൾ ജാഗ്രത പാലിക്കണം. ഓരോ വധശിക്ഷയും നിശിതമായ പരിശോധനയ്ക്ക് വിധേയമാക്കണം. സുപ്രീം കോടതിയുടെ അപൂർവ്വങ്ങളിൽ അപൂർവ്വം എന്ന തത്ത്വം പാലിക്കപ്പെടുന്നുണ്ടോ എന്ന് കോടതികൾ മാത്രം പരിശോധിച്ചാൽ പോരാ. വധശിക്ഷ ഒരു മനുഷ്യാവകാശപ്രശ്നമാണ്. മനുഷ്യാവകാശങ്ങൾ മാധ്യമങ്ങൾക്ക് വിഷയമാകണം. നിഥാരിയിലെ സുരേന്ദർ കോലിയുടെ കാര്യത്തിലെന്നപോലെ ആലുവയിലെ ആന്റണിയുടെ കാര്യത്തിലും സംശയങ്ങൾ ബാക്കിനില്ക്കുന്നു. സംശയങ്ങൾ അവശേഷിപ്പിച്ചുകൊണ്ട് ആരെയും തൂക്കിലേറ്റാൻ പാടില്ല.

യാക്കൂബ് മേമന്റെ വധശിക്ഷ ഒഴിവാക്കണമെന്ന് സി പി ഐ (എം) ആവശ്യപ്പെട്ടു. രാജീവ് ഗാന്ധി വധക്കേസിലെ പ്രതികളുടെ വധശിക്ഷപോലും ജീവപര്യന്തമാക്കി മാറ്റിയ സാഹചര്യത്തിൽ മേമന്റെ വധശിക്ഷയും ജീവപര്യന്തമാക്കി മാറ്റണമെന്നാണ് പൊളിറ്റ് ബ്യൂറോ ആവശ്യപ്പെട്ടത്. വധശിക്ഷ സമ്പൂർണ്ണമായി നിർത്തലാക്കണമെന്ന് തത്ത്വാധിഷ്ഠിതമായി നിലപാട് സ്വീകരിച്ചിട്ടുള്ള പാർട്ടിയാണ് സി പി ഐ (എം). മറ്റ് രാഷ്ട്രീയപാർട്ടികളുടെ ഇക്കാര്യത്തിലുള്ള നിലപാടിന് വ്യക്തതയില്ല. രാഷ്ട്രീയപാർട്ടികൾക്കു മാത്രമല്ല മാധ്യമങ്ങൾക്കും ഇക്കാര്യത്തിൽ നിലപാട് വേണം. വധശിക്ഷയ്ക്കെതിരെ ശക്തമായ നിലപാട് സ്വീകരിച്ചിട്ടുള്ള പത്രമാണ് *ദ ഹിന്ദു.* വധശിക്ഷ നിർത്തലാക്കണമെന്നാവശ്യപ്പെട്ട് രണ്ടു ദിവസം അടുപ്പിച്ച് രണ്ട് വിഷയങ്ങളെ അടിസ്ഥാനമാക്കി *ദ ഹിന്ദു* മുഖപ്രസംഗമെഴുതി.

1993 ലെ ബോംബെ സ്ഫോടനക്കേസിൽ ശിക്ഷിക്കാൻ നമുക്ക് കിട്ടിയ ഏകപ്രതിയാണ് യാക്കൂബ് അബ്ദുൽ റസാഖ് മേമൻ. മുഖ്യപ്രതികളായ ദാവൂദ് ഇബ്രാഹിമും യാക്കൂബിന്റെ സഹോദരൻ ടൈഗർ മേമനും നമ്മുടെ പിടിയിലായിട്ടില്ല. കിട്ടേണ്ടവരെ കിട്ടിയില്ലെങ്കിൽ കിട്ടിയവനെ തൂക്കുകയെന്നത് അത്ര നല്ല നിലപാടല്ല. കേസിൽ യാക്കൂബിനൊപ്പം വധശിക്ഷയ്ക്ക് വിധിക്കപ്പെട്ട പത്തുപേരുടെ ശിക്ഷ സുപ്രീം കോടതി ജീവപര്യന്തമായി മാറ്റിയപ്പോഴും മേമന്റെ ശിക്ഷയിൽ മാറ്റമുണ്ടായില്ല. അയാളുടെ തെറ്റിനെക്കുറിച്ചും സ്ഫോടനപരമ്പരയിൽ അയാൾക്കുള്ള പങ്കിനെക്കുറിച്ചും ആർക്കും സംശയമുണ്ടാവില്ല. സംഭവം നടന്ന് 22 വർഷത്തിനുശേഷം നടപ്പാക്കാൻ പോകുന്ന വധശിക്ഷ ന്യായീകരിക്കത്തക്കതാണോ എന്നതാണ് പ്രശ്നം.

രാഷ്ട്രപതിക്ക് സമർപ്പിച്ച ദയാഹർജിയുടെ ബലത്തിൽ ജൂലൈ 30 എന്ന ശിക്ഷാദിനം നീണ്ടുപോകുമെന്ന് കരുതിയിരുന്നു. ദയാഹർജി പരിഗണിക്കുമ്പോഴോ നിരസിച്ചതിനുശേഷം പതിനാല് ദിവസത്തിനകമോ വധശിക്ഷ നടപ്പാക്കാൻ പാടില്ലെന്ന് ശത്രുഘ്നൻ ചൗഹാന്റെ കേസിൽ സുപ്രീം കോടതി പറഞ്ഞിട്ടുണ്ട്. യാക്കൂബിനുവേണ്ടി സഹോദരൻ നല്കിയ ദയാഹർജി രാഷ്ട്രപതി നേരത്തെ തള്ളിയെങ്കിലും ഇപ്പോൾ

യാക്കൂബ് നേരിട്ട് നല്കിയ ദയാഹർജി രാഷ്ട്രപതി പ്രത്യേകമായി പരിഗണിക്കേണ്ടതായുണ്ട്. രാഷ്ട്രപതിയിൽ നിക്ഷിപ്തമായ അധികാരം ഉപയോഗിച്ച് യാക്കൂബ് മേമന്റെ വധശിക്ഷ ജീവപര്യന്തമാക്കി മാറ്റാമായിരുന്നു. അതാണ് സി പി ഐ (എം) ആവശ്യപ്പെട്ടത്. ഇരുനൂറ്റി അമ്പത്തിയേഴുപേരുടെ മരണത്തിനും 713 പേരുടെ ഗുരുതരമായ പരുക്കിനും കാരണമായ സംഭവത്തിൽ പ്രധാന പങ്കാളിയായ ആളുടെ കാര്യത്തിലാകുമ്പോൾ തീരുമാനം പ്രയാസകരമായിരിക്കും. സംഭവത്തെ അടിസ്ഥാനമാക്കിയും നിലപാടിനെ അടിസ്ഥാനമാക്കിയും വാദിക്കാവുന്ന കേസാണിത്. സെൻസർഷിപ്പിന്റെ ദോഷങ്ങൾ ഒഴിവാക്കുന്നതിന് സെൻസർഷിപ്പ് തന്നെ വേണ്ടെന്ന് വയ്ക്കുന്നതാണ് നല്ലതെന്ന് മാർക്സ് പറഞ്ഞു. വധശിക്ഷയിലെ അപകടങ്ങൾ ഒഴിവാക്കുന്നതിന് വധശിക്ഷതന്നെ വേണ്ടെന്ന് വയ്ക്കുന്നതാണ് നല്ലത്. കൊടുംപാതകിയുടേതാണെങ്കിലും ജീവൻ മൂല്യമുള്ളതാണ്. കുറ്റവാളി പരാജിതനാണ്. ഏതു പരാജിതനും രണ്ടാമൂഴത്തിന് അവകാശമുണ്ട്. ഒന്നു പിഴച്ചാലും ഏഴു വരെയാകാമെന്ന പാഠമല്ലേ റോബർട്ട് ബ്രൂസിനെ ചിലന്തി പഠിപ്പിച്ചത്.

3

ടു ഡൈ ഓർ നോട്ട് ടു ഡൈ

ഹാംലെറ്റിനെപ്പോലെ കോടതിയും ചിലപ്പോൾ ധർമ്മസങ്കടത്തിൽ അകപ്പെടും. ജീവൻ ഇല്ലാതായിട്ടും മരണം മാറിനിന്ന അരുണ ഷാൻ ബാഗിനെ ദയാപൂർവ്വം മരണത്തിനു വിട്ടുകൊടുക്കണമെന്ന പിങ്കി വിരാനിയുടെ അപേക്ഷ കോടതിക്ക് വീണ്ടുവിചാരമില്ലാതെ സ്വീകരിക്കാൻ കഴിയുമായിരുന്നില്ല. അരുണയുടെ ദാരുണമായ കഥ പുസ്തകമാക്കിയ മാധ്യമപ്രവർത്തകയാണ് പിങ്കി. സുപ്രീം കോടതിയിൽ മാർക്കണ്ഡേയ കട്ജുവും ജ്ഞാനസുധാ മിശ്രയും ചേർന്ന ബെഞ്ച് അരുണയുടെ അവസ്ഥ വീഡിയോയിൽ കണ്ടു. പരോക്ഷമായ ദയാവധം കോടതി അനുവദിച്ചു. ഭക്ഷണവും പരിചരണവുമില്ലാതെ രോഗിയെ മരിക്കാൻ അനുവദിക്കുന്നതാണ് പരോക്ഷമായ നിഷ്ക്രിയദയാവധം. മരുന്ന് കുത്തിവച്ചുള്ള സക്രിയദയാവധം അനുവദനീയമല്ല. അത് കൊലപാതകമോ അല്ലെങ്കിൽ ആത്മഹത്യക്കുള്ള സഹായമോ ആയി കണക്കാക്കപ്പെടും.

മുംബൈ കെ ഇ എം ആശുപത്രിയിലെ ജീവനക്കാർ കോടതി നല്കിയ ആനുകൂല്യം സ്വീകരിക്കാൻ തയ്യാറായില്ല. അവർ അരുണയെ പരിചരിച്ചു. ഒന്നും രണ്ടുമല്ല, നാല്പത്തിരണ്ട് വർഷം. ഫ്ളോറൻസ് നൈറ്റിങ്ഗേൽ പകർന്ന തിരിവെട്ടത്തിൽ ആ നെഴ്സുമാർ തങ്ങളുടെ ഹതഭാഗ്യയായ സഹോദരിയുടെ ജീവൻ നിലനിർത്തി. ആക്ഷേപകരവും മനുഷ്യത്വരഹിതവുമായ വാർത്തകൾക്ക് ക്ഷാമമില്ലാത്ത ആരോഗ്യമേഖലയിൽ അപ്രതീക്ഷിതമായി പ്രസരിച്ച കനിവിന്റെ കിരണങ്ങൾ ലോകം വിസ്മയത്തോടെ നോക്കിനിന്നു. അരുണ ഷാൻബാഗ് എന്ന കണ്ണീർത്തുള്ളിയെ കാലം ദയാപൂർവ്വം ഒപ്പിയെടുത്തപ്പോൾ ആ നെഴ്സുമാരുടെ സമർപ്പണത്തിനു മുന്നിൽ ലോകം ശിരസ്സ് നമിച്ചു.

മാ നിഷാദ പാടിയ വാല്മീകിയുടെ പേരുകാരനായ പ്രതിയെക്കു

റിച്ചും അയാളുടെ ക്രൂരകൃത്യത്തെക്കുറിച്ചും നമുക്ക് ചർച്ച നടത്താം. സ്ത്രീകൾക്കെതിരായ അതിക്രമങ്ങളെക്കുറിച്ച് സംവാദമാകാം. പക്ഷേ, അതിന് അരുണതന്നെ വേണമെന്നില്ല. നിർഭയ ഉൾപ്പെടെ എത്രയോ കഥാപാത്രങ്ങൾ ആ ചർച്ചയ്ക്ക് വേദിയൊരുക്കാനുണ്ട്. അരുണ ഉയർത്തുന്ന ചോദ്യം മറ്റൊന്നാണ്. ജീവിതത്തിന്റെ സ്പന്ദം നിലച്ചിട്ടും മരിക്കാൻ കഴിയാതെ കിടക്കുന്ന ഭാഗ്യഹീനരെ മരിക്കാൻ സഹായിക്കുന്ന ദയയെക്കുറിച്ചുള്ളതാണ് ആ ചോദ്യം. ആ ചോദ്യത്തെ അടിസ്ഥാനമാക്കിയുള്ള ചർച്ചയ്ക്ക് തുടക്കമിട്ടുകൊണ്ടാണ് അരുണ ആരുടെയും സഹായമില്ലാതെ മരണത്തെ സ്വീകരിച്ചത്. ദയാവധം എന്ന് അനായാസം പരിഭാഷപ്പെടുത്തപ്പെട്ട യൂത്തനാസ്യ അനുവദനീയമാണോ എന്നതാണ് ചോദ്യം.

ഹാംലെറ്റിന്റെ പ്രതിസന്ധിയാണിത്. ആണെന്നും അല്ലെന്നും പറയാൻ കഴിയാത്ത അവസ്ഥ. യൂത്തനാസ്യ വേണമെന്നും വേണ്ടെന്നും പറയുന്നവരുടെ വാദമുഖങ്ങൾ ശക്തമാണ്. നിയമവും നൈതികതയും ഉരസുമ്പോഴുള്ള തീപ്പൊരിയിൽ ശരിയായ ഉത്തരം കാണാനാവുന്നില്ല. ലോകമെങ്ങും ഈ പ്രതിസന്ധി നിലനില്ക്കുന്നു. ദയാഹത്യ അംഗീകരിച്ചിട്ടുള്ള രാജ്യങ്ങൾ പരിമിതം. അവിടങ്ങളിലെ അവസ്ഥ മറ്റു രാജ്യങ്ങൾക്ക് മാതൃകയാകുന്നില്ല. ജീവിതത്തിന്റെയും മരണത്തിന്റെയും വിഷയമാകുമ്പോൾ മാതൃകകളെ കണ്ടെത്താനും അനുകരിക്കാനും പ്രയാസമാണ്.

ദയാവധത്തിന് നിയമസാധുത നല്കണമെന്നാണ് വി ആർ കൃഷ്ണയ്യർ അദ്ധ്യക്ഷനായ നിയമപരിഷ്കരണ കമീഷൻ ശുപാർശ ചെയ്തത്. മൗലികമായ ചില നിലപാടുകളുടെ അടിസ്ഥാനത്തിൽ എനിക്ക് ആ ശുപാർശയോട് വിയോജിക്കേണ്ടിവന്നു. അപരന്റെ ജീവൻ ഏത് സാഹചര്യത്തിലും നിലനിർത്തുകയെന്നത് ഓരോ വ്യക്തിയുടെയും പാവനമായ കടമയാണ്. അവസ്ഥകൾ പലതും പ്രയാസകരമായിരിക്കാം. സ്വന്തം ജീവൻ അവസാനിപ്പിക്കാൻപോലും പ്രാപ്തിയില്ലാത്തവരെ മരണത്തിലേക്ക് വിട്ടുകൊണ്ടാണോ നമ്മൾ സഹായിക്കേണ്ടത്. ജീവിക്കുന്നതിനുള്ള അവകാശത്തിന്റെ അനുബന്ധമോ അനുപൂരകമോ ആയി മരിക്കുന്നതിനുള്ള അവകാശത്തെ കാണാനാവില്ല. ലാഭകരമല്ലാത്തതെല്ലാം ഉന്മൂലനം ചെയ്യപ്പെടണമെന്നത് പണ്ടേയുള്ളതും ആഗോളീകരണകാലത്ത് അംഗീകരിക്കപ്പെട്ടതുമായ തത്ത്വമാണ്. വേണ്ടാത്തതെല്ലാം ഇല്ലാതാകട്ടെ എന്നതാണ് ഇന്നത്തെ നിലപാട്. ജീവിച്ചിരിക്കുന്നവരെ പരിഗണിക്കുകയും പരിചരിക്കുകയും ചെയ്യാത്തവർ മരിച്ചിട്ടും മരിക്കാതെ കിടക്കുന്നവരെ സംരക്ഷിക്കുമോ?

കാര്യങ്ങൾ ഇപ്രകാരം പറഞ്ഞുപോകാൻ എളുപ്പമാണ്. അരുണ ഷാൻബാഗിനെ 42 വർഷം ഒരു കുഞ്ഞിനെയെന്നപോലെ പരിചരിക്കാനും സംരക്ഷിക്കാനും സഹപ്രവർത്തകരുണ്ടായി. സഹപ്രവർത്തകർ ഒന്നൊന്നായി പിരിഞ്ഞപ്പോൾ പിൻഗാമികൾ ദൗത്യം ഏറ്റെടുത്തു. സവി

ശേഷമായ ആ ഇടപെടൽ ഇല്ലായിരുന്നുവെങ്കിൽ അരുണയെ ബന്ധുക്കൾ എന്തു ചെയ്യുമായിരുന്നു. അവർ ദരിദ്രരാണ്. ഒന്നിനും പ്രാപ്തിയില്ലാത്തവരാണ്. അരുണയുടെ ദുരന്തം കാൽനൂറ്റാണ്ടിനുശേഷവും അമ്മയെ അറിയിച്ചിരുന്നില്ല. ആർക്കും ഒന്നും ചെയ്യാൻ കഴിയാതെയും ആരുമറിയാതെയും ആ ജീവിതം മരണത്തിന് കീഴടങ്ങുമായിരുന്നു. ഇങ്ങനെയുള്ള പശ്ചാത്തലത്തിലാണ് ദയാഹത്യയെക്കുറിച്ചുള്ള ചർച്ച സജീവമാകേണ്ടത്. ദയാഹത്യ എന്ന പേരില്ലാതെ ഹത്യകൾ നിരവധി നിത്യേന നടക്കുന്നുണ്ട്.

കൃഷ്ണയ്യർ കമീഷൻ തയ്യാറാക്കിയ ബില്ലിൽ നിയമവിധേയമാകുന്ന ദയാഹത്യയുടെ ദുരുപയോഗം തടയാൻ വ്യവസ്ഥകളുണ്ട്. സ്വത്ത് സ്വന്തമാക്കുന്നതിനുള്ള അക്ഷമയിൽ അരുതാത്തതെല്ലാം ചെയ്യുന്നവർ ഏറെയുണ്ട്. പണത്തിനുവേണ്ടി എന്തും ചെയ്യുന്ന ഡോക്ടർമാരുണ്ട്. എല്ലാവരുടെയും ആർത്തി ഒന്നിക്കുമ്പോൾ ദയാഹത്യയുടെ പേരിൽ നരഹത്യകൾ അങ്കുശമില്ലാതെ അരങ്ങേറും. അത് തടയേണ്ടത് നിയമത്തിന്റെ ഉത്തരവാദിത്വമാണ്. ജീവൻ നിലനിർത്തുന്ന താങ്ങ് എടുത്തുമാറ്റുന്ന പരോക്ഷ ദയാവധമായിരുന്നു 2009 ൽ കൃഷ്ണയ്യർ കമീഷൻ ശുപാർശ ചെയ്തത്. കേരളം അത് പരിഗണിച്ചില്ലെങ്കിലും 2011 ൽ സുപ്രീം കോടതി അതിന് നിയമസാധുത നല്കി. പക്ഷേ, ആ വിധിയുടെ സഹായം അരുണയ്ക്ക് ലഭ്യമായില്ല. അരുണയെ പരിചരിച്ചിരുന്നവർ പ്രത്യക്ഷമായോ പരോക്ഷമായോ അവളെ മരണത്തിനു സമർപ്പിക്കാൻ തയ്യാറായിരുന്നില്ല. പരോക്ഷമായ ദയാവധം അനുവദനീയമാണെങ്കിലും ഡോക്ടർമാർ നിയമപരമായ ഭവിഷ്യത്തുകളുടെ പേരിലും ബന്ധുക്കൾ മനുഷ്യത്വത്തിന്റെ പേരിലും അതിനു തയ്യാറാവില്ല. അണഞ്ഞിട്ടും അണയാതെനില്ക്കുന്ന നാളത്തെ എങ്ങനെയാണ് എന്നേയ്ക്കുമായി അണയ്ക്കുക?

അന്തസ്സെന്നത് ഭരണഘടനയുടെ പീഠികയിൽ പ്രഖ്യാപിക്കുന്ന തത്ത്വമാണ്. അന്തസ്സോടെ ജീവിക്കുന്നതിനുള്ള അവകാശം അനുച്ഛേദം 21 വിളംബരം ചെയ്യുന്നു. അന്തസ്സോടെയുള്ള മരണം അതിന്റെ ഭാഗമാണ്. അന്തസ്സോടെയുള്ള ശവസംസ്കാരവും അതിന്റെ ഭാഗമാണ്. രാജാവിന്റെ പരമാധികാരത്തെ ചോദ്യം ചെയ്യുന്ന സോഫോക്ലിസ് ആന്റിഗണിയിലൂടെ അവതരിപ്പിക്കുന്നത് അന്തസ്സോടെ സംസ്കരിക്കപ്പെടുന്നതിനുള്ള മൃതവ്യക്തിയുടെ അവകാശമാണ്. യേശുവിന്റെ മൃതദേഹം ഏറ്റുവാങ്ങിയ അരമത്യായിലെ ജോസഫും അത് വിട്ടുകൊടുത്ത പീലാത്തോസും ഈ അവകാശത്തെയാണ് സ്ഥിരീകരിച്ചത്.

അതുകൊണ്ട് അരുണയുടെ കഥ അവസാനിക്കുന്നില്ല. പുതിയ കഥകൾ ഇവിടെ തുടങ്ങുന്നു. കട്ജു-മിശ്ര ബെഞ്ചിന്റെ 2011 ലെ വിധി അരുണയ്ക്ക് പ്രയോജനപ്പെട്ടില്ല. 2014 ൽ രൂപീകൃതമായ സുപ്രീം കോടതിയുടെ വിപുലമായ ബെഞ്ച് വിധി പുനഃപരിശോധിക്കുന്നു. അരുണയുടെ ആവശ്യം അവസാനിച്ചെങ്കിലും ആവശ്യക്കാർ അവശേഷിക്കു

ന്നുണ്ട്. നാനാവിധമായ വ്യാഖ്യാനങ്ങൾക്കും വിശദീകരണങ്ങൾക്കും ഇടമില്ലാതെ സുവ്യക്തമായി എഴുതപ്പെടുന്ന വിധിയാണ് നാം പ്രതീക്ഷിക്കുന്നത്. നിയമവും വൈദ്യശാസ്ത്രവും ധാർമ്മികതയും സമ്മേളിക്കുന്ന മേഖലയിലാണ് സുപ്രീം കോടതിയുടെ സഞ്ചാരം. പരഹത്യയും ആത്മഹത്യയും നിയമത്തിനും മാനവികതയ്ക്കും അസ്വീകാര്യമാണ്. ദയാവധത്തിലും സമന്വയത്തിന് സാദ്ധ്യതയില്ല. ഗുണപാഠങ്ങൾ നിറഞ്ഞതാണ് അരുണ ഷാൻബാഗിന്റെ കഥ. മസ്തിഷ്കമരണം പൂർണ്ണമാകാതെ വേദന അനുഭവിച്ചുള്ള കിടപ്പായിരുന്നു അരുണയുടേത്. അരുണയുടെ സഹനവും കെ ഇ എം നെഴ്സുമാരുടെ അഭൂതപൂർവ്വമായ സഹാനുഭൂതിയും നിയമത്തിന്റെ നിർമ്മാണശാലകളിൽ വെളിച്ചമാകും.

4

ആത്മഹത്യയും ദയാവധവും

പരഹത്യയും ആത്മഹത്യയും പാപമാണ്. നിയമത്തിന്റെ ഭാഷയിൽ കുറ്റം. കുറ്റത്തിന് ശിക്ഷയുണ്ട്. ആത്മഹത്യ ചെയ്യാൻ ശ്രമിച്ച് പരാജയപ്പെടുന്നവരെയാണ് ശിക്ഷിക്കുന്നത്. വിജയികൾക്ക് ശിക്ഷയില്ല. വിളിക്കാതെ എത്തുന്നവരെ പരലോകത്ത് എങ്ങനെയാണ് സ്വീകരിക്കുകയെന്നറിയില്ല. പരലോകത്തുനിന്നുള്ള വിളിയില്ലാതെ അനധികൃതമായി ഈ ലോകം വിടാൻ ശ്രമിക്കുന്നവർക്ക് ഇന്ത്യൻ ശിക്ഷാനിയമം അനുസരിച്ച് ഒരുവർഷംവരെ തടവ് പിഴയോടുകൂടിയോ അല്ലാതെയോ ശിക്ഷയായി ലഭിക്കാം. സതി എന്ന ആത്മഹത്യ മതം അനുശാസിക്കുന്ന അനുഷ്ഠാനമായി കരുതിയിരുന്ന രാജ്യത്ത് ആത്മഹത്യ പാപമാണെന്ന പ്രഖ്യാപനം നടത്താൻ മെക്കാളേക്ക് അസാമാന്യമായ ധൈര്യം ആവശ്യമായിരുന്നു.

ആത്മഹത്യ കൂടുതൽ നടക്കുന്ന രാജ്യം ചൈനയാണ്. കൂടുതൽ ജനങ്ങളുള്ള രാജ്യവും ചൈനയാണ്. ആത്മഹത്യയിൽ ഇന്ത്യക്ക് രണ്ടാം സ്ഥാനമുണ്ട്. ഇവിടെ പ്രതിദിനം 371 ആത്മഹത്യകൾ നടക്കുന്നു. തമിഴ്നാട്ടിലാണ് ഏറ്റവും കൂടുതൽ. പ്രതിഷേധവും വേദനയും വികാരവും ആത്മഹത്യയിലൂടെ പ്രകടിപ്പിക്കുന്ന ജനങ്ങളാണ് അവിടെയുള്ളത്. രണ്ടാം സ്ഥാനം മഹാരാഷ്ട്രയ്ക്കാണ്. വിദർഭ പ്രത്യേക സംസ്ഥാനമായാൽ മഹാരാഷ്ട്രയ്ക്ക് ഈ പദവി നഷ്ടപ്പെട്ടേക്കാം. ഓരോ നാല് മിനിറ്റിലും ഇന്ത്യയിൽ ഒരാൾ ആത്മഹത്യ ചെയ്യുന്നു. ഈ പശ്ചാത്തലത്തിലാണ് ഐ പി സി 309 ഇല്ലാതാക്കുന്നതിനെക്കുറിച്ച് കേന്ദ്ര സർക്കാർ ആലോചിക്കുന്നത്.

പതിനെട്ട് സംസ്ഥാനങ്ങളും നാല് കേന്ദ്രഭരണ പ്രദേശങ്ങളും ഈ നീക്കത്തിന് അനുകൂലമാണെന്ന് ആഭ്യന്തര സഹമന്ത്രി ഹരിഭായ് ചൗധരി രാജ്യസഭയിൽ പറഞ്ഞു. ലോ കമീഷനും ഇതിനോട് യോജിപ്പുണ്ട്.

ആത്മഹത്യക്കുള്ള ശ്രമം ക്രിമിനൽ കുറ്റമല്ലെന്ന പ്രഖ്യാപനം 1994ൽ സുപ്രീം കോടതിയിൽ നിന്നുണ്ടായി. ജീവിക്കുന്നതിനുള്ള അവകാശത്തിന്റെ ഭാഗമാണ് ജീവിക്കാതിരിക്കുന്നതിനുള്ള അവകാശമെന്ന് കോടതി പറഞ്ഞു. അവകാശങ്ങൾക്ക് പോസിറ്റീവായും നെഗറ്റീവായും രണ്ട് വശങ്ങളുണ്ടെന്ന് ഈ പംക്തിയിൽ പറഞ്ഞിട്ടുണ്ട്. വോട്ട് നിർബ്ബന്ധമാക്കുന്നതിനുള്ള നിയമത്തെ എതിർത്തുകൊണ്ടാണ് അപ്രകാരം പറയേണ്ടിവന്നത്. വോട്ട് ചെയ്യാതിരിക്കുന്നതിനുള്ള അവകാശമാണ് വോട്ട് ചെയ്യുന്നതിനുള്ള അവകാശത്തെ പൂർണ്ണമാക്കുന്നത്. സംസാരസ്വാതന്ത്ര്യത്തിന്റെ ഭാഗമാണ് നിശ്ശബ്ദതയ്ക്കുള്ള അവകാശം.

ജീവിക്കുന്നതിനുള്ള അവകാശം ഈ അവകാശങ്ങളിൽനിന്ന് വ്യത്യസ്തമാകുന്നു. മറ്റ് അവകാശങ്ങളെപ്പോലെ താല്ക്കാലികമായി പരിത്യജിക്കാവുന്നതല്ല ജീവിക്കുന്നതിനുള്ള അവകാശം. ഉപേക്ഷിക്കുന്നത് എന്നേയ്ക്കുമായി നഷ്ടപ്പെടും. നഷ്ടപ്പെടുത്തിയ ജീവൻ വീണ്ടെടുക്കാനാവില്ല. ജീവൻ ഹനിക്കുന്നതിനുള്ള അവകാശം സ്റ്റേറ്റിനുമാത്രമുള്ളതാണ്. അതാകട്ടെ നിയമം വഴി സ്ഥാപിതമായ നടപടിക്രമം അനുസരിച്ചായിരിക്കണം. ഇപ്രകാരമാണ് വധശിക്ഷ നടപ്പാകുന്നത്. അല്ലാതെ ജീവനെടുക്കാൻ ജീവന്റെ ഉടമയ്ക്കുപോലും അവകാശമോ അധികാരമോ ഇല്ല. ഈ വീക്ഷണത്തിലാണ് 1994 ലെ വിധി 1996 ൽ സുപ്രീം കോടതി അസാധുവാക്കിയത്. ജെ എസ് വർമ നേതൃത്വം നല്കിയ അഞ്ചംഗ ബെഞ്ച് ഐ പി സി 309 പുനഃസ്ഥാപിച്ചു. അതിനുശേഷവും ആത്മഹത്യകൾ ഉണ്ടായിട്ടുണ്ട്. എന്നാൽ രാഷ്ട്രവും രാഷ്ട്രത്തിന്റെ നിയമവും ആത്മഹത്യയെ അംഗീകരിക്കുന്നില്ല.

ദുഃഖക്കടലിലെ ജീവിതം മരണത്തേക്കാൾ ദുർവ്വഹമാകുമ്പോഴാണ് ഹതഭാഗ്യനായ ഒരാൾ മരണത്തിന്റെ ചുഴിയിലേക്ക് തിരിയുന്നത്. ചിലപ്പോൾ അയാൾക്കൊരു മടക്കയാത്ര ഉണ്ടായേക്കാം. അയാളെ ജീവിതത്തിലേക്ക് ക്ഷണിക്കുന്നതിനുപകരം ജയിലിലേക്കാണോ അയക്കേണ്ടത്? ജീവിക്കുന്നതിനുള്ള അവകാശം സഫലമാകുന്നതിനു വേണ്ടതായ അവസ്ഥയൊരുക്കാൻ കഴിയാത്ത ഭരണകൂടത്തിന് മരിക്കുന്നതിനുള്ള അവകാശത്തെ ക്രൂരമായി നിഷേധിക്കാനാകുമോ? ആത്മഹത്യയെന്നത് അനായാസം ഉത്തരം കണ്ടെത്താൻ കഴിയാത്ത ദാർശനികമായ പ്രഹേളികയാണ്. അതുകൊണ്ടാണ് ഐ പി സി 309 ആധുനികകാലത്തിന് അനുയോജ്യമല്ലാത്ത അസംബന്ധമായി കണക്കാക്കപ്പെടുന്നത്.

എന്തുകൊണ്ട് ആത്മഹത്യ എന്ന ചോദ്യത്തിന് ഉത്തരമില്ല. ജീവിതം വഴിമുട്ടുമ്പോൾമാത്രം സംഭവിക്കുന്നതല്ല ആത്മഹത്യ. ജീവിതം പോലെത്തന്നെ മരണവും ചിലപ്പോൾ ആകർഷകമാകും. തനിച്ചും കൂട്ടായും ആത്മഹത്യകൾ ഉണ്ടാകാറുണ്ട്. ഒന്ന് മറ്റൊന്നിന് പ്രേരണയാകും. സ്കാൻഡിനേവിയൻ പത്രങ്ങൾ ആത്മഹത്യാവാർത്തകൾ റിപ്പോർട്ട് ചെയ്യാതായപ്പോൾ ആ രാജ്യങ്ങളിൽ ആത്മഹത്യയുടെ എണ്ണം കുറഞ്ഞു. ഗെഥെയുടെ *വെർതറുടെ ദുഃഖങ്ങൾ* വായിച്ച് കാല്പനികമായ

വ്യഥയിൽ ആത്മഹത്യ ചെയ്ത ചെറുപ്പക്കാരെക്കുറിച്ച് കേട്ടിട്ടുണ്ട്. എല്ലാവരും യൂദാസിനെപ്പോലെയല്ല. എല്ലാ മരണവും പാപത്തിന്റെ ശമ്പളമല്ല. ഐ പി സി 302 കൊലപാതകത്തെ ഇല്ലാതാക്കുന്നില്ല; 309 ആത്മഹത്യയെയും.

സാഹചര്യങ്ങൾക്കനുസൃതമായി നരഹത്യയുടെ സ്വഭാവത്തിൽ മാറ്റം വരുത്തുന്ന നിയമം എല്ലാ ആത്മഹത്യകളെയും ഒരേപോലെ കണക്കാക്കുന്നു. കൊലപാതകമല്ലാത്ത നരഹത്യയുണ്ട്; കൊലപാതകമാകുന്ന നരഹത്യയുണ്ട്. എന്നാൽ ആത്മഹത്യ എന്ന കുറ്റത്തിന് വകഭേദമില്ല. ആത്മഹത്യയുടെ കാരണം ആത്മഹത്യയെ ന്യായീകരിക്കുന്നില്ല. കാരണം കോടതി അന്വേഷിക്കുന്നില്ല. കയറിന്റെ ബലക്കുറവ് നിമിത്തമോ വിഷത്തിന്റെ അപര്യാപ്തത നിമിത്തമോ ശ്രമം പരാജയപ്പെട്ടാൽ നിയമത്തിന്റെ കുരുക്കിൽ കുടുങ്ങിയതുതന്നെ. ഇത് നിയമത്തിന്റെ പോരായ്മയാകുന്നു. മരണം ജീവിതത്തിലേക്ക് തിരിച്ചയക്കുന്നവരെ സ്വീകരിക്കുന്നതിനുള്ള ഉത്തരവാദിത്വം ജീവിച്ചിരിക്കുന്നവർക്കുണ്ട്.

ആത്മഹത്യക്ക് ശ്രമിച്ച് പരാജയപ്പെടുന്നവരെ ശിക്ഷിക്കുന്ന നിയമം ശരിയല്ലെന്ന് വാദിക്കുന്നത് ആത്മഹത്യയെ ന്യായീകരിക്കുന്നതിനു വേണ്ടിയല്ല. ആരുടെയും ജീവിതം അയാൾക്കുമാത്രം അവകാശപ്പെട്ടതല്ല. അവിചാരിതമായ മരണത്തിന്റെ ആഘാതം അനുഭവിക്കുന്നവർ നിരവധിയാണ്. അവിവേകത്തോടെയുള്ള ആത്മഹത്യ പലർക്കുമുണ്ടാക്കുന്ന അസൗകര്യങ്ങൾ നിരവധിയാണ്. കുടുംബം കൂട്ടായി ആത്മഹത്യ ചെയ്ത വാർത്തകൾ കാണാറുണ്ട്. രണ്ടും നാലും വയസ്സുള്ള കുഞ്ഞുങ്ങൾ എങ്ങനെയാണ് ആത്മഹത്യ ചെയ്യുന്നത്. എല്ലാവരെയും കൊലപ്പെടുത്തിയതിനുശേഷം ആസൂത്രകൻ ആത്മഹത്യ ചെയ്യുന്നു എന്നതാണ് വാസ്തവം. അത്തരം അവസ്ഥകൾ നിയമത്തിന് ഒഴിവാക്കാനാവില്ല. അതുകൊണ്ട് 309 യാന്ത്രികമായി നീക്കം ചെയ്യുന്നതിനു പകരം നാനാവശങ്ങൾ കണക്കിലെടുത്ത് അവധാനതയോടെ കൈകാര്യം ചെയ്യുകയാണ് വേണ്ടത്. പരാജയപ്പെടുന്ന ആത്മഹത്യകളെല്ലാം ശിക്ഷയ്ക്ക് കാരണമാകേണ്ടതില്ല. എന്നാൽ അവശ്യഘട്ടങ്ങളിൽ ഉപയോഗിക്കാൻ പാകത്തിൽ ആ വകുപ്പ് പീനൽ കോഡിൽ നിലനിർത്തുന്നതാണ് നല്ലത്.

ദയാവധത്തെ ഇതുമായി കൂട്ടിച്ചേർക്കരുത്. ദയാവധത്തെയും ആത്മഹത്യയെയും ന്യായീകരിക്കുന്നവർ മരിക്കുന്നതിനുള്ള അവകാശത്തെയാണ് അടിസ്ഥാനമാക്കുന്നത്. ആത്മഹത്യക്ക് ആരുടെയും സഹായം ആവശ്യമില്ല. ആരുടെയെങ്കിലും സഹായത്തോടെയാകുമ്പോൾ അത് കൊലപാതകമാകുന്നു. ദയാവധത്തിന് പരസഹായം ആവശ്യമുണ്ട്. ആത്മഹത്യയേക്കാൾ നൈതികവും ധാർമ്മികവുമായ പ്രശ്നങ്ങൾ ഉൾക്കൊള്ളുന്നതാണ് ദയാവധം. ദയാവധത്തിന് നിയമസാധുത നല്കണമെന്നാണ് വി ആർ കൃഷ്ണയ്യർ അദ്ധ്യക്ഷനായ നിയമ

പരിഷ്കരണ കമീഷൻ ശുപാർശ ചെയ്തത്. എന്നാൽ മൗലികമായ ചില എതിർപ്പുകളുടെ പേരിൽ എനിക്ക് ആ ശുപാർശയോട് വിയോജിക്കേണ്ടി വന്നു. അപരന്റെ ജീവൻ ഏതു സാഹചര്യത്തിലും നിലനിർത്തുകയെന്നത് ഓരോ വ്യക്തിയുടെയും പാവനമായ കടമയാണ്. അവസ്ഥകൾ പലതും പ്രയാസകരമാണ്. സ്വന്തമായി ജീവിതം അവസാനിപ്പിക്കാൻപോലും പ്രാപ്തിയില്ലാത്തവരെ മരണത്തിലേക്ക് വിട്ടുകൊണ്ടാണോ നമ്മൾ സഹായിക്കേണ്ടത്? ജീവിക്കുന്നതിനുള്ള അവകാശത്തിന്റെ അനുബന്ധമോ അനുപൂരകമോ ആയി മരിക്കുന്നതിനുള്ള അവകാശത്തെ നമുക്ക് കാണാനാവില്ല. ലാഭകരമല്ലാത്തതെല്ലാം ഉന്മൂലനം ചെയ്യപ്പെടണമെന്നത് പണ്ടേയുള്ളതും ആഗോളീകരണകാലത്ത് അംഗീകരിക്കപ്പെട്ടതുമായ തത്ത്വമാണ്. വേണ്ടാത്തതെല്ലാം ഇല്ലാതാകട്ടെ എന്നതാണ് ഇന്നത്തെ ലോകം സ്വീകരിച്ചിരിക്കുന്ന നിലപാട്. ആത്മഹത്യാശ്രമം കുറ്റകരമല്ലാതാക്കിയ 1994 ലെ സുപ്രീം കോടതി ബെഞ്ച് തങ്ങളുടെ വിധി ആഗോളീകരണത്തിന് അനുസൃതമാണെന്നു പറഞ്ഞത് ഈ അർത്ഥത്തിലാവണം.

8
സ്വകാര്യത

1 അടിയന്തരാവസ്ഥയുടെ ഇടിമുഴക്കം
2 നിരീക്ഷണത്തിലെ സുഖവും സുഖക്കേടും
3 ലൈംഗികതയിലെ വ്യത്യസ്തത
4 പ്രസവം ക്യാമറയിൽ
5 സ്വാതന്ത്ര്യത്തിന്റെ കണ്ണിലെ കരട്

1

അടിയന്തരാവസ്ഥയുടെ ഇടിമുഴക്കം

സ്വകാര്യത മൗലികമായ മനുഷ്യാവകാശമാണ്. സ്വകാര്യതയും വ്യക്തിയുടെ സ്വാതന്ത്ര്യവും അഭേദ്യമായി ബന്ധപ്പെട്ടിരിക്കുന്നു. വ്യക്തി സ്വാതന്ത്ര്യത്തിനൊപ്പമാണ് ജീവൻ സംരക്ഷിക്കുമെന്ന ഉറപ്പ് ഭരണഘടന നല്കുന്നത്. ജീവിക്കുന്നതിനുള്ള വ്യക്തിയുടെ അവകാശം ഭരണകൂടത്തിന്റെ പിൻവലിക്കാൻ കഴിയുന്ന ഉറപ്പിനെ അടിസ്ഥാനമാക്കി മാത്രമാണുള്ളതെന്ന വിചിത്രമായ വാദം ഇന്ദിര ഗാന്ധിയുടെ അറ്റോർണി ജനറൽ നിരൺ ഡേ സുപ്രീം കോടതിയിൽ ഉന്നയിച്ചു. സ്വകാര്യത മൗലികാവകാശമല്ലെന്ന് നരേന്ദ്ര മോദിയുടെ അറ്റോർണി ജനറൽ മുകുൾ റോഹത്ഗി സുപ്രീം കോടതിയിൽ പറഞ്ഞു. അടിയന്തരാവസ്ഥയുടെ പുനരാഗമനത്തെക്കുറിച്ച് ആശങ്കപ്പെടുന്നവർ നിരൺ ഡേയുടെ പുനരവതാരത്തെ ശ്രദ്ധിക്കണം.

ആധാർ നിർബ്ബന്ധമാക്കുന്നതിനെതിരെയുള്ള കേസിലാണ് കേന്ദ്ര ഗവൺമെന്റിനുവേണ്ടി അറ്റോർണി ജനറൽ സ്വകാര്യതയെ നിഷേധിച്ചത്. പാർലമെന്റിൽ അവതരിപ്പിക്കപ്പെട്ട ഡി എൻ എ പ്രൊഫൈലിങ് ബില്ലുമായി ചേർത്തുവയ്ക്കുമ്പോൾ സർക്കാരിന്റെ നിലപാട് വ്യക്തമാകുന്നു. അപകടകരമായ നിലപാടാണിത്. സുപ്രീം കോടതിയിൽ സുബ്ബ റാവുവും കെ കെ മാത്യുവും ജീവൻ റെഡ്ഡിയും സാഘോഷം നിർണ്ണയിച്ചെതിരേറ്റ സ്വകാര്യത എന്ന അവകാശം ശരിക്കും ഭരണഘടനയിലുണ്ടോ എന്നറിയാൻ വിഷയം അഞ്ചംഗ ഭരണഘടനാ ബെഞ്ചിനു വിടണമെന്ന റോഹത്ഗിയുടെ ആവശ്യം കോടതി അംഗീകരിച്ചു.

നേരമ്പോക്കിന് ഭരണഘടന വായിച്ചാൽ സ്വകാര്യതയെന്നല്ല പല അവകാശങ്ങളും കാണാതെ പോകും. മാധ്യമസ്വാതന്ത്ര്യത്തെക്കുറിച്ച് ഭരണഘടനയിൽ എവിടെയാണ് പറഞ്ഞിട്ടുള്ളത്? നിരൺ ഡേയുടെ

പ്രേതാവേശം പൂർണ്ണമാകുമ്പോൾ റോഹത്ഗി ഈ ചോദ്യം ചോദിക്കും. പണിമുടക്കുന്നതിനുള്ള അവകാശം ഭരണഘടനയിലില്ലെന്ന് സുപ്രീം കോടതിയിലെ ഒരു ജഡ്ജി പറഞ്ഞിട്ടുണ്ട്. അന്ധൻ ആനയെ കാണുന്നതുപോലെ സമീപിച്ചാൽ ഭരണഘടനയെ സംബന്ധിച്ച് വിചിത്രമായ വികല്പങ്ങളുണ്ടാകും. വിവരിച്ചിട്ടില്ലാത്ത അവകാശങ്ങളും കണ്ടെത്തിക്കൊണ്ടിരിക്കുന്ന അവകാശങ്ങളും ഉൾക്കൊള്ളിക്കാൻ പര്യാപ്തമാണ് അനുച്ഛേദം 21 എന്ന മഹാതത്ത്വം. അതറിയാതെയാവില്ലല്ലോ റോഹത്ഗിയിലെ അഭിഭാഷകന്റെ മുകുളങ്ങൾ അറ്റോർണി ജനറലിന്റെ കസേരയോളം വിടർന്നത്. വഴിതെറ്റുന്ന ചിന്തകൾ സാങ്കേതികമായി അദ്ദേഹം പ്രതിനിധീകരിക്കുന്ന കക്ഷിയുടെ വൈകല്യമാണ്. അറ്റോർണി ജനറലായാലും അഡ്വക്കേറ്റ് ജനറലായാലും സ്വന്തം കക്ഷി ആത്യന്തികമായി ജനങ്ങളാണെന്ന ബോദ്ധ്യമുണ്ടാകണം. ഭരണഘടനാപരമായ കേസുകളിൽ ജയിക്കേണ്ടത് സർക്കാരല്ല ജനങ്ങളാണ്.

എം പി ശർമ്മയുടെയും ഖരക് സിങ്ങിന്റെയും കേസുകളിൽ ഭരണഘടനയുടെ പിൻബലമില്ലാതെയാണ് സുപ്രീം കോടതി സ്വകാര്യതയെക്കുറിച്ച് വിചിന്തനം നടത്തിയതെന്ന അറ്റോർണി ജനറലിന്റെ വാദം ശരിയല്ല. വിലപ്പെട്ട മനുഷ്യാവകാശമായി സാർവ്വത്രികമായ അംഗീകാരം നേടിക്കഴിഞ്ഞ മനുഷ്യാവകാശമാണ് സ്വകാര്യത. ഖരക് സിങ് കേസിലെ വിയോജനവിധിയിലൂടെ സുബ്ബറാവു ക്ലേശകരമായി തുറന്നിട്ട വാതിലിലൂടെയാണ് ഗോവിന്ദ് കേസിൽ മാത്യു സ്വകാര്യതയുടെ കാറ്റും വെളിച്ചവും അനായാസം കടത്തിവിട്ടത്. മനുഷ്യന്റെ സ്വാഭാവികവും ജന്മസിദ്ധവുമായ അവകാശമാണ് സ്വകാര്യതയെന്ന മാത്യുവിന്റെ പ്രഖ്യാപനത്തിന് ചരിത്രത്തിന്റെയും നിയമത്തിന്റെയും മനുഷ്യാവകാശങ്ങളുടെയും പിൻബലമുണ്ടായിരുന്നു. അടിയന്തരാവസ്ഥയ്ക്ക് തൊട്ടുമുന്നേ ആയിരുന്നു ജസ്റ്റീസ് മാത്യുവിന്റെ സ്വാതന്ത്ര്യപ്രഖ്യാപനം. സ്വകാര്യതയെന്ന വിലപ്പെട്ട മനുഷ്യാവകാശത്തെ അദ്ദേഹം അനുച്ഛേദം 21 എന്ന ഭാജനത്തിൽ നിക്ഷേപിച്ചു. പാഞ്ചാലിയുടെ അക്ഷയപാത്രം പോലെയാണ് അവകാശങ്ങളെ സംബന്ധിച്ച് അനുച്ഛേദം 21. പ്രസിദ്ധമായ നക്കീരൻ കേസിലെത്തിയപ്പോൾ അനുച്ഛേദം 21 അടിസ്ഥാനമാക്കി സ്വകാര്യതയുടെയും അനുച്ഛേദം 19(1)(എ) അടിസ്ഥാനമാക്കി അഭിപ്രായപ്രകടന സ്വാതന്ത്ര്യത്തിന്റെയും പ്രഖ്യാപനം സംശയരഹിതമായി സുപ്രീം കോടതി നടത്തി. ഇവ രണ്ടിന്റെയും നിരാസമാണ് ആധാർ കേസിലും ഇൻഫർമേഷൻ ടെക്നോളജി കേസിലും അറ്റോർണി ജനറൽ നടത്തിയത്.

അമേരിക്കയുടെയും ഇന്ത്യയുടെയും ഭരണഘടനകളിൽ സ്വകാര്യതയെക്കുറിച്ചുള്ള പരാമർശമോ സ്വകാര്യതയുടെ നിർവ്വചനമോ ഇല്ല. പക്ഷേ, സാമുവൽ വാറനും ലൂയി ബ്രാൻഡീസും ചേർന്നെഴുതിയ പ്രസിദ്ധമായ *ഹാർവാഡ് പ്രബന്ധ*ത്തിനുശേഷം നിരവധി കേസുകളിലൂടെ അമേരിക്കൻ സുപ്രീം കോടതിയും അതിന്റെ ചുവടുപിടിച്ച് ഇന്ത്യൻ സുപ്രീം കോടതിയും താന്താങ്ങളുടെ ഭരണഘടനകളിൽ എളുപ്പം

കണ്ടെത്താനായി ഒളിച്ചുവയ്ക്കപ്പെട്ട ആ അവകാശത്തെ കണ്ടെത്തി. കണ്ടെത്തിയതിനെ കണ്ടില്ലെന്ന് നടിക്കുകയാണ് അറ്റോർണി ജനറൽ. നിലവിലുള്ള ആധാർ കേസിലും വരാനിരിക്കുന്ന ഡി എൻ എ പ്രൊഫൈലിങ് കേസിലും സുപ്രീം കോടതിക്ക് സ്വകാര്യതയെക്കുറിച്ച് പറയേണ്ടി വരും. സംശയനിവാരണത്തിനുവേണ്ടിയല്ല സംശയത്തിനതീതമായ നിർവ്വചനത്തിനും വ്യവസ്ഥകൾക്കും വേണ്ടിയായിരിക്കണം കോടതി ഈ അവസരത്തെ പ്രയോജനപ്പെടുത്തേണ്ടത്.

എം പി ശർമ്മ കേസും ഖരക് സിങ് കേസും പൊലീസിന്റെ അധികാരവുമായി ബന്ധപ്പെട്ടതായിരുന്നു. പരിശോധനയ്ക്കും പിടിച്ചെടുക്കലിനുമുള്ള പൊലീസിന്റെ അധികാരമായിരുന്നു വിഷയം. പൊലീസിന്റെ അധികാരം മജിസ്ട്രേറ്റിന്റെ നിയന്ത്രണത്തിനു വിധേയമായതുകൊണ്ടാണ് സുപ്രീം കോടതി സ്വകാര്യത എന്ന അവകാശത്തിന്റെ വിശദാംശങ്ങളിലേക്ക് പോകാതിരുന്നത്. പക്ഷേ, ഭാവിയിൽ അനുച്ഛേദം 21 ന്റെ അടിസ്ഥാനത്തിൽ സ്വകാര്യതയെക്കുറിച്ച് വിചിന്തനം നടത്തുന്നതിനുള്ള സാദ്ധ്യതകൾ സുപ്രീം കോടതി തുറന്നിട്ടിരുന്നു. സാദ്ധ്യതകൾ സുപ്രീം കോടതി പ്രയോജനപ്പെടുത്തി. ജുഡീഷ്യറിയുടെ ഇടപെടൽ പൂർണ്ണമാക്കുന്നതിനുള്ള ഉത്തരവാദിത്വം പാർലമെന്റിനുണ്ട്.

സർക്കാരിന് താല്പര്യമുള്ള വ്യവഹാരത്തിന്റെ വിജയത്തിനുവേണ്ടി ഉന്നയിച്ച വാദമെന്ന നിലയിൽ അറ്റോർണി ജനറലിന്റെ നിലപാടിനെ ലഘൂകരിക്കാനാവില്ല. സർക്കാരിന്റെ താല്പര്യങ്ങൾക്കല്ല, ജനങ്ങളുടെ അവകാശങ്ങൾക്കാണ് പരമമായ പ്രാമുഖ്യം നല്കേണ്ടത്. ജനതയുടെ മൗലികമായ അവകാശങ്ങൾ സാങ്കേതികമായിപ്പോലും നിഷേധിക്കാനുള്ളതല്ല. വ്യക്തികൾക്ക് സ്വന്തമായും സ്വതന്ത്രമായും അവകാശപ്പെടാവുന്ന സ്വകാര്യതയിലേക്കുള്ള ഭരണകൂടത്തിന്റെ കടന്നുകയറ്റം ആപത്കരമാണ്. മറച്ചുവയ്ക്കേണ്ടത് മറച്ചുവയ്ക്കുന്നതിനുള്ള അവകാശം പ്രധാനമാണ്. അരമനയിൽ മാത്രമല്ല കുടിലിലും രഹസ്യമായി വയ്ക്കപ്പെടുന്നത് അങ്ങാടിയിൽ പരസ്യമാക്കരുത്.

ജോർജ് ഓർവെലിന്റെ ദുഃസ്വപ്നം 1984 നുമുന്നേ യാഥാർത്ഥ്യമായി. കുളിക്കടവിലെ ഒളിനോട്ടം സാങ്കേതികമായ മികവോടെ കിടപ്പറയിലെത്തി. അവധാനതയോടെ ശേഖരിക്കപ്പെടുന്ന വിവരങ്ങൾ അനവധാനതയോടെ കമ്പോളങ്ങളിലെത്തുന്നു. പൊലീസിന്റെ പ്രവർത്തനം കാര്യക്ഷമമാക്കുന്നതിനും സാമ്പത്തികക്രമക്കേടുകൾ തടയുന്നതിനും മറ്റ് നൂറായിരം കാര്യങ്ങൾക്കും വിവരശേഖരണം ആവശ്യമാണ്. പക്ഷേ, അത് സ്വകാര്യത നഷ്ടപ്പെടുത്തിക്കൊണ്ടാകരുത്. പൊതുതാല്പര്യത്തെ അടിസ്ഥാനമാക്കി സ്വകാര്യത പരിമിതപ്പെടുത്തേണ്ടതിന്റെ ആവശ്യകതയെക്കുറിച്ചല്ല അറ്റോർണി ജനറൽ കോടതിയിൽ പറഞ്ഞത്. സ്വകാര്യത എന്ന അവകാശം ഇന്ത്യയിൽ ലഭ്യമല്ലെന്ന പ്രഖ്യാപനമാണ് അദ്ദേഹം നടത്തിയത്. ഇത് ഇന്ത്യയുടെ ആഗോള പ്രതിച്ഛായയ്ക്ക് ഭംഗം വരുത്തും.

സ്വകാര്യതയെ വൈകാരികമായിമാത്രം കാണേണ്ടതില്ല. വ്യക്തിത്വത്തിന്റെയും വ്യക്തിസ്വാതന്ത്ര്യത്തിന്റെയും പൂർണ്ണതയ്ക്ക് അതാവശ്യമുണ്ട്. നിരവധിയായ അവകാശങ്ങൾ കൂടിച്ചേർന്നുണ്ടാകുന്ന അവകാശമാണ് സ്വകാര്യത. സ്വകാര്യതയെ പൂർണ്ണമായും നിഷേധിക്കുന്ന ഭരണകൂടം നിരവധി അവകാശങ്ങളുടെ നിഷേധത്തിനാണ് വഴിയൊരുക്കുന്നത്. കോടതിയെ തെറ്റിദ്ധരിപ്പിച്ച് കേസ് ജയിക്കുന്നതിനുള്ള വക്കീലിന്റെ കുതന്ത്രമായി അറ്റോർണി ജനറലിന്റെ പ്രസ്താവനയെ കാണാൻ കഴിയില്ല. അറ്റോർണി ജനറലിനോട് സർക്കാർ ഇനിയും വിയോജിച്ചിട്ടില്ലാത്തതിനാൽ നയം ഔദ്യോഗികമാണെന്ന് കരുതേണ്ടിയിരിക്കുന്നു. ഇത് വേനൽമഴയാണ്. അവകാശനിഷേധങ്ങളുടെ പെരുമഴ വരാനിരിക്കുന്നു. വിദൂരങ്ങളിൽ കേൾക്കുന്ന അടിയന്തരാവസ്ഥയുടെ ഇടിമുഴക്കം ഉറക്കത്തിന്റെ രാത്രിയിൽ അടുത്തെത്തും.

2

നിരീക്ഷണത്തിലെ സുഖവും സുഖക്കേടും

ഭാര്യയെ നിരീക്ഷിക്കാൻ ഡിറ്റക്ടീവിനെ നിയോഗിക്കുന്ന സംശയാലുവിന്റെ അവസ്ഥയിലായി കേരളത്തിലെ യു ഡി എഫ് നേതൃത്വം. വിവാഹമോചനത്തിനു കാരണമാക്കാവുന്ന ക്രൂരതയാണ് ഭർത്താക്കന്മാരുടെ അത്തരം പ്രവൃത്തി. സ്വന്തം ഘടകകക്ഷികളായ ജനതാദളും ആർ എസ് പിയും സ്പെഷൽ ബ്രാഞ്ചിന്റെ നിരീക്ഷണത്തിലാണെന്ന കൗതുകവാർത്ത പുറത്തുവിട്ടത് മുന്നണിയുടെ കൺവീനർ തന്നെയാണെന്നത് കൗതുകമായി. ടെലിവിഷൻ ചാനലുകളിൽ ആവർത്തിച്ചു പറഞ്ഞ കാര്യം നിഷേധിച്ചതുകൊണ്ട് കാര്യമില്ല. നിഷ്കളങ്കമായോ അല്ലെങ്കിൽ മനഃസാക്ഷിയുടെ സമ്മർദ്ദത്താലോ തങ്കച്ചൻ ഒരു സത്യം വെളിപ്പെടുത്തിയെന്നു കരുതിയാൽ മതി. രാജ്യസഭാ തിരഞ്ഞെടുപ്പിൽ സംശയമുള്ള എം എൽ എമാരെ വിരട്ടുന്നതിനുവേണ്ടി മനഃപൂർവ്വം പറഞ്ഞതുമാകാം.

രഹസ്യമായി വിവരങ്ങൾ ശേഖരിക്കുന്നതിനുവേണ്ടിയല്ലെങ്കിൽ പിന്നെയെന്തിനാണ് രഹസ്യപ്പൊലീസ് എന്ന പ്രസക്തമായ ചോദ്യം തങ്കച്ചൻ ഉന്നയിച്ചു. ചാരവൃത്തി രാജധർമ്മത്തിന്റെ ഭാഗമാണെന്ന് കൗടില്യനെ ഉദ്ധരിച്ച് അദ്ദേഹം സമർത്ഥിച്ചില്ല. കൗടില്യനെ കൂട്ടുപിടിച്ചാലും കുടിലതന്ത്രങ്ങൾ ന്യായീകരിക്കാൻ കഴിയില്ലെന്നതിനാൽ ഉമ്മൻ ചാണ്ടിമുതൽ ജോസഫ് വാഴക്കൻവരെയുള്ളവർ തങ്കച്ചനെ തള്ളിപ്പറഞ്ഞു. ആരോപിതരുടെ നിഷേധംകൊണ്ട് ആരോപണം ഇല്ലാതാകുന്നില്ല. പ്രതികൾ സ്വയം കുറ്റം ഏല്ക്കാറില്ല. അതിന് മൂന്നാംമുറ പ്രയോഗിക്കേണ്ടിവരും.

വിഷയം സ്വകാര്യതയാണ്. ഭരണഘടനയിൽ അങ്ങനെയൊന്നില്ലെങ്കിലും അനുച്ഛേദം ഇരുപത്തിയൊന്നിന്റെ വ്യാഖ്യാനത്തിലൂടെ സുബ്ബറാവുവും കെ കെ മാത്യുവും ഇന്ത്യൻ നിയമവ്യവസ്ഥയിൽ ഇടം

പിടിപ്പിച്ച അവകാശമാണത്. ഖരക് സിങ് കേസിൽ ഭൂരിപക്ഷത്തോട് വിയോജിച്ചുകൊണ്ടായിരുന്നു സുബ്ബറാവു വ്യക്തിസ്വാതന്ത്ര്യത്തെ ബാധിക്കുന്ന നൂതനമായ ആശയം മുന്നോട്ടുവച്ചത്. ഒരു ദശകത്തിനുശേഷം ഗോവിന്ദ് കേസിൽ കെ കെ മാത്യു അത് സുപ്രീം കോടതിയുടെ അഭിപ്രായമാക്കി. പിന്നീടുണ്ടായത് അടിയന്തരാവസ്ഥയാണ്. അതിനുശേഷം കോടതിയും പൗരസമൂഹവും വിട്ടുവീഴ്ചയില്ലാതെ നിലനിർത്തേണ്ടതായ അവകാശമായി സ്വകാര്യതയെ കണ്ടുതുടങ്ങി. സ്വകാര്യതയെ ലംഘിക്കുന്ന ഭരണകൂടങ്ങൾ തകരുന്ന കാഴ്ചയും നാം കണ്ടു.

ദേശരക്ഷയ്ക്കുവേണ്ടി സംശയമുള്ള കത്തുകൾ പൊട്ടിച്ച് വായിക്കുന്നതിന് പൊലീസിന് അധികാരം നല്കുന്ന തപാൽ ബിൽ രാജീവ് ഗാന്ധിക്ക് പിൻവലിക്കേണ്ടി വന്നത് സ്വകാര്യതയെ അടിസ്ഥാനമാക്കിയുള്ള എതിർപ്പ് നിമിത്തമായിരുന്നു. സ്വകാര്യതയെക്കുറിച്ച് രാജീവ് ഗാന്ധി മനസ്സിലാക്കിയത് അന്നാവാം. അതുകൊണ്ടാണ് തന്റെ പരിസരത്ത് പൊലീസിന്റെ നിരീക്ഷണം ഉണ്ടെന്നറിഞ്ഞപ്പോൾ അദ്ദേഹം ചന്ദ്രശേഖറിന് നല്കിയ പിന്തുണ പിൻവലിച്ചത്. കേന്ദ്ര മന്ത്രിസഭയാണ് താഴെ വീണത്. കർണ്ണാടകയിലെ ടെലിഫോൺ ചോർത്തൽ അപവാദവാർത്തയായപ്പോൾ ഉത്തരവാദിത്വം ഏറ്റെടുത്ത് മുഖ്യമന്ത്രി രാമകൃഷ്ണ ഹെഗ്ഡെ രാജിവച്ചു. മുഖ്യമന്ത്രി ഉമ്മൻ ചാണ്ടിക്കും വീരേന്ദ്രകുമാറിന്റെ ജനതാദളിനും സ്വന്തം പാർട്ടികളുടെ ഭൂതകാലത്തിൽനിന്നുതന്നെ മാതൃകകൾ കണ്ടെത്താനാവും.

വല്യേട്ടന്റെ നിരീക്ഷണത്തെക്കുറിച്ച് ആദ്യം മുന്നറിയിപ്പ് നല്കിയത് ജോർജ് ഓർവെലായിരുന്നു. അദ്ദേഹത്തിന്റെ വിഖ്യാതമായ *1984* എഴുതപ്പെട്ടത് 1948ലായിരുന്നു. അതിനുശേഷം സാങ്കേതികവിദ്യയുടെ വളർച്ചയിൽ ചാരചക്ഷുസ്സുകൾക്ക് ശക്തി വർദ്ധിച്ചു. ഇന്റർനെറ്റിന്റെ കാലമായപ്പോൾ കത്ത് പൊട്ടിക്കുന്ന കാലം കഴിഞ്ഞു. ഹാക്കർമാരുടെ യുഗം പിറന്നു. ഒന്നും സുരക്ഷിതമല്ലെന്ന അവസ്ഥയായി. ഭരണകൂടങ്ങൾ വ്യക്തികളെയും വ്യക്തികൾ ഭരണകൂടങ്ങളെയും നിരീക്ഷിക്കുക മാത്രമല്ല ഇരുവരും പരസ്പരം രേഖകൾ ചോർത്തുകയും ചെയ്യുന്നു. സർക്കാരിനെതിരെ സമൂഹം ശാക്തീകരിക്കപ്പെട്ട വഴികളിലൊന്നായി മാറി വിക്കിലീക്സ്.

ഇന്നത്തെ ജീവിതം സ്വകാര്യതയില്ലാത്ത ജീവിതമാണ്. മൊബൈൽ ഫോൺ മാത്രമല്ല മുന്നിലിരിക്കുന്നയാളിന്റെ കുപ്പായത്തിലെ കുടുക്കും ക്യാമറയായി മാറിയ കാലമാണ്. എവിടെയും ക്യാമറയുടെ നിരീക്ഷണത്തിലാണ് നമ്മൾ കഴിയുന്നത്. പൊതുഇടങ്ങളിൽ രഹസ്യത്തിൽ ക്യാമറ വയ്ക്കാം. പക്ഷേ, നിരീക്ഷണമുണ്ടെന്ന കാര്യം പരസ്യപ്പെടുത്തണം. വസ്ത്രക്കടയിൽ തുണി മാറുന്നിടത്തും ടോയ്‌ലറ്റിലും വയ്ക്കാനുള്ളതല്ല രഹസ്യ ക്യാമറ. ഒരുപക്ഷേ, സ്പെഷൽ ബ്രാഞ്ചിന്റെ പ്രവർത്തനം നിയമാനുസൃതമാകുന്നതിനുവേണ്ടി തങ്കച്ചൻ നല്കിയ മുന്നറിയിപ്പായിരിക്കാം വിവാദമായത്. നിങ്ങൾ നിരീക്ഷണത്തിലാണെന്ന

മുന്നറിയിപ്പാണല്ലോ അദ്ദേഹം പരസ്യമായി നല്കിയത്. പച്ച തെളിവും മുമ്പ് ചുവപ്പിലേക്കടുത്താൽ ക്യാമറയിൽ കുടുങ്ങും.

എതിരാളികളെ നിരീക്ഷിക്കുകയെന്നത് ഭരണാധികാരികളുടെ അനിവാര്യമായ ആവശ്യമാണ്. ചാരവൃത്തിക്ക് വേശ്യാവൃത്തിയോളം പഴക്കമുണ്ട്. പിടിക്കപ്പെട്ടാൽ രണ്ടും ഗുരുതരമായ കുറ്റമാണ്. വേശ്യയെ കല്ലെറിഞ്ഞുകൊല്ലുന്ന രീതിയായിരുന്നു പണ്ട്. ആ ശിക്ഷയിൽനിന്നാണ് മഗ്ദലന മറിയത്തെ യേശു വിമുക്തയാക്കിയത്. പക്ഷേ, തെറ്റ് ന്യായീകരിക്കപ്പെട്ടില്ല. ചാരന്റെ അന്ത്യവും മരണമാണ്. ഭരണകൂടത്തിന്റെ സുരക്ഷിതമായ നിലനില്പാണ് ചാരന്റെ നിയോഗം. സ്വതന്ത്രമായ സമൂഹത്തിൽ സ്വന്തം ജനങ്ങൾക്കെതിരെ ഭരണകൂടം ചാരന്മാരെ ഇറക്കിയാൽ മരിക്കുന്നത് ചാരനല്ല; ഭരണകൂടം തന്നെയാണ്.

വാട്ടർഗേറ്റിൽ നടന്ന ചാരപ്പണി പ്രസിദ്ധമാണ്. ഡെമോക്രാറ്റിക് പാർട്ടിയുടെ ആസ്ഥാനത്തേക്കാണ് നിരീക്ഷണസാമഗ്രികളുമായി വൈറ്റ് ഹൗസിൽനിന്ന് ചാരന്മാരെ അയച്ചത്. ലോകത്തെ മുഴുവൻ നിരീക്ഷണത്തിലാക്കിയ അമേരിക്ക അവിടെ തോറ്റു. അമേരിക്കയുടെ ചരിത്രത്തിലാദ്യമായി പ്രസിഡന്റിന് അപമാനിതനായി രാജിവയ്ക്കേണ്ടി വന്നു. പത്രപ്രവർത്തനത്തിന്റെ ചരിത്രത്തിൽ മാത്രമല്ല നിയമത്തിന്റെ ചരിത്രത്തിലും വാട്ടർഗേറ്റ് സ്മരണീയമായി. ജനാധിപത്യസംവിധാനത്തിൽ ഒരു രാഷ്ട്രീയ പാർട്ടിയെ എവ്വിധം എവിടെവരെ ഭരണകൂടത്തിന് നിരീക്ഷിക്കാമെന്ന ചോദ്യത്തിനുള്ള ഉത്തരം വാട്ടർഗേറ്റിലുണ്ട്. നിക്സണെയും ഹെഗ്ഡെയെയും ഉമ്മൻ ചാണ്ടിക്ക് മാതൃകയാക്കാം. നിരീക്ഷിക്കപ്പെട്ടവർക്ക് രാജീവ് ഗാന്ധിയെയും മാതൃകയാക്കാം.

നരേന്ദ്ര മോദി മുഖ്യമന്ത്രിയായിരുന്നപ്പോൾ ഒരു യുവതിയെ നിരീക്ഷിച്ചുകൊണ്ടിരുന്നത് വിവാദത്തിനു കാരണമായി. ആനവാൽമോതിരത്തിലെ പൊലീസുകാരന്റെ നിരീക്ഷണംപോലെ അതൊരു തമാശയായി അവസാനിച്ചു. പക്ഷേ, നിരീക്ഷണം അത്ര നിസ്സാരമായ കാര്യമല്ല. സുഭാഷ് ചന്ദ്രബോസിന്റെ കുടുംബാംഗങ്ങളെ നെഹ്റു പൊലീസിന്റെ രഹസ്യനിരീക്ഷണത്തിലാക്കിയതായി വാർത്ത വന്നു. അത് ഗൗരവത്തോടെ കാണുമെന്ന് മോദി പറഞ്ഞത് ഫലിതമായെങ്കിലും ഗൗരവമുള്ള വിഷയംതന്നെയാണത്. ബോസിന്റെ തിരോധാനവുമായി ബന്ധപ്പെട്ട് നെഹ്റുവിനെ പ്രതിക്കൂട്ടിലാക്കുന്ന രഹസ്യരേഖകൾ പുറത്തു വരാനിരിക്കെയാണ് നിരീക്ഷണവാർത്ത വന്നിരിക്കുന്നത്. ഫോൺ സംഭാഷണം ചോർത്തുന്നതുൾപ്പെടെയുള്ള നിയമവിരുദ്ധമായ പ്രവൃത്തികളാണ് നിരീക്ഷണത്തിൽ ഉൾപ്പെട്ടിരുന്നത്.

അരമനയിൽ നടക്കുന്നത് അങ്ങാടിയിൽ പാട്ടാകുന്നതുപോലെ അങ്ങാടിയിലെ കാര്യങ്ങൾ അരമനയിലുമെത്തണം. ഇക്കാലത്ത് മാധ്യമങ്ങളിലൂടെയാണ് ഇത് കൂടുതലായും നടക്കുന്നത്. ഇതിന് പൂരകമായുള്ള പ്രവർത്തനമാണ് രഹസ്യപ്പൊലീസിന്റേത്. നിയമാനുസൃതം പ്രവർത്തിക്കുന്നതിനുള്ള ബാദ്ധ്യത പൊലീസിനുണ്ട്. മൂന്നാംമുറപോലെതന്നെ

ഗർഹണീയമാണ് നിയമം വിട്ടുള്ള നീക്കങ്ങൾ. നിയമം ലംഘിക്കാതെ ശേഖരിക്കുന്ന വിവരങ്ങൾ അപഗ്രഥിച്ച് സർക്കാരിനെ നിജസ്ഥിതി അറിയിക്കുന്നതിനുള്ള ഉത്തരവാദിത്വമാണ് പൊലീസിനുള്ളത്. പക്ഷേ, മൂന്നാറിൽ നടന്ന വമ്പിച്ച പടയൊരുക്കം സർക്കാരിനെ അറിയിക്കുന്നതിൽ പൊലീസ് പരാജയപ്പെട്ടു. നിരീക്ഷണം ഉൾപ്പെടെയുള്ള ഒളിവൃത്തികൾ ന്യായീകരിക്കപ്പെടുന്നത് കുറ്റകൃത്യങ്ങൾ തടയുന്നതിനുള്ള പ്രവർത്തനത്തിന്റെ ഭാഗമായി മാത്രമാണ്. 1981 ലെ മലക് സിങ്ങിന്റെ കേസിൽ സുപ്രീം കോടതി ഇക്കാര്യം വ്യക്തമാക്കിയിട്ടുണ്ട്. സ്വകാര്യതയുടെ അഭാവത്തിൽ വ്യക്തിയുടെ സ്വാതന്ത്ര്യവും അന്തസ്സുമാണ് നഷ്ടമാകുന്നത്. ഇത് എം എൽ മാർക്കും ബാധകമാണ്.

3

ലൈംഗികതയിലെ വ്യത്യസ്തത

കോടതിവിധികൾ ചരിത്രംസൃഷ്ടിക്കുന്ന നാഴികക്കല്ലുകളാകുന്നത് അപൂർവ്വമായിമാത്രമാണ്. സ്വവർഗ്ഗവിവാഹത്തിന് നിയമസാധുത നല്കിയ അമേരിക്കൻ സുപ്രീം കോടതിയുടെ വിധി അക്കൂട്ടത്തിൽപ്പെടുന്നു. ഒമ്പതംഗ ബെഞ്ചിൽ ജസ്റ്റീസ് ആന്റണി കെന്നഡി നേതൃത്വം നല്കിയ അഞ്ചുപേരുടെ നിലപാടാണ് ഭൂരിപക്ഷാഭിപ്രായമായത്. ചീഫ് ജസ്റ്റീസ് വിയോജിച്ച വിധിയെ പ്രസിഡന്റ് ഒബാമ സ്വാഗതം ചെയ്തു. മതപരവും നൈതികവുമായ വിവാദങ്ങൾക്ക് കാരണമായേക്കാവുന്ന വിധി പുറപ്പെടുവിക്കുന്നതിന് കോടതിക്ക് തടസ്സമുണ്ടായില്ല. ഇന്ത്യയിലെ സുപ്രീം കോടതി ഇതേ വിഷയത്തിൽ ഉത്തരവാദിത്വം പാർലമെന്റിന് കൈമാറുകയായിരുന്നു. പാർലമെന്റിന്റെ കർമ്മമണ്ഡലത്തിൽ പലപ്പോഴും കടന്നുകയറി നിയമനിർമ്മാണം നടത്താൻ മടികാണിക്കാത്ത സുപ്രീം കോടതി സ്വവർഗ്ഗരതിക്ക് കടുത്ത ശിക്ഷ നല്കുന്ന ശിക്ഷാനിയമത്തിലെ 377-ാം വകുപ്പിന്റെ കാര്യത്തിൽ തീരുമാനമെടുക്കാതിരുന്നതിന്റെ കാരണങ്ങൾ വ്യക്തമാണ്.

വിവാഹം സ്വർഗ്ഗത്തിൽ നടക്കുന്നുവെന്ന് വിശ്വസിക്കുന്നവരും ഭൂമിയിലെ നിയമങ്ങൾക്കനുസൃതമായാണ് അത് നടത്തേണ്ടത്. സ്ത്രീയും പുരുഷനും തമ്മിലാണ് വിവാഹം നടക്കേണ്ടതെന്ന് മതവും പ്രകൃതിയും നിഷ്കർഷിക്കുന്നു. ലബോറട്ടറികളിൽ ശിശുജന്മം സാദ്ധ്യമാക്കിക്കൊണ്ട് ശാസ്ത്രം ഈ നിഷ്കർഷയെ ചോദ്യംചെയ്യുന്നു. മനുഷ്യവർഗ്ഗത്തിന്റെ നിലനില്പ് അപകടത്തിലാക്കാതെ സ്വവർഗ്ഗലൈംഗികബന്ധങ്ങൾ സാദ്ധ്യമാണ്. ചെറിയൊരു ന്യൂനപക്ഷത്തിന്റെ സന്താനോല്പാദനമെന്ന ഉത്തരവാദിത്വത്തിൽനിന്നുള്ള പിന്മാറ്റം ജനസംഖ്യയെ കാര്യമായി ബാധിക്കില്ല. ഈവക പരിഗണനകളേക്കാൾ പ്രധാനപ്പെട്ടതാണ് സ്വയംനിർണ്ണയത്തിനുള്ള വ്യക്തിയുടെ അവകാശം. ഭരണഘടനയുടെ

പതിനാലാം ഭേദഗതിയെ അടിസ്ഥാനമാക്കി ഈ അവകാശത്തിന്റെ പ്രാധാന്യമാണ് അമേരിക്കൻ സുപ്രീം കോടതി പ്രഖ്യാപിച്ചത്. സ്വവർഗ്ഗരതിക്കുള്ള വിലക്ക് നീക്കിയതിനപ്പുറമുള്ള പ്രാധാന്യം ഈ വിധിക്കുണ്ട്.

അമേരിക്കയിലെ 50 സംസ്ഥാനങ്ങളിൽ പതിമൂന്നിൽമാത്രമാണ് സ്വവർഗ്ഗവിവാഹം അനുവദനീയമാകാതിരുന്നത്. ഒഹായോയിൽനിന്നുള്ള ഒരു പുരുഷനാണ് ഈ വിഷയവുമായി സുപ്രീം കോടതിയിലെത്തിയത്. തന്റെ ഭർത്താവിന്റെ മരണസർട്ടിഫിക്കറ്റിൽ തന്റെ പേര് ചേർത്തുകിട്ടണമെന്നായിരുന്നു അയാളുടെ ആവശ്യം. ഈ ആവശ്യം ശ്രവണമാത്രയിൽത്തന്നെ അസ്വാഭാവികവും അരോചകവുമായി തോന്നാം. പക്ഷേ, അത് സ്വാഭാവികമായി കരുതുന്ന ഒരുവിഭാഗം ലോകത്തെവിടെയുമുണ്ട്. സ്വവർഗ്ഗരതിയിൽ അവർ ലൈംഗികമായ സംതൃപ്തി അനുഭവിക്കുന്നു. സ്വവർഗ്ഗത്തിൽപ്പെട്ടവർ തമ്മിൽ ദാമ്പത്യമാകാമെന്ന് അവർ അവകാശപ്പെടുന്നു. ഈ സമീപനത്തെ പ്രകൃതിവിരുദ്ധമെന്ന് ആക്ഷേപിക്കാം. മതപരവും സാമൂഹികവുമായ നിലപാടുകളാണ് ഈ സമീപനത്തിന് ആധാരമായുള്ളത്. സുപ്രീം കോടതി വിധിയോടെ സ്വവർഗ്ഗവിവാഹം അംഗീകരിക്കുന്ന ഇരുപത്തിമൂന്നാമത്തെ രാജ്യമായി മാറി അമേരിക്ക. രണ്ടായിരത്തിൽ നെതർലാന്റ് ആണ് ഇത്തരം വിവാഹങ്ങൾക്ക് ആദ്യമായി നിയമസാധുത നല്കിയത്.

മെക്കാളെ തയ്യാറാക്കിയ ഇന്ത്യൻ ശിക്ഷാനിയമത്തിൽ വകുപ്പ് 377 എന്ന രൂപത്തിൽ സ്വവർഗ്ഗരതിയെ കുറ്റമായി കാണുന്ന സമീപനം കടന്നുവന്നു. അസ്വാഭാവികമായ ലൈംഗികവേഴ്ചകൾക്ക് ഈ വകുപ്പനുസരിച്ച് കടുത്ത ശിക്ഷയുണ്ട്. വ്യത്യസ്തമായ ലൈംഗികാഭിരുചിയുള്ളവർ എൽ ജി ബി ടി എന്ന ചുരുക്കപ്പേരിലാണ് അറിയപ്പെടുന്നത്. ശിക്ഷാനിയമത്തിലെ 377 അസാധുവാക്കണമെന്ന് ഏറെക്കാലമായി ഇവർ ആവശ്യപ്പെടുന്നു. ഡൽഹി ഹൈക്കോടതി ഈ ആവശ്യം അനുവദിച്ചെങ്കിലും അസാധുവാക്കപ്പെട്ട വകുപ്പ് സുപ്രീം കോടതി പുനഃസ്ഥാപിച്ചു. ഇക്കാര്യത്തിൽ ഇടപെടേണ്ടതും തീരുമാനമെടുക്കേണ്ടതും പാർലമെന്റാണെന്ന നിലപാടാണ് സുപ്രീം കോടതി സ്വീകരിച്ചത്. അമേരിക്കൻ സുപ്രീം കോടതിക്ക് മാർഗ്ഗദർശിയാകാൻ കഴിയുമായിരുന്ന അവസരം ഇന്ത്യൻ സുപ്രീം കോടതി പാഴാക്കി. നിരവധിയായ സമ്മർദ്ദങ്ങൾക്കും പ്രീണനങ്ങൾക്കും വിധേയമായി കഴിയുന്ന രാഷ്ട്രീയപാർട്ടികളോ പ്രസ്ഥാനങ്ങളോ വിഷയം ഏറ്റെടുക്കാൻ തയ്യാറായിട്ടില്ല.

നിയമത്തിന്റെ പുരോഗതി ഇങ്ങനെയാണ്. സ്വവർഗ്ഗരതി കുറ്റകരമാക്കുന്ന നിയമവ്യവസ്ഥ ഭരണഘടനയ്ക്കെതിരല്ലെന്ന് അമേരിക്കൻ സുപ്രീം കോടതി വിധിച്ചത് 1986ലായിരുന്നു. മൂന്ന് ദശകം പൂർത്തിയാകുമ്പോൾ നിലപാടിൽ മാറ്റംവന്നു. വ്യത്യസ്തമായ അഭിരുചികൾ ഉള്ളവർക്കും ഭരണഘടനയുടെ തുല്യമായ പരിരക്ഷയ്ക്ക് അവകാശമുണ്ടെന്ന് സുപ്രീം കോടതി കണ്ടെത്തി. ഒഹായോയിലെ ഓബർഗെഫെലിന്റെ

കേസിൽ 16 ഹർജിക്കാരാണ് ഉണ്ടായിരുന്നത്. അവരിൽ 14 പേർ സ്വവർഗ്ഗദമ്പതികളും രണ്ടുപേർ സ്വവർഗ്ഗപങ്കാളികൾ മരിച്ചവരുമായിരുന്നു. വിവാഹമെന്നത് സ്ത്രീയും പുരുഷനും തമ്മിലുള്ള സംയോഗമാണെന്ന് കരുതുന്ന സംസ്ഥാനങ്ങളിൽനിന്നുള്ളവരായിരുന്നു അവർ. ജിം ഓബർഗെഫെലും ജോൺ ആർതറും 20 വർഷം നീണ്ടുനിന്ന ദാമ്പത്യത്തിനു ശേഷമാണ് വിവാഹിതരാകാൻ തീരുമാനിച്ചത്. അപൂർവ്വമായ രോഗം പിടിപെട്ട് ആർതർ മരണാസന്നനായ ഘട്ടമായിരുന്നു അത്. സ്വവർഗ്ഗവിവാഹം അനുവദിക്കുന്ന മേരിലാൻഡിലായിരുന്നു വിവാഹം. മൂന്നുമാസം കഴിഞ്ഞ് ആർതർ മരിച്ചു. ആർതറുടെ മരണസർട്ടിഫിക്കറ്റിൽ ജിമ്മിന്റെ പേര് ജീവിതപങ്കാളിയായി ചേർക്കാൻ ഒഹായോ സംസ്ഥാനത്തെ നിയമം തടസ്സമായപ്പോഴായിരുന്നു സുപ്രീം കോടതി അന്തിമമായി തീർപ്പ് കല്പിച്ച കേസിന്റെ തുടക്കം.

മാഗ്നാകാർട്ടയിൽനിന്ന് പിറവിയെടുത്തതാണ് അമേരിക്കൻ ഭരണഘടനയിലെ പതിനാലാം ഭേദഗതി. ജീവനും സ്വാതന്ത്ര്യത്തിനും സ്വത്തിനും പരിരക്ഷ നല്കുന്ന ഭേദഗതിയാണിത്. നിയമത്തിന്റെ തുല്യമായ സംരക്ഷണം ഈ ഭേദഗതിയിലൂടെ എല്ലാവർക്കും ലഭിക്കുന്നു. ഈ വ്യവസ്ഥയുടെ സർഗ്ഗാത്മകമായ വ്യാഖ്യാനത്തിലൂടെയാണ് ജസ്റ്റീസ് കെന്നഡി തന്റെ ശ്രദ്ധേയമായ വിധിക്ക് ആധാരമായ തത്ത്വങ്ങൾ കണ്ടെത്തിയത്.

ചീഫ് ജസ്റ്റീസ് ജോൺ ജി റോബർട്സ് ഉൾപ്പെടെ നാല് ജഡ്ജിമാർ കെന്നഡിയുടെ വിധിയോട് വിയോജിച്ചു. അമേരിക്കൻ സുപ്രീം കോടതിയിൽ ഒമ്പത് ജഡ്ജിമാരാണുള്ളത്. ജനങ്ങളാൽ തിരഞ്ഞെടുക്കപ്പെടാതെ നിയമിതരാകുന്ന ജഡ്ജിമാർക്ക് ജനങ്ങളാൽ തിരഞ്ഞെടുക്കപ്പെടുന്നവർ നിർമ്മിക്കുന്ന നിയമങ്ങളെ അസ്ഥിരപ്പെടുത്താൻ കഴിയുന്നത് ശരിയാണോ എന്ന സന്ദേഹം ചീഫ് ജസ്റ്റീസ് പ്രകടിപ്പിച്ചു. ജുഡീഷ്യൽ റിവ്യൂ എന്ന സവിശേഷാധികാരത്തെ വിസ്മരിച്ചുകൊണ്ടാവില്ല ചീഫ് ജസ്റ്റീസ് ഈ സന്ദേഹം പ്രകടിപ്പിച്ചത്. ജുഡീഷ്യൽ റിവ്യൂ എന്ന തത്ത്വം ആവിഷ്കരിച്ച ആദ്യകാല ചീഫ് ജസ്റ്റീസ് ജോൺ മാർഷലിനെ മറ്റൊരു വിയോജന ജഡ്ജി അന്റോണിൻ സ്കാലിയ അനുസ്മരിക്കുന്നുണ്ട്. ചീഫ് ജസ്റ്റീസിന്റെ സന്ദേഹം ഇന്ത്യൻ സുപ്രീം കോടതിയിൽനിന്ന് ലഭിച്ചതാകാനിടയുണ്ട്.

അഭിപ്രായപ്രകടനസ്വാതന്ത്ര്യത്തിന്റെ കവചമായ അനുച്ഛേദം 19(1)(എ)യുടെ വ്യാഖ്യാനത്തിൽമാത്രമാണ് ഇന്ത്യൻ സുപ്രീം കോടതി അമേരിക്കൻ സുപ്രീം കോടതിയെ പൂർണ്ണമായും ആശ്രയിച്ചിട്ടുള്ളത്. സാഹചര്യങ്ങൾ വ്യത്യസ്തമാകുന്നതിനാൽ ഒരു രാജ്യത്തെ കോടതിക്ക് മറ്റൊരു രാജ്യത്തെ കോടതിയെ ഒരു പരിധിക്കപ്പുറം ആശ്രയിക്കാനാവില്ല. എങ്കിലും 2013 ഡിസംബറിലെ നാസ് ഫൗണ്ടേഷൻ കേസിലെ ഇന്ത്യൻ സുപ്രീം കോടതി വിധിയുടെ അപര്യാപ്തത മനസ്സിലാക്കുന്നതിന് ആന്റണി കെന്നഡിയുടെ വിധി വായിക്കുന്നത് നല്ലതാണ്.

ജസ്റ്റീസ് ജി എം സിങ്‌വി ഉന്നയിച്ച സന്ദേഹങ്ങൾക്കുള്ള മറുപടി ജസ്റ്റീസ് കെന്നഡിയുടെ വിധിയിലുണ്ട്. വ്യക്തിയുടെ സ്വാതന്ത്ര്യത്തെയും സ്വയം നിർണ്ണയാധികാരത്തെയും മൗലികാവകാശങ്ങളെയും ബാധിക്കുന്ന വിഷയങ്ങളിൽ ജുഡീഷ്യൽ റിവ്യൂ എന്ന വിശേഷാധികാരം ഭാവനാപൂർണ്ണമായി പ്രയോഗിക്കേണ്ടതെങ്ങനെയെന്ന് ജസ്റ്റീസ് കെന്നഡി വ്യക്തമാക്കുന്നു. വ്യക്തിയുടെ സ്വയംനിർണ്ണയാധികാരത്തിന്റെ അവിഭാജ്യഘടകമാണ് അവന്റെ ലൈംഗികത. ആ മേഖലയിലേക്കുള്ള സ്റ്റേറ്റിന്റെ ഇടപെടൽ വ്യക്തിയുടെ അന്തസ്സിനെയും സ്വകാര്യതയെയും ബാധിക്കും. കെന്നഡി ആധാരമാക്കുന്ന ഭരണഘടനാതത്ത്വങ്ങൾ ഇന്ത്യൻ ഭരണഘടനയിലും ഉൾപ്പെടുത്തിയിട്ടുണ്ട്. നാസ് ഫൗണ്ടേഷൻ കേസിലെ വിധിയിലെ ന്യൂനത പരിഹരിക്കാൻ സുപ്രീം കോടതി തയ്യാറാകുമ്പോൾ ഓബർഗെഫെൽ കേസിലെ വിധി വിശദമായി പരിശോധിക്കേണ്ടിവരും. വ്യത്യസ്തതയെ അംഗീകരിക്കുകയെന്നത് ജനാധിപത്യത്തിന്റെ പ്രാഥമികമായ പാഠമാണ്. മറ്റ് പലതിലുമെന്നപോലെ ലൈംഗികതയിലും വ്യത്യസ്തത അനുവദനീയമാണ്.

4

പ്രസവം ക്യാമറയിൽ

പ്രസവം പ്രകൃതിയിലെ മനോഹരമായ കാഴ്ചയാണ്. പക്ഷേ, അത് എല്ലാവർക്കും കാണാനുള്ളതല്ല. ചില ഡോക്ടർമാർ ഭർത്താവിനെ ആ കാഴ്ചയ്ക്ക് ക്ഷണിക്കാറുണ്ട്. ഭർത്താവിന്റെ സാന്നിദ്ധ്യം ഭാര്യയുടെ പ്രസവത്തിന്റെ ആയാസം കുറയ്ക്കുമെന്ന് പറയുന്നു. ഡോക്ടറും നെഴ്സുമാരും ഉൾപ്പെടെ ഒഴിവാക്കാനാവാത്ത ചിലരുടെ സാന്നിദ്ധ്യം ഉണ്ടാകുമെങ്കിലും പ്രസവം എന്നത് സ്ത്രീയുടെ ജീവിതത്തിലെ ഏറ്റവും സ്വകാര്യമായ നിമിഷമാണ്. ശ്വേതാമേനോന്റെ പ്രസവം ക്യാമറയിൽ പകർത്തി സിനിമയുടെ ഭാഗമാക്കുന്നുവെന്ന് കേട്ടപ്പോൾ സമ്മിശ്രമായ പ്രതികരണമുണ്ടായി. ശ്വേതയ്ക്ക് തന്റെ സ്വകാര്യതയെ നിരാകരിക്കാം. എന്നാൽ കുഞ്ഞിന്റെ സ്വകാര്യത നിഷേധിക്കാൻ അമ്മയ്ക്ക് അവകാശമുണ്ടോയെന്ന ചോദ്യം ഞാൻ ഉന്നയിച്ചു. എങ്ങനെയായാലും പ്രസവിക്കുന്ന സ്ത്രീയുടെ അനുവാദത്തോടെയുള്ള ചിത്രീകരണമായിരുന്നതിനാൽ ശ്വേതയുടെ പ്രസവം നിയമപരമായ പ്രശ്നങ്ങൾക്ക് കാരണമായില്ല.

പ്രസവം കാണുന്നതിനുള്ള കൗതുകത്തെ മനസ്സിന്റെ വൈകൃതമായി കാണേണ്ടതില്ല. ജിജ്ഞാസയും അതിന് കാരണമാകാം. പ്രസവം നേരിട്ടറിയുന്നതിന് മലയാളത്തിലെ ഒരു നോവലിസ്റ്റ് ഡോക്ടറെ സ്വാധീനിച്ച് പ്രസവമുറിയിൽ കയറിക്കൂടിയതായി കേട്ടിട്ടുണ്ട്. പ്രസവത്തെക്കുറിച്ച് അദ്ദേഹത്തിന്റെ കഥയൊന്നും കാണാത്തതിനാൽ കേട്ടത് ശരിയോ എന്നറിയില്ല. എന്നാൽ അമേരിക്കയിൽ ഒരാൾ ഡോക്ടറുടെ സഹായിയെന്ന നിലയിൽ ഒരു വീട്ടിലെത്തി പ്രസവത്തിന് ദൃക്സാക്ഷിയായത് കേസിന് കാരണമായി. 1881 ലെ ഈ കേസാണ് സ്വകാര്യതയുടെ ചരിത്രത്തിലെ ആദ്യത്തെ കേസ്. ഒരു സ്ത്രീയുടെ ജീവിതത്തിലെ ഏറ്റവും

വിലപ്പെട്ട സന്ദർഭത്തിലേക്ക് അതിക്രമിച്ചുകടന്ന യുവാവിനും അതിനു സഹായിച്ച ഡോക്ടർക്കുമെതിരെ മിഷിഗൻ സുപ്രീം കോടതിയിൽ ചീഫ് ജസ്റ്റീസ് ഐസക് മാഴ്സറ്റൺ എഴുതിയ വിധി സ്വകാര്യത എന്ന നിയമശാഖയ്ക്ക് തുടക്കമിട്ടു. അതിക്രമിച്ചുകടന്നതിനോ ആൾമാറാട്ടത്തിനോ ആയിരുന്നില്ല കേസ്. സ്വകാര്യതയുടെ ലംഘനംതന്നെ ഡീമേയുടെ കേസിൽ സുപ്രീം കോടതി കണ്ടെത്തി. യുവതിയുടെ സ്വകാര്യത ലംഘിച്ചതിന് പ്രതികൾ കനത്ത നഷ്ടപരിഹാരം നല്കേണ്ടി വന്നു. 1881 ൽ സ്ഥാപിതമായ ജോർജ് ഈസ്റ്റ്മാന്റെ കൊഡാക് കമ്പനി വില കുറഞ്ഞ പോർട്ടബിൾ സ്നാപ് ക്യാമറ വിപണിയിലിറക്കുന്നതിന് ഏതാനും വർഷങ്ങൾക്കൂടി വൈകിയതിനാൽ ഡീമേയുടെ പ്രസവം ഫിലിമിൽ പതിഞ്ഞില്ല.

കൺവെർജൻസിൽ എത്തിനില്ക്കുന്ന സാങ്കേതികവിദ്യയുടെ നിറവിലാണ് പയ്യന്നൂരിലെ പ്രസവക്കേസുണ്ടായത്. കണ്ടവർ അത് ക്യാമറയിൽ പകർത്തി. പകർത്തിയത് വാട്സ് ആപ്പിലൂടെ സോഷ്യൽ മീഡിയയിൽ പ്രചരിപ്പിച്ചു. കണ്ടവർ കണ്ടവർ അത് ലൈക്ക് ചെയ്യുകയും പങ്കുവയ്ക്കുകയും ചെയ്തു. അക്കാര്യം പ്രസവിച്ച യുവതിയുടെ ശ്രദ്ധയിൽപ്പെട്ടപ്പോൾ പ്രസവചിത്രീകരണം പരാതിക്കും ആക്ഷേപത്തിനും കാരണമായി. പ്രാഥമികമായി കുറ്റക്കാരെന്നു കണ്ട മൂന്ന് ഡോക്ടർമാരെ സസ്പെൻഡ് ചെയ്തു. ബോധം മരവിപ്പിച്ച അവസ്ഥയിൽ ശസ്ത്രക്രിയയ്ക്കായി കിടക്കുന്ന സ്ത്രീയുടെ നഗ്നത പകർത്തുന്നതിന് ഉത്സാഹികളായ ഡോക്ടർമാർക്ക് സഹായികളായി നെഴ്സുമാരുണ്ടായിരുന്നു. കാര്യങ്ങളൊക്കെ വിചിത്രംതന്നെ. സ്ത്രീക്ക് വിശ്വസിക്കാൻ സ്ത്രീകൾ പോലുമില്ല. ആശുപത്രിയിലും പൊലീസ് സ്റ്റേഷനിലും ഇതാണവസ്ഥ. സ്ത്രീയുടെ സാന്നിദ്ധ്യത്തിൽ അബോധാവസ്ഥയിലാകുന്ന ഡോക്ടർ അബോധാവസ്ഥയിലാക്കപ്പെടുന്ന സ്ത്രീയെ എന്തെല്ലാം ചെയ്യും. പരിപൂർണ്ണമായ വിശ്വാസത്തകർച്ചയാണ് പയ്യന്നൂരിലുണ്ടായത്. ഇൻഫർമേഷൻ ടെക്നോളജി നിയമം അനുസരിച്ചുമാത്രം കൈകാര്യം ചെയ്യാവുന്ന വിഷയമല്ല ഇത്. മനുഷ്യാവകാശ കമീഷനു പുറമെ മെഡിക്കൽ കൗൺസിലും ഇക്കാര്യത്തിൽ ഇടപെടണം. സ്വകാര്യതയുടെ നഗ്നമായ ലംഘനത്തിന് ക്രിമിനലായും സിവിലായും നടപടിയുണ്ടാകണം. പ്രതികളുടെ അറസ്റ്റ് തടയാതിരുന്ന ഹൈക്കോടതി നല്ല സന്ദേശമാണ് നല്കിയത്.

ബോധാവസ്ഥയിലും അബോധാവസ്ഥയിലും വ്യക്തിക്ക് സ്വകാര്യതയ്ക്കുള്ള അവകാശമുണ്ട്. വീഞ്ഞ് കുടിച്ച് മത്തനായ നോഹ കൂടാരത്തിൽ നഗ്നനായി കിടന്ന കഥ *ബൈബിളി*ലുണ്ട്. പിതാവിന്റെ നഗ്നത പരസ്യപ്പെടുത്തിയ പുത്രൻ ശപിക്കപ്പെടുകയും നഗ്നത മറച്ച പുത്രന്മാർ അനുഗ്രഹിക്കപ്പെടുകയും ചെയ്തു. നഗ്നത മാത്രമല്ല വ്യക്തിക്ക് സംരക്ഷിക്കാനവകാശമുള്ളത്. സ്വന്തം ജീവിതവുമായി ബന്ധപ്പെട്ടതെല്ലാം സ്വകാര്യതയുടെ വലയത്തിൽ സംരക്ഷിക്കാൻ കഴിയും. ബ്രിട്ടനിലും അമേരി

ക്കയിലും വലിയ തോതിൽ വികാസം പ്രാപിച്ച സ്വകാര്യതയ്ക്ക് ഇന്ത്യയിൽ തുടക്കമായത് സുപ്രീം കോടതിയിൽ ജസ്റ്റീസ് കെ കെ മാത്യുവിന്റെ ശ്രദ്ധേയമായ വിധിയോടെയായിരുന്നു. ശിക്ഷ കഴിഞ്ഞിറങ്ങിയ ഒരാളുടെ വീട്ടിൽ അർദ്ധരാത്രിയാകുമ്പോൾ പൊലീസെത്തി അയാളുടെ സാന്നിദ്ധ്യം ഉറപ്പാക്കും. സ്വന്തം വീട്ടിൽ തനിക്കവകാശപ്പെട്ട സ്വകാര്യതയുടെ ലംഘനമാണിതെന്നു ആ മുൻതടവുകാരൻ പരാതിപ്പെട്ടു. സ്വകാര്യതയെ സംബന്ധിക്കുന്ന നിയമം ഇന്ത്യയിൽ ഇല്ലെങ്കിലും ഭരണഘടനയിലെ അനുച്ഛേദം 21 അപ്രകാരം ഒരു അവകാശത്തെ ഉൾക്കൊള്ളുന്നുണ്ടെന്ന് മാത്യു കണ്ടെത്തി. അർദ്ധരാത്രിയിലെ പൊലീസിന്റെ ഭവനസന്ദർശനം നിയമവിരുദ്ധമാണെന്ന് സുപ്രീം കോടതി പറഞ്ഞപ്പോൾ അത് മാഗ്നാ കാർട്ടയിൽ പ്രഖ്യാപിക്കപ്പെട്ട തത്ത്വത്തിന്റെ അടിസ്ഥാനത്തിൽ ന്യായീകരിക്കപ്പെട്ടു. പക്ഷേ, ഏതാനും ആഴ്ചകൾക്കുശേഷം ആയിരക്കണക്കിനു വാതിലുകളിൽ പൊലീസ് മുട്ടിവിളിച്ച അടിയന്തരാവസ്ഥയുണ്ടായി.

വസ്ത്രംപോലെയാണ് സ്വകാര്യത. ധരിക്കുന്നയാളുടെ ഇഷ്ടമാണ് വസ്ത്രത്തിന്റെ വലിപ്പം. സമ്പൂർണ്ണമായ ആവരണമാകാം; സമ്പൂർണ്ണമായ വെളിപ്പെടുത്തലുമാകാം. ക്യാമറയുടെ ഫ്രെയിമിൽനിന്ന് മാറാതെ നില്ക്കുന്നവരുണ്ട്. സെൽഫി എടുത്ത് രസിക്കുന്നവരുണ്ട്. എടുത്തത് സോഷ്യൽ മീഡിയയിലൂടെ പ്രചരിപ്പിക്കുന്നവരുണ്ട്. അതെല്ലാം സ്വന്തം കാര്യം. മറ്റുള്ളവരുടെ കാര്യങ്ങളിൽ അനുവാദമില്ലാതെ ഇടപെടുമ്പോഴാണ് സ്വകാര്യതയുടെ പ്രശ്നമുണ്ടാകുന്നത്. കഴിഞ്ഞകാലത്തെ അനുഭവങ്ങൾ പൂർണ്ണമായും വിസ്മരിക്കാൻ ആഗ്രഹിക്കുന്നവരുണ്ട്. പ്രശസ്തനായ ബാലതാരമെന്ന പ്രതിച്ഛായ മറ്റൊരു കർമ്മരംഗത്ത് തന്നെ പിന്തുടരുന്നതിൽ ഒരാൾക്ക് അസ്വസ്ഥത ഉണ്ടാകാം. അന്നത്തെ കാര്യങ്ങൾ വീണ്ടും ഓർമ്മപ്പെടുത്തുന്നത് തടയുന്നതിനുള്ള അവകാശം അയാൾക്കുണ്ട്. മറക്കാൻ ശ്രമിക്കുന്ന പ്രതിച്ഛായ നല്ലതാകാം; നല്ലതല്ലാത്തതാകാം. വിസ്മരിക്കപ്പെടുന്നതിനുള്ള അവകാശം അയാൾക്കുണ്ട്. വിസ്മൃതിയും സ്വകാര്യതയുടെ ഭാഗമാണ്.

പയ്യന്നൂരിലെ പ്രസവചിത്രീകരണത്തിൽ വ്യക്തിയുടെ സ്വകാര്യതയെ ബാധിക്കുന്ന നിരവധി പ്രശ്നങ്ങളുണ്ട്. ഒറ്റ ഗർഭപാത്രത്തിൽനിന്ന് സിസേറിയൻ സെക്ഷനിലൂടെ മൂന്ന് ശിശുക്കളെ പുറത്തെടുക്കുന്നത് വൈദ്യശാസ്ത്രത്തിന് താല്പര്യമുള്ള വിഷയമാണ്. അത് കേവലമായ കൗതുകമോ ജിജ്ഞാസയോ അല്ല. മെഡിക്കൽ വിദ്യാർത്ഥികൾക്കും മറ്റ് ഭിഷഗ്വരന്മാർക്കും ആ ചിത്രങ്ങൾ പ്രയോജനപ്പെടും. ശുദ്ധമായ ഈ അക്കാദമിക് താല്പര്യം മാത്രമായിരുന്നുവോ പയ്യന്നൂരിലെ ഛായാഗ്രാഹകർക്കുണ്ടായിരുന്നത് എന്ന് വ്യക്തമല്ല.

സദുദ്ദേശ്യമായാലും ദുരുദ്ദേശ്യമായാലും അനുവാദത്തിന്റെ ആവശ്യമുണ്ട്. സി സി ടി വി ഉൾപ്പെടെ നിരീക്ഷണ സംവിധാനങ്ങൾ വ്യാപകമാകുമ്പോൾ സ്വകാര്യത നേരിടുന്ന വെല്ലുവിളികൾ നിരവധിയാണ്. അറിയു

ന്നതിനുള്ള അവകാശവുമായി സ്വകാര്യത എന്ന അവകാശത്തെ പൊരുത്തപ്പെടുത്തുന്ന ശ്രമകരമായ പ്രവൃത്തിയാണ് നിയമത്തിന്റേത്. സ്റ്റിങ് ഓപ്പറേഷൻ തുടങ്ങിയ മാധ്യമപ്രവർത്തനങ്ങളുടെ ധാർമ്മികത ചോദ്യം ചെയ്യപ്പെടുന്നതും സ്വകാര്യതയുടെ അടിസ്ഥാനത്തിലാണ്. ഏത് സന്ദർഭവും ആരുടെയും അനുവാദമില്ലാതെ ക്യാമറയിൽ പകർത്തുന്ന കാലമാണിത്. സോഷ്യൽ മീഡിയയിലൂടെ അവയുടെ വ്യാപനം അനായാസമാകുന്നു. ഇവിടെയാണ് ഇൻഫർമേഷൻ ടെക്നോളജി നിയമത്തിന്റെ ഇടപെടലുണ്ടാകുന്നത്. ഇൻഫർമേഷൻ ടെക്നോളജി ആക്ട് സോഷ്യൽ മീഡിയയുടെ ദുരുപയോഗത്തെമാത്രമല്ല ഉപയോഗത്തെയും തടസ്സപ്പെടുത്തുന്നു. ചിത്രത്തിന് പ്രചാരം നല്കിയത് ശരിയോ തെറ്റോ എന്നതിനൊപ്പം ചിത്രമെടുത്തത് ശരിയോ എന്ന ചോദ്യവും പരിശോധിക്കണം. സ്വകാര്യത എന്ന അവകാശത്തിന്റെ അടിസ്ഥാനത്തിലാണ് ഈ പരിശോധന നടക്കേണ്ടത്. ജസ്റ്റീസ് മാത്യു കണ്ടെത്തിയ സ്വകാര്യതയ്ക്കുള്ള അവകാശം ആശാസ്യമായ രീതിയിൽ വികാസം പ്രാപിച്ചിട്ടില്ല. കേസുകളിലൂടെയാണ് നിയമം വളരുന്നത്. അതിനു സഹായകമായ കേസാണ് പയ്യന്നൂരിലുണ്ടായത്.

5

സ്വാതന്ത്ര്യത്തിന്റെ കണ്ണിലെ കരട്

തൊടുത്തതിലും വേഗത്തിൽ പിൻവലിക്കപ്പെട്ടുവെന്നതുമാത്രമല്ല കേന്ദ്ര സർക്കാരിന്റെ എൻക്രിപ്ഷൻ നയത്തെ ശ്രദ്ധേയമാക്കുന്നത്. ഇ–മെയിൽ, വാട്സ് ആപ് തുടങ്ങിയവ പരിശോധിക്കാൻ സർക്കാരിന് അധികാരം നല്കുന്നതായിരുന്നു പ്രഖ്യാപിക്കപ്പെട്ട കരട് രേഖ. സ്വാതന്ത്ര്യത്തിന്റെ കണ്ണിലെ കരട് ഉടൻ കളഞ്ഞതു നന്നായി. ഇന്റർനെറ്റ് സുരക്ഷിതത്വവും സ്വകാര്യതയുടെ സംരക്ഷണവും ആണ് നിർദ്ദിഷ്ടനയത്തിന്റെ പ്രഖ്യാപിതലക്ഷ്യമെങ്കിലും ഉന്നംവച്ചത് അവയായിരുന്നില്ല. വ്യാപകമായ ആക്ഷേപത്തെ തുടർന്ന് പിൻവലിക്കപ്പെട്ടത് ഇനിയുണ്ടാവില്ലെന്ന് പറയാനാവില്ല. നയരേഖയാണ് പിൻവലിക്കപ്പെട്ടത്; നയമല്ല. പ്രഖ്യാപിക്കപ്പെട്ടതും പിൻവലിക്കപ്പെട്ടതും ഒരു കരട് മാത്രമാണെന്നും അത് സർക്കാരിന്റെ നയമായിട്ടില്ലെന്നും ഐ ടി മന്ത്രി രവി ശങ്കർ പ്രസാദ് പറഞ്ഞു. വാക്കുകളിൽ സമർത്ഥമായി ഒളിച്ചുവയ്ക്കാൻ കഴിയാത്തതാണ് മന്ത്രിയുടെ അങ്കുശമില്ലാത്ത കാപട്യം.

സന്ദേശങ്ങൾ 90 ദിവസംവരെ മായ്ക്കാതെ സൂക്ഷിക്കണമെന്നും സുരക്ഷാ ഏജൻസികൾ ആവശ്യപ്പെട്ടാൽ കൈമാറണമെന്നും കരട് രേഖയിൽ വ്യവസ്ഥയുണ്ടായിരുന്നു. സ്പേസ് തീർന്നാൽ എന്തു ചെയ്യും എന്ന ചോദ്യമുണ്ട്. സ്റ്റോർ ചെയ്ത മെസേജുകൾ ഡെലീറ്റ് ചെയ്ത് സ്റ്റോറേജ് സ്പേസുണ്ടാക്കാനുള്ള നിർദ്ദേശം കൂടെക്കൂടെ കിട്ടാറുണ്ട്. സാങ്കേതികത്വംമാത്രമല്ല വിഷയം. കത്ത് വായിച്ച് കീറിക്കളയാൻ സ്വാതന്ത്ര്യമുള്ളതുപോലെ ഇ–മെയിൽ വായിച്ചതിനുശേഷം ഡെലീറ്റ് ചെയ്യാനും സ്വാതന്ത്ര്യമുണ്ടാകണം. അനാവശ്യമായി വരുന്ന ഇ–മെയിലുകൾ വായിക്കാതെയും ഡെലീറ്റ് ചെയ്യേണ്ടിവരും. എല്ലാം സർക്കാരിന്റെ നിയന്ത്രണത്തിലാക്കുന്നത് അനാശാസ്യമാണ്. വ്യക്തികളുടെ

സ്വകാര്യ കത്തുകൾ അവരറിയാതെ പൊട്ടിച്ച് വായിക്കാൻ സർക്കാരിന് അധികാരം നല്കുന്ന നിയമം ഉണ്ടാക്കാൻ രാജീവ് ഗാന്ധി ശ്രമിച്ച് പരാജയപ്പെട്ടതാണ്. ഇന്ദിര ഗാന്ധിയുടെ തൂപ്പുകാരനാകുന്നതിൽ അഭിമാനമുണ്ടെന്ന് പറയുകയും രാജീവ് ഗാന്ധിയെ പ്രധാനമന്ത്രിയാക്കാൻ വഴി വിട്ട നിലപാടുകൾ സ്വീകരിക്കുകയും ചെയ്ത സെയിൽ സിങ്ങിനെ മെച്ചപ്പെട്ട രാഷ്ട്രപതിമാരുടെ നിരയിലേക്ക് നീക്കിനിർത്തിയത് രാജീവ് ഗാന്ധിയുടെ പാർലമെന്റ് പാസാക്കിയ തപാൽ ബിൽ ഒപ്പിടാതെ മടക്കിയതുകൊണ്ടാണ്. അന്നത്തെ വെറും മെയിൽ ഇന്ന് ഇ–മെയിലായി. പൊട്ടിച്ചും പൊട്ടിക്കാതെയും കത്ത് വായിക്കുന്നതിനുള്ള ആകാംക്ഷമാത്രം മാറുന്നില്ല.

വ്യക്തിയുടെ സ്വകാര്യതയെ ബാധിക്കുന്ന വിഷയമാണിത്. സ്വകാര്യതയെന്നത് സ്വാതന്ത്ര്യത്തെ ബാധിക്കുന്ന വിഷയമാണ്. സ്വകാര്യത എന്ന അവകാശം ഭരണഘടന പ്രഖ്യാപിച്ചിട്ടില്ലെന്ന് നരേന്ദ്ര മോദിയുടെ അറ്റോർണി ജനറൽ സുപ്രീം കോടതിയിൽ പറഞ്ഞത് പല ഉദ്ദേശ്യങ്ങളോടെയാണ്. ആധാറിനെ ന്യായീകരിക്കാൻവേണ്ടി മാത്രമായിരുന്നില്ല വിചിത്രമായ നിലപാട് അറ്റോർണി ജനറൽ സ്വീകരിച്ചത്. സുബ്ബറാവുവിന്റെ കാലംമുതൽ സുപ്രീം കോടതി വ്യക്തമാക്കിയിട്ടുള്ള കാര്യത്തിൽ അറ്റോർണി ജനറൽ പ്രകടിപ്പിച്ച അവ്യക്തതയിൽ സുപ്രീം കോടതിയും പങ്കുചേർന്നു. വിശദമായ പരിശോധനയാണ് നടക്കാൻ പോകുന്നത്.

ആദ്യം സ്വകാര്യതയെ സംബന്ധിച്ച് വ്യക്തതയുണ്ടാകണം. അതിന് നിയമനിർമ്മാണം ആവശ്യമുണ്ട്. അതിനുശേഷമാകാം എൻക്രിപ്ഷൻ. ഇൻഫർമേഷൻ ടെക്നോളജി നിയമത്തിലെ 84 എ വകുപ്പനുസരിച്ചാണ് അനാശാസ്യമായ നീക്കം സർക്കാർ നടത്തിയത്. നിയമത്തിലെ 66 എ സുപ്രീം കോടതി എടുത്തുകളഞ്ഞതുപോലെ പലതും ഇനിയും എടുത്തുകളയാനുണ്ട്. ഡ്രാക്കോണിയൻ എന്നുമാത്രമേ പല വ്യവസ്ഥകളെയും വിശേഷിപ്പിക്കാനാകൂ. മൊബൈൽ വിപ്ലവത്തിനുശേഷം ഇന്റർനെറ്റിന്റെ ഉപയോഗം വ്യാപകമായിരിക്കുന്നു. വാട്സ് ആപ്പിന്റെ അവസ്ഥയും അതുതന്നെ. അതുകൊണ്ട് നിയന്ത്രണങ്ങൾ സാധാരണക്കാരെയും ബാധിക്കും. ഇന്ത്യയിൽ സ്മാർട് ഫോൺ ഉപയോഗിക്കുന്നവരുടെ എണ്ണം അടുത്ത വർഷം 20 കോടിയാകും. ലോകത്തിലെ രണ്ടാമത്തെ സ്മാർട് ഫോൺ വിപണിയാണ് ഇന്ത്യ. ഇന്റർനെറ്റ് ഉപയോഗിക്കുന്നവരുടെ എണ്ണം 35 കോടിയാണ്. ഇക്കാര്യത്തിൽ ഇന്ത്യക്ക് രണ്ടാം സ്ഥാനമാണുള്ളത്. 2017 ൽ ഇത് 50 കോടിയാകുമെന്ന് പ്രതീക്ഷിക്കുന്നു. ചൈനയിലെപ്പോലെ ഇന്റർനെറ്റ് നിയന്ത്രണം ഇന്ത്യയിൽ അസാദ്ധ്യമാണ്. ചൈനയിൽപ്പോലും അത് സാദ്ധ്യമാകുന്നില്ല.

ഇന്റർനെറ്റ് സുരക്ഷിതത്വവും സ്വകാര്യതയും സംരക്ഷിക്കുന്നതിനുള്ള സംവിധാനമാണ് എൻക്രിപ്ഷൻ. സന്ദേശങ്ങൾ അനധികൃതമായി ആർക്കും പ്രാപ്യമാവില്ല. പക്ഷേ, ഡിജിറ്റൽ ഗുഹകൾ തുറക്കുന്നതിനുള്ള ഓപൺ സിസേം ആലിബാബമാർ അനായാസം കണ്ടെത്തും. കഥയുടെ

പുതിയ അവതരണത്തിൽ ആലിബാബയുടെ സീക്രട്ട് കോഡ് തസ്കരസംഘം കണ്ടെത്തുന്ന അവസ്ഥയുമുണ്ടാകും. ഭരണകൂടം ഉൾപ്പെടെയുള്ള തസ്കരസംഘത്തെ അകറ്റി നിർത്താനാണ് എൻക്രിപ്ഷൻ എന്ന സംവിധാനമുള്ളത്. പക്ഷേ, അനാശാസ്യമായ കാര്യങ്ങൾ ആകർഷകമായ പേരുകളിൽ അവതരിപ്പിക്കുകയെന്ന പതിവ് രീതിയാണ് ഇവിടെയും സർക്കാർ അനുവർത്തിച്ചത്. എന്താണോ എൻക്രിപ്ഷൻ അതിനു കടകവിരുദ്ധമായ കാര്യങ്ങളാണ് നയരേഖയിൽ ഉണ്ടായിരുന്നത്. വ്യക്തികളുടേതുൾപ്പെടെ എൻക്രിപ്റ്റ് ചെയ്യപ്പെട്ട സന്ദേശങ്ങളിലേക്ക് സർക്കാരിന് അനായാസം കടന്നുചെല്ലാൻ കഴിയുമെന്നതാണ് പിൻവലിക്കപ്പെട്ട നയത്തെ ആക്ഷേപകരമാക്കിയത്.

മുൻവാതിൽ ഭദ്രമായി അടച്ചതിനുശേഷം പിൻവാതിൽ തുറന്നിടുന്ന ഏർപ്പാടാണ് എൻക്രിപ്ഷൻ. അതിലൂടെ ഇന്റർനെറ്റിലേക്കുള്ള ജാരപ്രവേശം ആയാസരഹിതമാണ്. സുരക്ഷിതമായി സൂക്ഷിക്കാൻ വ്യവസ്ഥ ചെയ്യുന്നത് ചോദിക്കുമ്പോൾ ചോദ്യമില്ലാതെ കൊടുക്കുന്നതിനുവേണ്ടിയാണ്. ശക്തമായ എൻക്രിപ്ഷൻ ഭേദിക്കാനാവുന്നില്ലെന്ന് അമേരിക്കയിലെ എഫ്ബിഐ മേധാവി ജെയിംസ് കോമി പരാതിപ്പെട്ടത് ശ്രദ്ധേയമാണ്. വ്യക്തിസ്വാതന്ത്ര്യത്തെ ബാധിക്കുന്ന അത്യാചാരങ്ങൾ അവിടെ മാപ്പാക്കപ്പെടുന്നില്ല. എൻക്രിപ്ഷൻ ശക്തമാക്കുന്നതിനെതിരെ ബ്രിട്ടീഷ് പ്രധാനമന്ത്രി ഡേവിഡ് കാമറൂൺ സ്വീകരിച്ച നിലപാടും വലിയ ആക്ഷേപത്തിനു കാരണമായി. ഇന്റർനെറ്റ് സുരക്ഷിതത്വമല്ല എൻക്രിപ്ഷൻകൊണ്ട് ഉദ്ദേശിക്കുന്നതെന്ന് വ്യക്തം. കരുതൽ തടങ്കൽ മുതൽ എൻക്രിപ്ഷൻവരെ കരിനിയമങ്ങൾ സാധൂകരിക്കപ്പെടുന്നത് പൊതുസുരക്ഷിതത്വത്തിന്റെ പേരിലാണ്. എൻക്രിപ്റ്റ് ചെയ്യപ്പെടുന്ന സന്ദേശങ്ങൾ ചോദിച്ചുമാത്രമല്ല ചോദിക്കാതെയും സർക്കാരിന് സ്വന്തമാക്കാം. സർക്കാരിന് കഴിയുന്നത് മറ്റുള്ളവർക്കും കഴിയും. സ്വകാര്യത മാത്രമല്ല അഭിപ്രായപ്രകടനസ്വാതന്ത്ര്യവും അപകടത്തിലാകുന്നു.

ഭരണഘടന അംഗീകരിക്കുകയും സംരക്ഷണം ഉറപ്പാക്കുകയും ചെയ്തിട്ടുള്ള ചില അവകാശങ്ങളുണ്ട്. സ്വാതന്ത്ര്യത്തെ സംബന്ധിക്കുന്ന മൗലികവും വിട്ടുവീഴ്ചയില്ലാത്തതുമായ അവകാശങ്ങളാണവ. ശാസ്ത്രവും സാങ്കേതികവിദ്യയും മനുഷ്യന്റെ സ്വാതന്ത്ര്യം സംരക്ഷിക്കുന്നതിനുള്ള ഉപകരണങ്ങളാകണം. സാങ്കേതികവിദ്യ സമത്വത്തിനുള്ള കാരണവും സ്വാതന്ത്ര്യത്തിനുള്ള പ്രേരണയുമാകുന്നു. സാങ്കേതികവിദ്യയുടെ സഹായത്തോടെയാണ് വിപ്ലവങ്ങൾ ഉണ്ടാകുന്നത്. അച്ചടി ഫ്രഞ്ച് വിപ്ലവത്തിനു കാരണമായതുപോലെ ഇന്റർനെറ്റ് ആധുനികകാലത്തെ വിപ്ലവങ്ങൾക്ക് സഹായകമാകുന്നു. ഒന്നും തടയാനാവില്ല. പൗരസമൂഹത്തിന്റെ ചിന്തയെയും പ്രവൃത്തിയെയും നിയന്ത്രിക്കുന്നതിനുള്ള ഭരണകൂടത്തിന്റെ ഉദ്യമം ജനാധിപത്യത്തിന് നിരക്കുന്നതല്ല. അതിനുള്ള ശ്രമം ഭരണകൂടങ്ങളെ അപകടത്തിലാക്കിയതിന്റെ ദൃഷ്ടാന്തങ്ങൾ ചരിത്രത്തിൽ നിറയെ ഉണ്ട്. സ്വാതന്ത്ര്യത്തിന് അനുയോജ്യമായ കാര്യ

ങ്ങളിലല്ല നരേന്ദ്ര മോദിയും അദ്ദേഹത്തിന്റെ പാർട്ടിയും വ്യാപരിക്കുന്നത്. സ്വതന്ത്രചിന്തയുടെ മേലുള്ള നിയന്ത്രണം അവരുടെ പ്രഖ്യാപിതനയമാണ്. വിനാശകരമായ നയത്തിൽ മാറ്റം വരുന്നില്ല. നയം നടപ്പാക്കുന്നതിന്റെ ഭാഗമായി പുറത്തിറക്കിയ ഒരു കരട് മാത്രമാണ് ഇപ്പോൾ നീക്കം ചെയ്യപ്പെട്ടത്. അതിനിയും വരും. സ്വകാര്യത ഭേദിക്കുന്നത് സ്വതന്ത്രമായ ചിന്തയുടെ പ്രാകാരങ്ങൾ ഭേദിക്കുന്നതിനുവേണ്ടിയാണ്.